'हे पुस्तक म्हणजे आमच्या काळातील एक उत्कृष्ट... युगहीन, दुःखद, प्रासंगिक आणि इतिहासातील धड्यांचे स्मरण आहे.'

– **उर्वशी बुटालिया,** लेखिका आणि इतिहासकार

'मनोहर माळगांवकर हे तपशिलवार लेखनात निष्णात आहेत. इतक्या विस्तृत कथानकात एकदाही ते कोणत्याही पात्राचे व्यक्तिमत्त्व गमावत नाहीत. किंबहुना, दुसऱ्या महायुद्धाच्या पार्श्वभूमीवर स्वातंत्र्याच्या उंबरठ्यावर असलेल्या राष्ट्राच्या राजकीय चौकटीत अडकलेल्या वैयक्तिक जीवनाचे एक नाजूक जाळे ते तयार करतात. फाळणीचा साक्षीदार झाल्यावर, त्यांनी त्याचे दृश्य वास्तव पानावर आणले... हे असे पुस्तक आहे की ज्या पुस्तकाकडे वाचक पुन्हा पुन्हा वळतो. त्या अर्थाने ही एक अभिजात कलाकृती आहे'

– **आंचल मल्होत्रा,** लेखिका आणि मौखिक इतिहासकार

'भारताच्या आयुष्यातील ऐतिहासिक परंतु दुःखद अशा काळाची एक कादंबरी जो काळ तेव्हा होता आणि तसा तो पुन्हा कधीही असणार नाही. माळगांवकर एका मोठ्या कॅनव्हासवर भारत छोडो आणि फाळणीच्या काळातील भारताचे चित्र रेखाटतात. त्यांच्याकडे लघुचित्रकाराची नजर आणि वास्तुविशारदाची भव्य दृष्टी आहे. पंजाब ते अंदमान ते बॉम्बे आणि दिल्ली, सीमेच्या दुतर्फा फिरत असताना, तुम्ही लेखकाच्या कथानकात गुंतत जाता. हे पुस्तक म्हणजे एक उत्तम कादंबरी आणि त्याहूनही मोठा थ्रिलर.'

– **लॉर्ड मेघनाद देसाई,** लेखक आणि अर्थतज्ज्ञ

'माळगांवकर यांच्या कादंबऱ्या मोठ्या प्रमाणात वाचल्या जातात, त्या घटनांनी भरलेल्या आहेत, त्यात रोमांचक कथा आहेत. आणि त्या एक मौल्यवान दस्तऐवज देखील आहेत.'

– **द टाइम्स लिटररी सप्लीमेंट,** लंडन

'पुस्तकाचे संपूर्ण काम लेखकाने कोरीवपणे केले आहे आणि त्याबरोबरच लेखकाने राजकीय आणि सामाजिक पार्श्वभूमी एका सर्जनच्या कौशल्याने भावनिक चढउत्तरांच्या कथानकात कलम केली आहे'.

– **द संडे टाइम्स**

'A BEND IN THE GANGES' या इंग्रजी पुस्तकाचा अनुवाद

इथे थबकली गंगामाई

मनोहर माळगांवकर

अनुवाद

श्री. ज. जोशी

मेहता पब्लिशिंग हाउस

Please contact us at **Mehta Publishing House Pvt. Ltd.**
✆ +91 020-24476924 / 24460313 / Mob. No. 9545000513
Email : production@mehtapublishinghouse.com
Website : www.mehtapublishinghouse.com

A BEND IN THE GANGES by **MANOHAR MALGONKAR**

Translated into Marathi Language by S. J. Joshi

इथे थबकली गंगामाई / अनुवादित कादंबरी

अनुवाद : श्री. ज. जोशी
authors@mehtapublishinghouse.com

मराठी अनुवादाचे व प्रकाशनाचे हक्क : मेहता पब्लिशिंग हाऊस प्रा. लि.

संस्थापक : सुनील अनिल मेहता

प्रकाशक : मेहता पब्लिशिंग हाऊस प्रा. लि.
१९४१, सदाशिव पेठ, माडीवाले कॉलनी, पुणे – ३०

मुद्रक : ट्रिनिटी ॲकॅडमी फॉर कॉर्पोरेट ट्रेनिंग लिमिटेड

मुखपृष्ठ : चंद्रमोहन कुलकर्णी

प्रकाशनकाल : सुधारित दुसरी आवृत्ती : फेब्रुवारी, २०२३

किंमत : ₹ ४५०

P Book ISBN 9789357200202
E Book ISBN 9789357200196
E Books available on : amazonkindle Apple Books Google Play Books

---

विबाकर यास

ते गंगेच्या वळणावर आपण सोडून चाललेल्या भूमीकडे पाहण्यासाठी थांबले.

– रामायण

त्यामुळे ही अहिंसा मुख्यत: आपल्या असहायतेमुळे आहे असे दिसते. संधी मिळाल्यावर बदला घेण्याची इच्छा आपण आपल्या छातीत पोसत आहोत असे दिसते. दुर्बलांच्या या जबरदस्तीच्या अहिंसेतून खरी, ऐच्छिक अहिंसा बाहेर येऊ शकते का? मी करत असलेला हा निरर्थक प्रयोग नाही का? क्रोधाचा भडका उडेल, तेव्हा एकही पुरुष, स्त्री किंवा मूल सुरक्षित नसेल आणि प्रत्येक पुरुषाने आपल्या शेजाऱ्यावर हात उचलला असेल, तर?

– एम.के. गांधी

या कथेतील हिंसाचार तेव्हढा खरा आहे. स्वातंत्र्याच्या पूर्वसंध्येला घडलेला हा हिंसाचार भारताच्या इतिहासाचा एक भाग बनला. अहिंसेद्वारे इतिहासातील सर्वात मोठी रक्तरंजित उलथापालथ झाली. बारा दशलक्ष लोकांना त्यांची घरे सोडून पलायन करावे लागले; सुमारे अर्धा दशलक्ष मारले गेले; एक लाखाहून अधिक महिला, तरुण आणि वृद्ध, यांचे अपहरण केले गेले, त्यांच्यावर बलात्कार केले गेले, त्यांच्या निघृण हत्या करण्यात आल्या.

या आयुष्यांतून दुसरे काहीही चितारले जात नाही. या कथेतील पात्रे, अगदी एका विशिष्ट वेळी विशिष्ट कार्यालय सांभाळणारे अधिकारी देखील, काल्पनिक आहेत: पॅट्रिक मुलिंगनचे वर्णन हे सेल्युलर जेलच्या अधिकाऱ्याचे चित्रण करण्याच्या हेतूने केलेले नाही किंवा अंदमानचा युद्धकालीन जपानी कमांडर कर्नल यामाकी हाही खरा नाही.

– एम.डी.एम.

१

खूप मोठी होळी पेटली होती आणि त्यात विदेशी कपडे जळत होते. त्या दिवसांत बाजारपेठेतील चौकात अशा होळ्या प्रत्यही धडधडत असत. होळीच्या एका बाजूला उंच व्यासपीठ होते. त्याच्या पार्श्वभूमीवर चरखांकित तिरंगी निशाण फडफडत होते. व्यासपीठावर खादीच्या चादरी अंथरलेल्या होत्या. खादीच्या पांढऱ्या टोप्या घातलेले, गंभीर दिसणारे दहा-बारा लोक एक वर्तुळ करून बसले होते. त्यांच्या मध्यभागी काळसर वर्णाचा दुबळ्या शरीरयष्टीचा त्यांचा पुढारी बसलेला दिसत होता.

बाजारपेठेत खूप गर्दी होती; परंतु बरेचसे लोक सभास्थानापासून दूरदूरच उभे होते. आपण गांधींचे अनुयायी आहोत. ब्रिटिश सरकारबरोबर असहकारीतेचा लढा उभारणाऱ्यांपैकी एक आहोत, अशी कबुली द्यायची त्यांची तयारी नव्हती. पोलीस-शिपाई ठिकठिकाणी विखरून उभे होते. बहुतेक सर्व मोक्याच्या जागा त्यांनी अडवल्या होत्या. हातातल्या लाठ्या जमिनीवर आपटून ते प्रेक्षकांमध्ये भय निर्माण करीत होते. शाळा-कॉलेजातल्या विद्यार्थ्यांनी मात्र होळीभोवती फेर धरला होता. घोषणांचे आवाज घुमत होते... 'ब्रिटिश-विलायती-विदेशी मालावर बहिष्कार!' 'महात्मा गांधी की जय!' 'महात्मा गांधी झिंदाबाद!'

'ग्यान तलवार' गर्दीच्या मागच्या बाजूला उभा राहून धडधडत्या होळीकडे आणि व्यासपीठावरील माणसांकडे बघत होता. ते महात्मा गांधी आहेत हे त्याने ताबडतोब ओळखले! ग्यानच्या दृष्टीने सध्या सुरू झालेली चळवळ फार प्रचंड होती. अनेक वर्षे तो महात्मा गांधींचे नाव ऐकत होता. प्रत्येक भारतीयाचा स्वाभिमान महात्माजींनी जागृत केला आहे - 'सत्य आणि अहिंसा' यांचे गांधीजी म्हणजे प्रतीक आहेत असे त्याचे मत होते. गेली कित्येक वर्षे तो गांधींची मानसपूजा बांधत होता.

शेवटी आज त्यांचे दर्शन घडले!

गांधीजी सूत कातत होते. उजव्या हाताने ते टकळी फिरवीत होते आणि डाव्या हाताने सुताचा धागा ताणला जात होता. त्यांची दृष्टी टकळीवरून श्रोत्यांकडे व श्रोत्यांकडून टकळीकडे आळीपाळीने फिरत होती. सूत कातताना त्यांची मान पुढेमागे होत होती. व्यासपीठावरील इतर पुढाऱ्यांइतके ते गंभीर दिसत नव्हते. त्यांचे डोळे लकाकत असल्यासारखे वाटत होते. जवळच होळी पेटलेली होती. तिच्या ज्वालांमुळे त्यांचे डोळे तसे दिसत असावेत.

तो सोमवार होता. गांधीजींचे मौन होते. तसे नसते तर त्यांनी नक्कीच छोटेसे भाषण केले असते. गांधींच्या मौनामुळे त्यांच्या परिवारातील एका देखण्या, कृश शरीराच्या, स्वप्नाळू व भावगर्भ डोळ्यांच्या तरुणास व्याख्यान देण्यासाठी पुढे व्हावे लागले. त्याने इंग्रजीत वक्तव्य केले. त्याची भाषा सफाईदार होती आणि उच्चार अस्सल इंग्रजांप्रमाणे होते.

"बंधूंनो आणि भगिनींनो! खरे तर आज तुम्हाला 'सैनिक' म्हणून संबोधण्याची जरूर आहे. भारताच्या मुक्ततेसाठी आपले सैन्य खडे आहे. ब्रिटिशांपासून आपल्या मातृभूमीला स्वतंत्र करणे हे आपले ध्येय आहे. विजय प्राप्त होईपर्यंत हा लढा असाच चालणार आहे.

"आपण सैनिक आहोत पण ते निराळ्या प्रकारचे! सत्य आणि अहिंसा ही आपली दोन आयुधे आहेत. आपला लढा शांततेनेच लढवायचा आहे. गांधीजींनी आपणास रस्ता दाखवला आहे. आपल्या मार्गाबद्दल, आपल्या आयुधांबद्दल कोणत्याही तऱ्हेचा संभ्रम मनात बाळगू नका. आपली शूरांची अहिंसा आहे. तिचा जन्म भीरुतेतून झालेला नसून धैर्यापासून झालेला आहे. नेहमीच्या लढाईतल्या सैनिकांना जेवढा त्याग करावा लागतो त्यापेक्षा जास्त मोठा त्याग आपणास करावा लागेल. आपल्या देशात अहिंसेवर विश्वास न ठेवणारे अनेकजण आहेत. पिस्तुलांच्या आणि बॉम्बगोळ्यांच्या साहाय्याने स्वातंत्र्य मिळेल, असं त्यांना वाटतं. ते लोक कितीही देशभक्त असले तरी आपल्या चळवळीत त्यांना स्थान नाही."

टकळीवर कातल्या जाणाऱ्या सुताचा धागा एकदम तुटला. गांधीजींनी मधले बोट तोंडात घालून ते ओलसर केले आणि त्याच्या साह्याने तुटलेला धागा एकसंध केला. त्यांनी वर बघितलेही नाही. सूत कातणे चालूच राहिले.

"आज आपण येथे कशासाठी जमलो आहोत हे प्रत्येकाला माहीत आहे." त्या तरुणाचे भाषण पुढे सुरू राहिले. "आपले काही देशबांधव परकीय राज्यसत्तेला विरोध करण्याऐवजी तिच्या जोखडाखाली राहण्यातच समाधान मानतात. गोऱ्या लोकांची हांजी हांजी करून त्यांची नक्कल करण्यात त्यांना धन्यता वाटते. ते परदेशी कपडे वापरतात. ज्या देशाने आपल्याला गुलामगिरीत खितपत ठेवले आहे,

त्या देशाला ही मंडळी अशा तऱ्हेने साह्य करतात. त्यांचा धि:कार करावा तेवढा थोडाच आहे. विलायती मालावर बहिष्कार घालून आणि स्वदेशीचे व्रत घेऊनच आपण आपल्या देशाची आर्थिक परिस्थिती सुधारू शकू. दारिद्र्याशी मुकाबला करण्याचा तोच एकमेव मार्ग आहे.

''ब्रिटिश सरकार या देशावर राज्य करण्यासाठी गोरे सनदी नोकर पाठविते. त्यांचा पगार कोण देतो? या देशातील स्वातंत्र्याच्या चळवळींना पायाखाली चिरडण्यासाठी गोऱ्या सोजिरांच्या हातात बंदुका आणि बायनेट कोण देते? या सभेभोवती मुजोर पोलिसांचे कडे पडलेले आहे. त्यांना कोण पोसते?... ब्रिटिश माल वापरणारे आपले देशबांधवच या सर्व गोष्टींच्या मुळाशी आहेत. आपल्या मित्रांना आणि कुटुंबीयांना विलायती मालावर बहिष्कार घालण्यासाठी आपण प्रवृत्त करावयास हवे. विलायती माल वापरताना आपल्याला लाज वाटायला हवी. यापुढे चौकाचौकांतून असल्या होळ्या व्हायला हव्यात. ही आग आता भडकलेली आहे. लोकहो, पुढे या! साहेबी टोप्या, विलायती कापडाचे शर्ट आणि कोट, रंगीबेरंगी गळपट्ट्या या होळीमध्ये टाकून तिच्या ज्वाला अधिकच भडकवा. या आगीने आपल्यातील हीण जळून जाईल. सत्य आणि अहिंसा यांना विघातक असे जे काही आपल्यात असेल ते या आगीत नष्ट होईल; पण लक्षात ठेवा, हे सर्व करताना आपणास कोणावरही जुलूम, जबरदस्ती करावयाची नाही. धाकदपटशा दाखवायचा नाही. शांततेच्या मार्गाने आपणास क्रांती करावयाची आहे.

''ब्रिटिश मालावर बहिष्कार! ही घोषणा म्हणजे त्या अपूर्व क्रांतीचा संदेशच आहे. जे लोक अजून मागे मागे आहेत, या चळवळीबद्दल ज्यांच्या मनामध्ये अजून संदेह आहे त्यांनी आज पुढे यायला हवे. आपण निर्भय बनू या. पोलिसांना कशाला घाबरायचं? पोलिसांची भीती ही आपल्या गुलामगिरीची द्योतक नव्हे काय? स्वतंत्र देशात पोलीस हे लोकांचे नोकर असतात. आपल्या देशात मात्र परकीय सरकारचे कायदे जनतेवर निष्ठुरपणे लादण्यासाठी त्यांचा उपयोग करण्यात येतो. आता यज्ञकुंड पेटले आहे. आपण आहुती द्यायला हवी. स्वातंत्र्याची ज्योत झगमगत असताना पोलिसांच्या भीतीने आपण मागे राहिलो, असा दोषारोप आपल्यावर यायला नको.

''अहिंसेचे व्रत भित्र्यांसाठी नाही. आज या अग्नीत ज्याप्रमाणे आपण परदेशी कपडे टाकत आहोत, त्याचप्रमाणे 'अहिंसे'ला विरोध असणाऱ्या सर्व प्रवृत्तीही जाळून टाकायला हव्यात.

''महात्मा गांधी की जय!''

त्याने दोन्ही हात जोडून लोकांना वंदन केले आणि तो महात्मा गांधींच्या उजव्या हाताला त्याच्या ठरलेल्या जागी जाऊन बसला. गांधींनी एक क्षणभरच सूतकताई

बंद ठेवली आणि उजव्या हाताने त्याच्या खांद्यावर थोपटले.

'ग्यान तलवार' भाषण ऐकता ऐकता स्वत:लाच विसरून गेला होता. 'महात्मा गांधी की जय!' 'अहिंसा अमर रहे' आदी घोषणा ग्यानच्या न कळतच त्याच्या तोंडून बाहेर पडल्या. अंगावरील निळसर रंगाचा ब्लेझरचा कोट काढून त्याने हातावर घेतला. कॉलेजच्या फुटबॉल टीमचे निदर्शक पिवळे फूल त्या कोटाच्या कॉलरवर शिवलेले होते. त्याकडे त्याने एकदा बघितले आणि तो गर्दीतून होळीकडे निघाला.

ब्लेझरचा तो कोट फार सुंदर होता. ग्यानने तो छातीशी धरला होता. केसाळ गुबगुबीत सशाप्रमाणे त्या कोटाचा स्पर्श होता. क्षणभर त्याला वाटले की, एकदम मागे फिरावे - इतका सुंदर कोट अग्नीत टाकणे मूर्खपणाचे आहे! परंतु आता मागे फिरणे शक्य नव्हते. होळीभोवतालच्या जनसमूहाने त्याला एव्हाना वाट करून दिली होती आणि त्याच्या नावाच्या घोषणा सुरू झाल्या होत्या. तो पुढे गेला आणि त्याने कोट धगधगत्या ज्वालांमध्ये भिरकावून दिला.

"शाब्बास! लोक ओरडले, वा रे वा पठ्ठे!"

लोक स्वत: मात्र अजून पुढे येत नव्हते. ते एकमेकांकडे पाहत होते - दुसऱ्याने पुढे जावे अशी अपेक्षा करीत होते. आपआपसांत त्यांची कुजबुज चालली होती. तिचा आवाज चमत्कारिक वाटत होता... इतक्यात एक आश्चर्य घडले. जनसमूहातून एक स्त्री एकदम पुढे आली; त्यामुळे तिथे स्तब्धता पसरली. ती उंचीपुरी आणि श्यामलवर्णी होती. पोशाख तर इतका सुंदर होता की, तिची आकृती रंगीबेरंगी पक्ष्याप्रमाणे मनोहर दिसत होती. आकाशी रंगाच्या साडीवर तिने फरचा गुडघ्यापर्यंत लांबीचा, किंमतवान कोट परिधान केला होता. इकडेतिकडे न बघता ती थेट होळीजवळ गेली. एक क्षणभर ती अगदी नि:स्तब्ध उभी राहिली. तिचे मस्तक खाली झुकले होते. अग्नीज्वालांच्या प्रकाशामध्ये तिची साडी, फरकोट व काळे-निळे केस निराळेच दिसत होते. मग तिने अंगातला कोट काढला आणि अग्नीला अर्पण केला.

जमावामध्ये एक क्षणभरच शांतता पसरली. मग एकदम स्फूर्ती आली. 'भारत माता की जय!' अशी घोषणा दुमदुमली आणि जमावातले लोक एकमेकांना मागे रेटून होळीजवळ गेले. आपापल्या अंगावरचे कोट, टोप्या आणि सदरे होळीत फेकण्याची त्यांच्यात जणू अहमहमिकाच लागली. 'महात्मा गांधी की जय!'... 'भारत माता की जय!' असे नारे तर एकसारखे झडत होते.

होळीजवळ उभ्या असलेल्या आणि ज्वालांमुळे तेज:पुंज दिसणाऱ्या त्या स्त्रीकडे बघून ग्यानच्या मनात कल्लोळ उठला. त्याला वाटले, ती साक्षात अग्नीदेवताच आहे!... एक क्षणभर त्याने तिच्याकडे पाहिले आणि मग उसळत्या गर्दीमध्ये ती एकदम अदृश्य झाली... आपण तिला खरेच पाहिले की तो नुसताच भास होता! की सीतेप्रमाणे ती त्या प्रचंड ज्वालांमध्ये अंतर्धान पावली?... त्याला काहीच

कळेना.

थोड्याच वेळात सभा संपली. गांधीजींनी टकळी बाजूला ठेवली आणि दोन्ही हात जोडून नमस्कार केला आणि ते उठले.

'महात्मा गांधी की जय!' स्वत:च्या न कळतच ग्यान घोषणा देत होता. 'भारत माता की जय!...' 'अहिंसेचा मार्ग भित्र्यांसाठी नाही' या घोषणांचा आवाज त्याला प्रार्थना गीतासारखा वाटत होता.

२

महापुराचा तडाखा बसणे हे प्रतिवर्षाचेच संकट होते. जून महिन्याच्या शेवटी उन्हाळ्याची सुट्टी संपून महाविद्यालये सुरू होत असत. त्याच सुमाराम महापुरांचे तांडव सुरू होई.

पंजाबमधल्या जमिनीस कडक उन्हाळ्यामुळे शोष पडलेला असे. पाण्याकरिता भू-माता जणू उसासे टाकत असे. उन्हाळ्यात कॅनॉल तर सुकूनच जात. शहरातले रस्ते असावेत त्याप्रमाणे त्यांची अवस्था होई. त्या महान पंचनद्यांनाही गढूळ पाण्याच्या ओढ्याची रया येई. गेल्या वर्षी पावसाने घातलेला धुमाकूळ कोणाच्या आठवणीतही नसे.

आणि मग एकदम पावसाला सुरुवात होई. कॅनॉलची आणि नद्यांची पात्रे दुथडी भरून वाहायला लागत. यंदाच्या वर्षी धनधान्याची सुबत्ता होणार अशी ग्वाही पावसाचे खळाळते पाणी देत असे.

हिमालयामध्ये या पंचनद्या उगम पावतात. उन्हाळ्यात सूर्याच्या प्रखरतेमुळे बर्फाचे डोंगर वितळू लागतात. लक्षावधी-कोट्यवधी हिमकणांचे पाण्यात रूपांतर होते. प्रथम त्यांचे दर्शन सुखावह असते; परंतु थोड्याच दिवसांत त्या नद्या राक्षसी रूप धारण करून सुसाट वाहायला लागतात.

उत्तर भारतातील इतर शहरांप्रमाणे 'दर्याबाद'मध्येही पावसाळ्याच्या सुरुवातीस स्त्री-पुरुषांनी नदीकिनाऱ्यावर गर्दी केली. फेसाळणारे आणि उसळणारे पाणी बघण्यात त्यांना आनंद वाटत होता. उन्हाळ्याने ते इतके दिवस त्रस्त झाले होते. त्या काचातून नदीने आपणास मुक्त केले याचे त्यांना फार समाधान वाटत होते.

शहरापासून उत्तरेला तीस-पस्तीस मैलांवर 'बिर्चीबाग' होती. चिनाब नदीने त्या ठिकाणी शंभर वर्षांपूर्वी आपले पात्र एकदम बदलले अशी लोककथा होती. गावातले काही उत्साही लोक पाण्याची मजा बघण्यास 'बिर्चीबागे'पर्यंतही गेले. नदीचे जुने

पात्र तिथे दिसत होते. महापूर येईल आणि आपल्या अंगाखांद्यावर पुन्हा पाणी खेळेल अशी आशा त्या सुकलेल्या पात्राला वाटत असावी. जलक्रीडा किंवा सहलीसाठी ती एक रमणीय जागा होती.

बिर्चीबागेत जाणे मोटारवाल्यांनाच शक्य होते. ग्यान आजपर्यंत तिकडे कधी गेला नव्हता. कॉलेजच्या वाचनालयात 'सिव्हिल अॅन्ड मिलिटरी गॅझेट'चा अंक चाळत असताना देवीदयाळ त्याच्याजवळ आला.

"आज दुपारी आम्ही काहीजण बिर्चीबागेत जाणार आहोत. तू येणार का? अर्थात दुसरं काही काम नसेल तर...!"

त्याला दुसरे काहीच काम नव्हते. खोलीत बसून वाचण्याचे नाटक करण्याव्यतिरिक्त दुसरे कोणतेही काम त्याच्यासारख्या मुलांना नसते. मन रमवण्यासाठी दुसरे कोणते ठिकाणही नव्हते.

ग्यानने देवीदयाळचे आभार मानले आणि येण्याची तयारी दाखविली.

"तुझा पोहण्याचा पोशाख बरोबर असू दे." देवीने सांगितले. "नदीच्या जुन्या पात्रात पाणी कमी असेल. तिथे पोहायला काहीच हरकत नाही."

देवी निघून गेला आणि ग्यान पोहण्याचा पोशाख दुसऱ्या कुणाकडून तरी मिळविण्याच्या उद्योगाला लागला. त्याचा स्वत:चा पोशाख होता; पण त्याला भोके पडली होती. शिवाय तो अगदीच हलक्या कापडाचा होता. त्या मुलांबरोबर जायचे तर पोहण्याचा पोशाख उत्तमच असायला हवा होता.

देवीदयाळने आपल्याला का बोलावले याचेच त्याला आश्चर्य वाटत होते. देवी कॉलेजमधला प्रमुख मुलगा होता. ग्यान मात्र कोणीच नव्हता. दिवाणबहादूर टेकचंद केरवाड यांचा देवी हा एकुलता एक मुलगा होता. त्यांचे कुटुंब दर्याबादच्या खानदानी कुटुंबांत गणले जात असे. कॅनॉलच्या बाजूची भली मोठी सुपीक जमीन त्यांच्या मालकीची होती. 'केरवाड कन्स्ट्रक्शन कंपनी'...'केरवाड हाउसिंग डेव्हलपमेंट' अशा चार तरी कंपन्या त्यांच्या मालकीच्या होत्या. 'केरवाड अॅव्हेन्यू' या नावाचा रस्ताही कॅम्पमध्ये होता.

लाहोरच्या पश्चिमेस 'केरवाड हाउस'ची आलिशान इमारत होती. तिच्याइतकी सुंदर इमारत साऱ्या शहरात नव्हती. ग्यानने फक्त एकदाच ती लांबून पाहिली होती. नदीकाठाला वृक्षांच्या छायेमध्ये लालचुटूक छप्पर असलेली ती बंगली एखाद्या सम्राज्ञीप्रमाणे दिमाखात उभी आहे असे त्याला वाटले होते. प्रथमदर्शनी प्रवेशद्वार दिसे. त्याच्या आत खूप लांबवरून बंगलीचे दर्शन होई. अमेरिकन मोटारीची आयात होण्यापूर्वी मोठमोठे नगरशेट दोन घोड्यांच्या बग्ग्या ठेवीत. त्या बग्ग्यांचे तबेले बंगलीच्या आवारात दिसत होते. बंगल्याच्या सभोवतीची बाग बुद्धिबळाच्या पटाप्रमाणे

आखलेली होती. बागेसाठी बारा-पंधरा माळी नेमलेले होते त्यांनी तिची देखभाल फार चांगली ठेवली होती.

इतके दिवस ते घर त्याच्या स्वप्नसृष्टीत होते. त्या दिवशी ते त्याला प्रत्यक्ष दिसले. घोडागाडीतून ते पोर्चमध्ये गेले. तिथून वरच्या मजल्यावर देवीदयाळची बैठकीची खोली होती तिकडे गेले. पांढराशुभ्र पोशाख केलेले नोकर हातात सँडविचेस, भजी, जिलेबी आणि केक्स यांनी भरलेले ट्रे घेऊन उभे होते. ग्यानने असले पदार्थ तोपर्यंत खाल्लेले नव्हते. इतक्या सुंदर आणि नक्षीदार कपातून चहा पिण्याचे भाग्यही त्याला लाभले नव्हते.

देवीदयाळचे आई-वडील लाहोरला एक दिवसासाठी गेले होते; परंतु त्याची बहीण घरात होती. तिचे नाव सुंदरी! किटलीतून चहा कपात ओतण्याचे काम ती करीत होती. नावाप्रमाणेच ती सुंदर होती. तिच्याकडे बघताच कुणीही श्वास रोखून धरावा असे लावण्य तिच्या ठायी होते. तिच्या अंगप्रत्यंगातून अत्तराचा मंदसा सुवास आसमंतात दरवळत होता.

इतर लोक कोण कोण होते हे ग्यानला माहीत नव्हते. सिंग नावाचा एकजण होता. तो अबोल होता. त्याची दाढी टोकदार आणि डोळे काळे व प्रभावित करणारे होते. दुसरा एक शीख होता. त्याने डोक्याला फेटा बांधला होता. त्याने हातात लोखंडी कडं घातलं होतं. शीख असूनही तो धूम्रपान करीत होता. तो बंगाली पद्धतीचे हेल काढून बोलत होता. त्यांच्यापैकी कुणीही कॉलेजचे विद्यार्थी नव्हते.

सुंदरीची एक मैत्रीणही तिथे होती. तिने सलवार - कमीज असा पोशाख केला होता. ती सुंदर तर होतीच; परंतु शरीराची पूर्णपणे वाढ झाल्यामुळे मादकही दिसत होती. ती पंजाबी आहे हे सहज ओळखता येत होतं.

ग्यानचे त्या दुसऱ्या मुलीकडे किंवा इतर कोणाकडेही लक्ष नव्हते. तो सुंदरीजवळ बसला होता आणि त्यामुळेच त्याला बावचळल्यासारखे झाले होते. सुंदरी त्याच्याशी फारच आत्मीयतेने आणि सलगीने बोलत होती. एका लक्षाधीशाची एकुलती एक मुलगी आपल्यासारख्या गरीब स्कॉलरशी इतकी चांगली कशी वागते याचंच त्याला आश्चर्य वाटत होतं.

"तुम्ही कुत्र्याला बांधून ठेवायला का सांगितलंत?" तिने सिंगना विचारले. "आमचा स्पिंडल किती छान कुत्रा आहे!"

"कुत्र्यांना मी तरी फार भितो बुवा." सिंगने सांगितले. "एकदा तर पोलिसांच्या कुत्र्यांनी माझा कित्येक मैल पाठलाग केला होता... तो प्रसंग मी कधीही विसरणं शक्य नाही."

थोडा वेळ कोणीच काही बोलले नाही. मग ग्यानने देवीदयाळला विचारले,

"तुझे वडील आज बाहेरगावी गेले आहेत... तुमचे म्यूझिअम आज बघायला मिळेल का?"

सुंदरीने उत्तर दिले, "न मिळायला काय झालं? आबाजी असते तरी त्यांनीही ते तुम्हाला बरोबर फिरून दाखवले असते. आता मला तुमचा गाइड व्हावं लागणार... पण मला ब्राँझमधलं काही कळत नाही हं!"

इतर लोक चहा पिताना संध्याकाळच्या पिकनिकचीच चर्चा करत होते. व्हरांड्याच्या कडेला शेवटच्या खोलीत निरनिराळ्या धातूंचे पुतळे ठेवलेले होते. ते बघण्यासाठी ती दोघेच गेली. मुंबईच्या प्रिन्स ऑफ वेल्स म्यूझिअमच्या तोडीस तोड ते म्यूझिअम होते.

खोलीत गारवा होता. खिडक्या बंद होत्या; त्यामुळे प्रकाश मंद होता. एका तरुण मुलीबरोबर आपण एकटेच एका अंधारलेल्या खोलीत आहोत एवढीच जाणीव ग्यानला प्रथम होती. सुंदरीचे दंड त्याच्या बाहूंना घासत होते. चाफ्याच्या फुलाप्रमाणे ते लुसलुशीत होते. त्याने संस्कृत महाकाव्यात स्त्री स्वरूपाची वर्णने वाचली होती. त्याचीच त्याला आठवण झाली.

काही वेळाने डोळ्यांना अंधाराची सवय झाली आणि पुतळे स्पष्ट दिसायला लागले. मग तो शेजारच्या मुलीला विसरून गेला. हिंदू पुराणांत वर्णिलेल्या अनेक देव-देवता तसेच राक्षस पुतळ्यांच्या रूपाने खोलीत ठिकठिकाणी उभे होते. त्यांपैकी कुणी नाचत होते. कुणी गात होते. कुणी लढाया करीत होते. कुणी खदखदा हसत होते... ते पुतळे नव्हतेच. ते सारे सजीव होऊन वावरत आहेत असे त्याला वाटत होते.

तो दिङ्मूढ होऊन उभा राहिला... ते पुतळे चैतन्याने रसरसलेले होते. जन्म-मृत्यूच्या फेऱ्यांत ते जणू फिरत होते. उत्पत्ती, स्थिती आणि विनाश या त्रिकोणात ते सापडले होते आणि तो स्वत: मात्र एखाद्या पुतळ्याप्रमाणे चैतन्यहीन झाला होता. आपण पुतळा आहोत आणि अवतीभोवतीची चित्रे सजीव आहेत असा भास त्याला होत होता. तो काहीच बोलण्याच्या मन:स्थितीत नव्हता.

"हे काय! तुम्हाला काय होतं आहे?... बरं वाटतं आहे ना?"

लांब, शेकडो मैलांवरून- नव्हे- पृथ्वीच्या गर्भातून आवाज यावा तसं त्याला झालं; पण त्या आवाजामुळे त्याची तंद्री भंग पावली. तो खडबडून जागा झाला. सुंदरीने स्वत:चे दोन्ही हात त्याच्या पायावर ठेवले होते आणि भीतियुक्त नजरेने ती त्याच्याकडे पाहत होती.

"बरं वाटतंय ना?... काय झालं?" ती विचारत होती.

त्याने टक लावून तिच्याकडे पाहिले. जणू एक पुतळाच सजीव झाला होता. तिचा चेहरा उत्साही दिसत होता. तिला कडकडून मिठी मारावी आणि तिच्यावर

चुंबनांचा वर्षाव करावा, असं त्याला वाटलं.

"ठीक आहे!" त्याने सांगितलं. "आता बरं आहे; पण थोडा वेळ चक्कर आल्यासारखं झालं होतं."

"उन्हामुळे असेल." तिने त्याच्या खांद्यावरची पकड सैल केली व म्हणाली, "चला, आपण तिकडेच जाऊ."

तोही तिच्या मागोमाग गेला

बिर्चीबागेत पोहोचल्यावर ग्यानच्या वृत्ती बऱ्याच सावरल्या. इतर लोक थट्टा- विनोद करीत होते. बाष्कळ गप्पा मारत होते. त्यांच्यात सहभागी होणे मात्र त्याला तितकेसे जमत नव्हते; परंतु त्याला खूपच बरं वाटत होतं. नदीच्या जुन्या पात्राच्या काठावर एक किक्कर वृक्ष होता. त्याच्या छायेत देवीदयाळने मोटार थांबविली. तेथेच बिछाना अंथरून खाण्याचे डबे वगैरे ठेवले. पलीकडे दोन-तीनशे यार्डांच्या अंतरावर मुख्य नदी 'सो सो' करीत वाहत होती. उत्तरेच्या बाजूला छोट्या टेकड्या होत्या. त्यामधून वाहत असल्यामुळे पाण्याला मनस्वी वेग आला होता.

सर्वांनी कपडे बदलले आणि पाण्यात शरीरे झोकून दिली. ग्यानने पोहण्याचा पोशाख चढवला आणि तो बाहेर आला तेव्हा सर्वजण आपल्याकडे बघत आहेत असे त्याच्या लक्षात आले. त्याला प्रथम वाटले, चड्डीला भोक वगैरे पडले असेल! नंतर लक्षात आले की, गळ्यातल्या जानव्याकडेच ते लोक बघत आहेत.

त्याला ते फार चमत्कारिक वाटले. काहीच विशेष झाले नाही, अशा आविर्भावात देवीदयाळने आणि इतर एक-दोघांनी पोहण्यास सुरुवात केली; पण भूपिंदर नावाची सुंदरीची जी मैत्रीण होती, तिला मात्र हसू आवरेना.

शरीराला पाण्यातल्या पाण्यात गमतीदार हेलकावे देत ती खिदळत म्हणाली, "अय्या!... जानवं वाटतं?... कित्येक दिवसांत कुणाच्या गळ्यात जानवं असं बघितलं नव्हतं, बाई."

इतर लोकही हसू लागले.

ग्यानला या हास्याचा अर्थच कळेना. तो लाजेने अर्धमेला झाला. त्यांच्याकडे त्याने पाठ फिरवली आणि धावत पळत नदीच्या मुख्य पात्राकडे गेला. तिकडे कोणीही येण्याची धास्ती नव्हती. प्रथम त्याने बराच वेळ पाण्यात बुडी मारली आणि पाण्याखालून पोहत तो पलीकडच्या तीरावर गेला. तेथे त्याने हलकेच गळ्यातले जानवे बाहेर काढले आणि नदीत फेकून दिले.

त्याच्या पोहण्याला कुणी हसणे शक्यच नव्हते. इतर मंडळी कमरभर पाण्यात चुबुक चुबुक करीत होती आणि स्वत:चे पोहण्यातील कौशल्य मुलींना दाखवत होती. मात्र, सुसाट वाहणाऱ्या नदीमध्ये ग्यानप्रमाणे अंग झोकून देण्याची कोणाचीच

छाती नव्हती.

अर्ध्या-पाऊण तासाने तो परत त्या मंडळींमध्ये मिसळला. कुणीच काही बोललं नाही. त्याच्या मोकळ्या गळ्याकडे मात्र प्रत्येकाचे लक्ष जात होते. कुणी जानव्याचा उल्लेखदेखील केला नाही.

परंतु दिवसाची भट्टी जी एकदा बिघडली ती बिघडलीच! इतरांबद्दल ग्यानला मनातून नाराजीच वाटत राहिली. आपण एक गरीब कॉलेज विद्यार्थी आहोत... या लोकांत मिसळण्याची आपली लायकी नाही. 'सँडफोर्ड ॲन्ड मर्टन' या पुस्तकात श्रीमंतांची मुले गरीब मुलाशी स्नेह करतात असे दाखवले आहे तसेच ही मुले करीत आहेत... इत्यादी विचार ग्यानच्या मनात काजळी धरीत होते. तो स्वत: एका सनातनी हिंदू कुटुंबातील मुलगा होता. 'जानवं' ही त्याच्या दृष्टीने पवित्र वस्तू होती. याउलट बाकीची सर्व मंडळी पुरोगामी विचारसरणीची आणि पाश्चिमात्य राहणीचा अंगीकार करणारी होती. त्यांपैकी कोणीही त्याचा अपमान केला नाही हे खरे; परंतु आपण त्यांच्यापेक्षा फार वेगळे आहोत, अशी भावना त्याच्या मनात आल्याशिवाय राहिली नाही. त्यांनी आपल्याला बोलवावे याचेच त्याला आश्चर्य वाटले.

त्या सर्व पुरुष मंडळींत राजकारणावर गप्पा सुरू झाल्या होत्या. दोन्ही मुली साडी नेसायला दुसरीकडे गेल्या होत्या. सूर्य पश्चिमेला झुकला होता. मंद वारा वाहत होता. नदीच्या किनाऱ्यावरील वृक्षाची पाने अगदी हळूहळू हलत होती.

"तुम्ही खादी का वापरता बुवा?" सिंगने प्रश्न केला.

या प्रश्नाचेच ग्यानला हसू आले. हिंदी राष्ट्रीय चळवळीमध्ये भाग घेणाऱ्यांचा खादी हा गणवेश आहे. सत्य आणि अहिंसा हे ब्रीद असणाऱ्या सैनिकाचे ते चिन्ह आहे.

"मी गांधींचा अनुयायी आहे." ग्यानने सांगितले.

"बाप रे!" सिंग हलक्या आवाजात म्हणाला, "याचा अर्थ काय?"

"अर्थ उघड आहे. ब्रिटिश गुलामगिरीतून भारताने मुक्त व्हायलाच हवे, असे म्हणणाऱ्यांपैकी मी एक आहे."

"आपल्या देशाच्या आकांक्षांच्या विरोधी गांधींचे वर्तन आहे." सिंग उद्गारला. मग बराच वेळ कोणीच काही बोलले नाही.

खूप दूर अंतरावर एक मोटार लाहोरकडे निघाली होती. तिच्या मागे धुळीचा लोट दिसत होता. तो ढग वितळेपर्यंत सर्वजण तिकडेच बघत राहिले. मग देवीदयाळने बर्फाच्या पेटीतून बियरच्या बाटल्या काढल्या आणि पेले भरले.

ग्यानने तोपर्यंत बियरला कधी स्पर्शही केलेला नव्हता. इतरांना या बाबतीतले आपले अज्ञान कळू नये अशी त्याची इच्छा होती. देवीदयाळने त्याला विचारले,

"तुझ्या बियरमध्ये थोडं लेमन घालू का?"

त्याने मान हलवली आणि म्हटले, ''छे! नको.''

त्या सर्वांनी मद्याने भरलेले आपापले पेले उंचावले आणि एकमेकांना लावले. सिंग उद्‌गारला, ''भारताच्या स्वातंत्र्यसैनिकांसाठी.''

देवीदयाळ आणि बसू यांनीही त्याच वाक्याचा पुनरुच्चार केला.

भारताच्या स्वातंत्र्यसैनिकांचे अभीष्टचिंतन करण्यासाठी ती मंडळी मद्य घेत होती. पोहण्याचे फॅशनेबल पोषाख केलेली आणि जर्मनीतून आयात केलेले मद्य पिणारी ती मंडळी भारतीय स्वातंत्र्याचा उच्चार करत होती. ग्यान घोट घोट पीत होता. त्या लोकांचे विचार अत्याचारी मार्गाकडे झुकणारे आहेत, असे त्याच्या लक्षात आले होते.

''तो सूर्य पाहा.'' बसू म्हणाला. ''मिनिटभरातच सूर्यास्त होईल आणि काळोख पसरेल.''

''आपल्याकडे सूर्यास्त होऊन दीडशेहून जास्त वर्षे झाली.'' सिंग पुटपुटला. ''ब्रिटिशांनी ज्या क्षणी येथे युनियन जॅक फडकवला त्याच क्षणी येथे अंधार झाला. आपल्याला जेव्हा स्वातंत्र्य मिळेल तेव्हाच सूर्य पुन्हा उगवल्यासारखे होईल. त्या स्वातंत्र्यसूर्यासाठी तुम्ही आता मद्य घ्यावे, असे मी सुचवितो.''

ते सर्वजण गंभीरपणाने उभे राहिले आणि म्हणाले, ''हिंदी स्वातंत्र्याचा जयजयकार असो.''

सर्वजण खाली बसले आणि थोडा वेळ अगदी स्तब्धता झाली.

काही वेळाने सिंगने ग्यानला विचारले, ''आता सांग! तू गांधींचा अनुयायी कसा झालास?''

कसा झालो!... प्रश्नच आहे. त्या मार्गाचे आकर्षण का बरं वाटले?... त्याग पाहून?... की त्या सुरेख मुलीने अंगातला फरकोट अग्नीत टाकलेला पाहून?

''कोणताही देशभक्त ज्याला मातृभूमीच्या स्वातंत्र्याची तळमळ आहे, असा कोणताही माणूस गांधींचा अनुयायी असतोच.'' त्याने सांगितले.

''छे! छे!'' सिंग तिरस्काराने मान उडवीत म्हणाला, ''माझ्या देशभक्तीविषयी कोणीही शंका घेणार नाही; पण मी गांधींचा अनुयायी नाही.''

''तू गांधींना भेटला आहेस का?'' देवीने विचारले.

''भेटलो असा नाही; पण पाहिले आहे. ते देवासारखे वाटले.'' ग्यानने भावनाविवश होऊन सांगितले. ''ते आपल्याला विजय मिळवून देतील. एवढे मोठे नेहरू! पण त्यांनीसुद्धा गांधींचे शिष्यत्व पत्करले. त्यांच्या चळवळीमुळे आणि अहिंसेच्या व्रतामुळे आपल्याला स्वातंत्र्य मिळेल असा माझा विश्वास आहे.''

सिंगने जोरजोरात निषेधदर्शक मान हलविली. ''या सैतानानं स्वतःच्या गूढ शक्तीच्या जोरावर देशात फारच मोठा गोंधळ माजवला आहे. युद्ध न करता,

रक्ताचा एक थेंबही न सांडता परकीय राज्यसत्तेला येथून उखडून लावणं शक्य होईल का? जगात असं कधी घडलं आहे का?''

ग्यानला या प्रश्नावर उत्तर सापडत नव्हते. तो स्वत:वरच चिडला. त्याने सिंगकडे रोखून पाहिले. तो शीख होता आणि त्याने दाढी वाढवली होती; परंतु ग्यानच्या जानव्याला मात्र तो फिदीफिदी हसला होता. आता शब्दयुद्धातदेखील सिंगच वरचढ ठरत होता. ''गांधीजी परमेश्वर आहेत!'' ग्यान जोराने ओरडला. ''त्यांच्याचमुळे देशाला स्वातंत्र्य मिळेल.''

''एक तरी उदाहरण सांग.'' सिंग त्याचे न ऐकताच बोलत होता. ''फार नकोत फक्त एकच.'' मग त्यानेच आपली मान जोराने हलविली आणि तो उद्‌गारला, ''तू काय सांगणार कपाळ!... तसं उदाहरणच नाही. स्वातंत्र्य हे मिळवावं लागतं. त्यासाठी सर्वस्वाचा त्याग करावा लागतो. स्वातंत्र्यासाठी स्वत:चं रक्त सांडावं लागतं. उपभोग्य वस्तूंचा त्याग करून, पांढऱ्या टोप्या घालून किंवा तुरुंगभरती करून स्वातंत्र्य मिळत नसतं. अमेरिकेकडे पाहा. त्यांनी लढाईच केली. टर्कीचेही तसेच. आपला शिवाजी काय सांगतो? अहिंसेचे तत्त्वज्ञान हे शेळ्या-मेंढ्यांचे व नपुंसकांचे आहे. या देशाला त्यापासून फार मोठा धोका आहे.''

त्याचा आवाज चढला होता. स्वरामध्ये कळकळ भासत होती. आकाशाचा रक्तिमा त्याच्या चेहऱ्यावर पडला होता; त्यामुळे तो एखाद्या संत-महंतासारखा दिसत होता.

''असं कुठंही, कधीही घडलेलं नाही.'' सिंग जोराने म्हणाला. ''इथेही घडणं शक्य नाही! गांधीजी आपल्याला दुर्बल करीत आहेत. या मार्गाने कोट्यवधी लोक मरतील. प्रत्येक माणूस स्वातंत्र्यासाठी धारातीर्थी पडायला हवा; पण त्याऐवजी अनत्याचाराच्या वेडाने पछाडलेले दुबळे लोक हजारोंनी उगीचच मरतील.''

त्या मंडळींत अशा तऱ्हेची चर्चा नेहमीच चालत असे; पण आजचा मामला निराळा होता. त्या दाढीवाल्या माणसाबद्दल ग्यानच्या मनात तिरस्कार दाटला; पण तो तिरस्कारच होता का?... की त्याच्याविषयीची भीती होती?... पाप त्याच्या रूपाने समोर उभे होते... पाप त्याच्या मुखाने बोलत होते.

सिंगला कशा तऱ्हेने निरुत्तर करावे हाच प्रश्न ग्यानला पडला होता.

देवीदयाळने विचारले, ''तुझा या मार्गावर खरंच विश्वास आहे का?''

''अनत्याचारावर ना?... माझा मनापासून भरवसा आहे,'' ग्यानने तावातावाने सांगितले. ''सत्य आणि अहिंसेच्या मार्गाने फक्त महात्मा गांधीच आपल्याला स्वातंत्र्य मिळवून देतील.''

सिंगने इकडेतिकडे पाहिले. गालातल्या गालात हसत तो देवीदयाळला म्हणाला, ''फुकट वेळ गेला. कॉलेजमधली पोरं असल्या थेरांना नेहमीच बळी पडतात. त्यांना

खरे तर स्वत:ची कातडी बचावायची असते. अहिंसेचा बुरखा घेऊन ते स्वत:मधील भ्याडपणा दडवतात.''

''अहिंसेसारखं उदात्त तत्त्वज्ञान नाही,'' सिंगच्या टोचून बोलण्यावर ग्यानने उत्तर दिले. ''या जगात त्यागासारखी पवित्र गोष्ट नाही. दुसऱ्या माणसावर हात उगारण्यासारखे पाप नाही. मी तरी ते कधीच करणार नाही. अनत्याचाराचा अवलंब करण्यास फार मोठे धैर्य लागते.''

''त्या बघा मुली आल्या.'' बसू उद्गारला.

नदीच्या वळणाकडून त्या येत होत्या. त्यांच्याकडे बघायला बरे वाटत होते. हसत, थट्टा करीत त्या आल्या. इकडे पुरुषांमध्ये काय चर्चा चालू होती याची त्यांना खबरही नव्हती. त्यांनी मधोमध एक सतरंजी पसरली आणि त्यावर रोटी, कबाब, लोणचे आणि तंदुरीचिकन ठेवले. बसूने स्टोव्ह पेटवून कॉफीची तयारी केली. चंद्र उगवला. त्याचा रंग फिक्कट-पिवळसर लिंबासारखा होता. देवीदयाळने मग पुन्हा बियरचे पेले भरले. सुंदरीने गाणे गुणगुणण्यास सुरुवात केली. सर्वांनीच त्या गाण्यावर ठेका धरला आणि तिच्या सुरांत आपले सूर मिसळले.

३

नेहमीच्याच परिचित डोंगराळ प्रदेशातून गाडी चालली होती. चढ चढत असताना ती दमेकऱ्याप्रमाणे कण्हत होती. प्रत्येक वळणावर थकल्या-भागलेल्या म्हाताऱ्याप्रमाणे धापा टाकत होती. हळूहळू इंजिनाचा आवाज बदलला. कोनशेट लेव्हल क्रॉसिंग जवळ यायला लागल्यावर गाडीने शिटी मारली. पाचवड स्टेशन तिथून जेमतेम पाच मैल असावं.

ग्यानने पेटीतली शेवटची सिगारेट शिलगावली आणि वातावरणामध्ये धूम्रवलये सोडण्यास सुरुवात केली. कॉलेजला आता तीन महिने सुटी होती. त्या अवधीत सिगारेट ओढणे शक्य नव्हते. त्याला सिगारेट ओढताना बघून आजीला तर मूर्च्छाच आली असती; पण त्याचं त्याला काही विशेष वाटत नव्हतं. आजी रागावली असती तरी काही बिघडत नव्हतं. सिगारेटपेक्षाही त्यानं जानवं सोडलं होतं याचंच तिला जास्त दु:ख झालं असतं.

सुमारे एक वर्षापूर्वी घडलेल्या नदीकाठच्या त्या प्रसंगानंतर त्यानं जानव्याचा त्याग केला होता. आगगाडीत बसल्या बसल्या त्याला तो प्रसंग पुन:पुन्हा आठवत होता. आज घरी परत येताना त्यानं जानवं अडकवलं होतं- आजीला बरं वाटावं म्हणून! मोठ्या भावाच्या समोर सिगारेट ओढणं बरं दिसलं नसतं. सुट्टीत सिगारेट सोडायलाच हवी होती.

हरीला- मोठ्या भावाला- सिगारेट ओढल्याचं फारसं काही वाटलं नसतं हे त्याला माहीत होतं. ग्यान कसाही वागला तरी हरीला त्याचं कौतुक असे. सिगारेट ओढण्यावरून आजी रागावली असती तर हरीच तिला हसून म्हणाला असता, "अगं, कॉलेजमधली ही मुलं! फार अभ्यास असतो त्यांना. सिगारेट ओढल्याशिवाय मन एकाग्र कसं होणार?" सिगारेटकरिता त्याच्या 'पॉकेट मनी'मध्ये वाढ करण्याची तयारीही हरीने दाखवली असती. मग ते पैसे हरीने कसेही उभे केले असते.

हरीला शिक्षणाबद्दल प्रेम आणि आस्था होती. वडील लवकर वारल्यामुळे त्याला शाळा मध्येच सोडून द्यावी लागली होती. ग्यान शिकत होता आणि त्यासाठी हरी वाट्टेल तितके कष्ट उपसण्यास मागे-पुढे पाहात नव्हता. आपले धूम्रपानाचे व्यसन हरीला मुळीच समजू नये, असे त्याला वाटत होते. वर्षाकाठी हरीला फक्त तीन धोतरे लागत. त्याच्या वहाणा नेहमीच फाटक्या तुटक्या व झिजलेल्या असत. हरीने गरम कोट घातलेला ग्यानने कधीही पाहिला नव्हता. ग्यानने कॉलेजात जावे आणि इतर मुलांसारखे थाटाने राहावे एवढीच महत्त्वाकांक्षा हरीची होती. त्यासाठी तो स्वत:चे वाटेल तितके हाल करून घेण्यास तयार होता.

कॉलेजमधली काही मुले किती चैनीत राहात त्याची हरीला कल्पना येणंच शक्य नव्हतं. काही टेनिस खेळत, नाच-गाणे आणि तमाशाला जात. श्रीमंत उपाहारगृहांना भेट देत किंवा 'आर्मी अँन्ड नेव्ही स्टोअर्स'मधून किमती वस्तू खरेदी करीत. ती मुले फ्लॅनेलचे किंवा रेशमी कपडे घालत. मुलींबरोबर हिंडायला जात. देवीदयाळसारख्या काहीजणांच्या तर स्वत:च्या मोटारगाड्याही होत्या. त्यांच्या श्रीमंतीविषयी तर हरी कल्पनाच करू शकला नसता.

कॉलेजमध्ये जाऊन अभ्यास करणे आणि पदवी संपादन करणे हे त्यांचे ध्येय नव्हते. अभ्यास हा कॉलेजजीवनाचा सगळ्यात कमी महत्त्वाचा भाग होता. कॉलेजमधील श्रीमंत मुलांचे एक वर्तुळ असे. त्या चकाकणाऱ्या वर्तुळात स्वत:चा समावेश करून घ्यावा, असे प्रत्येकाला वाटे; पण ते बहुधा शक्य नसे. फूटपाथवर उभे राहून दुकानांच्या शो-केसमधील किंमतवान वस्तू हावरेपणाने पाहाव्यात त्याचप्रमाणे बहुतेक सर्वजणांना त्या श्रीमंत वर्तुळाकडे दुरूनच पाहावे लागे.

श्रीमंत मुले मनाने खरोखरच चांगली असत. ती स्वत:मध्येच मश्गुल असत; त्यामुळे वर्तुळाबाहेरील कुणाशी बोलावे अशी इच्छा सहसा त्यांना होतच नसे. मात्र, कधीकधी ती मुले गरीब मुलांशी बोलत तेव्हा नीट बोलत असत. तेवढ्या वेळापुरता तरी त्यांचा मोठेपणा दिसत नसे. देवीदयाळने त्या दिवशी दुपारी प्रेमभावनेने त्याला घरी नेले आणि बिर्चीबागेची सहल घडवली. स्वत:च्या बहिणीची ओळख त्याने करून दिली.

त्या वेळी ग्यानला स्वत:च्या गळ्यातले जानवे नदीच्या पात्रात फेकून द्यावे लागले. तो स्वत:च शरमिंदा झाल्यामुळे त्या लोकांच्या हास्यविनोदात त्याला रमता आले नाही... रेल्वेडब्याच्या खिडकीत बसल्या बसल्या ग्यानला त्या दिवसाच्या आठवणी येत होत्या... सगळाच वेडेपणा! देवीदयाळ आणि त्याची बहीण यांचे जगच वेगळे होते. त्याची अभिलाषा करणे हा मूर्खपणा होता. ग्यानचे खरेखुरे जग आणि स्वप्नातले जग यामध्ये फार मोठे अंतर होते. त्याने कॉलेजमध्ये शिकायला जाणे हीच एक फार मोठी गोष्ट होती. त्याच्या शिक्षणासाठी हरीला दिवस नि रात्र

हाडाची काडे करावी लागत होती.

इतके दिवस त्याला याबद्दल काही वाटत नसे; परंतु आता हरीचा त्याग आठवून त्याला कसेतरीच वाटू लागले. दुसऱ्या माणसाच्या स्वार्थत्यागावर आणि परोपकारावर आपलं शिक्षण अवलंबून असावं याचा त्याला अपमान वाटायला लागला.

गाडीचा वेग कमी झाला. प्लॅटफॉर्म दिसू लागल्यावर ग्यानने सिगारेट फेकून दिली आणि घरची बैलगाडी आली आहे किंवा काय हे बघण्यासाठी डोके बाहेर काढले. गाडी आलेली असणार याची त्याला खात्री होती. ती आलेली होतीच. स्टेशनच्या मागे एका मोठ्या फणसाच्या झाडाला राजा आणि सर्जा हे विटकरी रंगाचे बैल नेहमीप्रमाणे बांधून ठेवले होते आणि शेजारीच गाडी होती. बैल पुष्ट आणि छानदार दिसत होते. तुकाराम गाडीवाल्याच्या डोक्यावर विटक्या रंगाचे लाल पागोटे होते. जमिनीवर उकिडवा बसून तो मान उंच करून आगगाडीकडे पाहत होता. ग्यानच्या अगदी लहानपणापासून तुकाराम होताच. तुकारामच्या खांद्यावर बसून तो कित्येक वेळा शाळेला जात असे. पोहायला आणि झाडावर चढायला त्याला तुकारामनेच शिकविले होते.

आता तो खूपच वयस्कर झाला होता. डोकं पांढरं झालं होतं. सगळ्या घरात विश्वासू असा तोच होता. ग्यानशी बोलताना मात्र तो त्याला अजूनही एकेरी नावानेच हाक मारत असे. लहान मुलाशी वागावं तसं तो ग्यानशी वागत असे.

प्लॅटफॉर्मवर भिंतीला टेकून मोठा भाऊ उभा असलेला ग्यानला दिसला. खेडेगावातली माणसे शहरात जाताना जसा ठेवणीतला पोषाख घालतात तसा त्याने घातला होता. त्याच्यापर्यंत पोहोचायला अजून मिनिट-दोन मिनिटे अवकाश होता. तेवढ्या अवधीत कॉलेज, अभ्यास, सिनेमा, प्राध्यापक इत्यादींनी भरलेल्या वातावरणापासून बैलगाड्या आणि भाताची शेते इथपर्यंत त्याच्या मनाला प्रवास करायचा होता. त्या दोन जगांत फार मोठी भिन्नता होती. एका बाजूला अमेरिकेत तयार झालेल्या आलिशान गाड्यांचे भोंगे होते तर दुसऱ्या बाजूला बैलांच्या गळ्यातील साध्यासुध्या घंटा होत्या. तरुण सुंदर मुलींचे मदभरी आणि फेसाळणारे हास्य एकीकडे होते व म्हाताऱ्या आजीने देवासमोर बसून म्हटलेल्या प्रार्थनागीताचा आवाज दुसरीकडे होता.

त्याने लांबूनच आपल्या भावाकडे दृष्टी टाकली. त्याच्या अंगावर खादीचा कुडता होता. डोक्यावर पांढरे पागोटे होते. जेमतेम गुडघ्यापर्यंत पोहोचणारे घरी धुतलेले धोतर तो नेसला होता. त्याच्या पायांत जाडजूड चपला होत्या. त्या मातीने बरबटलेल्या होत्या. हरी आणि गाडीवान हे एका जगातले होते आणि शुभ्र कपडे घातलेला, डोळ्यावर गॉगल असलेला कॉलेजकुमार ग्यान हा दुसऱ्या जगातला होता. हरी त्याचा भाऊ आहे हे कुणाला सांगितले तरी खरेही वाटले नसते.

ग्यानच्या मनामध्ये अपराधीपणाची जाणीव झाली. हरीबद्दल असे विचार मनात आणणे चूक आहे असे त्याने स्वत:लाच बजावले. मग त्याने चेहऱ्यावर हसू आणले आणि भावाकडे पाहून हात उंचावला. गाडीतून उतरून तो धावतच हरीकडे गेला.

हरीने वळकटी खांद्यावर घेतली. सूटकेस जास्त दिखाऊ होती आणि त्यात कॉलेजची पुस्तके होती. ग्यानने ती हातात धरली. ते बैलगाडीजवळ पोहोचले तेव्हा तुकारामाने गाडीचे जू हातात धरले होते आणि तो बैलांना हाकत होता. त्याने ग्यानकडे निरखून पाहिले आणि विचारले, "काय रे बाबा! डोळ्याला काय झालं?"

"काही नाही... डोळ्याला काय व्हायचंय!" ग्यान उत्तरला.

"मग चश्मा कशापायी?"

"ऊन आहे ना? म्हणून काळ्या रंगाचा चश्मा घातला आहे त्यानं." हरीनं सांगितलं.

"अरे तुझं वय काय! अजून लग्नसुद्धा झालं नाही आणि तू चश्मा लावतोस? तुझी आजी बघ. अजून सुईत दोरा ओवते."

"ए बाबा, तू ग्यानला त्रास देऊ नकोस बरं." हरी उद्‌गारला. "तुला काय माहीत आहे? तू कधी कॉलेजात शिकला आहेस? पुस्तकं वाचली आहेस? त्याची पेटी बघ नुसती पुस्तकांनी भरली आहे."

"आणि ही खादीची कापडं?" तुकारामने विचारले. "तू काय काँग्रेसवाला झालास की काय? साहेबाला घालवणार म्हणे! साहेब गेला तर आपलं कसं व्हायचं? आपल्या लोकांप्रमाणे साहेब पैसा खात नाही." त्याने तिरस्कारदर्शक आवाज काढला आणि बैलांना म्हणाला, "अरे ए लेकाच्यांनो, मी इथं उभा आहे दिसत नाही का - की चश्मा पाहिजे तुम्हालाही? राजा, हैक.... सर्जा, चल."

त्यांचं कोनशेट हे गाव स्टेशनपासून जवळजवळ दहा मैल अंतरावर होतं. घरच्या ओढीमुळे राजा आणि सर्जा ते अंतर तीन तासांत तोडत; परंतु आज त्यांचा वेग मुद्दामच कमी ठेवला होता. बैलांच्या पायांना नाल मारायला झाले होते. त्यांना बरोबर होत नव्हते. हरी गाडीच्या मागच्या बाजूला दोन्ही पाय मुडपून बसला होता. गाडीवानाजवळची जागा बसायला जास्त चांगली होती. तिथे ग्यानला बसवले होते. गाडी थोडा वेळ चालल्यावर हरीने खाली उडी मारली आणि तो चालू लागला.

"स्टेशनवर येताना मी गाडीतच बसलो होतो रे!" त्याने ग्यानला सांगितले. "आता जरा पाय मोकळे करू दे. अलीकडे नुसता घरबशा झालो आहे. व्यायाम मुळीच होत नाही."

ग्यानला हसू आले. बैलांना ओझं होऊ नये म्हणून तो खाली उतरला, हे त्याने ओळखले. काहीच न बोलता त्यानेही खाली उडी मारली आणि तो भावाबरोबर चालायला लागला.

रस्त्याच्या आजूबाजूला सर्व जंगल होते. दोन्ही बाजूला झाडांची जणू भिंतच उभी होती. चालताना मुळीच ऊन लागत नव्हते. छान सावली होती. जंगलाचे वैभव मात्र थोडेदेखील कमी झाले नव्हते.

त्या शांतपणामुळे मनात कसले कसले विचार येऊ लागले. ग्यान हरीकडे पाहत होता. त्याला वाटत होते, हाच का आपला भाऊ! बोडका! आणि अंगात कोट नसलेला! त्याने स्वत:चे पागोटे आणि कोट गाडीतच काढून ठेवलेला आहे... कोट फार वापरणे उपयोगाचे नाही... लवकर फाटेल! बैलाच्या पायांना इजा होऊ नये म्हणून हा एवढे दहा मैलांचे अंतर पायीच चालतो आहे. स्टेशनवरही तो पायीच आला असणार; त्यामुळेच त्याचे पाय धुळीने भरलेले आहेत...

ग्यानचे हृदय भरून आले. हरी नुसता भाऊ नव्हताच. आई-बाप, काका, मामा सर्व काही तोच होता. त्याने ग्यानला सर्वस्व दिले होते. त्याच्या वयापेक्षा पंचवीस वर्षांनी तो जास्त मोठा दिसत होता. मात्र, त्याने कधी तक्रार केली नाही. कधी कण्हला - कुंथला नाही... त्याचे मन व्यग्र होण्यासारखी एखादी गोष्ट घडली आहे का? त्याला कसली चिंता जाळत आहे का? त्याचं मन कळतच नव्हतं.

तो स्वत:च्या विचारात गढला होता. हरी काहीतरी बोलला तेव्हा त्याची तंद्री एकदम भंग पावली. हरी सांगत होता, "आपण खटला जिंकला बरं का रे!"

प्रथम काही डोक्यातच आले नाही. भाऊबंदकीचा खटला तो! कित्येक वर्षे चाललेलाच होता. एखाद्या असाध्य रोगाने शरीर खाऊन टाकावे त्याप्रमाणे त्या खटल्याने कुटुंबाचे आर्थिक स्वास्थ्य खिळखिळे केले होते. खालच्या कोर्टात विरुद्ध निकाल लागल्यावर अपील करू नये, असा आग्रह ग्यानने धरला होता. कोर्टबाजीत काही अर्थ नाही असे त्याचे मत होते; पण हरीने ते ऐकले नव्हते. तो खटला सर्व कुटुंबाचा मानबिंदू होता. तो प्राणपणाने लढणे आवश्यक होते.

क्षणभर ग्यानचे मन थरारले. "खरंच का आपण खटला जिंकला?... छानच झालं. निकाल लागला तरी केव्हा?"

"दोन दिवसांपूर्वीच- निकाल आपल्या बाजूने लागला. देवानं खैर केली म्हणायची. पुढच्या आठवड्यात सत्यनारायणाची पूजा ठरवली आहे. दोघांनीही पूजेला बसायला हवं."

"मोठ्या घरच्या सर्वांची माथी फिरलीच असतील."

"काही विचारू नकोस. लाजेने चेहरे काळे पडले आहेत लेकाच्यांचे. रस्त्यावरून जायला भिऊ लागले आहेत. लोक तोंडावर थुंकतील ना!"

"विष्णुदत्ताचं कसं काय?"

हरीला हसू आवरेना. "विष्णुदत्ताचं ना?...बडवलेल्या बैलाप्रमाणे स्थिती झाली आहे त्याची. रागानं नुसता धुमसतोय."

त्यानंतर दोघेही खूप हसले. दाव्यातील यशामुळे दोघांमधील अंतराय कमी झाला आणि ते अधिक जवळ आले. "खालच्या कोर्टात आपण हरलो आणि तू वर अपील करायचं ठरवलंस तेव्हा त्यांनी माझी कशी टर उडवली, त्याची आठवण आहे मला. वडाच्या झाडाखाली विष्णुदत्त मिशांना पीळ देत उभा होता. मी पलीकडून चाललो होतो. मला ऐकू जावं म्हणून तो मोठ्याने ओरडला, जा सांग तुझ्या भावाला. म्हणावं, तुझी लाकडं स्मशानात गेली तरी पिपलोडचं शेत आम्ही हातातून सोडणार नाही."

ग्यानला तो जुना प्रसंग आठवत होता. पराभवाची बोच अजूनही त्याच्या मनातून गेली नव्हती.

"कोर्टानं निकाल दिला तेव्हा त्याचा चेहरा कसा पांढराफटक पडला होता, हे तू बघायला हवं होतंस... लेकाच्याची छान हजामत झाली. पिळायला मिशाच उरल्या नाहीत."

"मला खरोखरच लाज वाटते! या खटल्यात अपील करू नये, असं मी तुला सांगत होतो."

"आपलं नशीब चांगलं. जज्ज गोरा होता. त्याला लाच देण्याचा प्रश्नच नव्हता. त्या लोकांनी त्याला मनवण्याचा प्रयत्न केला असणारच; पण त्यांचं काही चाललं नाही. हिंदुस्थानात गोरा साहेब आहे म्हणून न्याय आहे. साहेब नेहमी अगदी धुतल्या तांदळासारखा स्वच्छ असतो."

हरी मनापासून खरं बोलत होता; पण तो आपल्या अंगावरचे खादीचे कपडे बघून मुद्दाम हिणवतो आहे, असे ग्यानला वाटत होते. काहीतरी विचारायचे म्हणून त्याने विचारले, "ती जमीन किती एकर आहे?"

"शहाण्णव एकरांहून जास्त असेल. सगळी भातशेती आहे... कालव्याचं पाणी मिळतं. वर्षातून दोन पिकं सहज निघतील आणि जंगलही बरंच आहे."

"तिची आज किंमत काय येईल?" ग्यानने प्रश्न विचारला; नंतर त्याची त्यालाच चूक उमजली. त्या जमिनीचे मोल हरीच्या दृष्टीने पैशात करता येण्याजोगे नव्हते. ती जमीन मालकीची असणे हाच त्याच्या इज्जतीचा प्रश्न होता.

"उत्पन्नाबद्दल विचारतोस?" हरी उद्गारला. "साधारणपणे सातशे ते हजार रुपये वर्षाला यावेत."

ग्यानने नकळतच हरीचा हात हातात घेतला आणि तो भावनावेगाने दाबला. "तू इतके कष्ट घेतलेस. हा खटला जिंकल्यावर तुला किती आनंद झाला असेल याची कल्पना करणेसुद्धा कठीण आहे. माझा कॉलेजचा खर्च चालवणं आता तितकंसं अवघड जाणार नाही."

"त्याची आता काळजीच नको. नवीन जमिनीचं उत्पन्न येईल तेवढ्यात तुझं

कॉलेज नक्की भागेल. इकडेतिकडे तोंड वेंगाडण्याची मुळीच जरुरी नाही. शिवाय इमारती लाकडाचं उत्पन्नही तीन हजारापर्यंत येईल.''

हरी बोलत होता; पण ग्यानच्या मनापुढे बिर्चीबागेच्या सफरीच्या वेळची चित्रे उभी राहत होती. काळ्याभोर केसांची, पांढऱ्याशुभ्र साडीतली किशोरी... तिचे केस भुरूभुरू उडत आहेत. त्याच मुलीनं पुढे पोहण्याचा पोशाख घातला आहे. तिच्या सोनेरी अंगोपांगातून चारी बाजूंनी जलबिंदू निथळत आहेत...! त्या दिवशी स्वतःच्या दारिद्र्याची त्याला खंत वाटली होती. पार्टीत सामील झालेल्या इतरांपेक्षा आपण कमी आहोत, अशी भावना निर्माण झाली होती... गप्पागोष्टींत किंवा हास्यविनोदात बरोबरीने सहभागी होणे त्याला शक्य झाले नव्हते. हरीच्या बोलण्यामुळे त्याच्या डोळ्यांपुढे नवे जग उभे राहिले. एका क्षणात तो बिर्चीबागेतील सफरीमध्ये भाग घेणाऱ्या इतर श्रीमंत मुलांप्रमाणे झाला. बरेच दिवस चाललेला खटला जिंकल्यामुळेच हे सारे घडले.

''इमारती लाकडाचे तीन हजार येतील?'' त्याने आश्चर्याने विचारले.

''नक्कीच येतील; पण जुनं कर्ज फार आहे. त्याच्या फेडीसाठी ते पैसे बाजूला ठेवावे लागतील.''

''कर्ज कशामुळे?... माझ्या कॉलेजमुळेच ना?''

हरी हसला आणि म्हणाला, ''छे छे! कॉलेजचं कसलं आलं आहे कर्ज!... अरे, वकिलाच्या फीचा खर्च काय कमी झाला का? पण त्याची काळजी आता नको... इमारती लाकूड विकून त्याचे पैसे हातामध्ये आले की, मी ते कर्ज एका मुठीनं परत करीन.''

''विष्णुदत्ताचं थोबाड कधी बघीन असं झालं आहे मला.'' ग्यान म्हणाला.

''इतकं सोपं नाही ते... गेल्या दोन दिवसांत त्याला कुणीही बघितलेलं नाही. त्याचा बाप तर मरायला टेकला आहे म्हणतात! 'मोठं घर' म्हणायचं; पण आता 'मोठेपणा' उरलाच नाही.''

बैलांच्या घुंगरांचा आवाज ऐकून आजी दरवाजापाशी आली. ती जुनेरं नेसली होती आणि चेहऱ्यावर पूर्वीपेक्षाही जास्त सुरकुत्या पडल्या होत्या. डाव्या हाताने तिने दार धरले होते आणि उजव्या हातात तबक होते. त्यात चंदन, कुंकू आणि अक्षता होत्या. नातू एवढ्या लांबून घरी आला होता. त्याला ओवाळायला ती सज्ज झाली होती.

ग्यानने पायाला स्पर्श करून तिला वंदन केले आणि तिने त्याच्या कपाळावर चंदनाचा तिलक लावला. ती जास्तच वाळली आहे असे ग्यानला वाटले. पूर्वीपासूनच तिच्या हातात सोन्याच्या बांगड्या होत्या; पण हात जास्त बारीक झाल्यामुळे त्या आता कैद्याच्या हातातील कड्यांप्रमाणे विशोभित दिसत होत्या. आजीचे सगळेच

चमत्कारिक होते! ग्यानच्या जन्माआधीच आजोबा वारले होते. त्या वेळेपासून तिने घराचा दरवाजा ओलांडला नव्हता. जुने जग आता नष्ट झाले होते; पण त्या जगाचे प्रतीक म्हणून घराच्या चार भिंतीत ती जगत होती... तिचे वय किती असावे? साठ? पासष्ट? छे! काहीच सांगता येण्यासारखं नव्हतं.

ग्यानच्या मस्तकावर तिने अक्षता टाकल्या आणि कुलदेवतेचा जप करीत कानशिलावर बोटे मोडली. तिच्या धर्मभोळेपणाची थट्टा करणे ग्यानला निदान त्या वेळी तरी शक्य नव्हते. त्यांच्या घराला गावामध्ये 'धाकटे घर' म्हणत. ते बांधल्यापासून आजी तिथे होती. धाकट्या घराची ती जणू आत्माच होती. तिला हसणे अशक्य होते.

"पायताणं काढून ठेव आणि हातपाय धू." आजीने खणखणीत आवाजात त्याला सांगितले. "मग देवाला नमस्कार कर."

आजीच्या हातातले तबक ग्यानने घरात नेले. मागच्या दाराच्या मोरीवर जाऊन हातपाय स्वच्छ धुतले. पायात खडावा घातल्या आणि देवघरात जाऊन शंकराची प्रार्थना केली.

शिवमूर्ती नेहमीप्रमाणेच पुष्पभाराने झाकलेली होती. शेजारी नंदादीप तेवत होता... एका दृष्टीने सर्वच हास्यास्पद होते. गळ्यात जानवे अडकवणे आणि देवघरात जाऊन शिवाची प्रार्थना करणे! त्या धातूच्या मूर्तीला देव मानणे आणि तिची प्रार्थना केल्याने इष्ट कामनांची पूर्ती होते असे समजणे हे सर्व बुद्धीला पटत नव्हते; पण कोनशेट गावी तशी श्रद्धा बाळगण्याशिवाय गत्यंतर नव्हते. त्याच्या आजोबांना शिवाच्या कृपाप्रसादामुळेच संपत्ती मिळाली होती.

त्याचे आई-वडील प्लेगच्या साथीत बळी पडले आणि कुटुंबात हाहा:कार झाला. त्या प्रलयातून परमेश्वरानेच इतरांना वाचवले... इतक्या वर्षांनी पिपलोडचे शेत परत मिळाले हीदेखील शिवाचीच कृपा नव्हती का? मग त्या मूर्तीपुढे नतमस्तक न होणे कसे शक्य होते?

या विचारात असतानाच त्याच्या मनाने पलटी खाल्ली... खरोखरच शिवमूर्तीत दु:खाचा परिहार करण्याचे सामर्थ्य असते तर आई-वडील अकालीच मृत्यू का पावले असते? विघ्नहर्त्या परमेश्वराने त्यांना वेळीच का वाचवले नाही? कोर्ट-कचेऱ्यांचा उपद्व्याप करण्यापेक्षा पिपलोडचे शेत तसेच देऊन टाकण्याची बुद्धी भगवान शंकराने मोठ्या घरच्या मंडळींना का दिली नाही? तो हात जोडून उभा होता; पण मनात अनेक प्रश्न घोंघावत होते.

परमेश्वराबद्दल मनात शंका येऊ देण्याची ती वेळ नव्हती. नुकताच त्यांनी खटला जिंकला होता. देवाबद्दल कृतज्ञता वाटायला हवी होती. ग्यानने मनातले त्रासदायक विचार बाजूला सारले आणि समईवर कापराची वडी पेटवली. उदबत्त्या

पेटवून त्या उदबत्तीच्या घरात खोचून ठेवल्या... नंतर त्याने मूर्तीच्या डोळ्यांशी डोळे भिडवले आणि हात जोडून तो पुटपुटला, "ओम् नमः शिवाय!"

भटजींचा चेहरा तेजस्वी होता. नाक टोकदार होते आणि डोळे गोल होते. एका मोठ्या पाटावर मांडी घालून ते ताठ बसले होते. पूजेसाठी काय काय वस्तू पाहिजेत याची यादी ते वाचून दाखवत होते. त्यांनी तपकिरी रंगाची शाल अंगावर पांघरली होती; परंतु धोतर मात्र गुडघ्यापर्यंत वर खोचलेले होते.

भिंतीला टेकून दरवाजापाशी आजी उभी होती. हरी यादी उतरवून घेत होता. घरात शिवाची महापूजा होती. ग्यानलाही त्या सर्व तयारीत रस वाटत होता. "सातू - पंधरा शेर... मध्यम प्रतीचा; अगदी उत्तम नको. लोणी - पंधरा शेर... आणि साखर - असू दे वीस शेर... ती अंदाजापेक्षा नेहमी जास्तच लागते." भटजी पदार्थांची यादी सांगत होते.

"दूध किती लागेल? सांगाल तेवढं आणू." आजी म्हणाली.

मग आणा वीस शेर... केळी कमीतकमी पंचवीस तरी हवीतच... रुपया भार केशर पाहिजे... स्पेनचं केशर मिळतं, ते आणा. वेलदोडे त्याच्या दुपट... दोन रुपये भार..."

मारुतीच्या शेपटीप्रमाणे भटजींची यादी वाढतच होती. ही शिव 'पूजा' कमीतकमी शंभर रुपये खाऊन टाकणार असे दिसत होते. खरे तर ग्यानला हरीची कीव येत होती... परंतु आता इतका खर्च करणे त्याला शक्य होते. शंभर रुपयांची फिकीर नव्हती.

यादी चालूच होती. भटजींचा आवाज घरात घुमल्यासारखा वाटत होता. "सुपाऱ्या... नारळ... विड्याची पाने... कात... चुना... उदबत्त्या... दुर्वा... तुळशी... मध... तेल," ते एकेक सांगतच होते. यादीचा शेवट "भटजींसाठी जरीकाठी धोतर आणि बायकोसाठी रेशमी खण" या गोष्टींनी झाला.

"दिवस कोणता चांगला आहे?" आजीने विचारले.

भटजींनी हरीकडे पाहिले आणि डोळ्यांवरचा चश्मा काढत विचारले, "साधारणपणे तुम्हाला केव्हा करायची आहे पूजा?"

"मंगळवारनंतर केव्हाही! सोमवारी आम्ही जमिनीचा ताबा घेऊ आणि नांगरणीस सुरुवात करू... त्यानंतर कोणताही शुभ दिवस धरा."

भटजींनी पंचांग बाहेर काढले आणि डोळ्यांवर चश्मा चढविला. त्यांनी बोटे घालून काही हिशेब केल्यासारखे केले मग एकदम ते थांबले.

"गुरुवार उत्तम आहे." त्यांनी जाहीर केले.

"त्यानंतर शनिवारही बरा आहे; पण गुरुवारइतका उजवा नाही."

"मग गुरुवारच धरू." आजी म्हणाली, "तुम्ही तेव्हा मोकळे आहात ना?"

भटजींनी खाकरून आजीकडे तिरक्या नजरेने पाहिले. “खरं म्हणजे मला कोडोलीला जायचं आहे. एकाकडे बारसं आहे; पण... पण... काही हरकत नाही. मी येईन. तिकडे सकाळीच जाऊन येईन म्हणजे झालं... ठीक आहे. मग गुरुवार नक्की ठरला.”

त्यांनी पोथी मिटली आणि ते उभे राहिले. अंगावरची शाल झटकून त्यांनी ती नीट पांघरली आणि अलगद पावलांनी ते घराबाहेर पडले.

“आता ते मोठ्या घरी जातील आणि सर्व काही सांगतील.” ग्यान उद्‌गारला. “त्यांचंही बरोबर आहे म्हणा. मोठं घर हेच त्यांचं खरं घर! आपल्यापेक्षा त्यांना तिथेच जास्त मिळकत होते.”

“त्या लोकांना कळतं आहे हे बरंच झालं. त्यांचा पराभव झाला म्हणून आम्ही पूजा करत नाही हे त्यांना कळू दे... बदमाष लेकाचे!”

मोठ्या घराविषयी हरी काहीही बोलला तरी ते रास्तच होते.

त्यांचे आजोबा हयात होते तोपर्यंत सर्वांचे एकच घर होते. त्या वेळीही लोक त्याला ‘मोठे घर’च म्हणत. कोनशेटमध्ये त्यांचे घराणे प्रख्यात होते. मोठे डेरेदार वडाचे झाड असावे आणि त्यापासून अनेक पारंब्या लोंबत असाव्यात त्याप्रमाणे त्या वेळी एकत्र कुटुंबपद्धती होती... एक काळ असा होता की, घरात जेवणाच्या पंगतीला वेळेला साठ/साठ माणसे असायची आणि पै-पाहुणे, नातेवाईक तसेच इष्ट मित्रांनी घर दुमदुमत असे... त्यांचे तालेवार घराणे हे पिढ्यान्‌पिढ्या जमीनदाराचे होते आणि पंचक्रोशीत फार दबदबा होता.

ग्यानचे आजोबा - दादा तलवार. स्वत:च्या वडिलांशी भांडले आणि वेगळे निघाले. तीन भावांत ते सर्वांत लहान होते... भांडणाचे कारण होते - आजी!

मोठ्या माणसांनी आजोबांसाठी दुसरीच एक मुलगी ठरविली होती; परंतु आजोबांनी आजीला पाहिले होते आणि ती त्यांच्या मनात भरली होती. आजी ब्राह्मण नव्हती, कोष्टी होती. तिच्याखातर आजोबांनी नियुक्त केलेल्या मुलीला नकार द्यावा ही गोष्ट मोठ्या माणसांना फार लागली. आजोबांचे वडील - तुलसीदास यांनी त्याबद्दल आजोबांना चांगलेच खडसावले. त्यांचा विरोध असतानाच तयारी सुरू केली. आजोबांनी त्यांना जुमानले नाही. ते सरळ आजीबरोबर पळून गेले.

आज आजी साठ वर्षांची वयस्कर म्हातारी झाली होती. ती कोण्या एकेकाळी वडीलधाऱ्यांना न जुमानता प्रियकराचा हात धरून पळून गेली असेल याची आज कल्पना करणेदेखील अशक्य होते. आजोबा पळून गेल्यावर सर्व कुटुंबीयांना भयंकर धक्का बसला; परंतु मग सर्वांनीच तोल सावरला. कुटुंबाच्या अब्रूचा प्रश्न होता. वाट चुकलेल्या कोकराला क्षमा करून घरी परत आणण्यात आले. थोड्या वाटाघाटी

झाल्या आणि आजोबांचे आजीबरोबर मुळीही गाजावाजा किंवा समारंभ न करता लग्न लावून देण्यात आले. नववधूला घालतात ते दागिनेही आजीला घालण्यात आले. सध्या तिच्या हातांत असलेल्या सोन्याच्या बांगड्याही त्याच दागिन्यांपैकी होत्या.

वरवर सगळे सांधले गेल्यासारखे दिसले; परंतु घरात फूट पडलीच. मोठ्या बायकांनी तर न बोलताच आजीवर बहिष्कार टाकला. तिच्या हातचे पाणीही कुणी घेईनात. देवघरात पाऊलसुद्धा टाकण्याची तिला बंदी करण्यात आली.

पहिले वर्ष दादांनी मानसिक त्रासात आणि अवहेलना सहन करीत कसेबसे काढले; परंतु अपमान तरी किती सहन करायचा हा प्रश्नच होता. आजीला देवघरात बंदी होती. इथपर्यंत एक वेळ ठीक होते; पण तिने केलेल्या कापसाच्या वातीलाही जावेने शिवायचे नाही म्हणजे काय? ते वातींचाही विटाळ मानू लागले तेव्हा स्फोट होणे साहजिकच होते. आजीने मग बंड पुकारले. दादाही स्वस्थ बसणे शक्यच नव्हते. "माझ्या बायकोला देवघरात जाण्यास बंदी केली तर इथे राहणे कठीण आहे." त्यांनी तुलसीदासांना स्पष्ट सांगितले.

"तू वेगळा झालास म्हणजे सर्वनाश झालाच म्हणून समज." तुलसीदासांनी त्यांना शांत करण्याचा खूप प्रयत्न केला; पण घरातल्या स्त्रीराज्यापुढे त्यांनीही हात टेकले. सून असली तरी ती कोष्टी जातीची होती. शिवाय पळून जाऊन लग्न करण्याचे पाप तिने केले होते. अशा पापी स्त्रीने देवघर बाटवावे ही कल्पना घरातल्या कर्त्या बायकांना पसंत पडणे शक्यच नव्हते.

मग घरापुढे ब्राह्मणी कर्मठपणा विरुद्ध आजीची प्रतिष्ठा असा प्रश्न उभा राहिला. दोन्ही बाजू अटीतटीच्या होत्या. तडजोड होणे शक्यच नव्हते. शेवटी तुलसीदासांनी नाइलाजाने दादांना वेगळे बिऱ्हाड करण्यास परवानगी दिली.

कुटुंबाच्या इस्टेटीबद्दल दादांची कल्पना अवास्तव ठरली. कमीतकमी तीनशे एकर जमीन वाट्याला येईल, असे त्यांना वाटत होते; पण फक्त दीडशे एकरच त्यांच्या वाट्यास आले. त्यांना रोख वीस हजार देताना त्यांचा भाऊ दामोदर म्हणाला, "मोठ्या घरात खूप माणसं राहणार... आमच्यावर अवलंबून बरीच तोंडे आहेत... तुझा फक्त एकट्याचाच प्रश्न आहे."

दादांना भावाचे बोलणे ऐकून धक्काच बसला. ते म्हणाले, "हे बरोबर नाही. मला आणखी शंभर एकर तरी मिळायला पाहिजेत. मी काही भिकारी नाही. हक्काचं मागतो आहे."

"असं का... मग त्याला पिपलोडचं शेत द्या."

दामोदर कुत्सितपणे म्हणाला, "बरं का बाबा, दादाला पिपलोड दिलं ना म्हणजे शंभर एकर दिल्यासारखंच आहे."

दादांचा चेहरा लालबुंद झाला. पिपलोडची जमीन पडीक होती. तिचे उत्पन्न

शून्य होते. नुसताच सारा भरत राहण्याऐवजी जमीन सरकारला विकून टाकण्याचा विचार चालला होता. दामोदर ती जमीन दादांना देण्याची भाषा बोलत होता. त्याची थट्टा त्यांच्या वर्मी झोंबली.

त्यांनी विचारले, ''पिपलोडपेक्षा जास्त काही तुम्ही देणार नाही का?''

कोणीच काही बोलले नाही; पण पिपलोडपेक्षा जास्त काही मिळायचे नाही हे दादांनी ओळखले.

''ठीक आहे!... घेतो मी पिपलोड. त्यातून नाही उत्पन्न काढून दाखवलं तर 'तलवार' हे नाव लावणार नाही.'' दादांनी सांगितले आणि मोठे घर सोडले. स्वत:ला मिळालेल्या वीस हजार रुपयांमधून त्यांनी घर बांधले; तेच सध्याचे 'धाकटे घर.'

दादा हट्टाला पेटले होते. खरे म्हणजे वाटणीनंतर देव मोठ्या भावाकडे असतात. धाकट्या भावांना कुलदेवतांची पूजा-अर्चा करण्याचा अधिकार नसतो. पण दादांनी 'धाकट्या घरात' अगदी मोठ्या घराप्रमाणे देवघर बांधले आणि सर्व धार्मिक विधी यथासांग सुरू केले.

पिपलोडच्या जमिनीत नुसतेच रान माजले होते. वस्तीपासून ते फार दूर होते. तेथे राहून शेती करणारा माणूस मिळणे शक्यच नव्हते. शिकारी कुत्रे, कोल्हे आणि लांडगे यांचा तिथे दिवसाढवळ्या वावर होता. एकट्यादुकट्या माणसाने तिथे राहणे कल्पनेपलीकडचे होते.

दादांनी हे आव्हान स्वीकारले. त्यांनी रान कापून काढले आणि भातशेतीसाठी जमीन सारखी केली. रानातच त्यांनी बांबूची झोपडी बांधली आणि गड्यांसह तिथं राहिले. त्या पहिल्या तीन गड्यांपैकी तुकाराम एक होता. त्याला तेव्हा मिसरूडही फुटले नव्हते.

पहिल्या वर्षी भाताची पेरणी झाल्यावर पाणी साठवण्यासाठी त्यांनी तिथे एक बंधारा बांधण्याचे ठरविले. त्यासाठी जमीन खणत असताना त्यांना शिवलिंग सापडले. कुदळीचा घाव पडल्यावर खणकन आवाज झाला. खाली काहीतरी धातूची वस्तू असावी. एकदम सर्व गडीमाणसे तिकडे धावली. दादांनी हातानी जमीन साफ केली आणि बघितले... तिथे शिवाची मूर्ती होती. किती शतके ती तशी पडली होती कुणास ठाऊक!

दादांनी मूर्ती वर उचलली आणि शेजारच्या ओढ्यावर नेऊन हलक्या हाताने धुऊन साफ केली. मग तिथेच त्यांनी हात जोडले आणि नतमस्तक होऊन भक्तिभावाने शंकराची प्रार्थना केली. त्या दिवशी मग काम करणे शक्यच नव्हते. एखाद्या मिरवणुकीने जावे तसे ते घरी गेले आणि दुसऱ्याच दिवशी भटजींना बोलावून त्यांनी मोठ्या समारंभाने विधिपूर्वक ती मूर्ती देवघरामध्ये बसविली. धाकट्या

घराला स्वत:चा देव लाभला.

तोपर्यंत दादा वैष्णव होते. आता त्यांनी शैव पंथाची दीक्षा घेतली आणि कपाळी आडवे भस्म लावण्यास सुरुवात केली. त्यांचे कुटुंबीय सगळे उभे गंध लावत होते. दादा त्यांच्यापासून वेगळे पडले. तो वेगळेपणा नुसताच आडव्या नि उभ्या गंधात नव्हता. त्याचे स्वरूप मूलभूत होते. भगवान विष्णूने जग उत्पन्न केले आहे आणि शिव ही संहारदेवता आहे. उत्पत्ती आणि लय या दोन अवस्थांमध्ये जेवढे आहे तेवढे दादा आणि इतर कुटुंबीय मंडळींत अंतर पडले.

शंकराच्या कृपेमुळे धाकट्या घराला संपन्नता लाभली. दादांनी कष्ट उपसले हे खरेच; पण नशिबानेही त्यांना हात दिला. बंधाऱ्याचे काम अपेक्षेपेक्षा लवकर पुरे झाले. तेथून सर्व जमिनीत तीन फूट रुंदीच्या पाटाच्या साह्याने पाणी खेळविण्यात आले. मग सर्व रानच लागवडीखाली आले आणि पांढऱ्याशुभ्र, उत्तम जातीच्या तांदळाचे पीक हाती आले. शेताच्या काठाकाठाने सुपारीची झाडे आणि खाऊच्या पानांचे वेल यांची लागवड केली गेली.

धाकट्या घराला त्या दिवसांत सर्वच बाजूंनी बरकत आली. भगवान शंकराने जणू डोक्यावर वरदहस्तच ठेवला. शिवाच्या कृपाप्रसादाने दादांना मुलगाही झाला. मग कसलीच उणीव राहिली नाही.

मोठ्या घरात बाह्यत: तरी सर्व ठाकठीक होते. धाकटे घर निर्माण झाले; पण मोठ्या घरचा रुबाब तसाच राहिला. दादांना वाटणी दिली; पण मोठ्या घरच्या संपत्तीत घट पडल्यासारखे दिसले नाही. एडवर्ड राजेसाहेबांच्या राज्यारोहणप्रसंगी तुलसीदासांना सरकारातून 'रायसाहेब' ही पदवी मिळाली; त्यामुळे तर मोठ्या घराची शान आणखी वाढली.

एका बाबतीत मात्र मोठी उणीव होती. दामोदरला एकापाठोपाठ एक मुलीच झाल्या. मुलगा झालाच नाही. आजीने केलेल्या कापसाच्या वातींचासुद्धा जिला विटाळ व्हायचा त्या दामोदरच्या बायकोला बारा वर्षांत पाच मुली झाल्या. शेवटी तिला धुपणी लागली आणि प्रकृती फारच बिघडली. सोनारवाडीच्या गोऱ्या डॉक्टरला आणून तिची तब्येत तपासून घेतली तेव्हा यापुढे मूल होऊ देणे घातक आहे, असे त्याने स्पष्ट बजावले.

मोठ्या घरावर हेच मोठे संकट होते. हिंदू माणसाला पुत्रहीनतेसारखे लांच्छन नाही. पूर्वजन्मातील पापाचेच ते फळ होय. पुत्राने अग्नी दिल्याशिवाय कोणत्याही हिंदूला स्वर्गाची द्वारे उघडी नसतात. मोठ्या घरची परंपरा दामोदरच्या मुलाशिवाय कशी चालू राहणार हा प्रश्नच होता.

रायसाहेबांनी मग कुलदेवतेलाच या संकटाचे निवारण करण्याचे साकडे घातले. त्यांनी भगवान विष्णूची महापूजा बांधली. दहा ब्राह्मणांकडून त्यांनी अहोरात्र

दहा दिवस वेदपठण करून घेतले. त्याची सांगता म्हणून सर्व पुरोहितांना पांढऱ्याशुभ्र गाई दान दिल्या.

शेवटी देव पावला. दामोदरची बायको सहाव्या वेळी गर्भवती झाली आणि तिला मुलगा झाला. तो विष्णूचा प्रसादच आहे, असे समजून मुलाचे नाव 'विष्णुदत्त' ठेवले.

बारशाच्या दिवशी मुलाची आई मरण पावली; पण त्याचे कुणालाच काही वाटले नाही. तिचा मृत्यू हा सर्वांच्या दृष्टीने अटळच होता. पुत्रवती झाल्यावर तिला मृत्यू आला याबद्दलच सर्वांना कौतुक वाटले.

विष्णुदत्त लाडावलेला होता. अंगापिंडाने चांगला होता. तलवार घराण्यात तोपर्यंत कोणीही बाहेर जाऊन शिकले नव्हते; पण विष्णुदत्ताला मात्र सोनारवाडीच्या शाळेत पाठविण्यात आले. रायसाहेबांच्या डोळ्यांदेखतच विष्णुदत्त मॅट्रिक झाला. रायसाहेबांना एकंदरीत सुखाचे मरण आले. घर सुस्थितीत होते. ब्राह्मणाच्या घरात होणारे सर्व धार्मिक विधी तिथे कटाक्षाने आणि समारंभाने होत होते. मृत्युशय्येवर असताना त्यांनी दादांनाही बोलावून घेतले आणि मनातील जुने किल्मिष पार धुऊन टाकले. मृत्यूच्या प्रवासाची सर्व तयारी त्यांनी उत्तम प्रकारे केली होती. दादा आणि त्यांचा मोठा मुलगा शंकर अंत्ययात्रेस हजर होते. दोघांनीही रायसाहेबांच्या चितेवर घालण्यासाठी चंदन व फुलांचे हार नेले होते. मृत्यूच्या साक्षीने बऱ्याच वर्षांचा कौटुंबिक कलह संपुष्टात आणण्याची त्यांची इच्छा होती.

मात्र, मोठ्या घराचा नवा मालक काहीही विसरण्यास तयार नव्हता. दादांना किंवा शंकरला ताटीजवळ फिरकू देण्याचीही त्याची तयारी नव्हती. तो पक्का वैष्णव होता. आपल्या वडिलांच्या मृतदेहाला शिवभक्ताचा पापी स्पर्श व्हावा, असे त्याला मुळीच वाटत नव्हते. मृतदेहाभोवती इतर नातेवाईकांचे आणि गावकऱ्यांचे कडे होते. ते उगाचच धाय मोकलून नक्राश्रू ढाळत होते. त्यांच्या पलीकडे दादा आणि शंकर यांना उभे करण्यात आले... दादांनी नेलेले पुष्पहार मृतदेहावर घालण्याची त्यांना संधीच मिळाली नाही.

पुढची पाच वर्षे अशीच थंड्या लढाईत गेली. कलहाचा नाग बिळातच वळवळ करीत राहिला. दादांच्या हयातीपर्यंत तो बाहेर आला नाही; परंतु मोठ्या घरची माणसे दादांचा भाग्योदय बघून जळतच होती. त्यांचा पाडाव करण्याचे त्यांचे मनसुबे सुरूच होते.

एकोणीसशे सव्वीसमध्ये दादा मृत्यू पावले. त्यांच्या अंत्ययात्रेला मोठ्या घरचे कोणीही फिरकले नाही. त्यांचा मृतदेह स्मशानात अजून जळतच होता त्या वेळी मोठ्या घरच्या लोकांनी गुप्तपणे पिपलोडचे शेत जबरदस्तीने ताब्यात घेतले.

मग मात्र भडका उडाला. लढाईला तोंड फुटले. मोठे घर आणि धाकटे घर असे

दोन पक्ष पडले. वडिलांच्या मृत्यूनंतर दामोदरला रायसाहेब हा किताब मिळाला होता. पहिल्या महायुद्धामध्ये ब्रिटिश सरकारला मदत केल्यामुळे त्याला ती पदवी प्राप्त झाली होती. नव्याने रायसाहेब झालेला दामोदर तर कावेबाज, सुशिक्षित आणि कोणतीही गोष्ट करण्यास मागेपुढे न पाहाणारा विष्णुदत्त हे एका बाजूचे योद्धे होते. तसेच धाकट्या घराच्या बाजूने ग्यान आणि हरी यांचा बाप शंकर असे झाले. शंकर अशिक्षित आणि भडक डोक्याचा होता. साहजिकच प्रतिपक्षापुढे त्याचा टिकाव लागणे कठीण होते.

त्या दोन घरांमधील भांडणाचा विषय साऱ्या खेडेगावाला कितीतरी दिवस पुरून उरला. महात्मा गांधींचा चंपारण्यातील सत्याग्रह, नंतरची दांडी यात्रा तसेच पंजाबातील किंवा बंगालमधील दहशतवादी चळवळी हे विषयदेखील त्या पंचक्रोशीतील लोकांच्या दृष्टीने अगदीच कमी महत्त्वाचे होते. पिपलोडच्या शेताबद्दलचा लढा हाच एकमेव ज्वलंत विषय आहे असे त्यांना वाटत होते.

त्या भांडणापायी शंकर तलवारला शेताकडे लक्ष देण्यास फुरसत मिळणेच शक्य नव्हते. मोठ्या घराबरोबर घासाघाशी करण्यातच त्याचा सर्व वेळ जाऊ लागला. सुतक संपायच्या अगोदरच त्याने सोनारवाडीला जाऊन वकिलाचा सल्ला घेतला. एका वकिलाने भागणार नाही असे पाहून त्याने दोन वकील नेमले. त्यांच्या सल्ल्यानुसार मोठ्या घरच्या लोकांवर पिपलोड शेताचा बेकायदेशीर ताबा घेतल्याबद्दल फौजदारी फिर्याद लावली. तो खटला दोन वर्षे रेंगाळला. तारखा पडत गेल्या आणि वकिलांची फी वाढत गेली. पिपलोडचे शेत दादांच्या वाटणीचे आहे हे गावात प्रत्येकाला माहीत होते; पण तसा कुठलाही लेखी पुरावा नव्हता. पिपलोडवर दादांचा ताबा होता. ते शेत दादा स्वत: कसत होते. मात्र, कोर्टामध्ये या पुराव्यालाही सुरुंग लावणे मोठ्या घरच्या लोकांना शक्य होते. दामोदर रायसाहेब होता आणि विष्णुदत्ताच्या कावेबाजपणाला तोड नव्हती. त्याच्यापुढे शंकरचे तेज पडणे कठीण होते. मोठ्या घराच्या लोकांविरुद्ध साक्षीदार मिळणे अवघड होते. त्या लोकांनी मात्र स्वत:च्या बाजूने साक्षीदारांची एक फौज तयार ठेवली. ‘‘जमिनीची वाटणी अशी कधी झालीच नव्हती. दादा जमीन कसत होते हे खरे; पण ते एकत्र कुटुंबाचा घटक या नात्याने. पिपलोड शेतावर दादांची मालकी कधीच नव्हती.’’ अशी साक्ष कित्येकांनी कोर्टापुढे शपथेवर दिली आणि शंकरला खोटे पाडले.

खालच्या कोर्टात पुराव्याअभावी खटला शाबीत होऊ शकला नाही; परंतु वकिलांनी शंकरला हायकोर्टात अपील करण्याचा सल्ला दिला. खटल्याचे गुऱ्हाळ मग चालूच राहिले. अनेक वेळा कोर्ट बदलले आणि कायद्याच्या कलमांचा कीस निघाला. लाहोर आणि अलाहाबादला मोठमोठ्या वकील/बॅरिस्टरांचा सल्ला घेण्यासाठी जबरदस्त फी मोजावी लागली. शंकर तलवारचे उत्पन्न घटले होते; पण बेसुमार

खर्च होत होता. वडिलांच्या वाट्याला आलेली शंभर एकर जमीन प्रथम त्याने गहाण टाकली आणि नंतर नाइलाजाने विकून टाकली.

विक्रीचा कागद झाल्यावर मग त्याला कळले की, जमीन विष्णुदत्ताच्याच घशात गेली आहे. विष्णुदत्ताने स्वत:च्या कह्यातला एक माणूस जमीन खरेदी करण्यासाठी उभा केला होता. त्याचे आणि विष्णुदत्ताचे संबंध शंकरला माहीत नव्हते. त्याने भोळेपणाने जमीन विकली आणि मग ती स्वत:च्या शत्रूच्या घशात गेल्याचे त्याच्या लक्षात आले.

त्याच वेळी प्लेगची साथ सुरू झाली आणि तिने सारा परिसर व्यापला. शंकर आणि त्याची बायको तीन दिवसांच्या अंतराने साथीला बळी पडले. शंकर मनाने आधीच खचला होता. त्याच्या डोळ्यांदेखत सर्व वडिलोपार्जित इस्टेटीची धूळधाण झाली होती. मुलांसाठी फक्त पन्नास एकर जमीन आणि राहाते घर एवढेच शिल्लक होते. खटल्याच्या कागदपत्रांचा भला मोठा डोंगर हीच आता त्यांची इस्टेट होती. शंकरने हाय खाल्ली होती. प्लेगला फक्त शरीर बळी पडले इतकेच! मन तर केव्हाच मेले होते.

कोर्टातील कामही मग एकदम थांबले - ते थांबवावेच लागले. घरातील वकिलांची वर्दळ कमी झाली. प्रथम हरीला त्यांची धीर न सोडण्याबद्दल व परमेश्वराच्या न्यायावर विश्वास ठेवण्याबद्दल पत्रे येत. मग तीही बंद झाली आणि त्यांच्या फीबद्दलचे तगादे यायला लागले. त्या पत्रांनाही हरीकडून उत्तरे गेली नाहीत. मग दमबाजीच्या पत्रांचे पेव फुटले. अमुक मुदतीत तुम्ही पैसे दिले नाहीत तर... वगैरे मजकुरांच्या पत्रांचा मारा सुरू झाला.

मग आजीने फक्त हातातल्या बांगड्या अंगावर ठेवल्या आणि बाकीचे स्त्रीधन विकून टाकले. कर्ज फेडल्याशिवाय मृतात्म्याला शांती मिळाली नसती... कर्ज फेडावेच लागले.

मग हरीच्या एक गोष्ट प्रामुख्याने ध्यानात आली. विष्णुदत्ताप्रमाणे आपल्या बापाला जर शिक्षण मिळाले असते तर इतका फज्जा झाला नसता हे त्याला कळून चुकले. आर्थिक परिस्थिती बिघडल्यामुळे त्याला स्वत:ला वयाच्या पंधराव्या वर्षी शिक्षणाला रामराम ठोकावा लागला होता; पण ग्यानचे शिक्षण त्याने तशाही परिस्थितीत चालू ठेवले होते. त्याचे वडील वारले तेव्हा ग्यान सोनारवाडीच्या हायस्कूलमध्ये शिकत होता. संकटांचा कडेलोट झाला तरीही हरीने ग्यानचे शिक्षण बंद करण्याचा विचारदेखील केला नाही.

शाळेचा खर्च फार होता; पण त्याबद्दल हरीने मुळीच कुरकुर केली नाही. तो आता कुटुंबप्रमुख झाला होता आणि स्वत:च्या कर्तव्यात तिळमात्रही कसूर करण्याची त्याची इच्छा नव्हती. त्याने ग्यानची शाळा चालूच ठेवली आणि जमिनीची मशागत

करण्यासही सुरुवात केली. दोन वर्षांतच ग्यान मॅट्रिक झाला. आता जमिनीतून कुटुंबाचे पोषण करण्याइतपत उत्पन्न येऊ लागले होते. हरी हाडाचा शेतकरी होता. आजोबांच्या वेळी जेवढे उत्पन्न येई तेवढे त्या छोट्या जमिनीतून काढण्याची किमया त्याने करून दाखविली. मग त्याने पुन्हा एकदा पिपलोड प्रकरणात लक्ष घालण्याचे ठरवले. वेळात वेळ काढून तो सोनारवाडीस आला.

ज्या वकिलांनी पूर्वी केस चालविली होती ते त्याला भेटले. हसतहसत त्यांनी त्याच्या कुटुंबाची चौकशी केली आणि खटला पुढे चालविला तर नक्की यश मिळेल अशी परोपरीने ग्वाही दिली; पण हरीने त्यांच्याकडे लक्ष दिले नाही. त्याने दररोज कोर्टात जाण्याचा आणि तेथील कामकाज पाहण्याचा परिपाठ ठेवला. कोण वकील कसे काम करतो याचा अभ्यास केला. एखाद्या गुरांच्या बाजारात जाऊन गाय किंवा म्हैस पारखावी त्याप्रमाणे स्वत:च्या अनुमानावर विसंबून वकिलाची निवड करण्याचे त्याने ठरवले. एका दक्षिणी वकिलाचे काम त्याला पसंत पडले त्याचे डोळे मोठे आणि भेदक होते. आकांडतांडव न करता तो अगदी हलक्या आवाजात भाषण करत असे आणि कोर्टावर छाप पाडत असे. रामूजी शर्मा हे त्यांचे नाव होते. हरीने पूर्ण विचारांती त्यांनाच वकीलपत्र देण्याचे ठरवले.

हरी त्यांच्याकडे गेला आणि त्यांना केस स्वीकारण्याची विनंती केली. शर्मांनी विशेष उत्सुकता दाखवली नाही. थंड आवाजात त्यांनी हरीला सांगितले, ''कागद ठेवून जा. तीन दिवसांनी विचारायला या तेव्हा काय ते सांगतो.''

ठरल्याप्रमाणे तीन दिवसांनी हरी गेला तेव्हा साहेबांनी विचारले, ''या जमिनीचा सारा कोण भरत होते?''

''माझे आजोबा.'' हरीने सांगितले.

''हे नक्की का?''

''जोपर्यंत दादा हयात होते तोपर्यंत दरवर्षी नोव्हेंबरमध्ये ते स्वत: तालुक्याला जात आणि साऱ्याचा भरणा करीत असत.''

''ठीक आहे, मी तुमची केस घेतो.'' शर्मा विचारपूर्वक उत्तरले. ''आपण जिंकू शकतो.''

त्यांनी फीबद्दल ठरवले आणि पुन्हा खटला सुरू झाला. पूर्वीचा गोंधळ आणि घबराट या वेळी नव्हती. तालुक्याच्या कचेरीतील दप्तरातल्या नोंदीवर खटल्याचे यशापयश अवलंबून आहे असे प्रथमच शर्मांनी हरीला सांगितले. जमिनीचा सारा जर तुमच्या आजोबांनी भरल्याची नोंद सापडली तर जमीन त्यांच्या मालकीची आहे हे सिद्ध होईल असे ते म्हणाले.

''सारा तेच भरत असत. मोठ्या घरच्या लोकांनी कधीही भरला नाही.'' हरीने निक्षून सांगितले.

“मग आपण खटला जिंकलाच असे समजा.”

खटला उभा राहिल्यावर मोठ्या घरच्या वकिलांनी अनेक हरकती घेतल्या; पण त्या न जुमानता तालुका कचेरीचे दप्तरच कोर्टात दाखल केले गेले. दादांनी पैसे भरले हे खरे परंतु एकत्र कुटुंबाचा प्रतिनिधी या नात्याने ते भरले, असे तिथे स्पष्ट लिहिले होते... खटला हरला; त्यामुळे हरीला फार मोठा धक्का बसला.

ग्यान गावाच्या चौकातून चालला असता त्याच वेळी विष्णुदत्ताने मिशांवर पीळ भरत ओरडून सांगितले होते, “जा. आपल्या भावाला जाऊन सांग जा! म्हणावं, तुझी राख झाली तरी पिपलोडचं शेत मिळायचं नाही.” हा उघडउघड अपमान गिळावा लागला होता.

आता अपील वगैरे करण्याच्या भानगडीत पडू नये असे ग्यानने हरीला विनवले. मोठ्या घरची शक्ती जास्त होती. त्यांच्याजवळ पैसा होता आणि सरकारात वजन होते. कावेबाजपणा होता. शर्मा वकिलांनीही आता अपील न करण्याचा सल्ला दिला.

हरीने देवघरात जाऊन शिवालाच कौल लावला. त्याने हातातले फूल मूर्तीवर ठेवले. “फूल उजव्या बाजूला पडले तर अपील करावे आणि डाव्या बाजूला पडले तर पुढे जाऊ नये, असा मी अर्थ समजेन.” हरी स्वत:शीच पुटपुटला.

एक-दोन सेकंद ते पीतपुष्प शंकराच्या मस्तकावर तसेच राहिले. मात्र, मुकुटाप्रमाणे ते मूर्तीवर शांत होते. नंतर ते पडले... उजव्या बाजूला पडले.

देवघरातून हरी बाहेर आला. त्याचा चेहरा उजळला होता. “आता अपील करायचेच.” त्याने जाहीर केले. “शंकराने कौल दिला. - फूल उजवीकडे पडले.”

“कोणाची उजवी बाजू?” ग्यानला विचारावेसे वाटले; “शिवमूर्तीची की कौल मागणाऱ्याची? हरी समजतो त्याच्या अगदी विरुद्ध कौल कशावरून नसेल?...” हरीचा चेहरा इतका फुलला होता की, अशा तऱ्हेच्या शंकाकुशंका बोलून दाखविणे त्याला इष्ट वाटले नाही.

देवाने दिलेल्या कौलाला वकिलांच्या दृष्टीने काही महत्त्व नव्हते. शंकराच्या मूर्तीवरून फूल उजव्या बाजूला कसे पडले हे हरी अगदी भक्तिभावाने सांगत होता. त्यावर ते वकील फक्त हां हूं करत होते. अपील दाखल करण्याची मुदत संपायला दोन-तीन दिवस राहिले तेव्हा त्यांनी ते जणू अनिच्छेने दाखल केले. तारखेच्या अगोदर तीन दिवस त्यांनी हरीला बोलावणे पाठवले.

“कोनशेटला तालुक्याच्या कचेरीत जमाबंदी कारकून साधारण किती दिवस राहतो?” त्यांनी हरीला विचारले. “साधारण किती वर्षांनी एका कारकुनाची त्या जागेवरून बदली होते?”

“बहुधा एक कारकून तिथे दोन वर्षे असतो... फारतर तीन वर्षे! त्यापेक्षा जास्त

नाही... कधीकधी लवकर बदल्या होतात. एखादे वेळी तर चार महिन्यांतच तो बदलला जातो!''

शर्मांनी त्यांचे विवक्षित हास्य केले. त्यांचे मोठाले डोळे विचारात गढल्यामुळे अर्धवट मिटल्यासारखे झाले. ''माझ्या लक्षात आलं आहे.'' डोळे पूर्ण मिटून ते म्हणाले, ''दादांनी घरातर्फे सारा भरला. अशा ज्या नोंदी आहेत त्या सर्व एका हस्ताक्षरात आहेत... होय! नोंदींचा तेवढा भाग एकाच हस्ताक्षरात आणि एकाच शाईने लिहिलेला आहे.''

''याचा अर्थ?''

''अर्थ उघड आहे... त्या नोंदी मागाहून केलेल्या आहेत. आधी खोट्या सह्या करून बनावट कागद तयार झाले आहेत... ज्या कुणी हे कृत्य केलं असेल त्याच्या हातांत आपण बेड्या ठोकू शकतो. खालच्या कोर्टात आपण तालुका कचेरीतील रेकॉर्ड सादर करण्याची मागणी केली तेव्हाच केसमध्ये घोटाळा झाल्याचं विरुद्ध पक्षाला समजलं. त्यांनी तिथल्या कारकुनाला पैसे चारले असावेत... बाकी तिथल्या कारकुनावरच आळ कशाला? असल्या गोष्टी कोर्टातदेखील होऊ शकतात.''

''हे सगळं खरं असलं तरी खटल्यावर त्याचा काय परिणाम होईल?''

''जज्ज गोरा आहे... स्टुअर्टसाहेब फार कडक आहे; पण न्यायी आहे. बनावट कागदपत्रे झाली आहेत हे शाबीत झालं तर... अरे बापरे! ...त्यांना तो फाडून खाईल.''

''पण हे सिद्ध होईल का?''

शर्मांनी डोळे उघडले आणि हरीवर दृष्टी रोखली.

''मला वाटतं, आपण हा खटला नक्की जिंकणार - जिंकलाच आहे असं समजा.''

''देवानं दिलेला कौल खरा होता तर!'' हरी पुटपुटला.

शंकराच्या कृपेने धाकट्या घराने खटला जिंकला. स्टुअर्टसाहेबाने निकालपत्रात तालुक्याच्या महसूल अधिकाऱ्यांवर सपाटून ताशेरे ओढले आणि ज्यांनी सरकारी कागदपत्रांत खाडाखोड केली त्यांची चौकशी व्हावी, असे प्रतिपादन केले.

मग आनंदाला सीमा राहिली नाही. मोठ्या थाटात शिवपूजेची तयारी झाली. देवघरात रोषणाई करण्यात आली. घरात एखाद्या सणाचे वातावरण पसरले. कॉलेजमधून गावी आल्यावर पहिल्या रात्री ग्यान अंथरुणावर पडला होता तेव्हा हरीच्या गाण्याचे स्वर त्याच्या कानावर पडले. एखाद्या पक्ष्याने झाडावर टिवटिव करावी त्याप्रमाणे हरी स्वतःच्या भसाड्या आवाजात भजन म्हणत होता.

ग्यानला झोप लागली तरी हरीचे भजन चालूच होते.

४

हिंदुस्थानात जमिनीचे तंटे कोर्टाच्या निकालाने संपत नाहीत. सोमवारी पिपलोडच्या शेताचा ताबा घेण्यासाठी ते गेले तेव्हा शेताच्या वाटेवर एक खूप मोठे झाड मुद्दाम आडवे टाकलेले दिसले. तुकारामाला बैलगाडी तिथेच थांबवावी लागली. काळ्या कुळकुळीत रंगाचे अन् काटकुळ्या शरीरयष्टीचे शेतमजूर शेतामध्ये काम करताना दिसत होते.

हरीने गाडीबाहेर उडी टाकली आणि तो मध्ये आडव्या टाकलेल्या झाडाकडे धावत गेला. लांबूनच त्याने अद्वातद्वा बोलण्यास आणि शिवीगाळ करण्यास सुरुवात केली.

सूर्य माथ्यावर आला होता. कडक उन्हात आसपासचे रान आणि भातशेते तळपत होती. सगळीकडे अगदी शांत होते. जणू तिथे वादळापूर्वीची शांतता होती. हरी झाड ओलांडून जाऊ लागला तेव्हा ग्यानच्या अंगावरून कसली तरी चमत्कारिक भीती सरसरत गेली. तो त्याच्या मागे धावला आणि त्याचा हात धरून त्याने त्याला थोपविले.

"आपण शेताच्या हद्दीत जाणं बरं नाही." तो पुटपुटला.

हरीने त्याला जवळजवळ ढकललेच. स्वत:चा हात सोडवीत तो म्हणाला, "शेतात जायचं नाही?... का? हे माझं शेत आहे; हे आपलं आहे."

"आपण परत जाऊ आणि पोलिसात तक्रार देऊ. तेथे कोर्टाचा हुकूम दाखवू." ग्यानने विनंती केली. "नाहीतर वकिलाचा सल्ला घेऊ."

"आता कायदा-बियदा बस झाला." हरी ओरडला. "मीच आता त्यांना माझ्या हाताने बाहेर काढतो."

ग्यानला फारच भय वाटले. शेतमजूर उन्हात काम करीत होते. त्यांचा मुळीच आवाज येत नव्हता. बैलांच्या गळ्यातल्या घुंगरांचा आवाजही अगदी बंद झाला

होता. ग्यानचे तोंडच कोरडे पडले आणि जीभ आत ओढू लागली. एखाद्या यंत्रासारखा तो भावाच्या मागोमाग गेला. झाडावरून उड्या मारून ते पलीकडे गेले आणि शेताच्या मध्यावर जाऊन उभे राहिले. शेतात काम करणाऱ्यांनी त्यांना नक्कीच बघितले होते; परंतु लक्ष नसल्यासारखे दाखवून आपण कामात फार मग्न आहोत, असे दाखविण्याचे त्यांचे प्रयत्न चालले होते.

"काम थांबवा!" एखाद्या मस्तवाल बैलाने डरकाळी फोडावी तशा आवाजात हरी ओरडला. "येथून चालते व्हा! एक क्षणभरही इथे थांबू नका."

मजुरांनी तोंडे फिरवून दोन्ही भावांकडे नजर टाकली आणि काम थांबविले. तळपत्या उन्हात स्तब्ध उभे राहिलेले मजूर भीतिप्रद दिसत होते. प्रत्येकापुढे आपापली सावली पडली होती. स्वत:च्याच सावलीच्या कडेला ते झपाटल्यासारखे उभे होते.

जंगलाच्या कडेला एक लांबडी झोपडी होती. हरीच्या आजोबांनीच ती बांधली होती. मग त्या झोपडीतून गलेलठ्ठ, माजलेल्या शरीराचा, काळ्या रंगाचा विष्णुदत्त बाहेर आला. लांडग्याने गुहेच्या बाहेर पडावे तसे ते दृश्य होते. दाराला दोन्ही हात टेकून तो मस्तवालपणे उभा होता. त्याने डोके पुढे झुकवले होते. धोतरावरून त्याने कातडी पट्टा आवळला होता. त्यातून त्याचे पोट पुढे ओघळत होते.

"माझ्या जमिनीतून चालता हो." विष्णुदत्त ओरडला, "तुला इथे यायचा अधिकार नाही."

"ही जमीन आमची आहे... घर आमचं आहे... शेतं आमची आहेत... तू कसं देत नाहीस तेच बघतो." हरी ओरडून म्हणाला. "तुम्हालाच इथे यायचा अधिकार नाही. तुम्ही कोल्ह्याची अवलाद आहात... मेलेल्या माणसाची हाडे चघळता. एक मिनिटात बऱ्या बोलानं बाहेर व्हा. नाहीतर लाथा मारून बाहेर काढीन."

विष्णुदत्ताने मान वर केली आणि तो फिदीफिदी हसला. "घालव ना बाहेर - असेल छाती तर अंगाला हात लावशील."

हरीचा चेहरा रागाने काळानिळा झालेला ग्यानने पाहिला. त्याने मुठी वळल्या होत्या. डोळे विस्तारले होते; ग्यानच्या मनावर मात्र कसली तरी भीती घोंगावतच राहिली. बाहेर ऊन तळपत होते; पण त्याला हुडहुडी भरली होती.

त्याच्या तोंडून शब्द बाहेर पडत नव्हते; पण मोठ्या कष्टाने तो म्हणाला, "खटला आमच्यासारखा झाला आहे हे तुला माहीत आहे. आम्हाला जमीन परत मिळावी असा कोर्टाचा हुकूम आहे." त्याला स्वत:लाच त्याचे बोलणे मिळमिळीत वाटले. एखाद्या लहान मुलाने गयावया करावी तसे ते होते.

विष्णुदत पुन्हा मोठ्याने हसला. "खटल्याच्या निकालावर अपील वगैरे असतं हे तुला माहीत आहे का?... तुला कळत नसलं तर भावाला माहीत आहे तुझ्या...

त्याला विचार जा.''

"अपील कशासाठी?... आणि कुणापुढे? डिस्ट्रिक्ट कोर्टाचा हुकूम आहे...''

"डिस्ट्रिक्ट जज्ज!'' विष्णुदत्त छद्मीपणे म्हणाला. "हायकोर्ट नावाची काही वास्तू लाहोरला आहे याची दखल आहे का तुला?... आणि त्यानंतर लंडनला प्रीव्ही कौन्सिल आहे... तिथे खटला चालवायचा तर सहज एक लाख रुपये पडतात! तुझा दम तर हायकोर्टातच निघेल. त्या खर्चासाठीच जर धाकटं घर विकावं नाही लागलं तर मी खोट्या बापाचा!... विकणारच असाल तर मला केवढ्याला देशील?

"तू इथून चालता होतोस की नाही?'' हरी ओरडला.

"मुळीच नाही.'' विष्णुदत्ताने सांगितले आणि मजुरांकडे वळून तो ओरडला, "काम सुरू करा रे... बाहेरच्या लोकांच्या बडबडीकडे लक्ष द्यायचं कारण नाही.''

शेतमजूर तसेच स्तब्ध उभे होते. घोट्यापर्यंतच्या चिखलात जमिनीला खिळल्यासारखे ते दिसत होते. त्यांच्याच सावल्यांनी त्यांच्याभोवती फेर धरला होता. त्यांच्यापुढे नाटक चालले होते. ते स्थिर नजरेने पाहत होते.

"मग मी तुला बाहेर काढतो.'' हरी ओरडला आणि त्याने झोपडीच्या दिशेने चालायला सुरुवात केली.

ग्यानने त्याला थोपविण्याचा प्रयत्न केला; पण हरीने रागाने त्याला बाजूला ढकलले आणि तो पुढे निघाला. थरथर कापत ग्यानही त्याच्या मागोमाग गेला. त्याच्या सर्वांगातून घाम निथळत होता आणि ओठ कोरडे पडले होते.

थोडा वेळ विष्णुदत्त झोपडीच्या तोंडाशी उभा राहून त्यांना आत न येण्याविषयी बजावत राहिला. मग एकदम तो मागे फिरला आणि झोपडीत घुसला. तो बाहेर आला तेव्हा त्याच्या हातात कुऱ्हाड होती. तिचे काळे-जांभळे पाते उन्हामध्ये चमकत होते. त्याची काळीकभिन्न आकृती दरवाजा अडवून उभी राहिली. "एक पाऊल पुढे आलास तर खबरदार!'' तो ओरडला. "मी तुला बजावतो... शेवटचंच बजावतो, तिथेच उभा राहा.''

हे बोलताना त्याचा आत्मविश्वास नाहीसा झाल्यासारखा दिसत होता. त्याचा आवाज कापरा झाला होता आणि तो भ्यायला आहे असे दिसत होते.

हरी मात्र जराही डगमगला नव्हता. त्याचा तोल मुळीच गेला नव्हता. तो एकदम थांबला आणि ग्यानच्या खांद्याला धरून म्हणाला, "तू थांब इथेच. मी सगळं बघतो.''

ग्यानला मनातून एकदम बरे वाटले; पण तरीही तो म्हणाला, "मी तुझ्याबरोबर येतो. काय वाटेल ते झालं तरी मला तुझ्याबरोबर आलंच पाहिजे.''

खरे तर त्याला तिथेच थांबावेसे वाटत होते. तिथून पळून जावे आणि त्या जागी

जन्मात पुन्हा कधी येऊ नये, असे वाटत होते. त्या सर्व झगड्यापासून मनाने तो एकदम अलग झाला. हरीचा, त्याच्या वडिलांचा - दादांचा तो झगडा होता. त्याने अहिंसेचे व्रत घेतले होते. त्याची शूराची अहिंसा होती. तो भित्रा नव्हता; पण त्याला त्या लढाईत स्वारस्य वाटत नव्हते!

त्याने हरीचा हात धरला आणि तो पुन्हा अजीजीने म्हणाला, ''आपण परत जाऊया.''

''मूर्खपणा करू नकोस.'' हरी डाफरला. ''या सर्व प्रकारापासून तू लांब असायला हवंस. इथेच उभा राहा. त्या भडव्याचं काय करायचं ते मी पाहतो. चांगलाच घाबरलाय. आता माघार घेणं नाही... आपण बांगड्या भरल्या आहेत का?... आपल्या जमिनीतून त्यानं आपल्याला हुसकावं आणि आपण निमूटपणे जावं हीच आपली लायकी आहे का?''

मग हरी झोपडीकडे वळला. त्याच्या शत्रूच्या हातातली कुऱ्हाड उन्हात चमकत होती. त्याच्या मागोमाग जावे, असे ग्यानला वाटत होते; पण तो जमिनीला खिळून उभा राहिला.

''जवळ येऊ नकोस.'' विष्णुदत्त ओरडला. ''मी तुला बजावतोय तिथंच थांब.'' पण आता त्याच्या आवाजातली भीती स्पष्ट दिसत होती. कावळ्याच्या चीत्काराप्रमाणे शब्द येत होते.

हरी धीम्या चालीने शांतपणे पुढे गेला. लढाईचा शेवट जवळ आला होता. विष्णुदत्ताच्या भीतीची त्याला मौज वाटत होती.

तो पुढे येत आहे असे पाहिल्यावर विष्णुदत्त झपाट्याने मागे फिरला आणि झोपडीत जाऊन त्याने दार लावून घेतले. हरी लगोलग तिथे गेलाच. त्याने दाराला धक्का मारला. त्याच्या धक्क्याने दार खिळखिळे झाले आणि दोन मिनिटांतच तो आत शिरला.

ग्यानच्या छातीत धडधडले. त्याचे हातपाय कापायला लागले. भीतीने त्याच्या पोटात गोळा आला. नीट श्वासोच्छ्वास करणेही त्याला जमेनासे झाले. तरीही तो झपाट्याने तिथे गेला.

पण काही उपयोग झाला नाही. घडू नये ते घडले होते. दारापाशी हरी पालथा पडला होता. त्याचे हात डोक्याकडे वळलेले होते. खांद्यावर कुऱ्हाडीची खूप खोल जखम झालेली दिसत होती. तिच्यातून रक्त वाहणेही बंद झाले होते.

झोपडीत कोणीही नव्हते. मागचे दार मात्र सताड उघडे होते.

५

धाकट्या घरावर मृत्यूची छाया पसरली आणि त्यामुळे सुडाची आग आणखी भडकली. देवघरात शिवपूजेची तयारी नीट मांडून ठेवलेली होती. ग्यानला स्वत:चीच खंत वाटत होती. भित्रेपणाबद्दल तो स्वत:ची निर्भर्त्सना करीत होता. सुडाच्या आगीत मात्र तेल पडत होते.

हरीच्या खुनाच्या आरोपाखाली विष्णुदत्ताला पकडण्यात आले. पाचवडच्या मामलेदाराला दुसऱ्या वर्गाच्या मॅजिस्ट्रेटचे अधिकार होते. एका आठवड्यातच त्याने प्राथमिक चौकशी केली आणि खटला 'सेशन कमिट' केला.

पाचवडच्या तालुका कोर्टात केस मांडण्यासाठी मोठ्या घरातर्फे लाहोरहून प्रख्यात बॅरिस्टर आणण्यात आला होता. काळा झगा घातलेल्या गंभीर, विचारी मुद्रेच्या त्या बॅरिस्टरने जेव्हा तीन दुय्यम वकिलांसमवेत काळोख्या आणि मलीन अशा तालुका कोर्टात प्रवेश केला तेव्हा तो देखावा अपूर्व होता. मिरवणुकीच्या अग्रस्थानी असलेल्या गजराजाप्रमाणे बॅरिस्टरसाहेब दिसत होते.

ते भाषण करण्यास उभे राहिले तेव्हा खेडेगावच्या नाटकात एखाद्या फार मोठ्या नटाने भाग घ्यावा तसे दिसले. खटला चालू असेपर्यंत आरोपीस जामिनावर मुक्त करावे अशी वकिली त्यांनी केली. आपल्या मागणीला पोषक असे अनेक हायकोर्टाचे निकाल त्यांनी वाचून दाखविले. कोर्टाला संबोधून हलक्या आवाजात जेव्हा तो 'माय लॉर्ड' म्हणे तेव्हा मॅजिस्ट्रेटला खूश करण्याचा त्याचा हेतू असे. खरे तर तालुका कोर्टाचा मॅजिस्ट्रेट नुसताच 'युवर ऑनर' होता. पण... बॅरिस्टरसाहेबांनी हेतुपूर्वक त्याला 'माय लॉर्ड'ची बढती दिली होती.

मॅजिस्ट्रेटने बॅरिस्टरसाहेबांचे भाषण शांतपणे ऐकून घेतले. जामिनाची मागणी अमान्य केली.

खुनानंतर बरोबर महिन्याने सेशनची तारीख पडली. दामोदर आणि मोठ्या

घरची सर्व मंडळी कामाला लागली. साम, दाम, दंड, भेद यांपैकी कोणताही उपाय करण्याचे त्यांनी बाकी ठेवले नाही. पैसा तर पाण्यासारखा खर्च होत होता. घरच्या देवाला दहा दिवस महापूजा चालली होती. भगवान विष्णूच्या प्रसादाने विष्णुदास जन्मला होता. खुनाच्या आरोपातून सुटका झाली तर त्यापेक्षाही मोठी पूजा बांधण्याचा नवस करण्यात आला.

वकील आणि त्यांचे कारकून, नातेवाईक, कित्येक वर्षांत ज्यांची तोंडे बघितली नव्हती असे कुटुंबाचे जुने मित्र आणि कित्येक फुकट फौजदार धाकट्या घराकडे पायधूळ झाडायला लागले. खटला काढून घ्यावा असे आडूनआडून किंवा प्रत्यक्ष सुचवू लागले. मोठ्या घरातर्फे तऱ्हतऱ्हेच्या प्रलोभनांची खैरात व्हायला लागली... माघार घ्यायची नाही आणि कशालाही बधायचे नाही, असे ग्यानचे पक्के ठरले होते. "तुम्हाला काय पाहिजे ते करा. विष्णुदत्ताला फासावर लटकावल्याशिवाय मी सोडणार नाही," असे तो प्रत्येकाला सांगत असे. रायसाहेबांचे जावई अनेक होते. त्यांपैकी काकाजी नावाच्या एका जावयाला तर ग्यानने तो सामोपचाराची बोलणी करायला आला असताना सरळ बखोट्याला धरून चक्क बाहेर काढले.

त्यानंतर सामोपचाराची बोलणी करणाऱ्यांची आवक थांबली. खटल्याची तारीख जवळ येत होती.

एके दिवशी संध्याकाळी गावातील भटजीबुवांचे आगमन झाले. ते ग्यानला टाळून एकदम आत शिरले. त्यांनी आजीला बाहेर बोलावले. मोठ्या घरून एक खास निरोप आणला होता. तो फक्त आजीलाच सांगायचा होता.

आजीने पाट मांडला. मांडी घालून भटजीबुवा त्यावर स्थानापन्न झाले... कमावलेल्या हलक्या आवाजात ते बोलत होते. "...ते पिपलोडचं शेत परत द्यायला तयार आहेत. ग्यानने मात्र जरा समजून वागायला हवं."

"दामोदरच्या शब्दावर कुणी विश्वास ठेवायचा?" आजी म्हणाली. "मुलाला वाचवायला तो काहीही कबूल करील."

"मी मध्ये आहे. शिवाची शपथ वाहतो."

आजीने मान हलविली. "तो माझं ऐकणार नाही. कुणाचंच म्हणणं त्याला पटणार नाही."

"त्यानं ऐकलंच पाहिजे. इतका आततायीपणा काय कामाचा? तो मूर्ख आहे. तुम्हीच त्याला नीट समजावून सांगा. त्याचा फायदा कशात आहे हे पटवून द्या... तो काय, कालचा पोर! आणि डोकं तर बापासारखं भडक आहे. सर्वनाश करून घेईल झालं! काय काय बोलतो! म्हणे विष्णुदत्ताला फासावर चढवीन... ही काय बोलण्याची रीत झाली? सगळा मूर्खपणा! विष्णुदत्ताचं काही म्हणजे काही वाकडं होणार नाही. अहो, खुद्द फौजदारसुद्धा मोठ्या घराच्या बाजूने आहेत. तुम्हाला संधी

आहे. मिळतंय ते पदरात पाडून घ्यावं. पुढे तेही मिळायचं नाही. गंगा घरापुढे आहे; पाय धुऊन घ्या. पुढे ती आटली म्हणजे पंचाईत व्हायची!''

आजीने सुस्कारा टाकला. ''ग्यान माझं ऐकायचा नाही. तो कर्ता आहे. त्याला कुणी सांगायचं?''

''क्षमा वीरस्य भूषणम्...'' भटजीबुवांनी सुभाषित पुढे टाकलं. ''धर्मात सांगितलंय की, क्षमाशीलता हे वीर पुरुषाचं भूषण आहे. असं पाहा, जे गेलं ते गेलंच. झालं गेलं गंगेला मिळालं. आता आपण आपलं बघायला हवं. इथे याला जमिनीकडे बघावं लागेल. मग कॉलेजात कसा जाईल? पैसे कुठून येतील याचा विचार नको का करायला?''

''अहो, ज्यानं चोच दिली तो चारा देईलच.'' आजी म्हणाली. ''देवाच्या मनात असेल तसं घडेल. कॉलेजात जाणं न जाणं सारं त्याच्या मर्जीवर आहे. मी ग्यानला काही सांगणार नाही!''

''तुम्ही त्याला सांगायला हवं. तुमचं कामच आहे ते. त्याचं तळपट व्हावं आणि त्यानं पुढे भीक मागावी असं का वाटतं तुम्हाला?''

भटजींच्या तोंडातून लाळ गळायला लागली आणि ते ओठावरून बोट फिरवायला लागले. आजीने पुन्हा स्पष्ट नकार दिला तेव्हा मात्र त्यांचा पारा चढला. जाण्यासाठी उठत ते म्हणाले, ''तुम्ही स्वत:च्या पायावर धोंडा पाडून घेताहात... तुम्हाला सांगणं - सल्ला देणं हे माझं काम. मला वाटलं ते सांगितलं.''

पायात वहाणा घालून ते दरवाजापर्यंत गेले. तिथे ते क्षणभर थांबले आणि पुन्हा परत आले. मग म्हणाले, ''ते आकाशपाताळ एक करत आहेत... शेवटी तेच जिंकतील. तुमचाच नाश होईल. ग्यानने मूर्खपणा करू नये म्हणून तुम्ही त्याला समजावा. तसं केलं नाहीत तर तुमचं कर्तव्य तुम्ही नीट बजावलं नाही असं मी म्हणेन.''

''तुमचा निरोप मी त्याला सांगेन.'' आजीने कबूल केले. ''मी तरी दुसरं काय करू?''

''मुलगा सुटणार याची रायसाहेबांना खात्री आहे. असा तिरसटपणाने वागला तर ग्यानला काहीच मिळणार नाही. त्याला नीट सांगा... मी इकडे यायला निघालो तेव्हा दामोदर काय म्हणाला ते सांगतो- हरीने मागे कर्जापायी शंभर एकर जमीन विकली आहे तीसुद्धा परत करायला तो तयार आहे. आता आणखी काय पाहिजे?... ग्यान पुन्हा चांगला पैसेवाला होईल. पिपलोडचं शेत तर मिळेलच आणि शंभर एकर जमीनही मिळेल. तुमच्या नातवाचं कॉलेजचं शिक्षण होईल. त्याचं लग्नकार्य होईल... तुम्हाला नातसून येईल. घर पुढे सुरू राहील...''

''तुमचं सगळं म्हणणं मी त्याच्या कानावर घालते.'' कंटाळलेल्या आवाजात

आजीने अभिवचन दिले. "काय करायचं ते तो ठरवील... मी त्याला बोलावू का? तुम्ही समक्षच सांगा."

भटजीबुवा एकदम ओरडले, "नको नको!... त्याला नका बोलावू. फार भडक डोक्याचा आहे तो; पण त्याचं हित त्याला कळायला हवं... काकाजींचा खांदा त्यानं जवळजवळ मुरगळला असं ऐकलं... असं वागणं बरं नव्हे."

"त्याचं डोकं ठिकाणावर नाही." आजीने सांगितले. "तो कोणाशी काही बोलत नाही. अहो, एवढंच काय? तो दररोजची पूजाही करत नाही."

"आता अगदी हद्द झाली." भटजी म्हणाले. "तुम्हीच त्याला वळणावर आणलं पाहिजे. मी गेल्यावर त्याला नीट सांगा – त्याचं हित कशात आहे ते समजावून द्या... आणि जे कबूल करील ते शंकराच्या मूर्तीपुढे कबूल करून घ्या... नुसतं फुकाचं बोलणं नको."

संध्याकाळी आजीने ग्यानला भटजींचे म्हणणे सांगितले. त्याने नुसतेच ऐकून घेतले. त्यावर तो काही बोलला नाही. एक शब्दही न बोलता तो स्वत:च्या खोलीत निघून गेला. खोलीची खिडकी उघडून तो गुपचूप बाहेर पडला. आजीला कळलेच नाही. रात्रभर शेतातून आणि जंगलातून फिरत राहिला. शेवटी एक तासभर चौकातील पिंपळाच्या पारावर बसून राहिला. तो परत खिडकीवाटे खोलीत येऊन झोपला तेव्हा पहाट झाली होती आणि कोंबडे आरवत होते.

दुसऱ्या दिवशी सकाळीच बस पकडून तो सोनारवाडीला गेला. या प्रकरणात शर्मा वकिलांचा सल्ला घ्यावा, असे त्याने ठरविले.

मस्तक पुढे झुकवून शर्मा त्याचे बोलणे ऐकत होते. हातातल्या जांभळ्या-तांबड्या पेन्सिलीने टिपकागदावर रेघा मारण्याचा त्यांचा चाळा सुरू होता.

"तुम्ही त्यांचं काही ऐकलं नाहीत ते बरोबर केलंत." ग्यानच्या बोलण्यावर शर्मा म्हणाले. "पण त्या माणसाशी इतकी हिसकाहिसकी करण्याची जरूर नव्हती."

"मला ते सहनच होईना," ग्यानने सांगितले. "विष्णुदत्ताला फासावर लटकावलेला केव्हा पाहीन असं मला झालं आहे आणि हे शहाणे मला येऊन सांगतात की, मी शेतात त्याला बघितलं नाही, अशी साक्ष दे. तो भटजी आला तेव्हा मी नव्हतो म्हणून बरं. नाहीतर त्याला दाखवलं असतं."

वकीलसाहेबांनी मान वर केली आणि विचारले, "त्यांना कुऱ्हाड सापडली का?"

"कुऱ्हाड? ती सापडेलच!"

"सापडेलच! पण सापडली नाही ना? विष्णुदत्तानं ती कुठे लपविली असेल असं वाटत तुम्हाला?"

"जंगलात कुठेही असेल! तिथं दाट झाडी आहे. बंधाऱ्यावरून जाताना त्यानं कदाचित पाण्यातही फेकली असेल."

"त्यांनी तिथे शोध घेतला का?"

"एक पाणबुड्या पाण्यात तपासण्यासाठी धाडल्याचं मी ऐकलं आहे."

"मग अजूनही मिळाली नाही?"

"नाही."

शर्मा टिपकागदावर जोरजोराने रेघोट्या मारायला लागले. मोठ्या त्रिकोणात जांभळ्या पेन्सिलीने लहान त्रिकोण भरण्याचा चाळा त्यांनी सुरू केला. "तुमचा काय तर्क आहे? पोलीस मुद्दाम जाणूनबुजून कुऱ्हाडीचा शोध लावत नाहीत, असं तुम्हाला वाटतं का?" ग्यानकडे निरखून पाहत त्यांनी विचारले. "हे होणार नाही असं नाही... काहीही होऊ शकेल... ऑफिसच्या रेकॉर्डमध्ये त्यांनी फिरवाफिरव केली यावरून काय ते समजा."

"पण खुनाचा खटला आहे. अशा वेळी पोलीससुद्धा..."

"पोलीस!" शर्मांनी चिडून पेन्सिलीचे टोक इतक्या जोराने दाबले की, ते मोडूनच पडले. मग पेन्सिलीची बाजू बदलून आता त्यांनी तांबडे चौकोन गिरवायला सुरुवात केली.

"त्याचा अर्थ एवढाच आहे की, मोठ्या घरच्या लोकांनी जास्त रक्कम सोडली आहे... त्यांना शक्य आहे ते!"

"पण पुराव्याचं काय? मी स्वत: त्याला कुऱ्हाड उगारताना पाहिलं आहे."

वकीलसाहेबांनी पेन्सिल थांबविली आणि डोळे मिटून घेतले. "तुमच्या भावाला प्रत्यक्ष मारताना तुम्ही बघितलेलं नाही." ते म्हणाले. "ही गोष्ट कायद्याच्या दृष्टीने महत्त्वाची आहे हे लक्षात असू द्या आणि दुसरं असं की, तुमच्या साक्षीला फारसं महत्त्व नाही. तुम्ही हरीचे धाकटे भाऊ आहात आणि दोन कुटुंबांतील हा झगडा बरीच वर्षे चालू आहे... वकील लोक यावर जास्त भर देतील. तुम्ही मुद्दाम विरुद्ध साक्ष देत आहात असं सिद्ध करतील."

"पण तिथे जे घडलं ते प्रत्यक्ष बघणारे इतरही सहाजण आहेत." ग्यानने सांगितले. "सगळे गडी तिथे होते. शिवाय तुकाराम-"

"प्रत्यक्ष खून होताना कुणीही बघितलेलं नाही. त्यावरच विरुद्ध पक्ष जोर देईल. तुम्ही जे पाहिलं, तेच त्यांनी पाहिलं. तुम्ही जे ऐकलं, तेच त्यांनी ऐकलं एवढंच फार तर म्हणता येईल; पण ते तरी अशी साक्ष देतील हे कशावरून? ते सगळे त्यांच्या बाजूचे आहेत. तुमचा पुरावा ते खोटा पाडतील."

"बरं झालं जज्ज तरी गोरा आहे," ग्यान म्हणाला. "त्याच्या हातून अन्याय नक्की होणार नाही."

“जज्ज कोणीही असला तरी दाखल झालेल्या पुराव्याविरुद्ध जाऊ शकणार नाही.”

“तो सुटेल असं म्हणता की काय?” ग्यानने विचारले. “त्याचे तोंड आता कोरडे पडले होते.”

वकीलसाहेबांनी कागदावर पुन्हा नवीन त्रिकोण आणि त्यात लहान लहान त्रिकोण भरण्यास सुरुवात केली. “तुकारामाच्या साक्षीवर सर्व अवलंबून आहे. तोच महत्त्वाचा साक्षीदार आहे. त्या लोकांना त्याला भेटू देऊ नका.”

“माझ्यापेक्षाही तुकाराम पक्का आहे.” ग्यान म्हणाला. “तो गडी नाहीच. आमचा चुलताच आहे म्हणा ना!”

“मग ठीक आहे.” वकीलसाहेब उद्गारले. “पण ते त्याला फितविण्याचा प्रयत्न नक्की करतील.”

त्याने सुटकेचा नि:श्वास टाकला. तुकारामवरच सर्व अवलंबून असले तरी भीती बाळगण्याचे कारण नव्हते. तुकाराम विश्वासू होता. धाकट्या घराचा तर त्याला फारच अभिमान होता. “त्याच्याबद्दल शंका नको” त्याने शर्मांना निक्षून सांगितले. “इकडचं जग तिकडे झालं तरी तो उलटायचा नाही. अगदी कुबेराचा खजिना त्याच्यापुढे ओतला तरी तो फिरायचा नाही.”

कागदावरचा त्रिकोण आता पूर्णपणे लाल झाला. शर्मांनी पेन्सिलीचे टोक आकृतीच्या बरोबर मध्यावर टेकवले आणि जोराने दाबले. पुन्हा टोक मोडले.

“पैशांशिवाय इतरही अनेक गोष्टी असतात; त्यामुळेच माणसाला फितवता येते.” वकीलसाहेब पुटपुटले.

ग्यान घरी परतला तेव्हा संध्याकाळ होत आली होती. फौजदारसाहेब व्हरांड्यातल्या वेताच्या खुर्चीत विराजमान झालेले त्याला दिसले. भिंतीजवळच्या बाकावर दोन पोलीस बसले होते.

आजीने त्यांना चहा दिलेला दिसत होता. रिकाम्या कपबशा आणि केळाच्या साली टेबलावर पडल्या होत्या...

ग्यानला बघितल्यावर फौजदारांनी एक ओशट हास्य केले. “जवळजवळ तासभर तुमची वाट पाहतोय.” त्यांनी तक्रारीच्या सुरात सांगितले.

“मी जरा... बाहेर गेलो होतो...” ग्यानने चाचरत सांगितले.

“बाहेर म्हणजे सोनारवाडीलाच ना?”

“हो.”

“कोणत्यातरी वकिलाकडे?”

“होय.”

“ही सरकारी ‘केस’ आहे. तुम्हाला वकिलाच्या सल्ल्याची जरूर नाही... सरकारी वकीलच ती चालवतील आणि रामजी शर्मा तर...” एक मिनिटभर तो थांबला आणि पुढे म्हणाला, “तो तर पक्का हरामखोर आहे... पण मला काय करायचं आहे म्हणा! काही क्षुल्लक गोष्टींचा तपास करायचा आहे मला.” त्यांनी खिसे चाचपल्यासारखे केले, “अरेच्चा! सिगारेट खलास झाल्या वाटतं?” ते पुटपुटले.

“मी आणायला पाठवतो.” ग्यानने स्वत:च्या पाकिटात बघितले. एक रुपयाची नोट नव्हतीच; पाचाची होती. दहाची होती... त्याने पाचाची नोट बाहेर काढली.

“तुमच्या माणसाला कशाला त्रास देता?” फौजदार उद्गारले.

“हरनाम... अरे कासीम,” त्यांनी शिपायांना हाका मारल्या. “बाजारातून सिगारेट घेऊन या बरं. गोल्ड फ्लेक आणा बरं का! दोघंही जा.”

“जी” म्हणत दोघे शिपाई तत्परतेने उठले. त्यांपैकी एकाने ग्यानच्या हातातली नोट घेतली.

“गोल्ड फ्लेकची दोन पाकिटं आणा...” फौजदारांनी हुकूम केला. “आणि काड्याच्या पेट्याही!”

“आणतो साहेब,” ते म्हणाले.

“आणि तुम्हीही काहीतरी खाऊन घ्या.” ते ओरडले. “मला मसाला पान आणा; पण वेळ लावू नका बरं का रे!”

फौजदार आणि त्यांचे शिपाई यांचा कावा ग्यानला कळला; पण त्याचे नशीबच धड नव्हते. रुपयाची नोटच खिशात नव्हती.

“बिचाऱ्यांनी सकाळपासून काही खाल्लं नाही. फार काम पडतं त्यांना!” फौजदार म्हणाले. “इथे मघाशी केळी खाल्ली तेवढीच.”

“तुम्ही मला काय विचारणार होतात?”

“काही विशेष नाही. उगाच थोडी माहिती विचारायची आहे.”

“विचारा ना. काय वाटेल ते विचारा.”

फौजदारसाहेब खुर्चीतच जरा पुढे वाकले, “या गुन्ह्याचा तपास माझ्याकडे आहे. मी विचारणं चमत्कारिक आहे; पण विचारतोच. तुम्ही तक्रार नोंदविली तेव्हा जे जे म्हणालात, तेच कोर्टात सांगणार ना?”

“होय! का बरं?”

फौजदारसाहेबांनी मुंडी हलविली आणि म्हणाले, “माझं बोलणं जरा चमत्कारिक वाटेल... पण... पण... ती आम्हाला सापडतच नाही; त्यामुळे घोटाळा झाला आहे. खून झाला ते हत्यार जर सापडलं नाही तर खटला उभा कसा राहायचा?... आरोप सिद्ध होणे कठीण आहे... काय?”

ग्यानचे तोंड पुन्हा कोरडे झाले. "तुमचा विचार काय आहे?... कुऱ्हाडीचा शोध करायचं तुम्ही सोडून देणार का? अजून प्रयत्न करा."

"आम्ही तपास थांबवलाच आहे. काय करायचं?... कामं फार वाढली आहेत. लोक मात्र थोडे आहेत. म्हणूनच मी विचारतोय... खुनाचा आरोप तुम्ही करणार काय?"

"हो. नक्कीच करणार!" ग्यानने सांगितले, "माझ्या भावाला त्यानं ठार मारलं... माझ्या डोळ्यांनी मी जवळजवळ पाहिलं आहे."

"जवळजवळ पाहिलं आहे," फौजदारांनी मान हलवीत म्हटले. "प्रत्यक्ष पाहिलं आहे असं नाही."

"दुसऱ्या लोकांनीही बघितलं आहे. त्यांची गडीमाणसंही तिथे होती."

फौजदार ओठातल्या ओठात हसला. त्याचे डोके मात्र तसेच चैतन्यहीन राहिले. "इतर लोकांनी विष्णुदत्ताला पाहिलेलं नाही. निदान ते तसं म्हणत नाहीत. ते खोटारडे आहेत. आम्ही बिचारे पोलीस! लोक कसे बदमाश आहेत. न्यायाच्या कामातही आम्हाला मदत करत नाहीत... खरं काय आहे ते बाहेर काढण्याचा आम्ही फार प्रयत्न केला. त्यांना... त्यांना... इंगाही दाखवला; पण उपयोगच नाही! आपलं नशीब; दुसरं काय?"

ते खरे बोलत नाहीत, हे ग्यानला कळत होते. त्याच्या पोटात खड्डा पडल्यासारखा झाला. पाठीवरच्या मणक्यातून पाल सरसरत जावी तसे वाटले.

"म्हणूनच मला विचार पडला होता..." हलक्या, कमावलेल्या आवाजात फौजदार म्हणाले. अशा परिस्थितीत पुढे जाण्यात तरी काय अर्थ आहे? मला कळलं कुणीतरी म्हणालं की, तुम्हीसुद्धा आरोप मागे घेण्यास तयार आहात..."

"ते शक्य नाही." ग्यान ओरडला.

फौजदारसाहेबांच्या चेहऱ्यावरचे हसू मावळले. चेहरा क्रुद्ध दिसू लागला. आवाजाला धार चढली, "मग बोलणंच खुंटलं! आता पुढे काही सांगायचं कारणच नाही."

"मी माझा आरोप मागे घ्यावा असं म्हणत असाल तर न बोललेलंच बरं." ग्यान म्हणाला. "त्या माणसानं खून केलाय - त्याला शिक्षा व्हायलाच हवी. या प्रकरणात योग्य तो न्याय होईल हे बघणं तुमचं काम आहे."

फौजदारसाहेब जरा सावरून बसले. "आमचं काम आम्ही करतोच हो! पण इथे जरा अडचण आहे - तुमच्या एकट्याच्या म्हणण्यावर आम्ही तरी आरोप कसा ठेवायचा?"

"मी आहे... तुकाराम आहे. आमची दोघांची साक्ष पुरेशी आहे. तोही तिथे होता. त्यानं सर्व बघितलं आहे. तो खोटं बोलायचा नाही."

दरोगासाहेब स्वत:च्याच विचारात गढले होते आणि त्याच्याकडे रोखून पाहत होते. पुढे बोलण्याची जरुरीच नाही; हे त्या दृष्टीनेच ग्यानला सांगितले.

काही वेळ दोघेही गप्पच होते. "हा टिकाराम कोण आहे हे एकदा बघितले पाहिजे."

"टिकाराम नव्हे; तुकाराम!"

"हं! तुकारामच!... तुमच्यासारखा तोही भडक डोक्याचा आहे का हेच बघायला हवं. त्याचा जबाब घेण्यासाठी मी त्याला फरासखान्यात घेऊन जातो."

ग्यानची छाती भयाने धडधडली. "तसं कशाला?... तुम्ही इथेच त्याचा जबाब घेऊ शकता... आत्ता घ्या पाहिजे तर. तेच बरं होईल." तो भेदरलेल्या आवाजात म्हणाला.

दरोगासाहेबांनी नकार दर्शवण्यासाठी मान हलवली. त्यांचा नाइलाज होता. "इथं जबाब घेता यायचा नाही. फरासखान्यात घेणं बरं... तिथं कोणाची भीती नाही- कुणाचा दबाव राहात नाही. साक्षीदाराला मोकळेपणाने बोलता येतं... आणि... आणि... तिथे इतरही कित्येक सोयी असतात!..."

"मी त्याला पाठवू शकणार नाही." घसा साफ करीत ग्यान म्हणाला. "तो आमचा गाडीवान आहे. घरात तोच एक नोकर आहे. तो सारखा इथं असणं जरुरीचं आहे. तो नसला तर आमचे हात मोडतात. घरात बैल आहेत. त्यांचं चारा-पाणीही तोच करतो."

फौजदारसाहेबांनी कपाळाला आठ्या घातल्या. "तो घरात असायला हवा. मग मी काय करू?... जाब-जबाब कसे घ्यावेत, कुठे घ्यावेत याचे काही नियम आहेत... अशा वेळी साक्षीदार एकटा हवा. त्याच्यावर कुणाचं दडपण येता कामा नये. हे न्यायाचं काम आहे. प्रत्येकाची थोडी गैरसोय होणारच." स्वत:चे दात विचकत तो हसला आणि म्हणाला, "अरे वा!... सिगारेट आल्या की! ...अरे बाप रे! तुम्हाला नुसती पाकिटं आणायला सांगितली आणि लेको, तुम्ही दोन टिन आणलेत? काय म्हणावं तुम्हाला?"

"दुकानदाराकडे पाकिटं नव्हतीच," हरनामने सांगितले, "फक्त पन्नासचा डबाच होता."

तीन दिवसांनी तुकाराम परत आला. मागीलदाराने, चोरपावलांनी लंगडत तो आला. त्याच्या अंगावर माराच्या खुणा नव्हत्या, पण त्याला धड चालवतही नव्हते. त्याचा चेहरा भेदरला होता. मेलेल्या माणसाप्रमाणे त्याचे डोळे निस्तेज दिसत होते. आजीचे लक्ष जाण्यापूर्वी, मागच्या पडवीत तो बराच वेळ बसला असावा. त्याने मान खाली घातली होती. अपराध्यासारखा तो दिसत होता. आजीने त्याला चहा दिला

आणि मग ग्यानला हाक मारली.

चहा पिताना त्याचे हात थरथर कापत होते. ग्यान त्याच्याकडे तिरस्काराने बघत उभा राहिला. आजी स्वयंपाकघरात गेल्यावर त्याने विचारले, "पोलिसांनी काय केलं?"

तुकारामने भेदरलेल्या नजरेने मालकाकडे पाहिले; पण तो काही बोलला नाही.

"बर्फाच्या लादीवर त्यांनी तुला नग्न करून निजवलं का?"

तुकारामने मान हलवली; त्याच्या डोळ्यांतून अश्रू ओघळले. "नाही... पण... बर्फाची एक मोठी कांडी... त्यांनी... कसं सांगू?... माझ्या... अगं, आई गंऽ. सहन झालं नाही..."

"मग पुढे?"

"मिरच्यांचं तिखटदेखील घातलं!... कुठे ते विचारू नकोस... सगळंच घाणेरडं आहे... फार भयंकर आहे."

"सांग- सगळं सांग."

"काय सांगू? मला खाली पाडून पायाच्या तळव्यावर काठ्यांनी ते सारखं मारत होते. त्यानं जखमा होत नाहीत; पण फार त्रास होतो."

"तू बिनडोक आहेस... ओरडला का नाहीस? बोंब मारायची की, ते तुला मारताहेत म्हणून; म्हणजे रस्त्यानं जाणारा कुणीतरी धावून आला असता."

"कसं ओरडणार? पोलिसांची ती जाड चप्पल त्यांनी माझ्या घशापर्यंत कोंबली होती ना? बाप रे!... मेल्याहून मेल्यासारखं झालं बघा. अपमान तर झालाच; पण शरीराचं दुःख सहन करण्याच्या पलीकडचं होतं... मी मेलोच असतो... आता मला जाऊ द्या. इथं राहणं शक्य नाही. गावात कुणाला तोंड दाखवावंसं वाटत नाही."

रागाने ग्यान लालबुंद झाला. त्याच्यासमोर म्हातारा धापा टाकत, कण्हत-कुथत बसला होता. चाबकाने त्याला झोडपून काढावा असं त्याला वाटलं; पण प्रयत्नपूर्वक शांत राहत तो म्हणाला, "त्यांनी सांगितलं, तसं लिहून दिलंस का?... पहिल्यांदा जबाब दिला होतास तो बदललास ना?"

तुकारामने तोंड गुडघ्यात लपवले आणि तो ढसाढसा रडायला लागला. हुंदक्यामुळे त्याचे सर्वांग थरथरत होते.

"बोल!... खरं सांग."

तो काही बोललाच नाही. पुढे होऊन ग्यानच्या पायावर त्याने लोळण घेतली "मला माफ करा... मी पदर पसरतो... इतकं वय झालं; पण आजपर्यंत कुणाच्या पाया नाही पडलो... तुमचं अन्न खालं; पण बेइमान झालो... आता मला हे सहन होत नाही."

ग्यानने पायानीच त्याला दूर ढकललं. "हेच मला पाहिजे होतं..." तो

म्हणाला, "चालता हो माझ्या घरातून, तुझं तोंडही बघायचं नाही मला."

खाली मान घालून तुकाराम मालकापुढे उभा राहिला आणि रडू लागला. ग्यानच्या मनात त्याच्याविषयी मुळीच आपुलकी उरली नव्हती. अंगणात बैल बांधले होते. त्यांच्या गळ्यांतील घंटांचे आवाज ऐकू येत होते. तुकाराम कण्हत खाली बसला आणि केविलवाणे म्हणाला, "मी कुठ जाऊ?... या घराशिवाय मला दुसरं घर नाही."

"चल, नीघ इथून! तू मला इथे नको आहेस."

त्याने सदऱ्याच्या बाहीने डोळे पुसले. पुन्हा घंटा स्पष्ट ऐकू आल्या. "राजाला नि सरजाला पाणी दाखवायची वेळ झाली आहे." तो पुटपुटला.

"तू चालायला लाग, एवढंच सांगतो."

म्हाताऱ्याने ग्यानकडे करुण दृष्टीने पाहिले. भक्ष्याने पारध्याकडे पाहावे तशी त्याची नजर होती. भिंतीला धरून एक/एक पाऊल उचलत तो दाराकडे गेला. तो दिसेनासा होईपर्यंत ग्यान त्याच्याकडे बघत उभा होता.

६

खुनाच्या आरोपातून विष्णुदत्ताची सुटका झाली. तो दिवस धाकट्या घरी सुतकासारखा गेला. आजीची नेहमीची स्थितप्रज्ञ स्थितीही त्या दिवशी ढळली. अनादि काळापासून शिवमूर्तीपुढे तेवत असलेली समई त्या दिवशी विझून गेली.

कोर्टात ग्यानखेरीज कोणत्याही साक्षीदाराने विष्णुदत्ताला प्रत्यक्ष शेतात पाहिल्याचे सांगितले नाही. शेतमजुरांनी शपथेवर साक्ष दिली की, त्यांनी तर विष्णुदत्ताला कित्येक दिवसांत बघितलेच नाही.

स्वत:ची दृष्टी अधू असल्याचे तुकारामाने कबूल केले. कोर्टाने विचारल्यावर त्याने सांगितले, ''मला फार लांबचे नीट दिसत नाही... जरी माझे डोळे धड असते तरी शेताच्या दुसऱ्या टोकाला काय चालले आहे हे मी सांगू शकलो नसतो. कारण त्या ठिकाणी एक मोठं वडाचं झाड उन्मळून पडलेलं आहे... त्याच्या पलीकडचे काहीही दिसणे शक्य नाही.'' आपण दिलेला पहिला जबाब लहान घराविषयीच्या प्रेमामुळे दिला, असेही त्याने उलटतपासणीत कबूल केले.

''भेकड... नादान!'' तुकारामाची साक्ष चालू असतानाच ग्यान स्वत:शीच पुटपुटत राहिला. एखाद्या पाठ केलेल्या भाषणाप्रमाणे तुकारामने बिनचूक साक्ष दिली. तो कुठेही अडखळला नाही. त्याच वेळी त्याला स्वत:चा भित्रेपणाही आठवला आणि त्याचे मन खिन्न झाले. त्या दिवशी हरीबरोबर न जाता तो भेकडपणाने मागेच रेंगाळत राहिला होता... पोलिसांच्या मारपिटीच्या भयाने साक्ष बदलली असे तुकारामाला निदान म्हणता तरी आले असते; पण त्याने स्वत: काय पायात शेपूट घातले होते?... अहिंसेच्या व्रताचा आणि त्या दिवशीच्या त्याच्या भेकडपणाचा संबंध होता का?... ब्रिटिश सरकारशी लढण्यासाठी अहिंसा हे शस्त्र होते. राजकीय डावपेचांचा तो एक भाग होता... व्यक्तिगत आयुष्यात अहिंसेने वागणे रास्त होते का?

फौजदारसाहेबांनी नवी कोरी करकरीत मोटारसायकल घेतली. मोठ्या घरी पूजेचा संकल्प झाला. पुरोहितांची गडबड सुरू झाली.

निकालानंतर तीन दिवसांनी दुपारच्या जेवणाच्या वेळी आजीने विचारले, "तू कॉलेजला परत केव्हा जाणार आहेस?"

त्याने तिच्याकडे चमकून पाहिले. हरीच्या मरणापासून त्याच्या मनात कॉलेजचा विचारही कधी आला नव्हता. "कॉलेज? छे...! आता नको ते काही."

"तुला जायलाच हवं. शेवटचं वर्ष तर राहिलंय."

त्याने नकारार्थी मान हलवली. जीवनातला तो भाग आता संपला होता. "मला आता इथं असायला हवं... शेतीवाडीकडे बघायला हवं... तू तरी एकटी कशी राहणार?"

"मला कोणाची जरूर नाही." ती शांतपणे म्हणाली. "तू जा आणि अभ्यास पुरा कर. मोठा हो. पुढेमागे कलेक्टरदेखील होशील. तुझ्या वडिलांची तशीच इच्छा होती... हरीचीसुद्धा!... निदान त्यांच्यासाठी तरी तू शिकायलाच हवं."

"हरीनं माझ्यावर उपकाराचा डोंगर रचला आहे." तो गंभीरपणाने म्हणाला. "मी नीट वागलो असतो तर तो मेला नसता."

आजी बोलतच होती- "त्यानं बिचाऱ्यानं कधी स्वत:साठी नवा कोट केला नाही की वहाणा घेतल्या नाहीत! तुला शिकवायचा एकच ध्यास होता. खूप मुली सांगून आल्या; पण लग्नाचं नाव नाही काढू दिलं आणि त्याची शेवटची इच्छा पुरी करायला तू तयार नाहीस?"

त्याला शंका आली की, तिचे डोकेबिके फिरले आहे की काय? शिक्षणासाठी पैसा कुठून आणायचा? फक्त पन्नास एकर जमीन बाकी उरली होती. तिच्यावर कसेबसे जगता आले असते; पण कॉलेज कसे शक्य होते? हरी होता तेव्हाची गोष्ट वेगळी! सगळे सोडून मी कॉलेजला जावे असे हिला वाटते तरी कसे?

"जमीन खंडाने देऊ. कुळ ती करील." त्याचे विचार ओळखून आजी म्हणाली, "जरी सगळा खंड मिळाला नाही तरी हरकत नाही. नाहीतरी बैल विकावेच लागतील."

"राजा आणि सरजा विकायचे? हरीला ते मुलासारखे होते."

"काहीतरी बोलू नकोस; बैल ते बैल... मुलासारखे कसे असतील ते?"

"त्यांची वयं दहा वर्षांच्या वर आहेत. असले बैल कोण विकत घेणार?"

"सोनारवाडीला लशीचा कारखाना आहे. गुरं विकत घ्यायला ते नेहमी तयार असतात. त्यांना सांगितलं की, ते घेऊन जातील."

"तिथे गुरांचं काय करतात माहीत आहे?" ग्यानने रागाने विचारले. "सुरीनं सर्व शरीरभर आधी पट्टे ओढतात. नंतर त्या जागी त्यांना देवीची लस टोचतात. मग

ती गुरे मरायला टेकतात... ती लस मग बाहेर काढून घेतात... आणि गुरं कसायाला विकून टाकतात... नुसती हाडं उरतात त्यांची.''

आजीने मान हलवली. ''मला माहीत आहे.''

''तू मला तिथे राजा आणि सरजा विकायला सांगतेस!''

''गुरं ती गुरंच!... त्यांचा फार विचार करता कामा नये.'' आजीने स्पष्ट केले. विश्वास बसणार नाही असे ती बोलत होती. राजा आणि सरजा जन्मले तेव्हापासून तिनेच त्यांना वाढवले होते. स्वयंपाकघराच्या उंबऱ्यातून नुसती हाक मारायचा अवकाश की, तिच्याकडे ते दोघे हंबरत, धावत येत... तुकाराम दररोज त्यांचा खरारा करी आणि गळ्यातल्या घंटा घासूनपुसून लखख ठेवी. राजा आणि सरजाच्या पायांना त्रास होऊ नये म्हणून स्टेशनवरून येताना तोही हरीबरोबर चालत आला होता. गाडीत न बसता दोघेही पायीच चालले होते त्याला ती आठवण झाली.

दुसरी एखादी वेळ असती तर त्याने तिला वेड्यात काढले असते; पण तो इतकंच बोलला, ''बैल विकून फारसे पैसे मिळायचे नाहीत... कारखान्यातले लोक गुरांच्या वजनावर पैसे देतात- एक पौंडाला दोन आणेप्रमाणे!... जास्तीतजास्त दीडशे रुपये येतील त्या दोघांचे.''

''दीडशे म्हणजे काही कमी नाहीत! आपल्याला तेवढ्याचीही जरुरी आहे.''

''पण कॉलेजात जायचं म्हणजे कमीतकमी सातशे रुपये तरी हवेत.''

''मला कळतं तेवढं.'' आजी म्हणाली. ''राहिलेले पाचशे हे विकून उभे करू.''

तिच्याकडे टक लावून तो पाहायला लागला; पण तेवढ्यात तिने हातांतल्या सोन्याच्या पाटल्या काढल्या होत्या. ''दोन्ही मिळून दहा तोळ्याच्या आहेत.'' ती म्हणत होती. ''निदान केल्या तेव्हा त्या दहा तोळ्याच्या होत्या...''

पन्नास वर्षांपूर्वी पाटल्या केल्या तेव्हा आजी लहान बालिश मुलगी होती... आजोबांबरोबर पळून जाण्याचे बंड तिने केले होते. आता ती म्हातारी झाली होती. तोंडावर सुरकुत्यांचे जाळे पसरले होते. तिचे भुंडे हात बघून त्याच्या डोळ्यांत टचकन पाणी आले.

त्याच्या ताटापुढे दोन्ही पाटल्या ठेवून ती उठली. ''मागचा भात तू घेतला नाहीस.'' ती म्हणत होती. ''थांब जरा. दही घालते. तुला नेहमीच दही लागतं.''

''समजा, मी कॉलेजला गेलो तर तुझं कसं होईल?''

''माझी मी खंबीर आहे. एखादी मोलकरीण ठेवू. धुणं-पाणी ती करील. माझी काळजी नको.''

''इथं कोणी नसल्यावर सगळं तुझ्यावरच पडेल.''

''आता उगीच नसते फाटे फोडू नकोस. तू आपला कॉलेजला जा आणि

अभ्यासाचं बघ.''

आपल्याशिवाय आजी जगू शकेल हे कळल्यावर ग्यानला धीर आला. त्याला तीच काळजी होती.

''मग ठीक आहे.'' त्याने सांगितले. ''अजून पन्नास एकर जमीन आहे. तिच्यावर एकटा जीव सहज जगेल.''

''होय ना!'' दह्याची दगडी त्याच्यापुढे ठेवीत आजी म्हणाली, ''शिकणं का सोडायचं!... आता तर एकच वरीस राह्यलं आहे. मी काय, पिकलं पान! आज आहे अन् उद्या नाही; केव्हा गळून पडेल याचा नेम नाही.'' तिने मान हलवली आणि विचारले, ''तुला परत केव्हा जावं लागेल?''

तिने सगळाच प्रश्न सोपा केला होता. तरीही तो म्हणाला, ''आजी, मी कॉलेजला जाणार नाही.''

तिने नातवाकडे टक लावून पाहिले. स्वत:च्या बोलण्यातला खोटेपणा तिला कळला असावा अशी भीती त्याला वाटली; पण आता काळजी नव्हती. मन एकदम हलके झाले. हरी गेल्यापासून भूक अशी आजच त्याला लागली. त्याने भातावर दही घेतले आणि कालवण्यास सुरुवात केली.

ठरल्याप्रमाणे राजाला आणि सरजाला लशीच्या कारखान्यातल्या लोकांनी नेले. जाताना त्यांनी आजीच्या हातचा हिरवा चारा मजेनं खाल्ला आणि गळ्यातल्या घंटा किणकिणत ते गेले.

त्यानंतर ग्यानने कुऱ्हाड शोधण्यास आरंभ केला. दररोज सकाळी सूर्योदयापूर्वी न्याहारीचे बोचके घेऊन तो घर सोडी; रात्री दमूनभागून परत येई तेव्हा त्याचे डोळे लाल झालेले आणि कपडे धुळीने माखलेले असत. आजीला प्रथम वाटले, हरीसारखाच तोही शेतात कामाला जात असेल. पुष्कळ वर्षांपूर्वी दादाही तसेच जात असत. ग्यानचा चेहरामोहराही त्यांच्यासारखाच तिला वाटे; परंतु बैल विकल्यावर काही दिवसांनी एक खंडकरी घरी येऊन पेरणीसाठी भात मागायला लागला तेव्हा ग्यान शेतावर जात नाही हे तिच्या लक्षात आले. त्या संध्याकाळी तिने त्याला विचारले, ''खालच्या शेतावरचा मोहनसिंग आला होता. त्याला भात पाहिजे होतं. तू एकदाही शेतावर गेला नाहीस असं म्हणत होता तो.''

''जाईन उद्या.'' ग्यानने सांगितले.

''आज कुठे गेला होतास?''

''आज ना ... आज... आज गेलो होतो दुसऱ्या कामाला. रोज उठून शेतावर कशाला जायला हवं? त्याने चिडखोरपणाने विचारले,

आजीने तो विषय तिथेच सोडला. ''बरं तर!... उद्या जा.'' तिने सांगितले.

दुसऱ्या दिवशी तो स्वत:च्या शेतावर गेलाच नाही. दररोज तो पिपलोडच्या

शेतात जात होता. तिकडेच गेला.

शेतात किंवा झोपडीत कोणीही नव्हते. तिथे खून झाला होता हे सर्वांना माहीत होते. जागा झपाटलेली होती. शांत केल्याशिवाय तिथे पाऊल टाकायलाही कुणी मजूर तयार नव्हता. शांत अजून झाली नव्हती; त्यामुळे तो परिसर निर्मनुष्यच होता.

ग्यानने आपले काम सुरू केले. विष्णुदत्ताच्या कुऱ्हाडीचा नीट शोध करण्याचे त्याने ठरविले होते. झोपडीत आणि जंगलात त्याने तपास केला होता; पण काही मिळाले नव्हते. त्या दिवशी थकून गवतावर पडल्यावर विष्णुदत्ताने पळताना फरशी कुठे टाकली असेल याबद्दलच त्याचा विचार चालू होता. विष्णुदत्ताच्या जागी त्याने स्वत:ला कल्पिले. हातात कुऱ्हाड घेऊन फार दूरवर पळणे शक्यच नव्हते. त्या कुऱ्हाडीचे पातेच पाच पौंड होते आणि दांडा चार फूट लांब होता. एवढी मोठी वस्तू कुठेतरी लपविणे अशक्य होते.

मग नेहमीप्रमाणे शेतातील बंधाऱ्याबद्दल त्याचे विचार सुरू झाले. झोपडीपासून एक पाऊलवाट तिकडेच जात होती. त्याच रस्त्याने विष्णुदत्त पळाला असावा. तो खूप ताकदवान गडी आहे. बंधाऱ्यावरून जाताना त्याने कुऱ्हाड पाण्यात भिरकावली असेल तर ती नक्कीच खोल पाण्यात पडली असणार! तिथे पाणी किती खोल आहे? तीस फूट? की त्यापेक्षाही जास्त? तलावाचा तळ कसा असेल? तिथे नक्कीच चिखल असणार!

वर आकाश ढगाळलेले होते. कोबीच्या गड्ड्याप्रमाणे ढग दिसत होते. पावसाळा सुरू व्हायला आता सारे मिळून आठ-पंधरा दिवस अवकाश होता. त्यानंतर कुऱ्हाडीचा शोध घेणे मुश्कील होते.

ग्यान तलावाकडे पाहत स्तब्ध बसला. थोड्या वेळाने त्याने न्याहारी केली... फार खाऊन उपयोग नव्हता. पाण्यात बुडी मारताना फार खाल्लेले नसावे हेच बरे! त्याने हात धुतले आणि पाच-दहा मिनिटे पडून राहिला. मग कपडे काढून पाण्याकडे चालू लागला.

त्याने ठिकठिकाणी बुड्या मारून पाहिल्या. जंगलाचा कोपरा न् कोपरा त्याने धुंडाळला होता. पाण्याचा तळही तसाच शोधण्याचा त्याचा निश्चय होता. त्या दिवशी संध्याकाळपर्यंत एकदशांश तलाव तपासून झाला. तेवढ्या श्रमांनीही तो पार दमून गेला.

तीन दिवस झाले... फक्त एक तृतीयांश तलावच बघून/तपासून झाला होता. चौथ्या दिवशी पाचव्या की सहाव्या बुडीला त्याला ती सापडली. तळाशी चिखलाचा रंग पांढरा होता; त्यामुळे ती कुऱ्हाड त्याला स्पष्ट दिसली. लांबूनच तिचे पाते त्याला दिसले.

पोलिसांजवळ उत्तम धंदेवाईक पाणबुडे असताना ती कशी सापडली नाही याचे

त्याला आश्चर्य वाटले. त्यांना खरोखरच कुऱ्हाड सापडली नाही की त्यांनी तसा देखावा करून वेळ मारून नेली याचा त्याला संभ्रम पडला.

त्याच दिवशी संध्याकाळी ग्यान पोलीस चौकीत गेला आणि त्याने दरोगासाहेबांची भेट मागितली. काही मिनिटे बाहेर थांबल्यावर एका शिपायाने त्याला आत नेले.

"काय काम आहे?" दरोगांनी रागावून विचारले.

"मी थोड्याच वेळापूर्वी विष्णुदत्ताचा खून केला आहे." ग्यानने सांगितले. "त्याने माझ्या भावाला ज्या कुऱ्हाडीनं मारलं तिनंच मी त्याला मारलं."

त्याचे कपडे रक्ताने भरले असल्याचे दरोगाच्या लक्षात आले.

"ती कुऱ्हाड मला शोधावी लागली." ग्यान सांगत होता. "विष्णुदत्ताला त्याच कुऱ्हाडीनं मारण्यात महत्त्व होतं."

७

आपण सामर्थ्यशाली युवक बनावे अशी देवीदयाळची इच्छा होती... शरीर पीळदार व्हावे, छाती रुंद असावी अशी त्याची आकांक्षा नव्हती; पण अंगात चपळाई असावी आणि प्रतिपक्षाला एका फटक्यात नामोहरम करावे असे त्याला वाटे. 'ज्यूडो' पद्धतीच्या चढाईत तसे शिक्षण मिळते म्हणून त्याने 'ज्यूडो' शिकण्यास सुरुवात केली होती. भारतातल्या कुस्तीपेक्षा किंवा युरोपातील मुष्टीयुद्धापेक्षा 'ज्यूडो'ची चढाई जास्त परिणामकारक असते, असे त्याचे मत होते. कोणत्याही गोऱ्या सोजिराबरोबर एकट्याने लढाई करण्याचा प्रसंग आल्यास आपण मागे पडू नये याची तो खबरदारी घेत होता.

हिंदू, मुसलमान किंवा शीख हे सर्वच तेव्हा ब्रिटिशांचा द्वेष करीत. देवीलाही ब्रिटिशांचा संताप येई. ब्रिटिशांचा द्वेष हीच सार्वत्रिक भावना होती. स्वातंत्र्याच्या लढ्यात सर्व जाती-जमाती एक झाल्या होत्या याचे कारण तेच होते.

एकोणिसाव्या वर्षीच त्याने आपले इप्सित साध्य केले होते. त्याचे स्नायू बळकट होते. प्रतिकार करण्यात तो चपळ झाला होता. प्रतिपक्षाला पोलादी पंजाच्या एका घावातच आपण जन्माची अद्दल घडवू शकू असा त्याला विश्वास होता. त्याने स्वत:चे मनगट मजबूत केले होते. एकदा खरोखरचा झगडा व्हावा आणि आपली ताकद अजमावून पाहावी अशी त्याला इच्छा होती.

'ज्यूडो'मध्ये तरबेज होण्यासाठी त्याला सहा वर्षे लागली होती. त्याच एका अभ्यासात आणि शिस्तीत त्याने ती वर्षे व्रतासारखी काढली होती. देवीपुढच्या प्रार्थनेचे खूळ त्याला मान्य नव्हते. त्याचा त्यावर तीळमात्रही विश्वास नव्हता. त्याला ज्यूडो शिकवणाऱ्या जपानी पहिलवानाचा तसा हट्ट होता म्हणून तो दररोज तशी प्रार्थना करीत होता. एखाद्या गोरिलाप्रमाणे आणि विषारी नागाप्रमाणे फूत्कार टाकणाऱ्या 'टोमंगा'चे सांगणे असे की, ज्यूडोचा उपयोग कधीही दुसऱ्याला त्रास

देण्यासाठी करू नये. प्रतिपक्षाला कायमचे अधू करून जीवनातून उठवू नये. मात्र, देवीदयाळला ते पटणे शक्यच नव्हते. एखाद्या गोऱ्या सोजिराला नेस्तनाबूत करण्यासाठी तो आसुसला होता.

ज्यूडोची कला सहा वर्षांपूर्वीच हस्तगत झाली असती तर फार उत्तम झाले असते; असे त्याला वाटे. त्या काळात तो कृश, लाडावलेला, कपड्यांचे थरावर थर परिधान करणारा असा श्रीमंताचा मुलगा होता. मस्तवाल बैलाप्रमाणे दिसणाऱ्या स्कॉटिश पलटणीतील त्या गोऱ्या सोजिराने त्याला चिमटीमध्ये धरून दूर फेकले होते. त्या प्रसंगाची बोच त्याच्या मनात कायम होती.

१९३३ मधील उन्हाळ्याचे दिवस होते. वडील युरोपच्या सफरीवर गेले होते. शाळेचा कसला तरी कॅम्प होता. सुंदरी तिकडे गेली होती. संध्याकाळी खूप उशिरा सिनेमा सुटल्यावर देवीदयाळ सायकलीवरून घरी चालला होता. हॉकी खेळायला जाण्याऐवजी चोरून तो नॉर्मा शिअरच्या सिनेमाला गेला होता. आईला ते कळू नये म्हणून तो मागच्या दाराने आत शिरत होता. पाऊलवाटेने आत येत असतानाच पिंपळाजवळ टिपूर चांदण्यात त्याला गोऱ्या सोजिराची राक्षसासारखी आकृती दिसली. भिंतीला टेकून एक बाई निश्चल उभी होती. तो सोजीर बाईवर वाकला होता. ती बाई दुसरी तिसरी कोणी नसून त्याची आईच होती. त्या दृश्याने त्याला धक्का बसला आणि भयाने त्याचे अंग थरारले. तो सोजीर तिच्या चोळीची गाठ सोडण्यासाठी धडपडत होता. थोड्याच वेळात गाठ सुटली आणि आईचे पांढरे स्तन मोकळे झाले. मग त्याने तिच्या निरीला हात घातला आणि तो साडी सोडू लागला. त्याची आई त्या शुभ्र चांदण्यात अर्धांग झाल्याप्रमाणे स्वस्थ उभी होती. मग त्याने खाली वाकून आपले डोके तिच्या दोन्ही स्तनांमध्ये ठेवून घुसळले.

देवी रागाने बेभान झाला. बायसिकल फेकून देऊन त्याने सैतानाच्या अंगावर उडी मारली आणि त्याला लाथा-बुक्क्या मारण्यास सुरुवात केली. घाणेरड्या शिव्या देत सोजीर मागे सरकला. त्याच्या पलीकडे भीतीने अर्धमेली झालेली आई त्याला दिसली. धडपड करून त्याच्या हातातून ती निसटली आणि घरात पळाली.

त्यानंतर तो राक्षस त्याच्याकडे वळला आणि देवीचे दोन्ही हात हातावर घट्ट धरून त्याला त्याने खूप जोरात आवळले. देवी घामाघूम झाला. त्या माणसाच्या श्वासाला दारूची दुर्गंधी येत होती. त्याने मग देवीला एका झटक्यात वर उचलले आणि भिंतीवर आदळले.

"ए गड्ड्या!" त्याच्या खांद्याला धरून सोजीर ओरडला, "इथं कशाला कडमडलास? मी चांगली तिला खाली पाडली होती..."

मग त्याने त्याला सोडले आणि खिशात हात घालून शीळ वाजवत तो निघून गेला. त्याने मागे वळूनही पाहिले नाही. त्याच्या विजारीचा पट्टा चंद्रप्रकाशात

चमकत होता. तो लांबवरूनही दिसत होता.

तो दिसेनासा होईपर्यंत देवीदयाळ भिंतीपाशी तसाचा उभा राहिला. त्याला स्वत:चीच शरम वाटत होती. त्याच्या गालावरून अश्रू ओघळत होते आणि सूडाचे विचार त्याच्या मनात थैमान घालत होते.

त्या वेळी तो अशक्त, लेचापेचा जीव होता... आज तो स्वातंत्र्यसैनिक झाला होता. ज्यूडोचे डावपेच त्याला चांगले अवगत होते.

काही वेळाने त्याची आई बाहेर आली; तेव्हा त्याचे अश्रू सुकून गेले होते. तिने त्याला आत नेले. त्याला यायला उशीर झाला म्हणून त्याची वाट बघत ती दारात उभी होती. त्याच वेळी सोजिराने भिंतीवरून उडी मारून तिच्यावर हल्ला केल्याचे तिने सांगितले.

''मी इतकी भेदरले की,'' ती सांगत होती, ''ओरडण्याचे भानही मला राहिले नाही. स्वप्नात घडल्याप्रमाणे सगळं घडत गेलं. बरं झालं, तू वेळेवर आलास ही देवाचीच कृपा.''

तो थरथरला. 'बलात्कार' हा शब्द त्याने पूर्वी ऐकला होता; तेव्हा त्याचा अर्थ त्याला नीटसा समजला नव्हता. आईवर सोजिराने बलात्कार केला असता तर केवढी नाचक्की झाली असती याचा विचार मनात येऊन तो चूर झाला.

त्या माणसाबद्दल अधिकाऱ्यांकडे तक्रार करावी, असे त्याचे मत होते; पण आईने तसे करू दिले नाही. तक्रार करायची तर आरोपीला ओळखणे जरूर होते. एका गोऱ्यापासून दुसरा गोरा वेगळा कसा काढायचा हाच तिच्यापुढे प्रश्न होता... समाजात त्यांचा दर्जा मोठा होता. त्या विभागाचे सैन्याचे अधिकारीदेखील त्यांच्याकडे पाहुणचार झोडण्यासाठी कित्येक वेळा येत असत. अशा परिस्थितीत तक्रार गुदरली असती तर निष्कारण बभ्रा होण्याचा धोका होता.

त्या रात्री तो अंथरुणावर पडला तेव्हा खूप विचारांती आईच्या म्हणण्यामध्ये तथ्य असल्याचे त्याला दिसून आले. अपमान झाला होता; पण तो जास्त लोकांना कळून उपयोगी नव्हते. वडिलांना किंवा बहिणीलाही ही गोष्ट कळता कामा नये असे त्याला वाटले.

ज्या स्वातंत्र्यसैनिकांमध्ये देवी सामील झाला होता ते क्रांतिकारी मार्गाने जाणारे होते. बंगाल सोडून इतर कुठल्याही प्रांतात आपल्यासारखे सैनिक नाहीत, अशी त्यांची श्रद्धा होती... त्यांनी कामाला सुरुवात करून फक्त तीन वर्षे झाली होती; परंतु तेवढ्या थोड्या अवधीतही त्यांनी नाव कमावले होते. 'शफी उस्मान' हा त्यांचा पुढारी भूमिगत होता. सरकारने त्याला धोकेबाज ठरवले होते आणि त्याला पकडून देणाऱ्यास बक्षीसही लावले होते.

अजूनपर्यंत त्यांच्यापैकी कोणालाच सरकार पकडू शकले नव्हते. त्यांचा फार

लहान गट होता आणि त्यामधील शिस्त कडक होती. कसलेही मूर्खपणाचे साहस करायला त्यांच्या नेत्याची नेहमीच बंदी असे. शिवाय त्यांच्या पुढाऱ्याचे पोलिसांशीही सूत जमले होते; त्यामुळे कुणीही पकडला जाणे शक्य नव्हते.

ब्रिटिश साम्राज्य उलथून टाकण्याबद्दल कटिबद्ध असलेले ते सारे जहाल देशभक्त होते. ब्रिटिश सरकारचा कोणताही नोकर किंवा प्रतिनिधी हा त्यांचा शत्रू होता. त्या बाबतीत काळा-गोरा असा भेद नव्हता. 'जय राम' आणि 'जय रहीम' हे त्यांचे परस्परांना संबोधण्याचे शब्द होते. रामाचे नाव हिंदूंना आणि रहीमचे मुसलमानांना प्रिय होते. विशेष म्हणजे त्या दोन जयजयकारांनी हिंदू-मुसलमानांतील भेद संपविला होता.

राष्ट्रीय चळवळीत हिंदू आणि मुसलमान यांच्यातील विरोध विकोपाला गेले होते. अत्याचारी चळवळीत मात्र ती एकी अजून टिकून होती. मातृभूमीसाठी स्वत:चे प्राण अर्पण करण्याची त्यांच्यात अहमहमिका होती. 'शफी' हा हुशार आणि कर्तव्यदक्ष नेता होता. बिनडोकपणाने नुसताच त्याग करावा आणि त्यापासून चळवळीस फायदा होऊ नये हे त्याला पसंत नव्हते. धर्मवेडेपणाची एक प्रचंड लाट तेव्हा आली होती. त्यातून 'शफी उस्मान' सर्वथा मुक्त होता. हिंदू-मुसलमान आणि शीख हे सारे त्याच्या पुढारीपणाखाली जमा झाले होते. इतर प्रांतांमध्ये आपले भाईबंद असेच एकत्र येतील आणि ब्रिटिश सत्तेला प्राणांतिक धक्का देतील, अशी त्या प्रत्येकाची भावना होती. गांधी आणि त्यांचे अनुयायी यांनी सुरू केलेल्या अहिंसेचे आचरण करणारे लोक देशाचे शत्रू आहेत याबद्दल त्याच्या मनात मुळीच संदेह नव्हता. अहिंसेमुळे राष्ट्रातील पौरुषत्व खच्ची होईल आणि सर्व जनता नादान आणि नपुंसक होईल अशी त्यांची खात्री होती. ब्रिटिशांनी स्वत:ची पकड घट्ट करण्यासाठी अहिंसेच्या चळवळीचे हे खुळ मुद्दाम देशात पसरू दिले अशी शंका त्यांना होती. एका दृष्टीने त्यांचे म्हणणे बरोबर होतेही. खुद्द 'काँग्रेस' संस्थेची स्थापनादेखील एका गोऱ्याने केली नव्हती का?

काँग्रेसची चळवळ आपणा सर्वांना शेळ्या-मेंढ्या करून सोडील. शफी म्हणत असे. ''गांधींना तेच पाहिजे आहे.''

अत्याचारी कटवाल्यांना शाकाहाराचा त्याग करावा लागत असे. हिंदूंनी किंवा मुसलमानांनी आपआपल्या धर्मातील कर्मकांडाचे आचरण करू नये अशी आज्ञा असे. प्रत्येकाला डाव्या हाताच्या करंगळीच्या रक्ताने राष्ट्रभक्तीची प्रतिज्ञा लिहावी लागे. हिंदू आणि शीख यांना गाय पूज्य होती. मुसलमानांना डुक्कर निषिद्ध होते; त्यामुळे कटवाल्यांच्या बैठकी संपल्यावर प्रत्येकाला गाईचे आणि डुकराचे मांस खावे लागे; तसे खाल्ल्यावर कोणाचाही अतिरिक्त स्वरूपाचा धर्माभिमान शिल्लक उरत नसे.

देवीदयाळला तेच कठीण गेले. तो शुचिर्भूत ब्राह्मण कुटुंबातला होता. हजारो वर्षांची त्याची हिंदू कर्मठ परंपरा होती. गोमांसाच्या एका तुकड्याने ती परंपरा भंगणार होती; पण त्याला काही इलाज नव्हता. कर्मठपणा आणि स्वातंत्र्य या दोन्हींपैकी एक काहीतरी स्वीकारायला हवे होते. धार्मिक कलह हेच भारताच्या पारतंत्र्याचे प्रमुख कारण होते. हिंदुविरुद्ध मुसलमान आणि त्या दोघांविरुद्ध शिखांना झगडत ठेवून आणि जाती-जमातींतील द्वेष सारखा पेटत ठेवून स्वतःचा फायदा करून घ्यावा हे ब्रिटिशांचे तंत्र होते.

"गांधी आणि जीना या दोघांनाही ब्रिटिशांनी बनवले आहे." शफी नेहमी सांगत असे. "राष्ट्रीय चळवळीतील एकी आता कायमची संपली आहे. चळवळीचं आधीचं निधर्मी स्वरूपही नष्ट झालं आहे. हिंदू आणि मुसलमान निरनिराळ्या मार्गाने जात आहेत."

इतर क्षेत्रांत हिंदी लोकांत तट पडले होते. फक्त अत्याचारी चळवळीतच ते एक होते याबद्दल त्यांना अभिमान होता. बाह्यतः ते सर्व 'हनुमान व्यायामशाळे'चे सदस्य होते. मारुतीच्या देवळामागे एक झोपडीवजा घर होते. तिथे त्यांचे ऑफिस होते. इतर तालमींमध्ये जसे वातावरण असते तसेच तिथे होते. आखाड्याची जागा कोंदट नि काळोखी होती. घामाचा, लाल मातीचा आणि तेलाचा वास तिथे होता. जोर-बैठका मारताना ठोकलेल्या शड्डूंचा तसेच हुंकारांचा आवाज तिथे घुमत असे. चार्लस अॅटलास, गामा आणि गुंगा, मुलर, इब्राहिम, जॅक जॉन्सन आदी मल्लांची छायाचित्रे भिंतीवर होती. खोलीच्या मध्यावर खोल चौकोनी हौद होता. त्यात लाल माती पसरलेली होती... त्याच्या पलीकडे ज्यूडोची जागा होती आणि जपानी मल्लांचे फोटो होते. एका कोपऱ्यात डम्बेल्स आणि गदा फिरवायच्या जोड्या ठेवलेल्या होत्या. मागच्या बाजूला डबलबार, सिंगलबार तर होतेच; पण - दक्षिणेकडे विशेष प्रसिद्ध असलेल्या मल्लखांबाचीही सोय होती. तिथे घोड्यावर बसण्याचीही खास सोय होती.

दररोज सकाळी दहा-बारा लोक तरी तिथे उपस्थित असत. इतर लोक त्या वेळी दुसऱ्या कसल्यातरी कामगिरीवर असत हे उघड होते. शनिवारी मात्र सगळेच्या सगळे सदतीस सदस्य तिथे हजर राहात असत. त्या दिवशी व्यायामाला सुट्टी असे. टोमंगा किंवा इतर व्यायामशिक्षकही तेव्हा येत नसत. खिडक्या आणि दारे बंद करून घेऊन मध्यरात्रीपर्यंत ते बोलत राहत; पुढच्या योजना आखत. बैठकीच्या शेवटी गोमांस व डुकराचे मांस असलेले जेवण प्रत्येकाला खावे लागे.

वाळूच्या ढिगाभोवती वर्तुळात ते बसत. तीन चतुर्थांश वर्तुळातच सर्वजण बसत. चौथ्या भागात शफी उस्मान मध्यावर विराजमान होत असे.

आता त्याने 'सिंग' हे नाव धारण केले होते. दाढी वाढवली होती आणि

डोक्यावर शिखांप्रमाणे फेटा बांधला होता. सरकारने त्याला ओळखण्यासाठी त्याची छायाचित्रे पंजाबातील सर्व पोलीस चौक्यांत लावली होती... त्यात त्याला दाढी नव्हती की त्याने फेटाही बांधलेला नव्हता. त्याच्याबद्दल अनेक अफवा होत्या. चांदणी चौकातील आणि लाहोरच्या अनारकलीतील कित्येक वेश्यांशी त्याचे घनिष्ठ संबंध होते म्हणे! मात्र, त्याच्या अनुयायांना त्याच्या इतर जीवनाविषयी काहीही माहिती नव्हती. त्याच्या चेहऱ्याला आणि आकृतीला दाढी शोभून दिसे. त्यामुळे त्याचे पौरुष जास्त झळाळल्यासारखे वाटत असे. त्यामुळेच पुढारी म्हणूनही त्याला वैशिष्ट्य प्राप्त होई. दोन्ही मांड्यांवर स्वत:चे केसाळ, पुष्ट हात ठेवून तो हलक्या गंभीर आवाजात बोले. तो स्वत: जर्मनीमध्ये आणि रशियात जाऊन आला होता. हिटलर आणि स्टालीन यांच्या पराक्रमाच्या कथा त्याच्या तोंडून ऐकण्यात त्याच्या अनुयायांना गोड वाटे.

त्याचे पुढारीपण वादातीत होते. क्रांतिकारी चळवळीतील प्रमुखांपैकी तो एक होता. जतिनदास आणि हाफिजखान यांच्याबरोबर त्याने काम केले होते. अंदमानच्या तुरुंगात जतिनदास मरण पावला होता. हाफिजखान मुंबईत कुठेतरी भूमिगत झाला असून तेथून तो सर्व क्रांतिकारी चळवळीला मार्गदर्शन करीत असल्याची वदंता होती. काँग्रेसचे जसे गांधी तसेच क्रांतिकारी चळवळीचे हाफिजखान प्रमुख होते.

जतीनदास किंवा हाफिजखान ही स्वातंत्र्यसैनिकांच्या दृष्टीने नुसती नावेच होती. त्यांची कीर्ती ऐकली होती; पण त्यांना कुणी प्रत्यक्ष पाहिलेले नव्हते. शफी उस्मान त्यांचा पुढारी होता. शफी दर शनिवारी त्यांना भेटत होता आणि त्यांना कामे वाटून देत होता.

त्याचा पूर्वेतिहास त्यांना माहीत होता. जालियनवाला बागेत लष्कराने अत्याचार केला आणि प्रेताचे ढीग पाडले. त्यांत शफीच्या वडिलांचे प्रेत होते. शफी तेव्हा फक्त सात वर्षांचा होता आणि त्या बालवयातच त्याला प्रेत ओळखण्यासाठी पोलिसांनी नेले होते. १९१९ मधील एप्रिल महिन्याचे ते दिवस होते. भयंकर उन्हाळा होता. जालियनवाला बागेतील प्रेते सडली होती आणि त्यांची दुर्गंधी सगळीकडे पसरली होती. त्या छोट्याशा चिंचोळ्या जागेत तीनशे एकोणऐंशी मुडदे होते. अधिकाऱ्यांनी प्रत्यक्ष ते मोजले असल्यामुळे त्यांना संख्या बरोबर माहीत होती. त्या राशीतून शफीला वडिलांचे प्रेत हुडकायला फार प्रयास पडले होते.

''गांधींच्या चळवळीशी माझ्या वडिलांचा काहीही संबंध नव्हता.'' शफीने त्यांना सांगितले होते. ''खरे तर ते गांधींच्या विरुद्ध पक्षातले होते. ब्रिटिशांचे एकनिष्ठ सेवक होते. काय गडबड चालली आहे हे पाहण्यासाठीच ते बागेत गेले होते आणि तिथे पाच-सात मिनिटेच होते. तेवढ्यात काही कल्पना नसताना जनरल डायरने बंदुकीच्या फैरी झाडण्याचा हुकूम दिला... काही क्षणांतच तीनशे एकोणऐंशी

लोक मेले आणि हजारो जखमी झाले.''

त्याच दिवशी संध्याकाळी वडिलांचे दफन करून तो आणि त्याची आई 'कोरियनवाला' गल्लीतून येत होते; तेव्हा पोलिसांनी त्यांना पोटावर सरपटत पुढे जायला लावले. जनरल डायरने तसाच हुकूम दिला होता.

''प्रत्येकाला तसंच चालावं लागलं.'' शफीने त्यांना सांगितले, ''त्यांनी प्रत्येकाला कुत्र्यासारखं चार पायांवर चालणं भाग पाडलं. पुरुष, स्त्रिया, मुलं कुणाचीही त्यातून सुटका नव्हती. या अपमानाचा बदला आपल्याला घ्यायचा आहे. आपण अहिंसेच्या गप्पा मारतो! अहिंसेचा अवलंब करणं म्हणजे शिवाजी, अकबर किंवा रणजीतसिंग यांचा अपमान करणं आहे.''

चळवळीची सुरुवात त्यांनी फार सावकाश केली. प्रथम त्यांनी मैलांच्या दगडांवर आणि रस्त्यांच्या पाट्यांवर हिंदी आकडे लिहिले आणि भिंतींवर ब्रिटिशांच्या विरोधी घोषणा रंगविल्या. मग त्यांनी आपला मोर्चा ब्रिटिश सेनापतींचे आणि अधिकाऱ्यांचे पुतळे उभारले होते तिकडे वळवला. पुतळ्यांची नासधूस केल्यावर टेलिफोनच्या तारा तोडल्या आणि पोस्टाच्या पेट्या जाळल्या.

इतका पल्ला गाठल्यावर त्यांनी मोठ्या कामाला हात घालण्यास सुरुवात केली. दूरदूरच्या सरकारी कचेऱ्या जाळणे, आगगाड्यांच्या फिशप्लेटस काढणे वगैरे गोष्टी मग ओघानेच आल्या. त्यांच्याजवळ अद्ययावत जर्मन हत्यारे होती. त्या हत्यारांच्या साह्याने त्यांनी गेल्या आठवड्यात रेल्वे रस्त्यावरील सात फिशप्लेटस काढल्या होत्या.

आपले काम उत्तम चालले आहे अशी अहंमान्यता त्यांच्या मनात होती; इतक्यात बंगालची चळवळ आणखी पुढे गेली असल्याचे त्यांच्या लक्षात आले. विद्यापीठात पदवीदान समारंभाच्या वेळी बंगालचे गव्हर्नर भाषण करीत असताना कॉलेजमधील एका मुलीने त्यांच्यावर पिस्तूल झाडल्याची बातमी आली होती; त्यामुळे ते सर्व बेचैन होते. ''एक क्षुल्लक मुलगी!... पण तिने आपल्याला लाजवलं आहे.'' देवीदयाळ म्हणाला.

शफीने त्याच्याकडे तीव्र नजरेने पाहिले. तो इतरांसारखा नाही हे त्याच्या लक्षात आले. त्याचे कपडे रेशमी होते आणि मनगटावर रोलेक्सचे उंची घड्याळ होते. दारिद्र्यामुळे किंवा नैराश्यामुळे तो चळवळीत सामील झालेला नव्हता. त्याच्यामागे कोणती प्रेरणा आहे याबद्दल शफीला नेहमी आश्चर्य वाटे. इतर लोक चळवळीत का सामील झाले आहेत हे सहज कळून येई; पण देवीदयाळ याबद्दल फारसा कधीही बोलत नसे.

देवीबद्दल विचार करताना शफीला अस्वस्थपणा येई. संघटनेतील इतर लोक देवीला आपल्या खालोखाल मान देतात हे त्याला माहीत होते... तालीमखाना बांधण्यास देवीच्या वडिलांनीच पैसे दिले होते. बापाच्या दुकानातून देवीने डायनामाइटच्या

कांड्या पळवून आणल्यामुळेच आगगाड्या उलथून पाडणे त्यांना जमले होते.

आपली पिस्तुलं आपण वापरणार तरी केव्हा? इमामदीनने विचारले. “बंगालमध्ये मुलीसुद्धा...”

“त्याचा उपयोग काय झाला?” शफीने संथ स्वरात विचारले. कॅनवेल गव्हर्नर काही मेला नाही. अशा समारंभाला जाताना ते चिलखत घालतात. ती मुलगी मात्र पकडली गेली. पोलीस आता तिला इंगा दाखवतील आणि बोलायला लावतील. मग इतर सगळ्या साथीदारांची नावे फुटतील आणि त्यांच्या हातात हातकड्या पडतील. सगळी चळवळ खलास होईल. हे सारं कशासाठी? एका मुलीच्या उतावीळपणाचाच हा परिणाम आहे. अशा तऱ्हेनं कामं होत नसतात. आपल्याला शत्रूला नाहीसा करायचा आहे; पण पकडले मात्र जायचे नाही. मृत्यूला आम्ही भितो असं नाही... तुरुंगात खितपत पडून काय उपयोग? मुख्य काम झालं पाहिजे... तुरुंग टाळला पाहिजे.

त्याचे बोलणे इतर स्वातंत्र्यसैनिक जिवाचा कान करून ऐकत होते. तो त्यांचा नेता होता. जन्माने मुसलमान होता; पण आता अस्सल शिखासारखा दिसत होता. धर्माला काही अर्थ नाही याचे शफी हे उत्तम उदाहरण होते!

त्या मुलीबद्दलही त्याच्या मनात सहानुभूती नव्हती. चळवळ संकटात सापडली आहे इतकीच खंत त्याला होती. कार्यावर त्याची अव्यभिचारी निष्ठा होती. दुसऱ्या तिसऱ्या गोष्टी तो जाणत नव्हता. तिने चूक केली होती. तुरुंगात छळ झाला तर ते तिच्या प्रमादाचे प्रायश्चित होते एवढेच त्याला वाटत होते...

“बेगवाडच्या वळणावर मी आणि देवीनं तीन फिशप्लेटस काढल्या,” बसूने सांगितले. “पण काही उपयोग झाला नाही.”

“प्रत्येक डब्याला ‘टाईज’ असतात; त्यामुळे रूळ पकडले जातात.” शफी म्हणाला. “गाडी उलथणं हाही नशिबाचा भाग आहे.”

“टाईज काढण्याचा काही मार्ग नाही का?” देवीने विचारले.

“त्यांची लांबी नऊ इंच असते आणि त्या लाकडात ठोकलेल्या असतात. एका डब्याला चार टाईज असतात. एक डझन टाईज काढायच्या म्हणजे खूप वेळ लागतो. टाईज निघाल्या तर मात्र नक्की अपघात होतो.” थोडा वेळ थांबून त्याने पुढे विचारले, “आपण फिशप्लेटसपेक्षा टाईजच का काढू नयेत?”

पेट्रोमॅक्सच्या दिव्याचा भगभगता उजेड देवीच्या तोंडावर पडला होता. काळ्या कुरळ्या केसांची बट त्याच्या भुवईपर्यंत आली होती. शफीच्या मनात त्याचे सौंदर्य एकदम भरले. आपल्या हातून काहीतरी भव्यदिव्य असे घडावे असे प्रत्येकाला वाटत होते. त्यांच्या त्या आकांक्षांचे देवी म्हणजे प्रतीक होता.

पण शफीला व्यवहार सोडून चालणार नव्हते. तो त्यांचा पुढारी होता.

तरुणांच्या पोरकट उत्साहाला पायबंद घालणे हे त्याचे कर्तव्य होते. "आपण फिशप्लेटस काढल्या आणि कमीतकमी डझनभर टाईज काढू शकलो तर मात्र गाडी नक्की उलथून पडेल." त्याने सांगितले. "पण इतकं सगळं उरकायला आपल्याला कमीतकमी दोन तरी तास लागतील. निष्णात कामगार ते काम फार थोड्या वेळात करतील. मद्रासजवळ त्यांनी एकदा तेच काम त्रेचाळीस मिनिटांत केलं. पण...पण ते सारे रेल्वेचे कामगार होते."

"आपल्यालाही ते जमायलाच हवं."

"काही दिवस आपण त्याचीच प्रॅक्टिस करू आणि मग सर्वजण एकदम जाऊ म्हणजे काम लवकर होईल."

शफीने नकारदर्शक मान हलवली. "दोन गाड्यांमध्ये तितका अवधी नसतो. रुळावर बॉम्ब ठेवणं त्यापेक्षा सोपं आहे आणि ते काम लवकरही होतं; पण एवढं धाडस करायचं तर तितकाच फायदा पदरात पडायला हवा... गोऱ्या लष्कराची गाडी उडवायला मिळत असली किंवा गव्हर्नरची गाडी त्या मार्गावरून जाणार असल्याचं नक्की समजलं तर तेवढा धोका पत्करावा. मात्र, आपल्याजवळ डायनामाइटचा साठा फारच कमी आहे. अशा कामासाठी तो फारच तुटपुंजा आहे. शिवाय डायनामाइट रुळावर ठेवणं, बॅटरीच्या उजेडात तो उडवण्याची व्यवस्था करणं आणि स्वत: पळून जाणं हे सोपं नाही. त्याने देवीकडे निरखून बघत म्हटले."

देवीने अपराधीपणाच्या भावनेने नजर दुसरीकडे वळविली. त्याने बापाच्या दुकानातून नुकत्याच जेलिग्नाइटच्या कांड्या आणि डिटोनेटरची पेटी पळवली होती; त्यामुळे दुकानात खूपच धावपळ उडाली होती. इतर लोकांच्या कल्पनेप्रमाणे आपण चळवळीसाठी फार काही करू शकत नाही, याची खंत त्याला होती. स्फोटक पदार्थ म्हणजे कोणत्याही अत्याचारी चळवळीचे प्राण होत. ते पदार्थ मिळविण्याची क्षमता देवीशिवाय दुसऱ्या कुणातही नव्हती. त्याच्या वडिलांच्या 'केरवाड कन्स्ट्रक्शन कंपनी'चे मोठे गोदाम होते; त्यात तो सारा मालमसाला नीट पद्धतशीरपणे बांधून ठेवला होता. तो पळविणे फक्त देवीलाच शक्य होते.

गोऱ्या सोजिरांनी भरलेली गाडी उलथण्याच्या कल्पनेने ते सर्व झपाटल्यासारखे झाले आणि क्षणभर स्तब्ध बसले. सर्वजण देवीकडे हेतुपूर्वक पाहू लागले.

"देवी, तुला काही सांगायचे आहे का?" शफीने विचारले.

त्याच्या गात्रांतील सारी शक्तीच गेली. वडिलांच्या गोदामातून स्फोटक पदार्थ पळवून आणण्याविषयी त्या साऱ्यांच्या नजरा सुचवीत होत्या. स्वत:चा प्रामाणिकपणा पटविण्यासाठी चोरी करण्याशिवाय त्याला गत्यंतर नव्हते. "मला असं वाटतं..." काहीतरी बोलून वेळ काढावा या उद्देशाने तो म्हणाला, "जांबोरीला पार्कमध्ये व्हिक्टोरिया राणीचा पुतळा आहे. तो संगमरवरी आहे. संध्याकाळी सहानंतर बागेची

दारे बंद होतात. हातोडा मारून तो पुतळा फोडणे सहज शक्य आहे.''

सर्वांच्या दृष्टीतला तिरस्कार त्याला जाणवला. पुतळा फोडणे म्हणजे टिकल्या उडवणे होय हे त्याला माहीत होते. बंगालमधल्या अत्याचारी चळवळीला त्याच तोलाच्या कृतीने साथ देणे जरुरीचे होते.

बराच वेळ अस्वस्थतेत गेला. मग शफी त्यांच्या मदतीला आला. ''ठीक आहे. पुतळा फोडण्याचं काम एकाला सहज करता येईल. बसू, ते करशील ना?''

''नक्कीच करीन.'' बसू उत्तरला.

''ठीक!... दुसऱ्या कुणाच्या काही सूचना आहेत का? ब्रिटिशांना खराखुरा हादरा बसेल अशी योजना पाहिजे.'' शफी पुढे म्हणाला.

थोडा वेळ सर्वजण अगदी निश्चल बसले. मग एकाने थोडी चुळबुळ केली. त्याला शफीने विचारले, ''अहमद, तुला काही सांगायचं आहे का? बोल ना!''

''आज सकाळी लष्करी विमानतळावर तीन विमानं उतरली. त्यांतली दोन पुढे गेली... एक अजून आहे.''

शफीला ती कल्पना रुचली नाही. शहराच्या इतक्या जवळ काही हालचाल करणे धोक्याचे होते. दर्याबादलाच त्यांचे मुख्य केंद्र होते. पोलिसांचे लक्ष तिकडे जायला नको होते.

''मला वाटतं, आपण फार जपून पावलं टाकत आहोत. आपण भित्रे आहोत. अशानं कामं होत नसतात!'' देवी तावातावाने म्हणाला.

''आपण इथं आजपर्यंत काही केलं नाही. पोलिसांना वाटेल की, इथे बाहेरचेच क्रांतिकारक आले आहेत... आपण इथलेच आहोत असं त्यांनी तरी का मानावं? लष्करी विमान नष्ट करणं शक्य असेल तर त्या कामाला जरूर हात घालावा.''

देवीच्या बोलण्याला प्रत्येकाने प्रतिसाद दिला. शफी मात्र अस्वस्थ झाला. त्याचे पुढारीपण देवीकडे चालले आहे असे त्याला वाटले.

मग अनुयायांच्या कलाने घेणेच बरे असे त्याने ठरविले. बैठक सुरू झाल्यापासून तो गंभीर होता; पण या वेळी त्याने गांभीर्य सोडले आणि हास्य केले. ''तू म्हणतोस त्यात तथ्य आहे... ती विमानं इथं कशासाठी आली आहेत आणि किती दिवस राहणार आहेत याची कुणाला माहिती आहे का?''

''पेशावरकडून हैदराबादकडे ती निघाली होती. इंधनासाठी त्यांना इथे उतरावं लागलं. एक विमान जरा नादुरुस्त होतं. इतर दोन पुढं गेली पण दुरुस्तीसाठी एकाला थांबावं लागलं.'' अहमदने सांगितले.

''ते कसं कळलं?''

''ऑफिसर्स मेसमध्ये एक नोकर आहे, तो बोलताना ऐकलं.''

''मला वाटतं, कदाचित पायलट ऑफिसर्स मेसमध्ये राहत असेल.''

"होय." अहमद उद्गारला.

एक मिनिटभर शांतता पसरली. शफी दूर क्षितिजाकडे बघत होता. इतर लोक त्याच्याकडे निरखून बघत होते.

"कल्पना छान आहे." शेवटी शफी म्हणाला. "देवानंच ही संधी दिली आहे असं म्हणायला हवं. मी विमानतळाच्या बाजूने कित्येकदा फिरलो आहे- तिथे कोणीही नसतं. धोक्याच्या वेळी विमानांना उतरता यावं म्हणून तर खास लष्करासाठी तो तळ बांधला आहे. रखवालदाराची झोपडी आणि पेट्रोलचे डबे ठेवण्यासाठी छोटीशी खोली एवढंच तिथे आहे. तिथल्याच पेट्रोलनं ती खोलीसुद्धा उडवून देता येईल. मला वाटतं, आपण विमानाचाच विचार करावा. तिथे एकच रखवालदार आहे. बाकी दुसरं कुणी नाही... अहमद, माझी माहिती बरोबर बाहे ना?"

"सध्या विमान आलं आहे म्हणून त्यांनी आणखी एक पोलीस तिथे ठेवला आहे; पण तोसुद्धा दरवाजापाशीच उभा असतो... नदीच्या बाजूला कोणी नसते."

"काय वाटेल ते होवो. विमानाचा नाश केलाच पाहिजे." बसू म्हणाला.

"होय!... विमानाचा नाश केलाच पाहिजे!" त्याच्याकडे दृष्टी टाकत शफी म्हणाला. "मुख्य जरुरी धैर्याची आणि चाणाक्षपणाची आहे. आपणा सर्वांत ते आहे." सर्वांचे चेहरे फुलले होते... शफीचे पुढारीपण पुन्हा प्रस्थापित झाले होते.

"घातपात कसा करावा हे जर्मनीत एका खास शाळेत शिकवतात." शफीने सांगितले. "विमानाची मोडतोड करणं सोपं काम आहे. दोन माणसांना ते करता येईल. मी एक आहेच. दुसरा माझ्याबरोबर कोण येईल?"

प्रत्येकाने स्वत:चा हात उंचावला आणि येण्याची अनुमती दर्शविली.

शफीने प्रत्येकाकडे स्थिर नजरेने पाहून एकेकाला सराईत नजरेने जोखले... त्यांपैकी प्रत्येकजण उत्सुक होता. सर्व धर्मांचे लोक तिथे होते; त्यांच्यात अजून दुफळी नव्हती. पण आपल्या चळवळीतील ही एकी आणखी किती दिवस अशी अभंग राहील याबद्दल त्या दिवशी प्रथमच शफीच्या मनात शंका आली. काँग्रेस आणि मुस्लीम लीग यांच्यामध्ये आता उघड बेबनाव झाला होता. हिंदू तसेच मुसलमान दोन निरनिराळ्या गटांत विभागले गेले होते. क्रांतिकारकांच्या पुढाऱ्यांतही त्या विकाराची लागण झाली होती. मुंबईहून हाफीजने नुकतेच पत्र लिहिले होते. त्याने हिंदूंना मुसलमानांबद्दल द्वेष वाटतो असे स्पष्ट म्हटले होते. जातीय कलहाची झळ क्रांतिकारी चळवळीस लागण्यास आता फार थोडा अवधी उरला होता.

त्याने देवीकडे पाहिले आणि त्याच्या मनात त्याच्याही नकळत मत्सराची ज्योत पेटली. नेहरू तरुण असताना दिसत तसा तो दिसत होता... सुंदर चेहरा आणि त्याच्या पार्श्वभूमीवर अमाप संपत्ती व शिक्षण! त्यांच्याकडे बोट दाखवून तो म्हणाला, "मी एक... दुसरा तू!"

८

शुक्रवारी सकाळी सी.आय.डी. सुपरिंटेंडेंट क्रिस्टो ऑफिसमधील नकाशांच्या खोलीत आला. शिकारी कुत्र्याप्रमाणे दिसणारा काटकुळ्या शरीरयष्टीचा तो माणूस होता. त्याने गॅबर्डीनचे खाकी जाकीट घातले होते. त्याच्या तोंडात पाइप जळत होता. त्याचे केस करड्या रंगाचे होते; ते त्याने अगदी पातळ कापले होते. मिशा कोरीव होत्या आणि डोळ्यांचा रंग हिरवट होता. एखाद्या खुशालचेंडू गोऱ्या अधिकाऱ्याप्रमाणे त्याचे वागणे होते. वरवर दिसायला तो साधासुधा होता; पण त्याच्या अंतर्यामी सुरीची तीक्ष्णता होती. तो एखाद्या गोष्टीच्या मागे लागला म्हणजे पिच्छा सोडण्याचा त्याचा स्वभाव नव्हता... त्याचे भविष्य सांगणे सोपे होते... गुन्हा पकडताना एखाद्या दरोडेखोराच्या गोळीला तो बळी पडेल आणि तसे झाले नाही तर तो नोकरीच्या शेवटी 'इन्स्पेक्टर जनरल ऑफ पोलीस' या सर्वोच्च हुद्द्यावर नक्की विराजमान होईल... असे त्याचे भविष्य होते. मृत्यू किंवा जय यापेक्षा तिसरा पर्याय त्याच्या बाबतीत शक्यच नव्हता.

बाकीचे अधिकारी अगोदरच तिथे आले होते. एका गोल टेबलावर उत्तर पंजाबचा नकाशा पसरला होता. त्याच्याभोवती जमून ते चर्चा करीत होते. क्रांतिकारी चळवळीचा उद्रेक पंजाबातील ज्या ज्या ठिकाणी झाला होता, त्या त्या ठिकाणांवर नकाशात तांबड्या/हिरव्या टाचण्या टोचून ठेवल्या होत्या. गेल्या आठवड्यातील घटनास्थळे दाखविण्यासाठी निळ्या रंगाच्या टाचण्यांचा वापर केला होता.

इतर अधिकाऱ्यांनी उठून क्रिस्टोला अभिवादन केले आणि त्याने किंचित हसून त्याचा स्वीकार केला. एक मिनिटभर त्याने नकाशा लक्षपूर्वक न्याहाळला, "हं! ....या आठवड्यात आठ आहेत!... छे!... आठ कशानं?...नऊ आहेत..." तो पुटपुटला. "वा! आपलं काम फारच उत्तम चाललं आहे."

त्याच्या टोमण्यावर इतर अधिकाऱ्यांनी माना खाली घातल्या. "रस्त्यावरील

मैलाच्या दगडावर डांबर वगैरे फासण्याच्या केसेस सहा आहेत.'' चीफ इन्स्पेक्टर मन्सूरने सांगितले.

''सहाच का?... गेल्या आठवड्यापेक्षा एक कमीच आहे की!...ते प्रकार एकाच गावात घडले नाहीत असं मी धरून चालतो.''

''छे!... नेहमीप्रमाणे ते निरनिराळ्या ठिकाणचे आहेत.''

''बाकीच्या तीन केसेस कसल्या आहेत?''

''दर्याबादला विमान जाळलं गेलं... कुरांडी गावातली पोस्टाची पेटी उद्ध्वस्त झाली आणि तीन म्हणजे जांबोरीला राणी व्हिक्टोरियाचा पुतळा हातोड्याने फोडण्यात आला.''

''अरे रे!... काय ही राणीची दशा!... त्या दिवसांत असे पुतळेच पुतळे बसविले जायचे...'' त्याचे डोळे नकाशावरून फिरत होते. ''ही लाल खूण कसली आहे... म्हणजे दर्याबादला दोन गुन्हे झाले तर... ''

''पिअर्स तिथे होता.'' मन्सूरने सांगितले.

''केरवाड कन्स्ट्रक्शन कंपनीकडून तक्रार आली आहे त्याबद्दल ती लाल पिन आहे...'' सार्जंट पिअर्स म्हणाला..

''डायनामाइटच्या कांड्या चोरीला गेल्याचीच तक्रार ना?''

''होय आणि फ्यूजच्या पेट्या.''

''आणखी काही?''

पिअर्सने मान हलवली. ''आणखी काही नाही... डायनामाइट आणि फ्यूज. या दोन्ही गोष्टी कंपनीला लागतात. सध्या कंपनी वाशीला पूल बांधण्याचं काम करते. कदाचित त्यांच्या मोजण्यातच चूक असेल. असं नेहमीच होतं. कुणी त्याबद्दल तक्रारदेखील करीत नाही... दिवाणबहादूर टेकचंद फारच घाबरट आहेत. आपण त्यांच्या तक्रारीची योग्य ती दखल घेत नाही असं त्यांनी कमिशनरसाहेबांनाही सांगितलं आहे.''

''ठीक ठीक! आता आलं ध्यानात... याबद्दल मीच कमिशनरांशी बोलेन.''

''मग तर चांगलंच होईल.''

''आणखी काही सांगायचं आहे का?''

''गेल्या आठवड्यात आम्ही हनुमान व्यायामशाळेवर सक्त पाळत ठेवली होती.''

''ते नेहमीचंच काम आहे. तिथं तरुण मुलं या ना त्या कारणाने जमतात. या संस्थेवर थोडीफार पाळत हवीच.'' क्रिस्टो स्वत:शीच पुटपुटला आणि डोळे उंचावून त्याने विचारले, ''आणखी काही?''

''सांगण्याजोगं फार काही नाही.'' पिअर्स म्हणाला. ''बुधवार ते शुक्रवार असे

तीन दिवस मी पाळत ठेवली. काहीच मिळालं नाही. काही मुलं वजनाचे गोळे उचलतात आणि कुस्ती खेळतात. इतकंच!... तालीम बंद झाल्यावर एकदा मी आतही गेलो होतो. साधं कुलूप होतं. तालमीच्या सामानाव्यतिरिक्त काहीच नव्हतं तिथे... एकच सांगतो- चेस्ट एक्स्पांडर आणि डम्बेल्स मात्र जर्मन घडणीच्या होत्या.''

"त्यात काय मोठं!'' क्रिस्टो हसून म्हणाला. "त्या स्वस्त असतात... दुसरं काय? माझा मुलगासुद्धा जर्मन मेक डम्बेल्स वापरतो. आता बोल!''

पिअर्सला स्वतःचीच लाज वाटली. "आपल्याला सांगावं असं वाटलं म्हणून...''

"सांगितलंस ते बरं केलंस... डम्बेल्सचा आणि स्प्रिंगचा खर्च कोणी केला?''

"सगळा खर्च देणग्यांवर चालतो; पण सर्वांत मोठी देणगी देणारे आहेत दिवाणबहादूर टेकचंद. त्यांनी हजार रुपये दिले आहेत.''

"आपलेच दिवाणबहादूर ना? मग त्यात शंका घेण्याजोगं काय असणार? ...ते काय, पोलीस फंडालादेखील तशीच देणगी देतात... एक हजार रुपये दिले नाही का?... पण त्यांनी इतके पैसे का द्यावेत बुवा?...''

"त्यांचा मुलगा देवीदयाळ हनुमान व्यायामशाळेचा सभासद आहे.''

"मग ठीक आहे... त्यांच्या मुलाची माहिती सांग बरं-''

"कॉलेजमध्ये शिकतो... जपानी कुस्ती करतो.''

"ज्यूडो?... कोण शिकवतं त्यांना? टोमंगा का?''

"होय. आठवड्यातून दोनदा शिकवतो.''

"टोमंगा फार छान शिकवतो. युनिव्हर्सिटीतही तोच शिकवतो.'' मान हलवत क्रिस्टो म्हणाला.

"ते विमान कसं होतं?... त्याला आग कशी लागली?''

"त्याचा काही मागमूसच लागला नाही; पण एवढं खरं की, त्यांनी कापसाचे बोळे पेट्रोलमध्ये बुडवून ते विमानाखाली ठेवले आणि काडी लावून ते पळून गेले.''

"काडीच ना? फ्यूज नक्की नाही ना?''

"सांगता यायचं नाही...''

"ते कितीजण होते?''

"पावलांच्या खुणांवरून दोघेजण असावेत.''

टेबलावर वाकून क्रिस्टोने आपला पाइप शिलगावला.

"पायांच्या खुणांवरून काय वाटतं?'

"दोघांच्याही पायांत टेनिसचे बूट होते. त्यांचा तळ अगदी मऊ आहे.''

"त्यावरून काही पत्ता लागणार नाही... परंतु त्यांना सर्व गोष्टींची पूर्वकल्पना असावी असं दिसतं. सारी रात्रभर विमान तिथे थांबणार आहे हे त्यांना नक्की कळलं

असावं. विमान उतरताना आणखी कुणीतरी पाहिलं असेल!''

''विमानतळ शहरापासून दहा मैल दूर आहे तरीही विमान उतरताना हजारो लोकांनी बघितलं असणार. इकडे अजूनही विमानाबद्दल नावीन्य वाटतं.''

''याचा अर्थ उघड आहे. विमान उतरल्यापासून कटवाल्यांना ती बातमी कळवून जाळपोळीची व्यवस्था करण्यासाठी फक्त काही तासच मिळाले असणार. आपल्यापेक्षाही हे कटवाले हुशार दिसतात.''

सार्जंट पिअर्सने जरा विचार केला आणि तो म्हणाला, ''एक गोष्ट सांगावी असे वाटते. मी नेहमीप्रमाणे मेसमधील साऱ्या नोकरांचे जाबजबाब घेतले. पायलट मेसमध्ये राहिला होता; त्यामुळे ते घेणं आवश्यक होतं. त्यांपैकी कुणीतरी पायलट आणि इतर अधिकाऱ्यांचं बोलणं ऐकून नंतर ते गावात जाऊन सांगितलं किंवा काय हे मला बघायचं होतं... सगळ्या नोकरांनी आपण काही ऐकलं नाही असं सांगितलं. त्यांना थोडं फार इंग्रजी येतंच; पण आपल्याला इंग्रजी मुळीच समजत नाही असा बहाणा प्रत्येकानं केला.''

''त्यांना इंग्रजी समजतंच,'' क्रिस्टो म्हणाला. ''पण ते तसं कधीही कबूल करणार नाहीत.''

''त्या नोकरांपैकी एक माणूस मी पूर्वी कुठेतरी बघितल्यासारखा वाटला. प्रथम लक्षात येईना; पण मग एकदम आठवलं- दोन दिवसांपूर्वी एका चहाच्या दुकानात मी त्या नोकराला अहमद खान नावाच्या एका तरुणाबरोबर बघितलं होतं... मी सहज चहा प्यायला दुकानामध्ये गेलो होतो तेव्हा ते दोघे एकमेकांशी खूप सलगीनं बोलत होते.''

''या अहमदविरुद्ध आपल्याजवळ काही आहे का?'' क्रिस्टोने मन्सूरला विचारले.

''काहीच नाही.'' त्याने सांगितले. ''त्याच्या मागे लागण्यात विशेष अर्थ नाही.''

''म्हणूनच मी सांगत नव्हतो.'' सार्जंट पिअर्स पुटपुटला. ''पण एक गोष्ट आहे- अहमद हनुमान व्यायामशाळेत नेहमी जातो.''

क्रिस्टोने आपली मान संमतीदर्शक हलविली. ''मन्सूर, तुझं म्हणणं बरोबर आहे; पण... पण... मला वाटतं, कदाचित इथे पाणी मुरतही असेल... तुझा विचार काय आहे पिअर्स?''

''मी त्या नोकराला पकडून चौकशीसाठी ठाण्यावर नेणार होतो.''

''मग कर तसंच.'' क्रिस्टोने सांगितलं. ''पण हे बघ, नीट वाग. त्याला फार मारझोड करू नकोस. आपल्या अडचणी लष्करी अधिकाऱ्यांना कळत नाहीत. एखाद्या नोकराला आपण थोडीफार मारहाण केली आणि त्याच्या शरीरावर किरकोळ जखमा झाल्या तरी ते बोंबलायला लागतात. त्यांपैकी काहींचे हात थेट गव्हर्नरपर्यंत पोहोचलेले असतात... पण ते ठीक आहे. तू तुला वाटेल त्याप्रमाणे चौकशी कर...

पण... पण... फार आततायीपणा नको.''

पिअर्सचा चेहरा खुलला. खुद्द क्रिस्टोने त्याच्यावर इतका विश्वास टाकल्यामुळे त्याला धन्यता वाटली. ''मी करतो चौकशी. काही घोटाळा होणार नाही. आपण काळजी करू नका.''

''आणि मन्सूर!'' चीफ इन्स्पेक्टरकडे बघत क्रिस्टो म्हणाला, ''या पोरांवर चांगलं लक्ष ठेवायला हवं. हनुमान व्यायामशाळेवर चोवीस तास पाळत ठेव. बघू त्यातून काही निघतं का!''

९

शफी उस्मानला हाफीज खानची अलीकडे बरीच पत्रे आली होती. हिंदू-मुसलमान संबंधांबद्दलचे त्याचे विचार शफीला पटत नव्हते. माणूस म्हणून हाफीज शफीला विशेष आवडत नव्हता; परंतु त्याला उघड विरोध करणे शक्य नव्हते. अलीकडे कित्येक वेळा त्याच्या मनाचा तोल गेल्यासारखा वाटे. तुरुंगात असताना तर त्याला काही दिवस येरवड्याला वेड्यांच्या इस्पितळात ठेवावे लागले होते.

परंतु संघटनेत त्याचे स्थान फार श्रेष्ठ प्रतीचे होते हेही खरे होते. क्रांतिकारी चळवळीच्या आद्य प्रवर्तकांपैकी तो एक होता. त्याचे विचार समजावून घेणे आवश्यक होते. शफीने त्याला कित्येकदा शनिवारच्या बैठकीला बोलावले होते; पण तो आला नव्हता. शफीशी एकट्याशीच बोलण्याची त्याची इच्छा होती.

पेशावर गेटच्या मागच्या पहिल्या गल्लीत एका मोठ्या चाळीत शफीची खोली होती. तिथे त्यांची भेट झाली. दोन तास ते सारखे बोलत होते. रॉकेलचा दिवा खिडकीत ठेवला होता. तो भडकला होता आणि काच काळी झाली होती; पण तो कमी करण्याचेही कुणाला सुचले नव्हते. हाफीजची तब्येत अलीकडे बरी नसे. त्याच्यासाठी चांगल्या तुपात बनवलेले जेवण शफीने मागवले होते. ते येऊन पडले होते; पण ताटांकडे दोघांचे लक्षच नव्हते.

हाफीज हा काटकुळ्या शरीरयष्टीचा, चिंचोळ्या तोंडाचा माणूस होता. शफी 'डॉन', 'ट्रायडेंट' किंवा 'आवाज' या वर्तमानपत्रांतील उतारे वाचून दाखवीत होता आणि हाफीज टेबलावर पुढे झुकून ते ऐकत होता. खोलीत शांतता होती. शफीच्या हातातील कागदांव्यतिरिक्त दुसरा कसलाही आवाज नव्हता. त्याचे वाचन संपल्यावर हाफीजने विचारले, "आता बोल. तुझं काय मत आहे? माझ्यासारखंच आहे ना?"

शफीने त्याच्या चेहऱ्यावरून दृष्टी काढून दुसरीकडे वळवली आणि म्हणाला, "मला काहीच समजत नाही. या वर्तमानपत्रांत दिलं आहे ते सारं खरं कशावरून?"

"मला तुझं मोठं नवल वाटतं." हाफीज तावातावाने म्हणाला. "आपण या देशाचे राजे होतो. यापुढे हिंदूंचे गुलाम म्हणून राहण्याची वेळ येईल. आपण एकजूट केली नाही तर आपला सर्वनाश अटळ आहे."

"तू मुस्लीम लीगवाला झालेला दिसतोस! जिना तरी दुसरं काय बोलतात?"

"लीगला आपले मार्ग मान्य नाहीत म्हणूनच केवळ मी मुस्लीम लीगमध्ये जात नाही... जिनांच्या द्रष्टेपणाबद्दल मात्र शंका नाही. त्यांनी मार्ग दाखविला आहे. आपण हिंदूपासून दूर झालं पाहिजे. नाहीतर त्यांची गुलामी आपल्या कपाळी येईल." त्याचे हात थरथरत होते. आवेगामुळे त्याच्या नाकाचा शेंडा लाल झाला होता.

शफीला फार वाईट वाटले. त्याचे डोळे लाल झाले. "तुम्हाला वाटतं तसं मला तरी वाटत नाही. याचा अर्थ आपली इतक्या दिवसांची चळवळ वाया गेली."

तो कुत्सितपणे हसला. "तू अजून जुन्या जालियनवाला बागेच्या काळातच आहेस. इतर देशांत काय चाललं आहे, याचं तुला ज्ञान नाही. आपण नीट विचार केला पाहिजे. आपले विचार नीट पारखून घेतले पाहिजेत. सध्या तरी आपले शत्रू ब्रिटिश लोक नसून हिंदू आहेत हे तुला मान्य करायलाच हवं!"

शफीने मान हलविली. "हे मला पटत नाही. आपण इतके हाल सोसले आणि चळवळ बांधली, ती कशासाठी?... जरा तुमचीच पूर्वीची शिकवण आठवा. तुमच्याच पुढारीपणाखाली आम्ही वाढलो."

"आपण उत्तम काम केलं यात शंकाच नाही." हाफीजने त्याला मध्येच थांबवले. "मात्र, काळाबरोबर आपणही बदलायला हवं. नवीन संकटे आली तर त्यांच्याशी मुकाबलाही नवीन शस्त्रांनी केला पाहिजे. ब्रिटिशांचा द्वेष करताना आपण खरंखुरं संकट दृष्टीआड केलं... हिंदूंच्या रूपानं आता ते भयंकर संकट उभं ठाकलं आहे." भावनातिरेकाने त्याचा आवाज कापत होता.

"हिंदूपासून भीती नाही. पंजाबात तर नक्कीच नाही. तसं कुणी म्हणू लागलं तर लहान पोरदेखील विश्वास ठेवणार नाही."

हाफीज ताडकन उभा राहिला. शफीच्या खुर्चीवर त्याने स्वत:चा छोटासा चेहरा वाकवला आणि शिकाऱ्याने भक्ष्याकडे पाहावे, तशा दृष्टीने त्याच्याकडे रोखून पाहिले. त्याचा हात थरथरत होता. आवेशाने त्याने तो वर उचलला. "तू मूर्ख आहेस. आपल्याला स्वत:चं रक्षण केलं पाहिजे... आज मुंबईत आणि मद्रासमध्ये काय चाललं आहे? आपल्याला तिकडे हिंदूंपेक्षा कनिष्ठ दर्जा आहे. मुंग्यांच्या वारुळात दोन प्रकारच्या मुंग्या असतात. काही नुसत्या कामच करतात. दिवसभर त्या अन्नाचे कण वेचून आणतात; पण त्यांना मुळीच किंमत नसते. दुसऱ्या प्रकारच्या मुंग्या मात्र काहीच काम न करता बसून खातात आणि त्यांचा अधिकार सगळीकडे चालतो. आपली अवस्था काम करणाऱ्या मुंग्यांसारखी आहे... उद्या

पंजाबमध्येदेखील तसंच होईल.''

''पण तिकडेदेखील मंत्रिमंडळात एक-दोन मुसलमान आहेतच की!'' शफीने मुद्दा मांडला.

''एक आणि दोन! असल्या तुकड्यांवर भिकाऱ्यांप्रमाणे आपण समाधान मानायचं का? आणि ते एक-दोन तरी काय लायकीचे आहेत? ते लेकाचे हिंदूंचे बूटचाटे आहेत. काँग्रेसवाले मुसलमान आहेत ते!... जो मुसलमान काँग्रेसचा सभासद नाही, त्याला ते जागा देणार नाहीत हे तुला माहीत नाही का? शेवटी तेच होईल. इथं काँग्रेसचं सरकार येईल आणि दोन-तीन कमअस्सल मुसलमानांना त्यात स्थान मिळेल. अकरा प्रांतांपैकी आठ प्रांतांत आजच काँग्रेसची मंत्रिमंडळं आहेत. तिथे काय चाललं आहे? त्यांच्या ताटाखालचं मांजर न होणाऱ्या मुसलमानाला त्यात कधी स्थान मिळेल का? जिनांनी त्यांच्या तोंडावरचा बुरखा फाडलेला आहे आणि त्यांना उघड्या-नागड्या रूपामध्ये जगापुढे उभं केलं आहे. हिंदुस्थान हा हिंदूंचा आहे; असं हिंदूनी काँग्रेसतर्फे सिद्ध केलं आहे. आता मुसलमानांनी स्वत:चा विचार केला पाहिजे. अजून वेळ गेली नाही. एकत्र येऊन आपण आपल्यासाठी निराळा देश...''

''निराळा देश?... हिंदुस्थानपेक्षा निराळा देश?''

''होय!... नवा देशच पाहिजे. हिंदुस्थानपेक्षा संपूर्णपणे वेगळा देश नव्हे... हिंदुस्थानची फाळणी करायला हवी. मुसलमानांचे मताधिक्य असलेला, हिंदूंनी न विटाळलेला असा, हिंदुस्थानपासून अलग काढलेला असा, दुसरा देश...''

''पण ब्रिटिशांना आपण बाहेर घालविणार आहोत की नाही? ते ध्येय विसरून चालणार नाही. हिंदू आणि मुसलमान या दोन धर्मांमध्ये वैमनस्य निर्माण करून आपण स्वातंत्र्य कसं मिळविणार?''

हाफीज थोडा वेळ स्वस्थ बसला. त्याची प्रकृती बरी नव्हती. इतके बोलण्यामुळेही त्याला थकवा आला. थोडा वेळ विसावा घेऊन हलक्या आवाजात तो म्हणाला, ''हे विचार आता जुनाट झाले आहेत. आपण हिंदुस्थानात हिंदूंचे गुलाम म्हणूनच जर राहणार असलो तर स्वातंत्र्याचा तरी काय उपयोग? असलं स्वातंत्र्य न मिळालेलंच बरं, नाही का? ब्रिटिशांना या देशाबाहेर हाकलून देण्यात यशस्वी झालो, तर सर्व सत्ता हिंदूंच्या ताब्यात जाईल. मग आपलं काय होईल, याचा विचार कर. ब्रिटिशांच्या गुलामगिरीपेक्षाही हिंदूंची गुलामगिरी वाईट हे लक्षात ठेव.''

''तुमचे हे विचार मला मुळीच पटत नाहीत!'' शफी म्हणाला. ''आजपर्यंत आपण प्राणपणाने जातीय ऐक्य साधण्याचा प्रयत्न केला. आपल्याच हाताने त्या ऐक्याला सुरुंग कसा लावायचा?''

''मुसलमान म्हणून जगायचं असेल तर लावलाच पाहिजे. मुसलमानांनी एकत्र

यायलाच हवं. स्वातंत्र्य मिळविण्यासाठी नव्हे तर - हिंदूपासून बचाव करण्यासाठी आता चळवळ केली पाहिजे. तसं केलं नाही तर मूर्तिपूजकांच्या या देशात मुसलमानांना फक्त गुलाम म्हणूनच राहावं लागेल.''

''असं वागण्यानं आपण ब्रिटिशांच्या जाळ्यात जास्तच सापडतो हे तुमच्या कसं लक्षात येत नाही? हिंदू आणि मुसलमानांमध्ये दुही असावी आणि त्या जोरावर आपण या देशात राज्य करावे, अशी ब्रिटिशांची नीती आहे. एकी हेच आपलं बळ आहे. आपल्यात एकी असली तरच आपण ब्रिटिशांना हाकलून देऊ शकू.''

हाफीजने जीभ किंचित बाहेर काढली आणि जोरजोराने मान हलवली. ''तुझ्यासारख्यालाही काळाची पावलं ओळखता येऊ नयेत याचं मला आश्चर्य वाटतं. कॉंग्रेसनं निवडणुका लढवल्या आणि जिंकल्या. विजय मिळाल्याबरोबर त्यांनी त्यांचे खायचे दात दाखवले. कॉंग्रेसव्यतिरिक्त या देशात दुसऱ्या कोणाला स्थान नाही हे त्यांनी स्पष्ट केलं. मुस्लीम लीगसारख्या मोठ्या संघटनेला त्यांच्या दृष्टीने शून्य किंमत आहे. हिंदुस्थानचे प्रतिनिधी फक्त आपणच आहोत, असा त्यांचा दावा आहे. मुसलमान, ख्रिश्चन, पारशी सगळ्यांचे प्रतिनिधित्व तेच करतात असं त्यांचं म्हणणं आहे. हिंदूंचं सार्वभौमत्व मान्य केल्याशिवाय या देशात इतरांना जगता येणार नाही, असा या साऱ्याचा अर्थ आहे. असलं स्वातंत्र्य कुणाला हवं आहे? ...त्यापेक्षा ब्रिटिशांचं राज्य असलं तर काय बिघडलं?''

''छे! काहीतरीच बोलणं आहे तुमचं! शफी रागाने ओरडला. जोपर्यंत जालियनवाला बागेची आठवण आहे तोपर्यंत...''

''जालियनवाला बाग प्रकरण होऊन वीसहून अधिक वर्षे लोटली. अजून तुला ते आठवतं आहे. तीनच महिन्यांपूर्वी दसऱ्याच्या सुमाराला मुंबईत दंगे उसळले तेव्हा काय घडलं याची कधी चौकशी केली आहेस का? पोलिसांनी हिंदूंचीच बाजू घेतली. मुसलमानांवर नेम धरून गोळीबार करताना मी स्वत: बघितलं आहे... जालियनवाला बागेत निदान तसं तरी झालं नाही. देशात प्रत्येक ठिकाणी आज हेच चालू आहे आणि तू जालियनवाला बागेची आठवण उगाळत बसला आहेस.''

''तुमच्या बोलण्याचा अर्थच कळत नाही. आपण आपल्या सर्व चळवळी थांबवाव्यात असं तुम्हाला वाटतं का? मुंबईमध्ये तुम्ही असंच केलंत का?''

हाफीजने मानेला सौम्यसा झटका दिला. त्याचे डोळे बारीक झाले होते. नाक चोंदले होते. त्याने आपले ओठ घट्ट दाबून धरले होते. तो एखाद्या किळसवाण्या जिवाणूसारखा दिसतो आहे असे शफीला वाटले.

''स्वातंत्र्यसैनिकांचे कार्य तसेच जोरात चालेल.'' हाफीजने सांगितले. ''आपण पूर्वीइतक्याच निष्ठेनं काम करू; परंतु यापुढे आपण फक्त मुसलमान समाजाच्या दृष्टीनेच विचार करायला हवा. आपल्या संघटनेतील हिंदूंना हाकलून दिले पाहिजे.

आपली कार्यपद्धती पूर्वीचीच आहे; पण आता शत्रू बदलले आहेत इतकेच! पूर्वी आपण ब्रिटिशांविरुद्ध जी हत्यारे वापरत होतो ती आता हिंदूंविरुद्ध उपयोगात आणली पाहिजेत.''

''वा!... हे खूप आहे. तुमच्या बोलण्याचा अर्थ तुम्हाला तरी कळतो आहे की नाही कुणास ठाऊक!'' शफी उद्वेगाने म्हणाला. ''आपण असे वागलो तर हिंदूही तसेच वागतील. त्यांची शस्त्रे ते मग मुसलमानांवर चालवतील. देशात यादवी युद्ध सुरू झाल्याशिवाय राहणार नाही.''

हाफीज हसला. अज्ञानी आणि मूर्ख माणसाच्या बडबडीला हसावे तसा तो हसला. ''आता त्याचीच तयारी करायला हवी. आपण दूरदृष्टीने विचार करायला हवा. आजपासून एक वर्षाने किंवा जास्तीतजास्त दोन वर्षांनी ब्रिटिश लोक हिंदुस्थान सोडून निघून जातील. मग आपण हिंदूंच्या हातामध्ये सापडू. त्या वेळी ते मुसलमान समाजाची जी विटंबना करतील, ती आपण उघड्या डोळ्यांनी बघायची का? त्यांच्यापेक्षा दसपट ताकदीने आपण त्या वेळी त्यांच्याशी मुकाबला करायला नको का? दोन वर्षांनंतर जे यादवी युद्ध होणार आहे त्याची तयारी आपण या क्षणापासून करायला हवी. आपले खरे शत्रू हिंदू आहेत हे आपण आताच ओळखलं पाहिजे.''

''हे सारं कसंतरीच वाटतं...'' शफी स्वत:शीच बोलावं त्याप्रमाणे पुटपुटला. ''आपण जातीय ऐक्य साधण्याचा प्रथमपासून प्रयत्न केला. हिंदू-मुसलमानांच्या ऐक्याचे आपण प्रतीक होतो. ते सर्व सोडून यादवी युद्धाची तयारी आपल्यासारख्यांनी करावी ही कल्पनादेखील मला सहन होत नाही. गांधींची चळवळ माझ्या प्रकृतीला मानवत नाही. अहिंसेबद्दलचे त्यांचे विचार तर मला बाष्कळपणाचे वाटतात. तरीसुद्धा स्वातंत्र्य संपादनासाठी एक वेळ मी गांधींच्या चळवळीत काम करीन; पण जातीय संघटनेत सामील होण्याची कल्पनाही मला दु:सह वाटते.''

''गोष्टी या थराला आल्या आहेत. तसं वागल्याशिवाय आपल्याला गत्यंतर नाही.'' हाफीज उठून उभा राहत म्हणाला. ''एकेकाळी या देशावर आपलं राज्य होतं. हिंदू आपले गुलाम होते. आज आपल्यावर हिंदूंचे गुलाम होण्याची वेळ आली आहे. हिंदूंचा जय होत चालला आहे. त्यांनी ठिकठिकाणी आपल्यासाठी सापळे लावले आहेत. त्यात सापडण्याची भीती आहे. ब्रिटिशांनी येथून पोबारा केला आणि आपल्या मदतीने हिंदूंनी ब्रिटिशांना घालवून दिले की, मग हिंदूच इथले शहेनशहा होतील. मुत्सद्देगिरीत ते आपल्यापेक्षाही हुशार आहेत. 'घनदाट काळोखाच्या उदरात प्रकाश आहे. मृत्यूचे थैमान चालू आहे; पण तेथे चैतन्यही आहेच' असे गांधी म्हणतात, त्याचा अर्थ काय? हिंदु धर्मात अंगभूत असलेली शब्दांची किमया गांधींजवळ आहे. काळोखात प्रकाश आहे. मृत्यूच्या तांडवात चैतन्य आहे! वारे वा! मग अहिंसेमध्येच हिंसा आहे, असा अर्थ आपण का काढू नये? मी तरी तसाच अर्थ

लावतो. गांधींच्या अहिंसेत हिंसा लपलेली आहे. या देशाला आता यापुढे त्या अतिभीषण आणि अमानुष हिंसेलाच तोंड द्यावे लागणार आहे. आपला सर्वनाश करण्यासाठी हिंदू उद्युक्त आहेत.''

लांबून कुठून तरी आगगाडीच्या शिट्टीचा आवाज ऐकू आला. शफी उठला आणि राहिलेली व्हिस्की त्याने दोघांच्या ग्लासांत ओतली. बराच वेळ लढत केल्यावर दोन्ही मल्लांनी दमून जावे, आखाड्यात एकमेकांकडे नुसतेच बघत बसावे तसे त्या दोघांचे झाले. काही बोलण्याची किंवा वादविवाद करण्याची त्यांच्यात शक्ती उरली नाही. हाफीजने पेला उचलला आणि शफीच्या हातातील ग्लासाला भिडवून म्हणाला, ''या लढाईत मुसलमानांचाच विजय होईल.''

काहीच न बोलता दोघांनी व्हिस्की संपविली. हाफिजने ग्लास जमिनीवर ठेवला आणि म्हणाला, ''ही कागदपत्रे ठेवून मी जातो आहे, सवडीने वाचून काढ... तुझे डोळे नक्की उघडतील. मोहरममध्ये दंगे झाले. खुद्द दंग्यात फक्त सात लोक जखमी झाले; पण पोलिसांनी केलेल्या गोळीबारात अठरा मुसलमान मेले. दंगलखोरांपेक्षाही जास्त लोक पोलिसांनी मारले?''

''याचा अर्थ काय? मला काहीच कळेनासं झालं आहे. ''

''ते फक्त मुसलमानांवर गोळ्या झाडताहेत. त्यांनाच टिपून ठार मारतात; हाच याचा सरळ अर्थ आहे.''

हाफीज गेल्यावर शफी बराच वेळ खुर्चीत सुन्न होऊन बसला होता. रॉकेलच्या दिव्यावर आता काजळी साठली होती. त्याच्या अंगावर अजून बाहेर जाण्याचाच पोषाख होता; तो काढायचेही त्याला भान नव्हते. बराच वेळ तसाच गेला. मग दरवाजावर सौम्य थाप मारलेली त्याला ऐकू आली. तो एकदम उठून उभा राहिला आणि त्याने अंदाज घेतला. मग त्याने दार उघडले.

पठाणी पागोटे घातलेला एक माणूस बाहेरच्या काळोखात उभा होता. चीफ इन्स्पेक्टर मन्सूरला शफीने ओळखले आणि त्याची छाती विलक्षण धडधडली. चौड्यावर चालत तो मन्सूरजवळ गेला.

''वाईट बातमी आहे.'' मन्सूर पुटपुटला. ''आज पोलीस छापा घालणार आहेत. प्रथम ते हनुमान क्लबचा ताबा घेतील आणि नंतर इतरांना त्यांच्या घरी पकडतील.''

''अरे, बाप रे!'' शफी उद्‌गारला. त्याचे सर्व शरीर घामाने थबथबले. ''केव्हा घालणार आहेत छापा?''

''आज संध्याकाळी सातच्या सुमारास; पण त्या सर्व परिसरात गुप्त पोलीस आतापासून पेरले आहेत. हनुमान क्लबवर पोलिसांचे लक्ष आहे. तुम्ही ताबडतोब गाव सोडा आणि काही दिवस कुठेतरी अगदी शांत राहा. काहीही करू नका.''

''तुम्ही सांगितलंत हे चांगलं झालं,'' शफी पुटपुटला. ''त्यांना हे सर्व कसं कळलं? आम्ही तर सर्व प्रकारची काळजी घेतली होती.''

''काही स्फोटक पदार्थांचा पत्ता लागत नव्हता. टेकचंदच्या दुकानातून ते चोरीला गेले होते. त्यांनी तक्रार नोंदविली. त्या हरामखोर पिअर्सनं त्यात लक्ष घातलं आणि सारं उघडकीला आणलं.

शफीचे सारे शरीर थरथरत होते. तो ऐकत होता, ''विमान जाळलं तेव्हा पिअर्स दर्याबादला चौकशीसाठी गेला होता.'' मन्सूर सांगता सांगता थोडा वेळ थांबला आणि हलक्या आवाजात म्हणाला, ''फार लोकांना याबद्दल कळवू नका. नाहीतर माझ्याबद्दल संशय यायचा. तुम्हाला सांगायला नकोच. जे नेहमी तिथे जातात त्यांना तिथे जाऊ द्या.''

शफी खोलीत परत आला. कुणाकुणाला वाचवावे आणि कुणाला बळी द्यावे, याचा तो विचार करू लागला. हाफीजने त्याला वाचण्यासाठी काही कागदपत्रे टेबलावर ठेवली होती. त्यांच्याकडे बराच वेळ तो शून्य नजरेने बघत राहिला. नंतर त्याने ती हातात घेतली आणि दिव्याच्या मंद प्रकाशात वाचण्यास सुरुवात केली. त्याचे वाचन संपले तेव्हा पहाट झाली होती आणि कोंबडे बांग देत होते. त्याने दिवा मालवला आणि खोलीकडे एकदाही दृष्टिक्षेप न टाकता तो बाहेर पडला.

त्या दिवशी सकाळी सिंध मेलच्या तिसऱ्या वर्गाच्या खच्चून भरलेल्या डब्यातून प्रवास करताना शफीच्या डोळ्यांपुढे गेल्या बारा महिन्यांतल्या घटना साकार झाल्या. त्याच्या टोळीमधील शक्य तितक्या सैनिकांना त्याने कालच धोक्याच्या सूचना दिल्या होत्या. ज्यांना सूचना देणे शक्य झाले नव्हते ते बळी जाणार हे नक्की होते. सैनिकांपैकी सात-आठजण तरी नक्कीच पकडले जाणार होते; पण त्याला काहीच इलाज नव्हता.

मग एकदम त्याच्या लक्षात आले. छाप्याच्या वेळी हनुमान क्लबमध्ये जे उपस्थित असतील ते सर्वच हिंदूच असणार; त्यांत एकही मुसलमान असणार नाही. पकडले जाणारे सर्वच हिंदू असणार हा खरोखरच योगायोग होता; पण तीच गोष्ट त्याच्या मनाला खात राहिली.

हाफीज नुकताच येऊन गेला होता. त्याच्याशी झालेल्या बोलण्याचा परिणाम हाच होता का? त्याने ज्यांना पूर्वसूचना दिली होती, ते सर्व सैनिक मुसलमान होते हा योगायोग होता का? की मुसलमानांना वाचविण्यासाठी त्याने मुद्दाम त्यांनाच सूचना दिल्या होत्या? हाफीजने पेरलेले विषबीज इतक्या लवकर फोफावले होते का?... त्याला काहीच कळत नव्हते.

१०

"न जाने किधर आज मेरी नाव चली रे!" हे कडवे गुणगुणत सुंदरी देवीदयाळच्या हातरुमालावर त्याच्या नावाची आद्याक्षरे काळ्या रेशमाने भरत बसली होती.

पद्याचा अर्थ तिच्या त्या वेळच्या मन:स्थितीशी सुसंगत होता. 'माझी नाव आज कुठे चालली आहे हे माझे मलाच माहीत नाही.' अशा अर्थाचे ते गाणे होते. ज्या तरुणाबरोबर तिचे लग्न ठरवण्यात आले होते तो तरुण त्या दिवशी दुपारी तिला बघण्यासाठी त्यांच्या घरी येणार होता.

"चली रे! चली रे... मेरी नाव चली रेऽ" तिचं गुणगुणणं चाललंच होतं. नदीचं पात्र दुथडी भरून वाहात आहे. एका शोभिवंत नावेत आपण बसलो आहोत आणि ती नाव कुठल्यातरी अज्ञात प्रदेशात चाललेली आहे, अशा तऱ्हेचं स्वप्न तिच्या मनापुढे तरळत होतं.

गोपाळ चंडीदारशी तिचे लग्न ठरले होते. आज तोच येणार होता. चंडीदार कुटुंबाबद्दल तिने खूप ऐकले होते. पंजाबमध्ये जी सदतीस मुख्य कुळे होती, त्यांपैकी चंडीदार हे प्रमुख होते. एका संस्थानच्या महाराणीचा गोपाळ भाचा होता. तो इंग्लंडमध्ये शिकला होता. त्याला एका कंपनीत मोठ्या पगाराची नोकरी होती.

तिच्या आईने तिला त्याचे छायाचित्र दाखवले होते त्यावरून तो दिसायला देखणा असावा असे वाटत होते. आईने पुन:पुन्हा म्हटले होते, "हे कुटुंब खरं खानदानी आहे बघ. सध्याच्या बेजवाडच्या महाराणीसाहेब चंडीदार घराण्यातल्याच आहेत. त्यांच्याशी राजपुत्राचं लग्न झालं, तेव्हा राजेसाहेबांना वीस लाख रुपये दिले असे म्हणतात. गोपाळला आणखी दोन भाऊ आहेत. तरीही त्याच्या वाट्याला खूप दौलत येईल. तू खरोखरच खूप नशिबवान आहेस. अगं, त्यानं कितीतरी मुली अगोदर नाकारल्या आहेत. मोठमोठ्या कुळांतल्या मुलींनासुद्धा नकार दिला आहे. काय सांगायचं? खुद्द यादवांकडची मुलगीसुद्धा त्याला सांगून आली होती."

"यादवांच्या मुलीला मंगळ आहे म्हणतात." सुंदरी म्हणाली. "सगळ्यांना माहीत आहे; त्यामुळेच तिला आणखी तीन-चार ठिकाणी नकार मिळाला."

"मंगळाबिंगळाची पर्वा कोण करत गं हल्ली?" आई जरा तुसडेपणानेच म्हणाली.

"तू आज माझी ती मोत्याची माळ घाल... साडी कोणती नेसशील?" आईने तिला विचारले.

"कोणती नेसू? मला काहीच कळत नाही. तूच सांग." सुंदरीने परत तिलाच विचारले.

तिला काहीच कळत नव्हतं. तिच्या नशिबाचं महाद्वार आज खुलं होणार होतं. तिच्या चित्तवृत्ती फुलल्या होत्या. तिला हलकंहलकं वाटत होतं. कोणत्याही गोष्टीचा सुसंगत विचार करणं तिला आज कठीण जात होतं. आई-वडिलांनी आपलं लग्न ठरवावं यात तिला काहीच चमत्कारिक वाटत नव्हतं. शाळा-कॉलेजात असताना प्रेमविवाहाबद्दल ती अनेकजणींजवळ बोलली होती; पण प्रेम करण्याइतकी धिटाई तिच्यात नव्हती. आई-वडिलांनी परंपरागत पद्धतीने ठरविलेले लग्न म्हणूनच तिला वावगे वाटत नव्हते.

आपले लग्न सुखी होईल का? नवऱ्याबद्दल आपल्याला प्रेम वाटेल का? असे कितीतरी प्रश्न तिच्या मनात भिरभिरत होते. कुणाजवळ तरी मन मोकळे करून त्या विषयावर खूप बोलावे असे तिला वाटत होते. देवीदयाळ घरात नव्हता याचाच तिला राग आला होता. विचार करताकरता तिच्या लक्षात आलं की, देवी अलीकडे क्वचितच घरी असे. दिवसाचा बहुतेक सर्व वेळ तो तालीमखान्यातच घालवी. घरी असला तरी कसरत करण्यात वेळ घालवी. देवी अलीकडे बदललाच होता. नेहमी तो कसल्या तरी विचारात असे. डोळ्यांसमोर पुस्तक धरून एकटाच विचारात बसलेला असे.

स्वत:च्या शरीरात कणखरपणा आणण्याची देवीची धडपड तिला आठवली आणि तिचे मन त्याच्या विषयीच्या वात्सल्याने भरून गेले. तो मोठा झाला आहे असे तिला वाटतच नव्हते. अजूनही तो एखाद्या गुबगुबीत गादीच्या पाळण्यात झोपलेल्या लहान मुलासारखा आहे अशी तिची भावना होती. खरोखर आता तर तो तिच्यापेक्षाही उंच झाला होता आणि त्याचे हातपाय कळकाप्रमाणे कडक झाले होते. त्यांतील कोवळीक संपली होती आणि स्पॅनिश सिनेमातील एखाद्या नायकाप्रमाणे तो उंचापुरा आणि शक्तिमान झाला होता.

ती देवीच्या विचारातच रंगून गेली होती. ज्याच्याशी तिचे लग्न होते, त्याच्याविषयीचे विचार काही वेळ बाजूला पडले होते. तिला ते कसेसेच वाटले; फोटोत बघितलेली त्याची छबी आठवून ती त्याच्या रूपाविषयी विचार करू लागली. तो दिसायला

चांगला होता; पण त्याचे सौंदर्य निराळ्या प्रकारचे होते. वर्णाने तो जास्त काळसर होता आणि दिसण्यात जास्त पुरुषी होता. सगळ्या हातरुमालांवर नावे घालून झाली. मग तिला वाटले, ते रुमाल गुपचूप देवीच्या खोलीत ठेवून द्यावेत. आता तिला दुसरा काही उद्योग नव्हता. फक्त बघायला येणाऱ्या तरुणाबद्दल विचार करणे एवढेच मनाला व्यवधान होते.

लग्न! लग्नाचा अर्थ काय? त्यापासून नक्की सुख मिळते का? लग्नाबरोबरच प्रेम उत्पन्न होते का? अशा अनेक विचारांनी तिच्या डोळ्यांपुढे अंधारी आली. पण काहीही असले तरी ती एक हिंदू खानदानी घराण्यातील मुलगी होती. तिने शंका-कुशंकांना आवर घातला. आई-बापांनी ठरवलेला मुलगा वाईट असणे शक्यच नाही, असे मनाला बजावले.

मग तिला खोलीत नुसते बसणेही अशक्य झाले. घरात जाऊन संध्याकाळच्या समारंभासाठी आईला मदत करणे योग्य ठरले असते. ती सर्व रुमाल हातात घेऊन उठली आणि पलीकडच्या बाजूला देवीची खोली होती तिकडे गेली. ड्रेसिंग टेबलावर आरशासमोर तिने रुमाल ठेवले. नंतर नेहमीप्रमाणे तिने सर्व खोलीभर नजर फिरवली.

दोन्ही खिडक्या सताड उघड्या होत्या. रात्रंदिवस त्या तशा उघड्याच असत. एखादे वेळी रात्री नकळत बाहेर जायचे असले तर देवी खिडकीतून बॅडमिंटन कोर्टात अलगद उडी मारी आणि बाहेर पडे. त्याचे अशा तऱ्हेने बाहेर जाणे आजपर्यंत कुणाच्याच लक्षात आले नव्हते ही आश्चर्याची गोष्ट होती. देवीने एकदा तिला सांगितले होते म्हणून तिला तरी ते माहीत होते. खिडक्यांतून चकचकीत सूर्यप्रकाश आत आला होता; त्यामुळे हिरवट रंगाच्या गालिच्यावर पांढरे उभे पट्टे पडले होते. प्रकाशाच्या झोतात खिडक्यांना लावलेले हातमागाच्या कापडाचे पडदे, मोठमोठ्या खुर्च्या, शिवाजीचा ब्रॉंझचा पुतळा सारे उजळून निघाले होते. सुंदरीचा आणि तिच्या आईचा फोटो टेबलावर होता. त्याशिवाय एकही छायाचित्र नव्हते. सुंदरीला फार आश्चर्य वाटले, कारण तिच्या वडिलांचाही फोटो तिथे नव्हता.

शेल्फवर पुस्तके लावून ठेवली होती; त्यांच्याकडे तिचे लक्ष गेले. एका कप्प्यामध्ये गॅरिबॉल्डी, टेरेन्स मॅक्सविनी, टिपू सुलतान, शिवाजी, सावरकर, नेपोलियन, वॉशिंग्टन, लिंकन वगैरे राष्ट्रपुरुषांची चरित्रे होती. दुसऱ्या कप्प्यात आरोग्यविषयक आणि शरीरशास्त्रविषयक पुस्तके होती. देवीसारख्या सुरेख, संपन्न घराण्यातील मुलाने अशा तऱ्हेची पुस्तके जमविण्याचा हव्यास धरावा याबद्दल तिला आश्चर्य वाटत होते.

तिथले एखादे पुस्तक खोलीत घेऊन जावे आणि वाचत पडावे असे तिला वाटले. पुस्तकांच्या रांगेवरून तिने नजर फिरविली. शरीरशास्त्रावरची सर्व पुस्तके

होती. 'गॉन विथ द विंड' हे एकच पुस्तक ओळखीचे होते. तिने ते पूर्वीच वाचले होते; पण ते फक्त चाळत बसावे असे तिला वाटले. तिने ते पुस्तक बाहेर ओढले. तिच्या सध्याच्या मन:स्थितीशी मिळतेजुळते असे ते पुस्तक होते.

पुस्तकामागच्या मोकळ्या जागेत तिला एक चौकोनी पेटी दिसली. तिच्यावर निळ्या रंगाचे लेबल होते. त्या पेटीत काय असावे? संतती नियमनाची साधने असतील का? तिचे मन थरारले. अधिक विचार करताना मनानेच विचारले, 'का नसावीत?' देवी आता तरुण झाला होता. तो सुंदर नि आकर्षक होता. या गोष्टी त्याने कधीतरी करायलाच हव्यात... पण ती साधनेच आहेत का? की... संभोगाची नानाविध आसने असलेल्या नग्न स्त्री-पुरुषांच्या छायाचित्रांचा अल्बम तिथे असेल? बाजारात स्तंभनाबद्दल निरनिराळी औषधे मिळतात त्यांतली तर काही नसतील? तिच्या मनात नाना शंका उद्‌भवल्या; परंतु तरीही तिला मनात सारखं वाटत राहिलंच की, या शंका बरोबर नाहीत. स्त्रियांविषयी किंवा लैंगिक क्रियांविषयी त्यांत काही नसणार. देवीच्या स्वभावाशी ते विसंगत आहे. त्या पेटीत दुसरेच काहीतरी असावे!

तिने ती पेटी हातात घेतली. लेबलावर नुसतेच होते- 'नोबल.' त्या शब्दाचा अर्थच तिला कळला नाही. तिने पेटी उघडली. पांढऱ्या रंगाच्या, सिगारेटच्या आकाराच्या छोट्या छोट्या ट्यूब्ज आत होत्या. त्या प्रत्येकीची लांबी साधारणपणे दोन इंच होती. एका बाजूने प्रत्येक ट्यूबचे तोंड उघडे होते.

तिने ते लेबल लक्षपूर्वक वाचले. 'नोबल.' या शब्दाखाली बारीक अक्षरांत लिहिले होते. 'This tle Brand Detonators'... आणि एकदम तिच्या डोक्यात प्रकाश पडला. तिचे हातपाय कापायला लागले. तिने ती पेटी हलक्या हाताने खाली ठेवली. 'गॉन विथ द विंड'च्या शेजारची दुसरी पुस्तके काढली. त्यांच्या मागच्या बाजूला दोन पिवळ्या रंगाच्या मनगटाच्या जाडीच्या पातळ कागदाच्या पिशव्या होत्या. त्यावर लिहिले होते, 'Submori blasting Gelatine' त्याच्याच खाली ठळक अक्षरे होती, 'Strength ९०%'

सुंदरीच्या सर्व लक्षात आले. दुकानातील 'Detonators आणि Gelatine' चोरीला गेल्याचे तिने वडिलांच्या तोंडून ऐकले होते. त्या चोरीचा उलगडा झाला. ते स्फोटक पदार्थ देवीच्या खोलीत होते.

वडिलांचा चेहरा तिला पुन:पुन्हा आठवत होता. ते म्हणाले होते, "दुकानातले स्फोटक पदार्थ नाहीसे झाले आहेत. मला फार काळजी वाटते. घातपाती कृत्ये करणाऱ्या क्रांतिकारकांच्या हातांत ते पडले तर फार अनर्थ होईल. त्यांच्या साह्याने ते लोक रेल्वेचे पूल किंवा रूळ उडवून देतील."

देवी त्या कांतिकारकांमध्ये सामील झाला आहे काय? तो रात्री चोरून बाहेर

जातो... याच कामाकरता तो जात असेल का?

तिचे अंग शहारले. त्या बहीण-भावंडांचे एकमेकांवर फार प्रेम होते. तरीही या गोष्टी तिच्यापासून त्याने गुप्त ठेवल्या होत्या. स्वत:च्या जिम्मेदारीवर त्याने ते सर्व केले होते. तिला त्याचा मागमूसही लागू दिला नव्हता. ती दोघे लहान असताना तिचे तो सारे ऐकत असे. कोणत्याही गोष्टीत तो तिचा सल्ला घेई. रात्री त्याला काळोखाचे भय वाटे आणि तो तिच्या पांघरुणात झोपायला येई. देवी मनाने किती हळवा होता याच्या तिला आठवणी आल्या. एकदा त्याचा हात कापला होता, तेव्हा नुसते रक्त बघूनच तो मूर्च्छित झाला होता... बॅडमिंटन कोर्टावर मुंग्यांनी एका रात्रीत वारूळ बांधले होते. ते पाडणेही त्याच्या जिवावर आले होते...

आणि आज तो बॉम्बशी खेळत होता. मोठमोठे पूल उडवून देण्याचे मनसुबे रचत होता.

जिन्यासमोरच्या घड्याळात ठोके पडले. दहा वाजले होते. जिलेटिन आणि डिटोनेटरच्या कांड्या सुंदरीने जिथल्या तिथे ठेवून दिल्या आणि तिने त्याच्यापुढे काळजीपूर्वक इतर पुस्तके लावली.

हातरुमाल घेऊन ती खोलीच्या बाहेर पडली. आपण तिथे येऊन गेलो अशी कल्पनादेखील त्याला येऊ नये अशी तिची इच्छा होती. देवीच्या खोलीत येण्यापूर्वीचे स्वत:चे विचारदेखील ती विसरली... गोपाळ चंडीदारशी तिचे लग्न होणार होते; पण त्याचे महत्त्वच तिच्या दृष्टीने संपले. देवी क्रांतिकारकांच्या जाळ्यात सापडला आहे किंवा नाही हे समजून घ्यायलाच पाहिजे, असे तिच्या मनाने घेतले.

ती बाहेर आली तेव्हा गाणे गुणगुणत नव्हती. दुपारी साडी कोणती नेसावी याबद्दलचे विचारही तिच्या मनात नव्हते.

देवीबद्दलच्या विचारांनीच तिचे मन संपूर्णपणे व्यापले होते.

११

शयनगृहाच्या खिडकीपाशी उभे राहून दिवाणबहादूर टेकचंद पुन:पुन्हा हातातील घड्याळाकडे आणि पोर्चमध्ये उभ्या असलेल्या मोटारीकडे बघत होते. उंच बांध्याचा, शोभिवंत दाढी असलेला ड्रायव्हर फडक्याने मोटारीच्या बॉनेटवरील धूळ झटकत होता. त्यांची बायको ड्रेसिंग टेबलासमोरच्या खुर्चीवर बसली होती. तिने सोनेरी किनार असलेली पांढरीशुभ्र तलम साडी परिधान केली होती. तिच्या गळ्यात वक्षस्थळापर्यंत रुळणारी स्फटिकशुभ्र मौतिकमाला होती.

"दुसरी माळ सुंदरीला घालायला सांगितली आहे." तिने म्हटले.

त्यांचे मन अस्वस्थ होते. ते पुन:पुन्हा घड्याळाकडे पाहत होते.

"तुम्ही मला बघायला आला होतात तेव्हाही इतके अस्वस्थ नव्हतात." दिवाणबहादूरीण बाईंनी हसतहसत टोमणा मारला.

टेकचंद यांनी प्रेमभराने पत्नीकडे पाहिले. "खरं सांगतो, जावयाने मुलीला बघायला येण्याचा क्षण जास्त महत्त्वाचा असतो." ते म्हणाले आणि वातावरण हलके होण्याच्या उद्देशाने त्यांनी सांगितले, "तुझ्या वेळी निराळं होतं. तुला बघायला येण्यापूर्वी कितीतरी दिवस आधी मी तुझ्याशी लग्न करणार आहे हे मला माहीत होतं. तुझा फोटो बघितला तेव्हाच ठरवून टाकलं होतं..."

पांढऱ्याशुभ्र मोगऱ्याची वेणी त्या स्वत:च्या केसात माळत होत्या. त्यांच्या साडीचा पदर खाली पडला होता आणि चोळीची गाठ सुटलेली होती. आरशामध्ये बॉडीच्या बाहेर डोकावणारी किंचित उन्नत अशी वक्षस्थळे टेकचंदांना दिसत होती. त्या दिसायला देखण्या होत्या. इतके वय झाले तरीही त्यांचे सौंदर्य टिकून होते. त्यांच्या शरीराची त्वचा तजेलदार होती. आज तर वृत्ती उल्हसित असल्यामुळे त्यांच्या प्रौढ सौंदर्याला भरती आल्यासारखी वाटत होती. दिवाणबहादूर मिश्कीलपणाने हसले आणि बायकोला म्हणाले, "अगं, आज तुझ्या मुलीला बघायला येणार

आहेत; तुला नाही. तुला बघणार असते तर तू नक्की पसंत पडली असतीस. मग मला चिंता करायचं मुळीच कारण नव्हतं.''

आरशात बायकोचे प्रतिबिंब टेकचंदांना दिसत होते. आपल्या उद्‌गारांमुळे त्या लाजल्याचे आणि त्यांनी त्यांच्याकडे एक सलज्ज कटाक्ष टाकल्याचे त्यांना दिसले. ऐन तारुण्यात अशा तऱ्हेच्या सूचक कटाक्षांना जो अर्थ होता तोच आजही त्यात प्रतीत होत आहे असे त्यांना वाटले. टेकचंदांना स्वत:चीच गंमत वाटली. बायको चाळिशीच्या उंबरठ्यावर होती; पण अजूनही तिच्या नयनबाणांनी ते विद्ध होत असत आणि शरीर कंपायमान होत होते. त्यांच्यामधील शृंगाराला इतक्या वर्षांच्या वैवाहिक जीवनानंतरही शिळेपणा आला नव्हता हे आश्चर्य होते.

''ती बरीचशी तुझ्यासारखी दिसते एवढं मात्र खरं.'' ते पत्नीला म्हणाले.

''छे!... खरं सांगायचं तर ती बरीचशी तुमच्यासारखी आहे.'' दिवाणबहादुरीणबाई म्हणाल्या. ''सगळेजण असंच म्हणतात; देवी मात्र माझ्यासारखा आहे.''

देवीचे नाव निघाल्याबरोबर टेकचंदांच्या कपाळाला आठ्या पडल्या. ''आज त्यानं खरं म्हणजे घरी राहून तुला मदत करायला हवी होती. आजचा दिवस तालमीत गेला नसता तर काही आकाश कोसळून पडलं नसतं.''

''तुम्ही हॉटेलातून परत येईपर्यंत तो नक्की घरी येईल. त्यानं तसं कबूल केलं आहे.'' त्यांच्या बायकोने सांगितले. ''आणि रोज तो तालमीत जातो त्यात बिघडलं कुठे? अलीकडे किती छान दिसतो तो!... गाल तर अगदी गुलाबी नि गुबगुबीत झाले आहेत त्याचे.''

''तालमीचं त्याला इतकं प्रेम लागावं याचंच मला नवल वाटतं. सहा वर्षे झाली; पण त्याचं वेड काही अजून कमी होत नाही. खरं म्हणजे ते केव्हाच संपायला हवं होतं. तरण्याताठ्या मुलानं तालमीच्या नादानं रात्री उशिरापर्यंत घराबाहेर राहणं चांगलं नव्हे.'' त्यांनी नाराजीने मान हलवली. ''एखाद्या मुलीच्या लफड्यातही तो सापडला असेल. तुला काय वाटतं?''

''मुलीच्या लफड्यात?... काय बोलता आहात तुम्ही?... अहो, देवीला विसावं वर्ष आहे. नेहमी तो बरोबर असतो. कसरतीच्या नादात असतो... बाईविषयी त्याच्या मनात अजून विचारही आला नसेल. तुमच्या मनात असले विचार कितव्या वर्षी डोकावले होते?''

''काहीतरी मूर्खासारखं विचारते आहेस झालं!''

''खरंच सांगा ना.'' त्यांच्या पत्नीने डोळे बारीक करत विचारले, ''बायकांबद्दल तुमच्या मनात प्रथम विचार आले, तेव्हा तुमचं वय होतं?''

''तुझ्याशी लग्न होईपर्यंत तरी मनात तसले विचार आले नाहीत. तू माझ्याकडे ज्या दृष्टीनं बघितलंस तसं दुसऱ्या बाईने कधी बघितलंच नाही!''

"चला!... खोटारडे!" त्यांच्याकडे न बघताच त्या म्हणाल्या. स्वत:च्या वेशभूषेतच त्यांनी अत्तराचा बोळा कानाच्या पाळ्यांमागे धरला होता. तेथून त्या तो दोन्ही बाजूंस फिरवीत राहिल्या. बायकोचा जामानिमा वाढला असताना तिच्याकडे बघत बसण्याचा टेकचंदांना छंद होता. त्यांची नजर आपल्याकडे लागली आहे हे सौ. टेकचंदांनी आरशातील प्रतिबिंबावरून ओळखले; पण त्या काही बोलल्या नाहीत. त्यांनी अत्तराची बाटली टेबलावर ठेवली आणि मध्ये गाठ मारून दोन्ही वक्षस्थळे चोळीत सामावून टाकली. नंतर आरशापुढे उभे राहून त्यांनी स्वत:कडे शेवटचे बघून घेतले. राजा रविवर्माच्या चित्रातील लक्ष्मीप्रमाणे त्यांचे रूप दिसत आहे असे टेकचंदांना वाटले.

त्या जवळ येऊन बसल्यावर टेकचंदांनी विचारले, "सुंदरीचं काय मत आहे? तिला आज बघायला येणार आहेत; त्याबद्दल मी विचारतो आहे."

"ती नुसती हवेत तरंगते आहे... वीस वर्षांच्या मुलींना सगळं कळतं. मी तिला या मुलाबद्दल सगळं सांगितलं आहे. फार खूश आहे ती. कोणत्या मुलीला आनंद वाटणार नाही? तुम्हीच सांगा... आज तो एकटाच येईल की कुणा मित्राला बरोबर घेऊन येईल? तुम्हाला काय वाटतं?..."

"मला नाही वाटत तो दुसऱ्या कुणाला घेऊन येईल असं!..."

"आठजणांच्या चहाची तयारी करून ठेवायला मी सांगितलंय... आयत्या वेळी गोंधळ नको; पण त्यानं एक-दोघांपेक्षा जास्त मित्र बरोबर आणू नयेत म्हणजे झालं. एकट्यानं येणं बरं दिसत नाही आणि खूपजण बरोबर असणंही वाईट."

"त्याला सर्व कळतं. अगं, तो सर्व दृष्टींनी अगदी आधुनिक तरुण आहे..."

गेले कित्येक महिने त्यांनी या स्थळाबद्दल वाटाघाटी नि विचारविनिमय केला होता. अनेकांना मध्यस्थी घातले होते. आज त्या सर्व परिश्रमांचे फळ पदरात पडणार होते. हा नवरा मुलगा सर्व दृष्टींनी अनुरूप होता. त्याचे स्थळ हजारात एक होते. सुंदरीपेक्षा तो सात वर्षांनी मोठा होता हे खरे; पण ती गोष्ट तितकीशी महत्त्वाची नव्हती. लग्नाच्या बाजारात त्याचे स्थळ अक्षरश: गाजत होते. तो एकोणीस वर्षांचा झाल्यापासूनच कितीतरी श्रीमंत वधुपित्यांनी त्याला स्वत:च्या मुलींविषयी लिहिले होते. त्यांची छायाचित्रे पाठविली होती. तसेच भरपूर हुंड्याची प्रलोभने दाखविली होती. टेकचंदही त्या अनेकांपैकी एक होते. त्याने बहुतेक सगळ्यांना नकार दिला होता; पण मुलगी बघण्यासाठी तो आज टेकचंदांच्या घरी येणार होता. इतका अनुरूप वर साऱ्या हिंदुस्थानात दुसरा नव्हता! पण दुसरीकडे सुंदरीसारख्या मुली तरी कुठे होत्या?... दिसायला सुंदर, कॉलेजात शिकणारी, खूप हुंडा देणारी अशी सुंदरी पाश्चात्य रीतीरिवाजातही मुरलेली होती. अलीकडच्या मुलांना आणखी काय हवे असते?

"शेरीची बाटली काढून ठेवायला हवी." सौ. टेकचंद म्हणाल्या.

"चहाच्या वेळी मद्य कशाला?"

"अहो, शेरी पाहिजेच. अलीकडची तरुण मुलं केव्हाही दारू घेतात. हा मुलगा तर अगदी फॅशनेबल आहे. आपण त्याला खेडवळ नि जुन्या विचारांचे वाटायला नको,"

"आपण नक्कीच तसे नाही... पण... पण चहाच्या वेळी शेरी घेणं म्हणजे..." त्यांनी घड्याळाकडे दृष्टी टाकली. "देवीनं आज घरी असायला हवं होतं."

"तुम्ही सारखे घड्याळाकडे पाहू नका." त्या म्हणाल्या. त्यांचा आवाज एकदम चढला. त्या बाह्यत: आनंदात आणि उत्साहात होत्या; पण आत कुठेतरी त्यांच्या मनात अस्वस्थता दाटलेली दिसत होती. दिवाणबहादूरांना आश्चर्य वाटले. बायकोच्या मनात दुसरे कसले विचार चालू आहेत किंवा काय?... देवीच्या विचारांनी तर ती अस्वस्थ नसेल?

ते तिच्याजवळ सरकले आणि तिचा हात त्यांनी हातात घेतला. मग त्यांनी तिला आणखी जवळ घेतले. तिच्या पाठीवर त्यांनी थोपटण्यास सुरुवात केली. त्यांनी नवऱ्याच्या मिठीतून स्वत:ला हलकेच सोडवून घेतले. "बसायला वेळ नाही," त्या हसत म्हणाल्या. "अजून सगळं व्हायचं आहे. तुम्ही तर कमालच करता."

टेकचंद हसले आणि उठून उभे राहिले.

"आणि हे बघा!... मला वाटतं, थोडी व्हिस्कीही टेबलावर असू द्यावी. कुणाला लागली तर..."

टेकचंदांनी स्वत:च्या पत्नीकडे टक लावून पाहिले. काहीच न बोलता ते व्हिस्की व शेरीच्या बाटल्या आणण्यास खाली गेले.

रात्री झोपण्याच्या खोलीत ते पुन्हा भेटले. आता बायकोच्या मनावरचे ओझे पूर्णतया उतरल्याचे टेकचंदांच्या लक्षात आले. दिवस चांगला गेला होता. मनात योजल्याप्रमाणे सर्व गोष्टी झाल्या होत्या. सौ. टेकचंदांना मद्य थोडेफार चढले होते. नवऱ्याला स्वत:च्या मिठीत गुदमरून टाकण्यास आणि त्याला सर्व तऱ्हेचे सुखोपभोग देण्यास त्या उत्सुक होत्या.

टेकचंद अंथरुणावर पडले होते. धंद्याबद्दलच्या विचारांनी त्यांचे मन ग्रासले होते. दुकानातून ज्वालाग्राही पदार्थांची चोरी झाली होती. पोलिसांनी चौकशीच्या वेळी सर्वच घोटाळा केला होता. हिशेबात चूक असावी असे त्यांचे म्हणणे होते. अशा तऱ्हेच्या चुका त्यांच्या दुकानात होणे कदापि शक्य नव्हते. पोलिसांनी त्या चोरीची गंभीरपणाने दखल घेतली नाही म्हणून त्यांनी सी.आय.डी. खात्याकडे तक्रार नोंदविली होती. सी.आय.डी. नेही हिशेबातील चुकीबद्दलचे तेच पुराण लावले होते. ते विचारात गढले होते.

इतक्यात शेजारी बांगड्यांची किणकिण ऐकू आली. बांगड्या मुद्दाम वाजवल्यासारखे वाटले. त्यांनी बायकोला बघितले. त्या कपडे उतरवीत होत्या. त्यांनी साडी सोडली आणि कपाटात ठेवण्यापूर्वी तिची नीट चापूनचोपून घडी केली. नंतर त्यांनी अंगातील चोळी आणि बॉडी काढली. दुसऱ्या दिवशी धुण्यासाठी कोपऱ्यातल्या टोपल्यात टाकली. मग थोडा वेळ स्वत:चे सौंदर्य न्याहाळत त्या तशाच उभ्या राहिल्या. मग आरशासमोरच्या एका छोट्याशा स्टुलावर बसल्या.

खोलीत उकडत होते आणि त्यांच्या अंथरुणावर टांगलेला पंखा हलक्या गतीने फिरत होता. टेकचंदांनी सिगारेट पेटविली आणि बायकोकडे बघितले. त्यांना त्यांचे दुपारचे रूप आठवले. डोक्यातील फुले काढून त्या एका मोठ्या बशीतील पाण्यात ठेवीत होत्या. नंतर त्यांनी गळ्यातले अलंकार काढण्यास सुरुवात केली.

दिव्याच्या पूर्ण प्रकाशात टेकचंदांनी स्वत:च्या बायकोच्या पार्श्वभागाकडे पाहिले. लग्नाला इतकी वर्षे झाली तरी त्यांच्या मनात शृंगाराची कारंजी थयथय नाचू लागली... त्या कानांतल्या हिऱ्यांच्या कुड्या काढत होत्या. ओठ पुढे आले होते आणि चेहरा असा झाला होता की, कुड्या काढताना जो थोडासा त्रास होत होता तोही जणू त्यांना सहन होत नव्हता.

अंगावर कोणतेही वस्त्र नसताना दिव्याच्या झगझगीत प्रकाशात त्या आरशापुढे बसल्या होत्या. चाळिशी उलटून गेलेली कोणतीही स्त्री सौंदर्याच्या दिमाखात अशा विवस्त्र अवस्थेत आरशापुढे बसायला धजावणार नाही. अशी सौंदर्यखनी आपल्या मालकीची आहे या कल्पनेने ते सुखावले. तिच्या सुंदर देहावर वयाचा परिणाम दृग्गोचर व्हावयाला लागला आहे का याचा बारकाईने अभ्यास करू लागले. कपाळावर अगदी कळतील न कळतील अशा दोन आडव्या आठ्या पडल्या होत्या. कानांतल्या कुड्या काढण्याच्या नादामुळे त्या आता स्पष्ट दिसत होत्या. नाकपुड्यांजवळचा भाग किंचित विसविशीत झाला होता. हनुवटीजवळचा भाग जास्त रुंदावला होता. स्तनांची बोंडे काळी पडली होती. मांड्यांचे कातडे लोंबल्यासारखे वाटत होते. तरीही त्यांच्या एकंदर स्वरूपास आता प्रौढपणा आणि बहर आल्यासारखे वाटत होते. रसाने तटतटलेल्या आम्रफलाप्रमाणे त्यांचे नग्न शरीर दिसत होते. स्त्री अडतिसाव्या वर्षी जास्त सुंदर दिसते असे त्यांनी कुठेतरी वाचले होते. त्याचा त्यांना प्रत्यय आला.

''गळ्यातलं काढू नकोस त्यांनी सांगितले. मला तू तशीच आवडतेस.'' त्या काहीच बोलल्या नाहीत; पण त्यांनी गळ्यातला मोत्याचा सर काढलाही नाही. लोकरीचा एक जाडसर रुमाल त्यांनी लोशनमध्ये भिजवला आणि शरीराची रंगरंगोटी पुसून काढली आणि नंतर नवऱ्याच्या बाजूला स्टूल सरकवीत त्या म्हणाल्या, ''मला तो आवडला. सुंदरीनं नशीब काढलं.''

''सुंदरी काही म्हणाली का?''

''ती काय बोलणार? मुली अशा वेळी काही बोलत नाहीत. त्यांना पसंत नसलं तरच सांगतात.''

''मी व्हिस्की पुढे केली तेव्हा चंडीदारनं नकार दिला त्याचंच मला कौतुक वाटलं. त्यानं कुणाला बरोबर आणलं नव्हतं हेही बरं झालं. तो खरंच चांगला वागला. तुम्ही त्याला आता 'गोपाळ' म्हणायला हवं... जावई व्हायचाय तो! त्याला आडनावानं कशी हाक मारायची?''

''तू त्याला गोपाळच म्हणतेस का?''

''मी तर त्याला गोपीच म्हणते. त्यानंच तसं सुचवलं- त्याचे मित्र म्हणे त्याला गोपीच म्हणतात.''

''वा!... त्यानं तुझ्यावर चांगलंच इंप्रेशन मारलेलं दिसतंय.''

''अहो, मी त्याची सासू नाही का होणार?... मला तो आवडायलाच हवा.''

''तू काय वाटेल ते म्हण. मला मात्र तो जास्त मोकळा आहे असं वाटलं आणि माझ्याशी तर तो काहीच बोलला नाही.''

''हा कुणाचा दोष? आल्यापासून त्या बिचाऱ्याकडे तुम्ही नुसते टक लावून बघत बसला होतात. जसं काही तुमच्या मुलीला पळवून न्यायला एखादा भुरटा चोरच आला आहे..''

''वा!... म्हणजे कमालच आहे. मी कितीतरी चांगला वागलो. त्याला तर मी 'ड्रिंक'सुद्धा पुढे केलं.''

''काय सांगायचं? तुम्ही स्वतःचं वागणं पुन्हा आठवून बघा. तुमच्या वागण्यात थोडा तरी सहजपणा होता का? आणि व्हिस्की पुढे केलीत तेव्हा तर मला वाटलं की, तुम्हालाच तल्लफ आली आहे आणि ती भागवण्यासाठी त्याला विचारण्याचं उगाच नाटक करत आहात.''

''तू काहीही म्हण. त्याचं वागणं काही तितकंसं चांगलं नव्हतं. सुंदरीला बरोबर घेऊन त्याने बाहेर हिंडायला जावं, अशी तू नुसती कल्पना काढलीस तर तो लगेच किती हुरळला.''

त्या खूप हसल्या आणि नवऱ्याच्या डोळ्यांमध्ये बघत म्हणाल्या, ''अहो, आता त्यांनी एकमेकांशी नीट ओळख करून घ्यायला नको का? त्यांना तशी संधी आपणच द्यायला हवी. तुमची तरी कमालच आहे. आता मोठा सभ्यपणाचा आव आणता आहात; पण पूर्वी तुम्ही तरी काय वेगळे होतात? माझ्या आई-वडिलांनी आपल्याला व्हरांड्यामध्ये एकत्र सोडलं होतं तेव्हा बागेत जाण्याची सूचना तुम्हीच नव्हती का केलीत?''

''त्या वेळी तू कुठं आलीस?'' त्यांनी तक्रारीच्या स्वरात विचारले. ''तुला तसं नव्हतं वाटत?''

"तुम्हाला माहीत आहे- मलाही तसं वाटत होतं; पण आई काही म्हणाली नाही... हल्ली आयाच मुळी शहाण्या झाल्या आहेत."

"याचा अर्थ काय? चहानंतर सुंदरीनं एकटीनंच त्याच्याबरोबर हिंडायला जावं असं तूच ठरवलं होतंस का?"

त्यांनी होकारार्थी मान हलवली. "मीच तसं म्हटलं; पण तुम्हाला तो आवडत नाही ना?"

"तसा बरा आहे; पण दोघांनीच हिंडायला जाण्याची कल्पना मला तितकीशी पसंत नाही. हे फारच पुढारल्यासारखं झालं. धनसिंगला मोटार चालविण्यासाठी बरोबर दिला असता..."

"वा!... असं कसं?... आपल्या देवीप्रमाणे गोपी काही आता बच्चा नाही ! तो विलायतेस जाऊन आला आहे. मुलींशी त्याच्या खूप ओळखी आहेत. धनसिंगबरोबर पाठवून कसं चाललं असतं ?"

"मुलींशी ओळखी आहेत म्हणे! म्हणजे त्यानं स्त्रियांशी प्रत्यक्ष संग केला आहे असं तुला वाटतं की काय?"

त्या नुसत्याच हसल्या; पण त्यांनी उत्तर दिले नाही.

ते अंथरुणावर उठून बसले. त्यांनी पुन्हा विचारले, "मी काय विचारतो आहे? स्त्री-पुरुष संबंध त्यानं प्रत्यक्ष अनुभवले असतील का?" त्यांनी मात्र तो प्रश्न ऐकला न ऐकल्यासारखे केले. त्या म्हणाल्या, "देवी मात्र त्याच्याशी नीट वागला नाही. ते दोघे काही बोललेच नाहीत."

टेकचंदांच्या कपाळाला आठ्या पडल्या. देवीचे वागणे त्यांनाही आवडले नव्हते. ते उशीवर रेलून बसले. "अलीकडे या मुलाचं सगळंच चमत्कारिक झालं आहे. चंडीदार मात्र खूप चांगला वागत होता. सुट्टीमध्ये देवीनं त्याच्याकडे मुंबईला यावं असं त्यानं सुचवलं. खरंच तो मुंबईला गेला तर बरं होईल. निदान तालमीचा नाद तरी सुटेल."

"गोपीनं बरोबर दुसऱ्या कुणाला आणलं नाही, हे मला आवडलं. तो सुंदरीला कसल्या प्रकारची अंगठी घालील असं तुम्हाला वाटतं?"

"देवी चंडीदारबरोबर गेला आणि काही दिवस तिकडेच राहिला तर बरं होईल. तुला काय वाटतं?"

"अहो, मग चांगलंच होईल. तो जाईलच! मी त्याला जायला लावीन. तो गेला म्हणजे सुंदरीलाही थोडे दिवस तिकडे पाठवता येईल. देवी बरोबर असला की, लोकांत चर्चा होणार नाही." त्या उठल्या आणि त्यांनी पेटीकोटची घडी केली. मग त्या न्हाणीघरात गेल्या. पाच-सात मिनिटांत त्या परत आल्या, तेव्हा पूर्ण विवस्त्र होत्या. त्यांनी दिवे मालवले आणि अंथरुणावर जाऊन पडल्या.

ते कुशीवर वळून बायकोच्या बाजूला सरकले. रात्रीच्या छोट्या दिव्याचा मंद प्रकाश त्यांच्या सर्वांगावर पडला होता. शरीरावरील वृद्धावस्थेच्या खुणा त्या प्रकाशात दिसत नव्हत्या. प्रथम त्यांनी जेव्हा त्यांना विवस्त्र पाहिले होते, तेच सौंदर्य अजूनही आहे असे त्यांना वाटले.

"मला तो फार आवडला... इतका सुरेख... वागणुकीनं इतका चांगला..."

टेकचंदांच्या मनात त्यांच्या नकळतच गोपीबद्दल मत्सराची एक जबरदस्त लाट उचंबळली. बायकोनं गोपीबद्दल इतकं सारखं का बोलावं?

"तुम्ही मला बघायला आला होतात तेव्हा जसे दिसत होतात, तसाच तो दिसत होता. सुंदर आणि सुरुवातीला थोडासा लाजाळू. अधिक परिचय झाल्यावर मात्र मनमोकळा!"

ते काहीच बोलले नाहीत. बायकोला पहिल्यांदा बघितले तो दिवस त्यांना आठवला. ती तेव्हा हिरवटसर साडी नेसली होती. तिची आकृती अगदी कृश होती. प्रथम तर तिने वर मान करून त्यांच्याकडे बघितलेही नव्हते. तिचे आई-वडील त्यांना दोघांनाच सोडून बाहेर गेले, तेव्हा टेकचंदांनी हात लांब करून तिच्या हाताला स्पर्श केला होता... आता त्यांची पत्नी अंथरुणावर त्यांच्या शेजारी पडली होती. ती संपूर्णपणे विवस्त्र आणि नवऱ्याने दिलेली मोत्याची माळ तिच्या उघड्या वक्षांवर रुळत होती. पत्नीचे सध्याचे रूप पहिल्या दिवसाच्या रूपापेक्षा किती भिन्न आहे, असे त्यांना मनोमन वाटले.

"माझ्याकडे इतके टक लावून काय बघता?" लटक्या रागाच्या स्वरात त्या म्हणाल्या.

"लग्नाला एकवीस वर्षे झाली आहेत म्हटलं! इतकी वर्षे झालीत असं वाटतच नाही. आणि खरं सांगू? तू पूर्वी जशी दिसत होतीस तशीच आताही दिसतेस. जरासुद्धा फरक नाही."

त्यांनी डोळे मिटले आणि दोन्ही तळहातांनी स्तनमंडळे झाकून घेतली. "मला तर वाटतं, माझं लग्नच झालेलं नाही." त्या स्वत:शी बोलावे तसे म्हणाल्या.

"वा! खूपच झालं! लग्न झालं नाही म्हणतेस, मग तू कोण आहेस? माझ्याशेजारी अंथरुणावर उघडीवाघडी पडलेली आहेस. गळ्यात फक्त हिऱ्या-मोत्यांच्या माळा आहेत. माझी बायको नाहीस तर आहेस कोण?"

"मी तुमची मैत्रीण आहे किंवा असं म्हणा हवं तर मी तुमची ठेवलेली बाई आहे! गंमत आहे की नाही? आपण कल्पना करू ही मोत्यांची माळ देऊन तुम्ही मला विकत घेतलं आहे... मी अनभिज्ञ आहे... मी कुमारी आहे... मला अजून असलं काही माहीत नाही... तुम्हीच माझे कपडे काढले आहेत... पुढे तुम्ही काय करणार या कल्पनेनं माझ्या अंगावर रोमांच उठले आहेत."

त्या आज निराळ्याच मन:स्थितीत होत्या. टेकचंदांना थोडे आश्चर्य वाटले; पण तेही त्याच स्थितीत होते. लग्नाची एकवीस वर्षे क्षणार्धात त्यांच्या दृष्टीपुढे उजळून निघाली. बायकोच्या शरीरातल्या भडकत्या वासना शांत केल्याचे कित्येक प्रसंग त्यांना आठवले. आजपर्यंत जवळजवळ एकवीसशे वेळा तरी त्यांनी तिच्या शरीराचा भोग घेतला असेल. तिला तृप्त केले असेल! इतकी वर्षे झाली तरी अजून त्या त्यांना कामेच्छेने पेटायला लावू शकत होत्या. त्या आता बारीक राहिल्या नव्हत्या. अवयवांतील कठीणताही आता लोपली होती; पण अजूनही त्यांची संगमोत्सुकता तिळमात्रही कमी झाली नव्हती. त्यांच्या हाताचा नुसता स्पर्श झाला तरी अजूनही वक्षस्थळांत वीज सळसळत होती. ओठाशी ओठ भिडले की दोन्ही मांड्यांचे नर्तन सुरू होत होते. इतकी वर्षे संपली; पण त्यामुळे त्यांची वासना जणू वाढलीच होती. सतारीच्या तारा वापरून वापरून चांगल्या जमाव्यात आणि त्यातून अधिकच सुंदर नादझंकार यावा तसे त्यांच्या शरीराचे झाले होते.

...एकवीसशे वेळा! पण प्रत्येक वेळी प्रथम संभोगासारखी लज्जत येई. याचा अर्थ काय? त्यांचे लग्न आदर्श होते? परस्परांवर त्यांचे खरेखुरे, पूर्ण प्रेम होते हेच त्यावरून सिद्ध होत नव्हते का? पण तरीही गेल्या एकवीस वर्षांत ते त्यांच्याशी पूर्णतया एकनिष्ठपणाने वागले होते, असे नव्हते. त्यांनीही काही भानगडी केल्या होत्या. त्यांच्याही आयुष्यात परस्त्रिया आल्या होत्या; पण कोणत्याही स्त्रीला त्यांची सर नव्हती. इतर संभोग म्हणजे नुसत्या शारीरिक क्रिया किंवा कसरती होत्या. बायकोशी रत होताना ते जसे अंतर्बाह्य एक होत तसे इतर स्त्रियांबरोबर होत नसे.

पण बायकोचे काय असेल? ते बाहेरगावी असताना तिला इच्छा झाल्यावर ती काय करत असेल?... १९३३ मध्ये तीन महिने ते युरोपात गेले होते. त्या दिवसांत तिच्या मनात परपुरुष आला असेल का?... कामातुर झाल्यावर तिने कुणाबरोबरही संग केला असेल का?... त्यांच्यासारख्या स्त्रिला अर्थातच ते तितकेसे शक्य नसते. एखाद्या नोकराबरोबर बेडरूममध्ये चाळे करणे मात्र सहज जमते. त्याचा कुणाला संशयही येत नाही. कोणता नोकर त्यांना आवडला असेल बरं?... ड्रायव्हर धनसिंग? तो मारुतीप्रमाणे बलवान आणि पौरुषयुक्त होता. तरुणही होता... तिला तो आवडला असेल. तिच्या शरीराची सर्व तऱ्हेची वासना शमविण्यासाठी त्याचा खात्रीने उपयोग झाला असेल!

पुढच्याच क्षणाला त्यांना स्वत:चीच लाज वाटली. त्यांचे प्रेम एकनिष्ठ होते. शरीराने इकडेतिकडे थोडाफार चावट आनंद मिळविला असला तरी त्यांच्या प्रेमात त्यामुळे बाध आलेला नव्हता.

त्या पाठीवर उताण्या पडल्या. त्यांनी आपले पाय वर केले होते आणि लहान मुलाप्रमाणे दोन्ही तंगड्या त्या मजेत हवेतल्या हवेत हलवत होत्या. अंथरुणावर

तशा अवस्थेत पडलेली त्यांची आकृती टेकचंदांच्या पौरुषाला आव्हान देत होती. एक क्षणभर ते पत्नीकडे बघत राहिले. मानेच्या दोन्ही बाजूला काळे कुळकुळीत लांबसडक मुलायम केस ओघळले होते. दोन्ही खांदे भरलेले होते. ज्या पार्श्वभागावर सारे शरीर तोलले गेले होते तो अतिसुंदर होता. तिच्या पोटऱ्या आणि मांड्यांचा रेशमी मऊपणा वाखाणण्याजोगा होता.

काही वेळाने त्या पोटावर पालथ्या पडल्या आणि त्यांनी दोन्ही पाय पसरले. टेकचंदांना आता लांब राहाणे शक्य नव्हते. त्यांनी अंगातला रेशमी शर्ट तसेच पायजमा काढून ठेवला आणि हलक्या पावलांनी ते पत्नीच्या पलंगाकडे गेले. त्यांच्या पार्श्वभागावर त्यांनी हलकेच थोपटले तेव्हा त्या झटकन पाठीवर वळल्या. पाण्यात माशांनी हालचाल करावी तशी चपळाई त्यांच्या शरीरात होती. ते त्यांच्या अंगावर वाकले. मात्र, पत्नीचे दोन्ही पाय लगेच त्यांच्या छातीवर विसावले. त्या दोन्ही पायांनी सौम्य प्रतिकार करू लागल्या.

"आधी तुम्ही कबूल करा" त्या पुटपुटल्या, "आपलं लग्न झालेलं नाही. तुम्ही मवाली आहात... खलनायक आहात- मोत्याच्या माळेच्या मोबदल्यात तुम्ही मला विकत घेतलं आहे... आत्ता ही पहिलीच वेळ आहे... मी कुमारी आहे... तुम्ही बलात्कार करत आहात..."

त्यांनी कबूल केले. 'अनंगरंग रतिशास्त्र' हे पुस्तक त्यांनी पूर्वीच वाचले होते. 'कोवळ्या अक्षतयोनी कुमारिकेशी संभोग कसा करावा' याविषयी त्या पुस्तकात एक संपूर्ण धडा होता. तो टेकचंदांना आठवला आणि त्यांनी क्रीडा करण्यास सुरुवात केली. फार पूर्वी त्यांनी बायकोला तो धडा वाचून दाखविला होता. त्या वेळी ते दोघेही खूप हसले होते; पण आज मात्र त्या धड्याबरहुकूम क्रिया करताना त्यांना मुळीच हसू आले नाही. त्यांनी प्रथम त्यांच्या दोन्ही मांड्यांचे मुके घेतले. नंतर दोन्ही तळहात चुंबून त्यांच्या वक्षस्थळांत स्वत:चे मस्तक ठेवून घुसळले. त्यांच्या शरीराचा गंध टेकचंदाच्या मस्तकात भिनला. 'संभोग चालू असताना स्त्रीच्या घामाला जो वास येतो, तो तिच्या नेहमीच्या घामाच्या वासापेक्षा भिन्न असतो.' पूर्वी वाचलेल्या या विधानाची त्यांना सत्यता पटली.

"तू जंगली माणूस आहेस. सैन्यातला शिपाई आहेस. परकीय माणसाला ठार मारून तू त्याच्या बायकोचा उपभोग घेत आहेस... मीच ती बायको... आणि तू सोल्जर ! लाल तोंडाचा चिक्कार दारू प्यायलेला... असा तू सोल्जर आहेस." ती पुटपुटत होती.

त्या आता निराळा खेळ खेळायला लागल्या. अनंगरंग रतिशास्त्रातील प्रेमाच्या कोवळ्या तऱ्हा आता मागे पडल्या. आता सोजिरांचे किंवा जंगली श्वापदांचे मुक्त रखरखीत आणि उत्तान प्रेम स्वत:च्या वाट्याला आले आहे, असे त्या दाखवू

लागल्या. तशा तऱ्हेने बोलू लागल्या; परंतु आता त्यांची शरीरे इतकी निकट होती की, त्या काय बोलत आहेत याचे भान टेकचंदांना असणे शक्यच नव्हते.

मध्यरात्र उलटून गेल्यावर ती दोघे एकमेकांच्या कुशीत पडली. रात्रभरच्या शृंगाराने ती दमली होती. डोळ्यांत झोप दाटली होती; परंतु झोपावेसेही वाटत नव्हते. सर्व दिवस मजेत गेला होता. त्या आठवणींवर परस्परांच्या मिठीमध्ये विसावून ती दोघे तरंगत होती.

इतक्यात मोटारीच्या चाकांचा आवाज कानावर आला. फाटकातून मोटार आत येत होती. रात्रीच्या दरवानाने दार उघडले होते. जिन्याखाली मोठ्या हॉलमध्ये कुणाचेतरी बोलणे ऐकू येत होते.

"आता या वेळी कोण आहे कुणास ठाऊक!" अंगावर गाऊन चढवत टेकचंद म्हणाले, "मी खाली जाऊन बघतो."

एक गोरा सार्जंट आणि दोन शिपाई त्यांची वाट पाहत हॉलमध्ये उभे होते. त्याच्यामागे व्हरांड्याशी पोलिसांची गाडी उभी होती.

"माझं नाव पिअर्स!" सार्जंटने टोपीला हात लावत आपली ओळख करून दिली. सार्जंट पिअर्स. "तुमच्या मुलाला- देवीदयाळला पकडण्याबद्दल माझ्याजवळ वॉरंट आहे."

टेकचंदांनी त्याच्याकडे पाहिले. "काहीतरी चूक असणार!... असं कसं होईल?... ब्रिटिशांच्या राज्यात अशा तऱ्हेच्या गोष्टी घडतील काय? काय म्हणता?... माझ्या मुलानं काय केलं आहे?" त्यांनी चाचरत विचारले.

"क्रांतिकारकांच्या चळवळीत भाग घेतला आहे." सार्जंट पिअर्सने सांगितले. "एक विमान जाळल्याचा आरोप आहे. त्यानं ज्वालाग्राही पदार्थ चोरले आहेत. त्याच्या साहाय्याने आगगाड्या उडवल्या आहेत." हे ऐकताऐकता टेकचंदांचा चेहरा पांढराफटक पडला. त्यांच्याकडे बघत सार्जंट पिअर्स पुढे म्हणाला, "तुम्हाला काय वाटत असेल याची कल्पना आहे मला... हे सर्व सांगताना मलासुद्धा खरोखरच फार वाईट वाटत आहे."

१२

मुंबईच्या क्रिकेट क्लबचे ते सर्वचजण सदस्य नव्हते; पण एकमेकांशी बोलताना मात्र ते असे दाखवीत की, त्यांचा सारा जन्म क्रिकेट खेळण्यात गेला आहे. वेलिंग्टन क्लबचेही तसेच! तेथे ते नेहमीच जात असत असे नाही; पण तिथले वातावरण आणि तिथल्या ड्रेसिंग रूमविषयी ते फारच आपलेपणाने बोलत. रेसच्या हंगामाप्रमाणे ते मुंबईच्या सफरी करीत. दर दोन वर्षांनी ते एकदा युरोपमध्ये चक्कर टाकून येत. तसे केले नाही तर आपण मागे पडू अशी त्यांना भीती वाटे. खरे तर लंडनला जाऊन नवीन कपडे आणि बुटांच्या जोड्या खरेदी करण्याव्यतिरिक्त त्यांना तिकडे दुसरे काम नसे. परदेशात जाताना ते नेहमी इटालियन कंपनीच्या बोटीतून प्रवास करीत. 'पी ॲन्ड ओ'च्या बोटीतून नेहमी फालतू, कनिष्ठ दर्जाच्या लोकांची वर्दळ असे. त्या बोटीतून प्रवास करणे त्यांच्या दर्जा आणि इतमामाला शोभत नसे. त्यांच्यापैकी बऱ्याचजणांचे जुहूला किंवा मालाडला छोटे बंगले असत. स्वत:चे नसले तरी त्यांच्या मित्रांचे तरी असत आणि मनात येईल त्या वेळी त्यांना त्या बंगल्यांचा वापर करता येई. त्या बंगल्यात चांदण्यारात्री मोठमाठ्या मेजवान्या झडत तसेच पोकर आणि रमीचा डाव रंगत असे.

रेसच्या दिवशी एखाद्या दरबाराला जावे त्याप्रमाणे त्यांचा ठरावीक पोशाख असे. पुरुषांच्या अंगावर लंडनमध्ये शिवलेले करड्या रंगाचे अद्ययावत सूट असत. डोक्यावर सूटच्या रंगाला शोभेशा हॅट्स आणि गळ्यात बायनॉक्युलर्स असत. बायकांच्या साड्या उंची असत. त्यांच्या हातात रेसकार्डस आणि पेन्सिली असत. त्यांपैकी सर्वचजण रेस क्लबचे सदस्य नव्हते; पण ते एकदम राखीव जागेत जाऊन बसत. प्रत्येक रेसला ते मोठमोठ्या रकमा लावत आणि गमावलेल्या पैशांबद्दल अगदी सहजपणे बोलत. नगरीत हे छोटे समाज नेहमीच असतात. हिरवळ फुटावी तसे ते दिसतात... ते मुंबईत राहत होते इतकेच! परंतु त्यांचे राहणे, वागणे, खाणे-

पिणे मुंबईच्या माणसांपेक्षा अगदी वेगळे होते. शांघायला किंवा सॅनफ्रान्सिस्कोला राहावे तसे ते मुंबईत राहात होते.

ऑक्सफर्ड किंवा तेथून शिकून आलेले आणि हिंदी वातावरणात मुळीच न रमणारे असे सुशिक्षित तरुण तसेच कोट्यधीश मारवाड्यांची मुलेही त्या समाजात अग्रभागी होती. काही परदेशी लोकही त्यात सामावलेले होते... काही रशियन्स होते. हिटलरच्या जर्मनीतून निर्वासित झालेले आणि अंगावर सदैव सोन्या-मोत्यांचे अलंकार असणारे काही जर्मन होते. दहा-बारा युरोपीय स्त्रियाही होत्या. त्या वेगवेगळ्या वयाच्या आणि हलक्या चालीच्या होत्या. त्यांची भाषा कुणालाच कळत नव्हती; पण ती कळावी असाही कुणाचा अट्टाहास नसे. बोलणे न समजताच सर्व व्यवहार केले जात होते. आणखीही अनेकजण त्या छोट्या वर्तुळात होते. स्वत:ला उच्चकुलीन हिंदी म्हणवून घेणारे युरेशियन, चोरट्या सोन्याची आयात करणारे पण वरवर घोड्यांच्या विक्रीचा बहाणा करणारे अरब आणि अफूचा चोरटा व्यापार करणारे चिनी इत्यादी सर्वच तिथे होते हे निराळे सांगायला नको.

त्या समाजात गोपाळ चंडीदारचा प्रवेश होणे अगदीच सुलभ होते. त्याला नकळतच तो त्यात ओढला गेला. त्याच्या कुटुंबाचे नाव मोठे होते. त्याच्याजवळ अमाप पैसा होता. त्या समाजाला अशा माणसांची अर्थातच जरुरी होती. इंग्लंडमधल्या कॉलेजात तीन वर्षे काढल्यावर तो पाश्चात्त्य राहणीत मुरला होता. तो भारतीय राहणीत रमणे शक्यच नव्हते. अद्ययावत तरुणाला शोभतील असेच त्याचे विचार होते. हिंदू समाजातील एकत्र कुटुंब पद्धतीला त्याचा सक्त विरोध होता. हिंदू समाजात स्त्री-पुरुषांमध्ये एक प्रचंड भिंत घातली गेली आहे असे त्याला वाटे. तरुण स्त्री-पुरुषांनी एकमेकांशी मोकळेपणाने वागावे असे त्याचे मत होते. त्याचे कुटुंब तर फारच जुनाट विचारांचे होते. बियरचा एखादा ग्लास घेणेही तिथे निषिद्ध समजले जाई. इंग्रजी समाजात प्रचलित असलेल्या स्त्री-पुरुषांच्या नृत्याची कल्पनादेखील त्याच्या घरातील मंडळींना असह्य झाली असती. त्याने इतर कुटुंबीयांपासून वेगळे राहायचे ठरवले होते. त्यांच्यात राहणे त्याला शक्यच नव्हते. मुंबईच्या फॅशनेबल समाजाचा आता तो सदस्य होता. ऑक्सफर्डमध्ये एक तरुण पारशी पत्रकार काही वर्षे त्याच्या पुढे होता. त्याने एकदा एका पार्टीला नेऊन त्याला पोकर खेळायला लावले होते. सहा महिन्यांत त्याची झपाट्याने प्रगती झाली आणि तो राजपुत्रांच्या तसेच श्रीमंत मारवाड्यांच्या कंपूत चांगलाच समाविष्ट झाला. त्याने मग रेस क्लबमध्ये नाव घातले. अगदी दूरवर त्याचा दोनमजली बंगला होता. मोठमोठ्या पार्ट्या करण्यासाठी त्या बंगल्याइतकी दुसरी सोयीस्कर जागा नाही असे मत पडले... मग दर आठवड्याला तिथे मदिरापानाचे समारंभ घडू लागले.

गोपाळ रेस खेळत होता. दारू पीत होता. पोकर खेळत होता. वरवर पाहता

तो रमला होता; पण तरीही त्याच्या मनात कुठेतरी ठसठस होती. एखाद-दुसरा तास पोकर खेळणे ठीक होते. मात्र, दिवसच्या दिवस दुसरा काही उद्योग न करता सिगारेटच्या धुराने भरलेल्या खोलीत जुगार खेळत राहणे बरे नव्हे असे त्याला वाटत होते. खरे सांगायचे म्हणजे अजूनही तो त्या समाजाच्या काठावरच उभा होता. पूर्णपणे आत ओढला गेला नव्हता.

एखाद्या दिवशी त्याला उपरती होई. आज तसेच झाले. प्रिन्स अमजीदच्या घरी ते जमले होते. चिक्कार खाणे-पिणे झाले होते. त्याचे डोके दुखू लागले. म्हणून तो हलकेच त्या वातानुकूलित खोलीतून बाहेर पडला. समुद्राकडे तोंड करून बंगल्याचा व्हरांडा होता. तिथल्या एका गुबगुबीत खुर्चीवर पडून राहिला. आतल्या खोलीतून त्याला खेळण्याचे आणि ओरडण्याचे आवाज ऐकू येत होते.

...त्याला नवल वाटले. ओढलेल्या डोळ्यांच्या, जाडजूड पायांच्या, कानांत हिऱ्या-मोत्यांच्या भिकबाळ्या घातलेल्या त्या राजपुत्रांमध्ये आणि आपल्यामध्ये काय साम्य आहे, असा प्रश्न त्याला पडला. प्रिन्स अमजीद दिवसभर झोपलेला असे. फक्त रात्रीच त्याला जाग येई. हातखर्चासाठी त्याला दररोज दहा हजार रुपये लागत अशी वदंता होती. दहा हजार रुपये!... पॉकेटमनी म्हणून दररोज दहा हजार रुपये! ...त्याच्या स्वत:च्या महिन्याच्या उत्पन्नापेक्षा जवळजवळ तिप्पट रक्कम होती! आणि तरीही प्रिन्सला मारवाड्यांचे खूप कर्ज होते. खुद्द गोपाळकडूनही त्याने काही रक्कम घेतली होती. अजूनही त्याने ती दिली नव्हती. कुणाला काही न सांगता निघून जावे असे त्याला वाटले; पण ते मुद्दाम केल्यासारखे दिसले असते. प्रिन्स अमजीदचा स्वभाव चमत्कारिक होता. आपण असे एकदम निघून गेलो तर त्याचा संबंध न फेडलेल्या कर्जाकडे अमजीदने लावला असता आणि घरी जाऊन तरी काय करायचे होते? पुस्तक वाचत बसावे का?

व्हरांड्याच्या दुसऱ्या टोकाला मालिनी होती. ती त्याच्याकडेच येत होती. तिच्या दोन्ही हातांत मद्यपात्रे होती. तिने भडक पायजमा परिधान केला होता. ती जाहिरातीतल्या बाईसारखी दिसत होती. गोपाळ अशा कित्येकांना ओळखत होता. ती प्रिन्स अमजीदची खास मैत्रीण असल्याचे आणि तिचा स्वभावही मत्सरी असल्याचे सर्वांना माहीत होते; त्यामुळे गोपाळने तिच्याविषयी स्वत:ला काबूत ठेवले होते. त्याचा कुणालाही पत्ता लागू दिला नव्हता; परंतु अलीकडे प्रिन्ससाहेबांचे मन दुसऱ्याच एका युरोपीय स्त्रीने जिंकून घेतले होते. मालिनी आता त्यांच्या मनातून उतरली होती. आजवर प्रिन्सने मालिनीऐवजी तान्यालाच जवळ बसवून घेतले होते. ती जवळ असताना नशीब फळफळते आणि खेळामध्ये जय होतो असे त्याचे म्हणणे होते.

हलक्या पावलांनी मालिनी गोपाळजवळ आली. तिच्या हातातील मद्य हिंदकळत

होते. तिची आकृती फारच सुंदर भासत होती. कोपऱ्यावरच्या खोलीत खेळ चालला होता तिथे तान्या होती... प्रिन्स अमजीदने मालिनीला सोडले असले तर आपण तिच्याशी मैत्री वाढवावी असे गोपाळला वाटले.

ती त्याच्या जवळ आली. ''एकटेच बसला आहात ना?... की आणखी कोणाची वाट बघताय?'' तिने विचारले.

तिचा आवाज त्याला आवडला. हलक्या मंजूळ स्वरात ती बोलत होती. तशा तऱ्हेचा खास आवाज काढण्याचा अभ्यास तिने केला असावा. ती सिनेमात लहानलहान भूमिका करीत असे, त्या वेळी असेच बोले.

''एकटाच आहे.'' तो म्हणाला.

''मग बरंच झालं.'' ती म्हणाली, ''दोन ग्लास घेऊन मी बाहेर आले. एक माझ्यासाठी आणि दुसरा... जो कोणी माझ्याजवळ बसेल नि माझा हात हातात घेईल त्याच्यासाठी.''

गोपाळ खूप हसला. ''तुझा हात हातात घ्यायला मिळाला तर चांगलंच होईल. त्यासाठी दारूचं आमिष दाखवण्याची गरज नाही.''

तिने त्याच्या डोळ्यांशी डोळे भिडवले. ''तुम्ही इतके चांगले असाल असं वाटलं नव्हतं मला! बायकांना लाजणारे पुरुष असतात त्यांतले तुम्ही असाल असं वाटलं होतं.'' तिने त्याच्या हातात मदिरेचा चषक दिला आणि म्हणाली, ''घ्या.''

''तू जराही बसणार नाहीस का?'' त्याने विचारले. ''तू उभीच राहिलीस तर मी हात कसा धरणार?'' त्याच्या खुर्चीच्या हातावर ती अगदी हलकेच वाकली. तिने काळजी घेतली होती तरीदेखील तिच्या ग्लासातील मद्य खालच्या गालिच्यावर सांडले. तिने खूपच दारू झोकली असावी, हे त्याने ओळखले.

''तुम्ही खरोखरच रागावला नाहीत ना? मला बाई भीती वाटते.''

''अगं, खरंच रागावलो नाही.''

''मग झालं तर... खरंच मला तुम्ही फार आवडता. आपण तिकडे जायचं का? किनाऱ्यावर छान गारवा आहे.'' व्हरांड्याच्या समोर जरा पुढे समुद्रकिनारा होता. हातात मद्याचे प्याले घेऊन ती दोघे तिकडे गेली. तासाभराने ती परत आली आणि शेवटच्या खोलीत गेली. तिथे अजूनही पूर्वीच्याच उत्साहात पत्त्यांचा खेळ चालू होता. पुरुषांच्या तोंडात लठ्ठ चिरूट होते आणि प्रत्येकाच्या हाताशी दारूने भरलेले प्याले होते. तिथे दोन प्रिन्स होते. त्यांना खेटून दोन स्त्रिया बसल्या होत्या. गोपाळ आणि मालिनीकडे कोणी बघितलेही नाही. 'बँको.' कोणीतरी ओरडले.

मालिनीने मुद्दाम जांभई दिली. दोन्ही खांदे नाटकी पद्धतीने हलविले. ''मला झोप येते आहे रे!'' ती अमजीदला म्हणाली. ''मी चंडीदारच्या गाडीतून जाते... गुड नाइट.'' कोणी तिच्याकडे बघितलेही नाही. त्या वातानुकूल खोलीत सिगारेटचे,

व्हिस्कीचे आणि बायकांनी अंगाला लावलेल्या तऱ्हतऱ्हेच्या सेंट्सचे वास दरवळत होते. तिथून ते बाहेर पडले.

देवीदयाळच्या खटल्याने खूप खळबळ माजली. मोठमोठ्या वर्तमानपत्रांनी त्यासाठी आपले कॉलम खर्च केले. त्यांनी मीरत कटाशी त्या खटल्याची तुलना केली. बारा जुलैला देवीदयाळला जन्मठेपेची शिक्षा ठोठावली गेली. बहुतेक सर्व वर्तमानपत्रांनी जादा अंक आणि त्याची छायाचित्रे छापली. चंडीदार कुटुंबीयांवर तर त्या खटल्याचा फार परिणाम झाला. आता लग्न मोडावे, असे बऱ्याचजणांचे मत पडले. लग्नामुळे कुटुंबाची प्रतिष्ठा धुळीला मिळेल, असे सर्वांनी निक्षून बजावले. बेगवाडच्या महाराणींनीदेखील खूप मोठी तार पाठवून सुंदरीच्या संभाव्य लग्नाला विरोध दर्शविला.

गोपाळने त्या कोलाहलाकडे तिळमात्र लक्ष दिले नाही. कुटुंबीयांमध्ये आणि त्याच्यामध्ये साम्य असे मुळी नव्हतेच. उच्चवर्णीय हिंदूंमध्ये स्वत:ला सर्वथा योग्य अशी सुंदरीसारखी मुलगी सापडणे फार कठीण आहे याची त्याला जाणीव होती. त्याच्या कुटुंबात पत्रिका पाहून लग्ने ठरवली जात. मुलीच्या रूपापेक्षा तिची जात आणि तिचे कूळ यांना जास्त महत्त्व दिले जाई. कुटुंबीयांनी त्याच्यासाठी पूर्वी कितीतरी मुली पसंत केल्या होत्या. त्या सर्वांना त्याने नकार दिला होता. आता तो सर्व खेळ पुन्हा खेळायची त्याची इच्छा नव्हती. त्याची आत्या अजूनही पडदा पाळत असे. सुंदरीला सोडून दुसऱ्या एखाद्या काकूबाईसारख्या मुलीशी त्याने लग्न करावे आणि तिने नेहमी गोषात असावे ही कल्पनादेखील त्याला मंजूर नव्हती.

ऑगस्टच्या सुरुवातीस सुंदरी मुंबईला आली. कॉर्नेलियामध्ये त्याने तिला जेवणास नेले. आपला भाऊ ठाण्याच्या तुरुंगात आहे. त्याला भेटण्यासाठी आपण मुद्दाम मुंबईस आलो आहोत असे सुंदरीने जेवताना गप्पांच्या ओघात त्याला सांगितले. देवीदयाळचा नामोल्लेख इतक्या दिवसांत त्यांच्यात प्रथमच होत होता. त्या कारणासाठी लग्न मोडण्याची इच्छा असती तर तीच वेळ होती. तो तिच्याकडे नुसताच बघत बसला. मग त्याने विचारले, "तो ठाण्याला आहे का? हे मला माहीत नव्हतं."

"ठाण्याच्या तुरुंगातच अशा कैद्यांना एकत्र केलं जातं." तिने सांगितले. "एका आठवड्यात त्यांना अंदमानमध्ये घेऊन जातील. मग जन्मभर तिकडच्याच तुरुंगात काढायचा आहे."

यावर काय बोलावे हेच त्याला समजेना. ती ढसाढसा रडली नाही आणि तिने आक्रस्ताळेपणा केला नाही याबद्दल त्याला बरे वाटले. "उद्या भेटीचा दिवस आहे." सुंदरी म्हणाली. "माझी भेट घेण्याचं देवीनं कबूल केलं आहे."

"अस्सं!" गोपाळ उद्‌गारला.

"आता जवळजवळ शेवटचंच भेटणार तो. त्याच्याशी काय बोलायचं हेच

कळत नाही. देवीवर माझं फार प्रेम आहे. तो असा निघावा याची लाज वाटते.'' जेवण थांबवून सुंदरीने त्याच्याकडे टक लावून पाहिले. ''त्यानं कोणतंही वाईट कृत्य केलेलं नाही. बिचाऱ्याचं नशीबच खडतर आहे. इतर सुटले; हा पकडला गेला. तो स्वत:चं कर्तव्य करत होता.''

''तू म्हणतेस ते थोडं खरं आहे.'' तो हलक्या आवाजात म्हणाला. ''तो तर शूरच आहे. पळपुटा नाही. स्वत:च्या विचारांप्रमाणे वागणारा आहे... आपले विचारही कदाचित चुकीचे असतील. कुणी सांगावं? परक्यांच्या जोखडाखाली राहाण्यात आपण आनंद मानतो. माझे वडील तसेच आहेत; पण सर्वच लोक आपल्यासारखे नसतात... आयर्लंडमधील देशभक्तांबद्दल तू वाचत असशील. आणि अमेरिकनांनी तरी स्वातंत्र्य कसं मिळवलं? लढूनच ना? त्या वेळी त्या देशातल्या तरुणांनी जर परकीय सत्तेविरुद्ध लढा दिला नसता तर ते आज स्वतंत्र दिसले असते का?''

पण...

सुंदरीचे नवीनच रूप त्याच्या दृष्टीस पडले. 'वज्रादपि कठोराणि मृदूनि कुसुमादपि।' असे वर्णन संस्कृत महाकाव्यामध्ये त्याने वाचले होते. तिचा प्रफुल्लित चेहरा बघून त्याला त्या वचनाची आठवण झाली. तो तिच्याकडे पाहातच राहिला.

''बाबांना हे कधीही कळणार नाही. ज्या अमेरिकन तरुणांनी स्वातंत्र्यासाठी बलिदान केले ते महान योद्धे होते; पण तशीच कृत्ये करणारे आपले लोक त्यांच्या दृष्टीने मूर्ख आहेत असं ते समजतात.'' सुंदरी सांगत होती, ''देवीने तुरुंगात त्यांची भेट घेण्याचं नाकारलं, याबद्दल त्याला दोष देता येईल का?''

''फार वाईट वाटते.'' तो म्हणाला. ''तुझ्या वडिलांना बिचाऱ्यांना किती विचित्र वाटलं असेल!''

''मला मात्र जे घडलं त्याबद्दल मुळीच आश्चर्य वाटलं नाही. माझ्या बाबांचं आणि देवीचं जगच भिन्न आहे. देवीच्या कृत्याचा त्यांना अभिमान वाटत नाही. त्यानं माफी मागावी, असं ते म्हणतात. देवीचं मन आमच्या घरात तरी फक्त मलाच कळतं... तुम्ही माझ्याबरोबर याल का?''

तिचा प्रश्न अचानक आला. आता काय उत्तर द्यावे हेच त्याला कळेना. अशा भानगडीत पडण्याची त्याची इच्छा नव्हती. त्याचे शिक्षण इंग्लंडमध्ये झाले होते आणि एका ब्रिटिश कंपनीत नोकरी होती. सैन्यात त्याला एक विनावेतन कमिशनही होते. देवीदयाळसारखे लोकच काय; पण महात्मा गांधींचे अनुयायीदेखील त्याला शत्रुस्थानी होते. देवीदयाळला भेटण्यासाठी जाण्याची कल्पनाही भयंकर होती...

''मी पुन्हा विचार केल्यावर मलाही वाटलं की, एकटीनं जाणं बरं; पण कसंही असलं तरी तुमच्याशी देवीच्या प्रकरणाचा खरं म्हणजे काही संबंध नाही. कदाचित तुम्ही लग्नही मोडाल, असं बरेच लोक म्हणाले...''

"काय मूर्ख लोक आहेत!"

"ऐकून तरी घ्या!" ती म्हणाली. "तुम्ही जर या कारणासाठी लग्न मोडलंत तर तुमचं वागणं बरोबर ठरेल असं मीच लोकांना म्हटलं..."

"काहीतरी बोलू नकोस. तुझं ताट अजून तसंच आहे. नीट जेव. तू म्हणशील तर तुझ्याबरोबर ठाण्यालाच काय; पण मी आणखीही कुठे येईन!"

दुसऱ्या दिवशी त्याने तिला मोटारीतून ठाण्याला नेले. तुरुंगासमोरच्या मोठ्या आवारात त्याने गाडी थांबविली. त्यांच्यासमोर तीस फूट उंचीची लांबच लांब भिंत होती आणि तिच्या मधोमध मोठा लोखंडी दरवाजा होता. दरवाजावर पिवळी पगडी घातलेल्या पोलिसांचा पहारा होता. एका वेळी एकच माणूस आत जाऊ शकेल अशी योजना होती. तुरुंगाच्या एका अधिकाऱ्याने त्यांना आत नेले आणि दोन-तीन चौक्या ओलांडून ते एका खोलीत शिरले. ते जिथे बसले होते, तेथून लांब कुठेतरी दार लावल्याचे आणि उघडल्याचे आवाज ऐकू येत होते. खोलीसमोरच्या भिंतीतून दुसऱ्या खोलीत एक खिडकी काढली होती. कैद्याला बसण्यासाठी तिच्या पलीकडे एक उंच स्टूल ठेवले होते. गोपाळने तोपर्यंत तुरुंगाचा अंतर्भाग बघितला नव्हता. त्या अधिकाऱ्यापुढे आपण अगदी क्षुद्र आहोत अशी जाणीव त्याला झाली.

तुरुंगाचे सुपरिंटेंडेंट आत आले आणि त्यांनी स्वत:ची ओळख करून दिली. मग ते म्हणाले, "चंडीदारसाहेब, तुम्हाला सांगायला मला वाईट वाटतं; पण कैदी फक्त मिस केरवाडलाच भेटू इच्छितो. कुणाला भेटायचं आणि कुणाला नाही, हे ठरविण्याचा अधिकार त्याचा आहे. मला वाटतं, तुम्ही माझ्या ऑफिसमध्ये बसलात तर बरं होईल."

इतका वेळ प्रतीक्षा केल्यावर सुपरिंटेंडेंटचे ते सांगणे गोपाळला भयंकर अपमानास्पद वाटले. कुणीतरी भर चौकात थोबाडीत मारावी, तसे त्याला झाले. त्याने शक्य तितक्या स्वत:च्या भावना लपविल्या. खुर्चीवरून उठत तो म्हणाला, "त्याचं काही मोठंसं नाही. मी माझ्या गाडीतच बसतो."

"मला खरोखरच फार वाईट वाटतं." सुपरिंटेंडेंट क्षमायाचनेच्या आवाजात बोलले. "मी तरी काय करणार? एखाद्याला न भेटण्याचा अधिकार कैद्याला आहे."

"होय! तेही खरं आहे." गोपाळ म्हणाला. पंधरा मिनिटांनी सुपरिंटेंडेंट सुंदरीवर रागावले होते, असे त्याला समजले.

मुंबईस परत येताना मोटारीत ती एक शब्दही बोलली नाही. तोही तसा रागातच होता. आपले सगळे लक्ष गाडी चालवण्याकडेच लागले आहे असे दाखवीत होता. तिचे सांत्वन करण्यासाठी त्याने चकार शब्दही उच्चारला नाही... त्यांच्या लग्नाला अजून दोन महिने अवकाश होता; पण अक्षता पडण्यापूर्वीच ती दोघे एकमेकांपासून मनाने विभक्त झाली होती.

१३

त्याला तशा स्थितीत पाहून ग्यानसिंगला आश्चर्याचा धक्काच बसला. कॉलेजमध्ये असताना तो त्याचा 'हीरो' होता. त्याच्या श्रीमंतीविषयी त्याला मत्सर वाटत होता. गळ्यात लाल रंगाचा 'डी' अक्षर कोरलेला बिल्ला घालून आज तो कैद्याच्या पोशाखात उभा होता. बोट सुटण्याच्या अगदी थोडे आधी त्याला बोटीवर आणण्यात आले होते. बोटीत फार गर्दी होती. माणसांच्या घामाच्या वासापुढे समुद्राचा वासही फिका वाटत होता. बाकीचे कैदी मात्र आधीच बोटीत कोंबून ठेवले होते. दोन गोऱ्या शिपायांच्या बंदोबस्तात तो आला, तेव्हा तो सिनेमातल्या एखाद्या नायकासारखा दिसला. गोऱ्या सोजिरांनी बोटीवरच्या अंदमानच्या शिपायांच्या हातात त्याला जवळजवळ समारंभपूर्वकच सुपूर्द केले. तो क्रांतिकारक होता. ब्रिटिश राज्य उलथून टाकण्यासाठी त्याने घातपाती चळवळी केल्या होत्या. अंदमानला जाणाऱ्या इतर कैद्यांपेक्षा त्याचे महत्त्व असाधारण होते.

करड्या रंगाचा कुडता आणि तशाच रंगाची अर्धी विजार असा पोशाख त्याच्या अंगावर होता; पण त्या वेशातही तो इतर कैद्यांपेक्षा निराळा दिसत होता. इतरांसारखा तो चेपला गेला नव्हता. अजूनही त्याची मान ताठ होती. वागण्या-बोलण्यात एक प्रकारची गुर्मी होती.

"होय! तोच होता तो! देवीदयाळ! दिवाणबहादूर टेकचंद केरवाड यांचा एकुलता एक मुलगा!... अंदमानला जाणाऱ्या बोटीत कैदी म्हणून तो उभा होता. पहिल्याच दिवशी त्याचे मुख्य रक्षकाशी भांडण झाले. बलबहादूर नावाचा गुरखा शिपाई होता. बोटीतील गैरव्यवस्थेबद्दल देवीने त्याच्याविरुद्ध तक्रार केली होती. कैदी जिथे झोपले होते, तिथे जवळच मल-मूत्रविसर्जनासाठी मोठे पिपलन ठेवले होते. भयंकर घाण येत होती. ते पिपलन दुसरीकडे ठेवावे अशी विनंती एका कैद्याने केली होती; पण रक्षकांपैकी कोणीही तिकडे लक्ष दिले नाही."

थोडा वेळ जाऊ देऊन देवीदयाळ म्हणाला, ''मला साहेबांना भेटायचं आहे. तू त्यांना बोलावून आण. इथे किती घाण आहे हे त्यांना पाहू दे.'' बलबहादूर त्याच्या अगदी जवळ आला आणि त्याने पाहिले. ''साहेबाला भेटायचं आहे काय तुला?'' त्याने विचारले.

''होय... मला तक्रार करायची आहे. भयंकर घाण येते आहे... अगदी सहन होत नाही.''

''तक्रार करायची आहे काय!'' गुरखा गुरगुरत जवळ आला आणि त्याने थाडकन देवीच्या तोंडात भडकावली. तक्रार करतोय लेकाचा!...''स्वत:ला तू कोण समजतोस!...आगाखानचा बाप?... माझ्याजवळ तक्रार कर.'' आणि त्याने पुन्हा एकदा मुस्काटात ठेवून दिली. देवीदयाळ त्या वेळी काहीच बोलला नाही; पण संध्याकाळी जेव्हा बोटीवरचा मुख्य साहेब आला, तेव्हा त्याने त्या घाणीबद्दल तक्रार केली.

रॉजर्स हा बोटीवरचा मुख्य कप्तान होता. कैद्यांची बोट अंदमानला पोहोचविणे हे त्याचे काम होते. त्याला सगळे वातावरणच चमत्कारिक वाटत होते. त्याला पूर्वी मुळीच हिंदुस्थानचा अनुभव नव्हता. ही त्याची अशा प्रकारची पहिलीच नोकरी होती. कैद्यांचा शक्य तितका छळ करण्याचे सरकारचे धोरण होते. त्यांच्या तक्रारी ऐकून घेणेदेखील नियमबाह्य आहे, असे त्यांचे मत होते.

''घाण येते आहे? वा रे वा!... तुझ्या स्वच्छतेच्या कल्पना खूपच भारी दिसतात... घातपाती चळवळीत भाग घेण्यापूर्वीच तू याचा विचार करायला हवा होतास.'' रॉजर्स उपहासाने म्हणाला, ''मुताऱ्या बाहेर बांधणं हे काही तुरुंगाच्या कायद्यामध्ये बसत नाही!''

''ही साधी गोष्ट आहे. तिला कायदा कशाला हवा?'' देवीदयाळने विचारले. ''इंग्लंडमध्ये कैद्यांना असेच वागवतात वाटतं?''

रॉजर्सला ते कसेसेच वाटले. इतर कैद्यांच्या समोर अशा तऱ्हेची चर्चा होणे बरोबर नव्हते. ''मला या बाबतीत काहीच करता यायचं नाही. आणखी फक्त तीनच दिवस आहेत. तुला हे सारं सहन करावंच लागेल.''

''तुमचे इथले शिपाई आम्हाला फार त्रास देतात. त्याचा तरी बंदोबस्त करा.'' देवीदयाळ म्हणाला.

''कसला त्रास?''

''मी तुमच्याशी बोलण्याची परवानगी मागितली, तेव्हा या माणसाने मला थोबाडीत मारली.'' बलबहादूर रॉजर्सच्या मागेच उभा होता. त्यांचे संभाषण इंग्रजीमध्ये चालले होते.

''तू त्याच्या थोबाडीत मारलीस का?'' रॉजर्सने हिंदीत विचारले.

"नाही हुजूर!" बलबहादूर म्हणाला.

"... हा माणूस खोटारडा आहे. हा इतरांना फितवायचा प्रयत्न करतो आहे. तुम्ही इतरांना विचारा." देवीने सांगितले.

रॉजर्स थोडा वेळ स्तब्ध उभा राहिला. त्याने सर्व कैद्यांकडे नजर टाकली. पोरगेलासा क्रांतिकारक आणि बथ्थड क्रूर चेहऱ्याचा बलबहादूर!... काय करावे हेच त्याला समजेना. कैद्यांवर देखरेख ठेवण्याचे असले काम पूर्वी त्याने कधीच केले नव्हते. तो पूर्वी पोलीस खात्यात होता. या नोकरीत शिरण्यापूर्वी एका अधिकाऱ्याने त्याला बजावले होते, "कैद्यांच्या आहारी जाऊ नकोस. त्यांचा जितका छळ करावा तितके ते सरळ असतात. एखाद्या शिपायाची आणि कैद्याची तक्रार आली तर नेहमी शिपायाचीच बाजू घ्यावी." ते बोलणे त्याला आठवले.

"आणि त्याला जरा नीट बोलायला शिकवा." देवी पुढे म्हणाला. "बोलताना तो नेहमी घाणेरडी भाषा वापरतो... आई-बहिणीवरून शिव्या देतो."

"असं चालायचंच! राजद्रोहाचा गुन्हा करण्यापूर्वी तू याबद्दल विचार करायला हवा होतास." रॉजर्स हसत म्हणाला.

थोडा वेळ गेल्यावर बलबहादूर देवीच्या पुन्हा मानगुटीस बसला. पांघरायला दिलेले ब्लँकेट फाडून त्याचा गळफास तयार करून आत्महत्येचा प्रयत्न केल्याचा आरोप त्याने आणि दुसऱ्या वॉर्डरने देवीवर ठेवला. ब्लँकेटवर वाळलेल्या रक्ताचे डाग होते म्हणून त्याने ते फाडले होते; पण आत्महत्येबाबतची पुढची सर्व कथा बलबहादूरच्या डोक्यातूनच निघाली होती. त्यात अंशमात्रही सत्य नव्हते.

ते देवीदयाळला फरफटत ओढत घेऊन गेले आणि दोन तासांनी हाता-पायांत बेड्या ठोकून त्याला त्यांनी परत आणले. "पुन्हा तक्रार तर कर. नाही तुझी... मारली तर माझं नाव दुसरं." बलबहादूरने बजावले.

ग्यानसिंगजवळ दुसरा कैदी झोपला होता. तो पुटपुटला, "त्यांनी त्याला दोरखंडानं झोडपलं असेल... अंगावर ब्लँकेट टाकतात आणि मग बडवतात, त्यामुळे मार बसतो; पण अंगावर वळ राहत नाहीत."

ग्यानसिंग डोळे फाडून पाहत होता. ब्लँकेटमध्ये गुंडाळलेली एक मानवी आकृती तिथे अस्ताव्यस्त पडली होती... तिचे नाव होते देवीदयाळ! कोठडीबाहेर एक काळाकभिन्न वॉर्डर उभा होता. त्याच्या चेहऱ्याकडे पाहताच त्याला मळमळले.

कैद्यांवर नजर ठेवण्याचे त्याचे काम होते. हा वॉर्डर म्हणजे एक नमुनाच होता. केंद्रांवर देखरेख करण्याच्या मामुली अधिकाराने त्याला झिंग चढली होती... बरोबर ब्रिटिश साम्राज्य हे एक आश्चर्यच होते. नोकरशाहीत अगदी वरच्या बाजूस काही हुशार, कर्तबगार आणि गतिमान अधिकारी होते तर पायतळी मात्र आळशी तसेच अनीतिमान लोक होते... ब्रिटिशांनी बसवलेली नोकरशाहीची पोलादी चौकट होती.

समजा, त्यांनी ती एकदम काढून घेतली, हिंदुस्थान एकदम स्वतंत्र झाला तर राज्य कुणाच्या हातात जाईल? हे विचार मनात भिरभिरत असतानाच ग्यानसिंगच्या लक्षात आले की, आपण आता हिंदुस्थान कायमचा सोडून अंदमानला चाललो आहोत. हिंदुस्थानपासून एक क्षणात तो अलग झाला... आता त्याला भारताच्या समस्यांबद्दल सोयरसुतक बाळगण्याचे कारण नव्हते.

एक भला दांडगा, दगडी चेहऱ्याचा, ओठावर भरघोस मिशा असलेला रामोशी मध्यभागी उभा राहिला. टाळ्या वाजवून इतर कैद्यांना त्याने शांतता राखण्यास सांगितले. मग तो मागे मान वळवून मोठमोठ्याने गाऊ लागला-

"बोलो जवान क्या क्या मिलत है,
काले पानीके बाजार?"

इतर दहा-बाराजण एकदम त्या ओळी सुरावर म्हणू लागले.

"अरे, काले पानीके बाजार... अरे, काले पानीके बाजार...
मोफत की अंडी, मोफत की ब्रँडी
और मोफतकी रंडी हजार!
मोफतकी रंडी हजार!"

सर्वजण एकदम गायला लागले- अरे, "मोफतकी रंडी हजार...!" घसीटा रामोशी त्यांना तुरुंगातील गाणी शिकवीत होता. तो दुसऱ्यांदा अंदमानला चालला होता. बाकीचे इतर सत्तेचाळीस कैदी मात्र प्रथमच काळ्या पाण्याकडे निघाले होते.

हिंदुस्थानच्या सर्व भागांतून जमा केलेले ते कैदी होते. ते निरनिराळ्या भाषा बोलत होते. वेगवेगळ्या हायकोर्टांनी त्यांना शिक्षा दिलेल्या होत्या. नवीन कायद्याप्रमाणे जन्मठेपेची शिक्षा फक्त चौदा वर्षे भोगायची असते याचेही ज्ञान कित्येकांना नव्हते. त्याची त्यांना आवश्यकताही नव्हती. कित्येकजण गुन्हेगार जमातीतील होते. घसीटा रामोशी त्यांपैकीच एक होता.

गुन्हेगार जमातीतील लोक गुन्हे करण्यासाठीच जन्माला आले होते. ते प्रथम गुन्हेगार होते आणि नंतर मानव होते. केलेल्या कृत्यांचा त्यांना कधीही पश्चात्ताप होत नसे. सुधारण्याची त्यांना इच्छाही नसे. ते सर्व वेताळाचे उपासक होते. त्यांचा धर्म गुन्हे करण्याचीच शिकवण देत होता. वेताळ कोपला तरच आपण पकडले जातो अशी त्यांची समजूत होती. वेताळाच्या उपासकांना गोऱ्या लोकांच्या काळ्या पाण्यावर नेत होते. त्यांच्या दृष्टीने तो राजवाडा होता. त्याला तीन मजले होते अन् त्याच्या कोठड्या हवेशीर आणि सुंदर होत्या. त्या कोठडीत काही महिने काढल्यावर पॅरोलवर सुटून काळ्या पाण्यावरच स्वतंत्र माणूस म्हणून राहता येते असे त्यांनी ऐकले होते. स्त्रियांच्या तुरुंगातील एखाद्या स्त्री-कैद्याबरोबर लग्न करून काळ्या पाण्यावरच सुखाचा संसार थाटण्याची त्यांपैकी कित्येकांची कल्पना होती.

हिंदुस्थानातील अनेक तुरुंगांचा त्यांना अनुभव होता. काळ्या पाण्यावर भारतातील तुरुंगापेक्षा जास्त काही भयंकर नसणार याची त्यांना खात्री होती. भारतातील निरनिराळ्या शहरांतले तुरुंग भयंकर आहेत. तिथे त्यांनी अनेक महिने आणि वर्षे बऱ्याच कोठड्यांत खितपत काढली होती. नंतर निरनिराळ्या शहरांतून त्यांना कलकत्त्याच्या कालिपद तुरुंगात एकत्र केले होते. तो तुरुंग म्हणजे निव्वळ नरक होता. लाल डोळ्यांचे मोठमोठे उंदीर दिवसाढवळ्या तिथे कैद्यांवर हल्ला करीत आणि त्यांच्या हातापायांचे लचके तोडत असत. तिथल्या भिंतींवर ढेकूण आणि पिसवांच्या रांगा सतत फिरत असत. अशा भयंकर तुरुंगात दिवस काढल्यावर त्यांना समुद्रप्रवास घडत होता. त्यांच्या बंदिस्त जागेतून समुद्र दिसत नव्हता. भयंकर उकडत होते. भुकेने त्यांचे प्राण कासावीस झाले होते. प्रवासाला सुरुवात झाली तेव्हाच प्रत्येकाला तीन दिवसांचे रेशन देऊन ठेवले होते. तेवढ्यावर गुजराण करणे भाग होते. कोपऱ्यात मोठे पिपलन ठेवले होते. ती त्या सर्वांची मुतारी होती.

जहाजाने किनारा सोडला तेव्हा कित्येक कैदी ढसाढसा रडायला लागले. बलबहादूर आणि वॉर्डर लाठ्या आपटत कोठड्यांत आले आणि त्यांनी त्यांचे रडणे बंद पाडले. इतरांना रडताना पाहून घसीटा रामोशीला हसू आवरेना. त्यानेच गाणे सुरू केले. घसीटाचा आवाज एखाद्या नादुरुस्त तुतारीसारखा होता. त्याचा चेहराही वाजवीपेक्षा जास्त थोराड होता. लाकडात कोरलेला एखादा पुतळा अर्धवट अवस्थेत असावा तसा त्याचा चेहरा आहे असे ग्यानला वाटले. तो गुन्हेगारांचा अनभिषिक्त राजाच होता. वेताळाची त्याच्यावर खास कृपा होती. अंदमानमध्ये जन्मठेपेची शिक्षा भोगून तो सुटला आणि लगेच पुढच्याच वर्षी त्याला पुन्हा जन्मठेपेची शिक्षा झाली. अंदमानहून सुटल्यावर आपल्या गावी जाऊन त्याने ज्या माणसाने पोलिसात वर्दी दिली होती, त्या माणसाचे दिवसाढवळ्या बाजारचौकात कुऱ्हाडीने तुकडे केले. आपण केले ते बरोबरच केले अशी त्याची भावना होती.

त्याची उंची सहा फुटांवर होती. काळ्याकभिन्न चेहऱ्यावर उर्मटपणाची आणि अरेरावीची मस्ती होती; त्यामुळेच इतरांपेक्षा तो उठून दिसे. तो आता मोठ्याने गात होता आणि इतर कैद्यांनी ताल धरला होता. यांना गाणे सुचतेच कसे याचे ग्यानला आश्चर्य वाटत होते.

त्या गाण्यातले शब्द कानावर पडले तर तिला काय वाटेल असा विचार ग्यानच्या मनात आला आणि मग आजीच्या आठवणींनी मन बेचैन झाले. त्याने तिच्याबाबतचे कर्तव्य नीट बजावले होते. म्हाताऱ्या विकलांग अवस्थेत खरे तर नातवंडांनी तिची सेवाशुश्रूषा करायची; पण त्याने ते सुखही तिला दिले नव्हते.

विचारांनी मन कसनुसे झाले. धाकट्या घरी आजी एकटी कशी वावरत असेल याचे चित्र डोळ्यांपुढे तरळले. ती बिचारी ग्यानसिंगच्या वाटेकडे डोळे लावून बसली

असेल. तुरुंगात त्यांचे वर्तन चांगले राहिले आणि मुदतीपूर्वी तो सुटला तरी १९५२ च्या आधी तो परत जाणेच शक्य नव्हते... तितकी वर्षे त्या छोट्या घरात ती त्याची वाट पाहत राहणार!...त्याला कसेसेच वाटले. त्याचा खटला चालू होता तेव्हा तिने आपल्या हातातल्या सोन्याच्या पाटल्या विकल्या होत्या; पण अजून भातशेती तरी तशीच होती. त्या उत्पन्नावर आजीचे नक्कीच भागले असते आणि शिवाय राहायला घरही होते. तिची तशी काळजी नव्हती.

गाताना कैद्यांचे आवाज चढले आणि ग्यानची विचारशृंखला तुटली. त्या कैद्यांपासून तो अलिप्त राहिला होता... काळ्या पाण्याच्या पलीकडे भयंकर सेल्यूलर जेल आहे; त्यालाच कैदी सेल्युलर जेल म्हणतात. तिथे बायका, दारू वगैरे काहीच नाही. तिथे फक्त हालच असतात हे ग्यानसिंगला माहीत होते; म्हणूनच तो इतर कैद्यांसारखा गात नव्हता.

सेल्युलर जेलचा मुख्य जेलर पेंट्रिक मुलिंगन आहे आणि तो स्वभावाने कडक असला तरी न्यायी आहे असे त्याने ऐकले होते. ग्यानला इंग्लिश माणसांबद्दल आदर होता. मुख्य जेलर इंग्लिश माणूस आहे हे समजल्यावर त्याला बरे वाटले. गोऱ्या न्यायाधीशाने पिपलोडच्या शेताचा निकाल हरीच्या बाजूने दिल्याचे त्याला आठवले. आपल्याला फाशीची शिक्षा झाली नाही याचे कारणही गोरा न्यायाधीशच होते. खटल्याच्या वेळी विरोधी पक्षाने आपल्याला फाशीची शिक्षा व्हावी यासाठी आटोकाट प्रयत्न केला; पण आपले कॉलेजचे प्राचार्य हेकविन यांनी रदबदली केली अन् जज्जांनीही पूर्वीची वर्तणूक लक्षात घेऊन जन्मठेपेची शिक्षा दिली.

खरे म्हणजे ग्यानची कॉलेजमधील वर्तणूक प्राचार्यांनी रदबदली करावी अशी मुळीच नव्हती. तो खादी वापरत होता आणि राष्ट्रीय चळवळीशी उघड संबंध ठेवत होता. हेकविन साहेबांनी त्याबद्दल त्याची कानउघाडणी केली होती. त्याची स्कॉलरशिप बंद करण्याचीही भीती त्यांनी दाखवली; परंतु हे कविन सरोवरन उमद्या स्वभावाचे होते. वेळ येताच ते त्याच्या मदतीला धावले होते.

तो ज्या ठिकाणी झोपला होता त्याच्या पलीकडेच तो मद्रासी कैदी पडला होता. सडक्या पावाला यावा तसा वास त्याच्या शरीराला येत होता. एका अठरा वर्षांच्या मुलीवर बलात्कार केल्याच्या आरोपाखाली त्याला शिक्षा झाली होती... पडल्या पडल्या ग्यानने इतरांच्या चेहऱ्याकडे बघितले. ते कैद्री एकमेकांच्या अगदी शेजारी पहुडले होते. पायांत बेड्या असल्यामुळे ते कसेतरीच दिसत होते.

बहुतेकजण गात होते आणि मजेत असल्यासारखे दिसत होते. त्यांच्याकडे बघून त्याला जरा धक्काच बसला. त्याने देवीदयाळच्या डोळ्याशी डोळा भिडविण्याचा प्रयत्न केला; पण तो साध्य झाला नाही. देवी वर आढ्याकडे बघत पडला होता. त्याच्या अंगावर ब्लँकेट गुंडाळलेले होते. इजिप्तमधील प्रेताच्या सांगाड्याप्रमाणे तो

निश्चेष्ट होता. त्याला पाहून ग्यानचे हातपाय थरथरले. कसलीतरी अनामिक लहर त्याच्या काळजापर्यंत सरसरत गेली.

घसीटा रामोशाने पुन्हा एकदा टाळ्या वाजवल्या आणि तो ओरडला- या भावांनो, या मित्रांनो, या राजे-महाराजांनो, या आपल्या आयांबरोबर निजणाऱ्यांनो या गायला लागा.

पाऊस थांबला होता; पण हवा ढगाळ होती. घोंगावणारा गारगार वारा त्यांच्या शरीरावर जणू वार करीत होता. वरच्या बाजूला इंजिन होते. त्याचा केवढा तरी मोठा आवाज येत होता. इंजिनपाशी कुणीतरी बोलत होते. त्याचाही आवाज येत होता.

एका मोठ्या खुर्चीवर कॅप्टन बसला होता. डोळ्यांना दुर्बीण लावून समोर बघत होता. इथून अंदमान बेट दिसायला हवं; पण ढग फार आहेत. त्याच्या शेजारीच दुसरा तरुण, गोरा साहेब उभा होता.

''साधारण किती वाजता आपण पोहोचू?''

''उद्या सकाळी नऊपर्यंत जाऊ'', कॅप्टनने सांगितले.

''रात्री उथळ पाण्यातून जाणं धोक्याचं आहे. एकदा सगळ्या कैद्यांना बरोबर मोजून तिथे स्वाधीन केलं म्हणजे सुटलो!'' रॉजर्स म्हणाला.

''काल रात्री तर एकानं गळफास लावून घेण्याचा प्रयत्न केला- त्यानं असं का करावं हा प्रश्नच आहे'', कॅप्टन कोरडेपणाने म्हणाला. ''त्याचं सगळंच निराळं आहे. त्याचा बाप मोठा कॉन्ट्रॅक्टर आहे. दिवाणबहादूर आहे. मुलगा क्रांतिकारक आहे- आहे म्हणण्यापेक्षा होता असे म्हणायला हवे. आता फळ भोगतो आहे. अगदीच घायकुतीला आला आहे.''

''हे क्रांतिकारक लेकाचे असेच कमअस्सल असतात.''

''मग तू त्याला काय शिक्षा दिलीस?''

''त्याच्या हाताखाली कड्या घातल्या. दुसरं काय? इतर कैद्यांचे हात मोकळे असतात. आता हा काही करणार नाही.'' कॅप्टनने भुवया आकुंचित केल्या आणि म्हणाला, ''कैदी मजेत दिसताहेत. चांगले गात आहेत.''

''खरं सांगायचं तर ते गाणं ऐकवत नाही. कसंतरीच वाटतं. यापेक्षा ते रडले-भेकले असते किंवा त्यांनी शिवीगाळ केली असती तरीही चाललं असतं. त्यांचं गाणं अमानुष वाटतं.''

''गाणं तरी कसलं म्हणताहेत?''

''दुसरं कसलं?... बायका आणि दारू याबद्दलच आहे.''

''बोटीवर खलाशी गाणी म्हणतात तसे या गाण्याचे सूर आहेत.''

रामोशी खड्या आवाजात गात होता- बोलो जवान क्या क्या मिलत है। काले

पानी के बाजार।

रॉजर्स अर्थ सांगायला लागला, "लोकहो बोला... तुमच्या नशिबात काय आहे? काळ्या पाण्याच्या बाजारात तुम्हाला काय मिळणार आहे?"

"त्यांना तिथे काय मिळेल असं वाटतं?"

मोफतकी अंडी, मोफतकी ब्रँडी और मोफतकी रंडी हजार! ऐका काय म्हणताहेत ते, रॉजर्स म्हणाला. "खायला फुकट अंडी, प्यायला फुकट ब्रँडी आणि भोगायला हजार रंडी... आणि त्याही मोफतमध्ये."

कॅप्टन गालातल्या गालात हसला. "वा रे वा! या नोकरीपेक्षा कैदी होणंच चांगलं! या साल्यांना कोणकोणत्या गुन्ह्यांकरता शिक्षा झाल्या आहेत?"

"बहुतेकजण खुनी आहेत. बायकांकरता किंवा जमिनीकरता त्यांनी दुसऱ्याला ठार मारलं आहे. तीन-चारजणांनी बलात्कार केला आहे. एक क्रांतिकारक आहे. त्यानं विमान जाळलं आहे आणि आगगाड्यांचे रूळ उखडले आहेत."

"बदमाश!..." कॅप्टन ओरडला, "असल्या लोकांना फासावर लटकावलं पाहिजे. त्यांच्याविषयी मत बनवणे कठीण आहे. हे चळवळे लोक चांगले घरंदाज आणि सुशिक्षित असतात. त्यांच्या मनात देशभक्तीही असते. फक्त ते चुकीच्या मार्गाने जातात एवढंच फारतर म्हणता येईल. त्या लोकांना सर्व आयुष्य तुरुंगात सडत काढावं लागतं. हल्लीच्या परिस्थितीमध्ये तर हे सारं फारच चमत्कारिक दिसतं. आपला देश जमिनीच्या एका तुकड्यासाठी पोलंडमध्ये युद्ध करण्याच्या विचारात आहे आणि आपण या लोकांना देशभक्तीसाठी तुरुंगात खितपत ठेवायचं! तुम्हाला काय वाटतं?"

कॅप्टनने मान डोलवली आणि एकदा समुद्राकडे नजर टाकली. "युद्धं कशी होतात, हे सांगता यायचं नाही. गेल्या वेळी कुणा राजपुत्राचा खून झाला म्हणून आपण युद्ध केलं. ज्या राजपुत्राचा खून झाला म्हणून युद्ध केलं त्याचं नावदेखील पूर्वी आपल्याला माहीत नव्हतं; पण तरीही आपण युद्धाला उभे ठाकलो. आता पोलंडची सीमा धोक्यात आली आहे हे कारण तरी आहे म्हणा. गेल्या महायुद्धाच्या आठवणीही अजून बुजल्या नाहीत. मलाही त्या युद्धाचा दोन वर्षे अनुभव आहे." थोडा वेळ ते दोघे गप्प बसले.

मग कॅप्टनने विचारले, "असले घातपाती चळवळ करणारे देशात बरेच आहेत का?"

"ते खूपच आहेत. सगळीकडे पसरलेलेही आहेत. दुर्दैवाची गोष्ट अशी की, लोकांनाही त्यांच्याविषयी मनातून सहानुभूती वाटते. ते त्यांना देवाप्रमाणे भजतात. भगतसिंगाचं उदाहरण तुम्हाला सांगायला नकोच; त्यामुळेच चळवळ्या लोकांना पकडणं मोठं कठीण झालं आहे. आपण त्यांच्या मागे लागलो की, ते भूमिगत

होतात. आता याच टोळीचं बघा- कमीतकमी तीस लोक तरी तिच्यात आहेत हे आम्हाला माहीत आहे. त्यांचा एक तालीमखाना आहे. तिथून सगळ्या हालचाली चालतात. आमच्या पोलिसांनी छापा घातला तेव्हा फक्त सातजणच सापडले. बाकीचे पळून गेले होते. गंमत अशी की, ते सातही हिंदूच आहेत. एकही मुसलमान त्यांच्यात नाही. याचा अर्थ असा की, त्यांच्यात धर्मावरून फूट पडलेली आहे. तुम्हाला काय वाटतं?''

"काय म्हणतोस?... फक्त सातच पकडले?''

"खरं तर आठ पकडले म्हणायचे. तालीमखान्यात सातजण आणि या पोराला- देवीदयाळला रात्री त्याच्या घरी जाऊन पकडला. तो आठवा. बाकीच्यांना अगोदर माहिती मिळाली असली पाहिजे. त्यांच्याबद्दल प्रेम आणि आदर असणारी माणसं सरकारी नोकरीतही आहेत. दुसरे काय पोलिसांतदेखील आहेत तर... पोलिसांतदेखील! त्यांचा पुढारी मात्र पळाला. शफी उस्मान त्याचं नाव आहे म्हणतात. खरंखोटं देव जाणे! भयंकर माणूस आहे तो. कृतिकारक चळवळींत बरेच दिवस आहे. लफडेबाजी करतो म्हणतात.''

"ते आठहीजण इथे आहेत का?'' कॅप्टनने विचारले. "त्यांना एकदा डोळ्यांखालून घालावं असं वाटतं.''

"सर्वजण नाहीत. फक्त एकालाच जन्मठेप झाली. तो इथे आहे. बाकीच्यांना कमी शिक्षा झाल्या.''

"मग ठीक आहे.'' बायनॉक्युलर हातात घेत कॅप्टन पुटपुटला. "त्याला काही बघायची इच्छा नाही. चल, आपण दुसरीकडे जाऊ. इथे फार उकडतंय.'' तो उठून उभा राहिला.

"आज काहीतरी बातमी यायला हवी. एव्हाना इंग्लंडने जर्मनीविरुद्ध युद्ध पुकारल्याची बातमी बाहेर पडलीही असेल. तुमची काही हरकत नसेल तर मी जरा वेळ इथेच आराम करतो'', रॉजर्स म्हणाला. "थोड्या वेळाने वर येतो.''

कॅप्टन गेल्यावर रॉजर्सने सिगारेट पेटविली. थोडा वेळ तो बोटीच्या केबिनमध्ये बसलेल्या हिंदी मेटकडे बघत उभा राहिला. त्याला वाटले, त्या हिंदी खलाशाच्या मनात कसले विचार चालू असतील? युद्धाबद्दल? पाणबुड्यांबद्दल? कदाचित त्याच्या मनात बायका आणि दारू याबद्दलच विचार चालले असतील. कैद्यांच्या डोक्यात तरी युद्धाचे विचार कुठे आहेत? त्यांच्याप्रमाणेच बोटीवरचे हे हिंदी अधिकारी असतील! त्याने अंगाभोवती रेनकोट पांघरला आणि तो खाली उतरला.

खाली कोठडीच्या दाराशी तो नुसताच उभा राहिला. आतून घाणीचा भपकारा येत होता. तो त्याला सहन होत नव्हता. बलबहादूरने पिंजऱ्याकडे जाणारा दरवाजा उघडला आणि तो हातात बंदूक घेऊन त्यांच्या मागे उभा राहिला. हिंदी माणसाच्या

शौर्याचे आणि लाचार एकनिष्ठेचे ते एक उदाहरणच होते.

कैद्यांनी त्याच्याकडे बघितले आणि गाणे थांबवले. ते त्याच्याकडे टक लावून पाहत होते. त्यांच्या दृष्टीत त्याच्याविषयीचा तिरस्कार आणि भीती दोन्हीही दिसत होती. त्या दृष्टीमुळे त्याला बिचकल्यासारखे झाले. कैद्यांच्या रांगांमधून पावले टाकत तो आत गेला. बलबहादूर त्याच्या मागे इमानी कुत्र्याप्रमाणे उभा होता.

"तुमचं जेवण झालं का?" रॉजर्सने विचारले.

"होय, साहेब." ते सर्वजण उद्‌गारले. तो असेच विचारणार हे त्यांना माहीत होते. काय उत्तर द्यायचे नि कसे द्यायचे हे बलबहादूरने त्यांना सांगितले होते.

"काही तक्रारी आहेत?"

"नाही, साहेब."

"तुम्ही आता झोपा. उद्या सकाळी आपण अंदमानला पोहोचू. रात्री काही गडबड गोंधळ करू नका. समजलं?"

"नाही करणार, साहेब."

"गाणी म्हणायची असली तर म्हणा खुशाल!"

त्याने तोंडातली सिगारेट बाहेर काढली. ती विझली होती. सिगारेटचं थोटूक त्याने कोपऱ्यात फेकलं. लगेच एका कैद्याचा हात त्यावर पालथा झाला. गुरखा शिपाई एकदम तिकडे धावला. त्याने बुटाचा पाय त्या हातावर जोराने दाबला. रॉजर्स ओरडला, "काय चाललं आहे?"

रॉजर्सने गुरख्याकडे तीक्ष्ण नजरेने पाहिले. "असं करायचं कारण नव्हतं," तो कडवटपणाने म्हणाला. बलबहादूरने कैद्याच्या हातावरचा पाय उचलला आणि तो नम्रतापूर्वक रॉजर्सच्या मागे जाऊन उभा राहिला.

"थँक यू सर!" ग्यानसिंग स्वत:चे मनगट चोळत रॉजर्सला म्हणाला. रॉजर्सला आश्चर्य वाटले. "तू इंग्रजी बोलतोस? मला वाटतं, तू कॉलेजमध्ये शिकला असावास."

"होय, महाराज."

"सगळं ठीक आहे ना?"

"सारं ठीक आहे."

"तुला सिगारेट पाहिजे का?" ग्यानने रॉजर्सच्या मागे एखाद्या पुतळ्याप्रमाणे उभ्या असलेल्या बलबहादूरकडे पाहिले. "नको. आभारी आहे."

"ही घे." रॉजर्स म्हणाला. त्याने सिगारेटचे पाकीट त्याच्या हातात ठेवले.

"नको... नको हो," ग्यानसिंग कृतज्ञतेने म्हणाला. "त्याचा काही उपयोग नाही."

"पण तू सिगारेट ओढतोस ना?"

''काड्याची पेटी जवळ बाळगण्याची आम्हाला परवानगी नाही.''

''ते खरंच आहे; पण ही घे.'' रॉजर्सने काड्यांची पेटी त्याला देत म्हटले, ''पण सांभाळ. कुठे आगबीग लावू नकोस.''

''नाही, महाराज.'' ग्यान म्हणाला.

राजर्सने हसून त्याच्याकडे पाहिले आणि झपाट्याने तो पुढे चालू लागला. त्याला सहाच्या बातम्या ऐकायच्या होत्या. गुरखा त्याच्या मागोमाग दरवाजात गेला आणि त्याने दरवाजा बंद केला. नंतर तो ग्यानसिंगजवळ आला आणि त्याने काड्यांची पेटी व सिगारेट हिसकावून घेतल्या.

''ए यू!'' तो किंचाळला, ''तू इंग्रजी बोलतोस म्हणून साहेबाच्या सिगारेट तुला मिळतील असं वाटलं काय? एक लक्षात ठेव, मला पाहिजे तेव्हा माझा पाय तुझ्या पंजावर ठेवीन. एक नव्हे, हजार वेळा ठेवीन!... आहे का हिम्मत? तुझ्या आईला आणि बहिणीला मी दाखवतो.'' त्याने ग्यानच्या कमरेत लाथ मारली. ''आता बोलाव ना. कोण तुला सोडवायला येतो तेच बघतो.''

सत्तेचाळीस माणसे त्या देखाव्याकडे मृत नजरेने बघत होती. सर्वजण अट्टल दरोडेखोर होते; पण बलबहादूरच्या विरुद्ध ब्र काढण्याची कुणाची प्राज्ञा नव्हती. दुसऱ्या दिवशी सकाळी साऱ्या कैद्यांना एका ओळीत डेकवर उभे करण्यात आले. प्रत्येकाजवळ त्याच्या ब्लॅंकेटची वळकटी आणि एनॅमलचे ताट-भांडे होते. उंचावरून त्यांना सेल्युलर जेलचे पहिले दर्शन झाले. त्याच्या अवतीभोवती जंगल होते.

हिरव्या जंगलात तो प्रचंड तुरुंग उठून दिसत होता. सारा परिसर तुरुंगमयच होता. त्याच्यापलीकडे चंदन पर्वताचे शिखर होते. तुरुंगाची इमारत तीनमजली होती. कोठ्यांच्या अगणित खिडक्या लांबून दिसत होत्या. एखाद्या विचित्र जनावराला हजार डोळे असावेत त्याप्रमाणे त्या खिडक्या भासत होत्या.

डेकवर सगळ्यांची मोजणी झाली. मग खाली बंदरावर जी पत्र्याची शेड बांधली होती तिथे पुन्हा सर्व कैदी मोजले गेले. नंतर त्यांना तुरुंगाधिकाऱ्यांच्या ताब्यात दिले गेले. सुपरिंटेंडेंट एका टेबलापुढे खुर्चीवर बसला होता. त्याने डोक्यावर पोलिसी टोपी घातली होती. त्याच्या तोंडात काळा चिरूट होता आणि हातातल्या वेताच्या छडीने त्याने स्वत:च्या बुटावर ताल धरला होता.

मुलिंगन साहेबाची नि त्याची ही पहिलीच दृष्टीभेट होती. तो बुटका आणि बसक्या नाकाचा होता. चेहरा गोल होता. नेहमी बियर प्राशन करीत असल्यामुळे त्याचे शरीर वाजवीपेक्षा लठ्ठ झाले होते. तो आयरीश होता. इथे रमला होता. त्याला परत मायभूमीला जाण्याची इच्छा राहिली नव्हती. तो वृत्तीने कडक असल्यामुळे जेलरच्या कामाला त्याच्यासारखाच माणूस योग्य होता. तो प्रथम सैन्यात होता. पहिल्या महायुद्धाच्या शेवटी तो कार्पोरल झाला. मग पोलिसात शिरला... तीन

वर्षांपूर्वीच त्याला सेल्युलर जेलच्या मुख्य सुपरिंटेंडेंटची जागा मिळाली. ...शाळा सोडल्यापासून आपण एकच पुस्तक वाचलं आहे ते म्हणजे जेल मॅन्युअल असे तो अभिमानाने सांगत असे. तो देवळा होता. कामाला वाघ होता तितकाच कडकही होता. मुलिगनसाहेबाशिवाय 'सिल्व्हर'ला जणू अस्तित्वच नव्हते. त्याच्याशिवाय दुसरा कोणीही त्यावर सत्ता गाजवणार नाही, अशी वरिष्ठ अधिकाऱ्यांची खात्री होती. इन्स्पेक्टर जनरल ऑफ पोलीस किंवा चीफ कमिशनर हे वरिष्ठ अधिकारी अंदमानात होते हे खरे; पण सेल्युलर जेलचा सिंहासनाधिष्ठित राजा म्हणजे मुलिंगनच होता.

मुलिंगन तेथे वेताची छडी परजीत उभा होता. त्याच्या अंगावरून ते सत्तेचाळीस कैदी टेकडीकडे जाणाऱ्या रस्त्याला लागले. त्याच्या समोरून जाताना कुणीही गाणे म्हटले नाही की कुणी एक शब्दही उच्चारला नाही. घसीटा रामोशीदेखील त्या वेळी अगदी गप्प होता. हातापायांतल्या बेड्यांवर एनॅमलची भांडी आपटत होती. त्याचाच काय तो आवाज येत होता. बाकी सर्व शांत होते.

ते सर्वजण जणू एका नव्या जगात आले होते. तिथे बेड्यांच्या आवाजांचेच स्वर होते. कैद्यांशिवाय किंवा वॉर्डरशिवाय बाकी कोणी माणसेच तिथे नव्हती. मग तुरुंगाचा मोठा दरवाजा उघडला गेला आणि ते तुरुंगाच्या आत आले. अंदमानला पाठविण्यात आलेले ते शेवटचेच जन्मठेपेची शिक्षा झालेले कैदी होते.

तो दिवस होता- चार सप्टेंबर एकोणीसशे एकोणचाळीस. जगात दुसऱ्या महायुद्धाच्या ज्वाला पसरण्यास सुरुवात झाली होती. कैद्यांपैकी मात्र कोणालाही त्याबद्दल कल्पना नव्हती.

मोठ्या दरवाजातून आत गेल्यावर एखाद्या किल्ल्याचा असावा तसा दुसरा दरवाजा लागला. त्यावर अर्धगोलाकृती महिरप होती. आसपासच्या भिंतींवर एखाद्या प्रदर्शनात मांडावे त्याप्रमाणे हातबेड्या आणि साखळदंड लटकावून ठेवले होते. तऱ्हतऱ्हेच्या हातकड्या तिथे होत्या. फटके मारण्याचे तिकाटणेही तिथेच होते. फटके मारण्यासाठी उपयोगात आणल्या जाणाऱ्या वेताच्या छड्या तिथे नीट तेल लावून नि घासूनपुसून ठेवलेल्या होत्या.

पूर्वीच्या अमदानीतल्या शिक्षांचे ते प्रकार होते. नवागत कैद्यांच्या मनावर परिणाम व्हावा या हेतूनेच ती सारी आयुधे तिथे ठेवलेली होती. कैद्याने मागितल्यावर 'जेल मॅन्युअल'ची प्रत त्याला द्यावी लागे. दंडाबेडी किंवा हातबेडीची शिक्षा आता अधिकारी लोक देऊ शकत नाहीत एवढे ज्ञान कैद्यांना होते. फारच मोठा गुन्हा कैद्याच्या हातून घडला- त्याने वॉर्डरला मारले किंवा पळून जाण्याचा प्रयत्न केला तरच फक्त फटक्यांची शिक्षा देता येई. सरकारने जेल सुधारण्यासाठी दोनदा चौकशी समित्या नेमल्या होत्या. सेल्युलर जेलच्या शासन-व्यवस्थेत त्या समित्यांनी सुधारणा सुचविल्या होत्या. कैद्याला अंदमान बेटावर थोड्या वर्षांनंतर मुक्त जीवन

मिळावे हा सरकारचा हेतू होता. सेल्युलर जेल ही आता पूर्वीसारखी शिक्षेची यंत्रणा राहिली नव्हती. बाहेरच्या कॉलनीत कैद्याला राहायला परवानगी दिली तर त्याने शहर जेलमध्ये राहावे एवढीच कल्पना होती. याबद्दलची सरकारची दृष्टी आता बदलली होती. ते कैदी नसून अंदमान बेटावर वस्तीसाठी आलेले प्रवासी आहेत असे सरकार समजत होते; पण आता युद्ध सुरू झाले होते. त्या संदर्भात नव्या कैद्यांना पूर्वीच्या सवलती उपभोगू द्याव्यात किंवा नाही हा प्रश्न होता.

नवीन चलान आत आले आणि तुरुंगाचा दरवाजा बंद झाला. बलबहादूर आणि बोटीवरचे इतर वॉर्डर यांच्यापासून आपली मुक्तता झाली याचा कैद्यांना आनंद झाला. पाच दिवसांनंतर आता प्रथमच त्यांना शिजवलेले अन्न मिळत होते हेही त्यांना बरे वाटत होते. बोटीच्या तळाशी असलेल्या कोठड्यांतून ते आता मुक्त झाले होते. कित्येक दिवसांत मिळाला नव्हता असा एकान्त त्यांना मिळत होता. बोटीतील पाच दिवस शेजारच्या कैद्याच्या शरीराशी लगटून राहण्यात गेले होते. ती बंदिस्त जागा दुसऱ्या माणसाच्या श्वासोच्छ्वासाच्या आणि घामाच्या वासाने नुसती चोंदून गेली होती. त्या वासापासून आज थोडीतरी मुक्तता झाली होती. स्वत:च्याच अंथरुणावर एकट्याने पडून पूर्वायुष्यातील आठवणींमध्ये मनाला गुंतवण्याचा चाळा करता येण्याजोगा होता. हिंदुस्थानातील तुरुंगाच्या मानाने सेल्युलर जेलच्या कोठड्या खूपच मोठ्या आणि हवेशीर होत्या. हॉस्पिटलच्या वॉर्डात असावी, तशी स्वच्छता तेथे होती.

तुरुंगाची रचना चक्राकार होती. चक्राच्या सातही बाजूंना कोठड्या होत्या. कोठड्यांच्या बंद दरवाजातून त्यांना तुरुंगातील बाहेरचा भाग दिसत असे. कोठडीची लांबी बारा फूट आणि रुंदी आठ फूट होती. प्रत्येक कोठडीला अगदी वर उंचावर एक छोटीशी खिडकी होती. कोठडीत झोपण्यासाठी फक्त एक लाकडी फळकूट होते; पाणी पिण्यासाठी चिनी मातीचे भांडे होते. बाकी काहीही सामान तिथे नव्हते. गेले कित्येक आठवडे त्यांना नीट झोप आली नव्हती. अंदमानला आल्यावर पहिल्या दिवशी छान झोप लागली...

ग्यानला तुरुंगाकडे पाहून समाधान वाटले. गोरे लोक आहेत म्हणूनच तुरुंगातही इतकी चांगली व्यवस्था राहू शकते, असे वाटून गोऱ्यांच्या न्यायीपणाबद्दलचा त्याचा आदर दुणावला. पूर्वीच्या काळी नुसती चोरी केली तरी कैद्याचे हात तोडत असत आणि खोटी साक्ष दिल्याबद्दल जीभ छाटली जाई. गोऱ्या लोकांमुळे आता जमाना बदलला होता. खुनी लोकांनादेखील आता नीट वागवले जात होते. त्यांनी अंदमानात वस्ती करावी आणि मुक्त जीवन जगावे, संसार थाटावेत अशी गोऱ्या शासनाची इच्छा होती. हा तुरुंगही काही वाईट नव्हता. केवळ भारतात जन्म घेण्याचाच गुन्हा यांनी केला आहे अशा कोट्यवधी हिंदी लोकांच्या स्वदेशातील

जीवनापेक्षा या तुरुंगातील जीवन कितीतरी पटींनी चांगले होते. सूर्योदयाबरोबर त्यांचा दिवस सुरू झाला अंघोळीसाठी त्यांना कट्ट्यावर नेण्यात आले. इतर कैद्यांनी समुद्राचे पाणी तिथे भरून ठेवले होते. वॉर्डर लोकांच्या देखरेखीखाली त्यांचे स्नान झाले. मग कचेरीसमोर एका मोठ्या ओळीमध्ये त्यांना उभे करण्यात आले. त्यांची कागदपत्रे तयार करण्याचे, अंगठ्यांचे ठसे घेण्याचे, वजन करण्याचे वगैरे काम बराच वेळ चालले. ते पार पडल्यावर दुपारी त्यांना तुरुंगातील वर्कशॉपमध्ये नेण्यात आले. पहिल्या बेड्या काढून, अंदमानच्या खास त्यांच्या मापाच्या बेड्या त्यांच्या हातापायांत ठोकण्यात आल्या.

बेड्या वीस इंच लांब आणि एक इंच रुंद होत्या. प्रत्येक बेडीच्या मध्यभागी पोलादी चकती होती. चकतीवर कैद्याचे नाव, नंबर आणि सुटकेची अपेक्षित तारीख लिहिलेली होती. लोहारकाम करणारे दोन कैदी होते. त्यांनी सर्वांच्या गळ्यात पट्टे अडकवले. 'डी' तिकिटवाले सहा कैदी होते. त्यांना सगळ्यात शेवटी शिपायांच्या पहाऱ्यात आणण्यात आले. घसीटा रामोशी हा सगळ्यात पुढे होता. तो हसत होता आणि लोहाराचे काम करणाऱ्या कैद्यांबरोबर थट्टामस्करी करीत होता. बऱ्याच वर्षांनी जुन्या मित्राला भेटावे तसे त्याचे वागणे होते... त्याच्या मागोमाग ग्यानसिंग आणि देवीदयाळ आले. मात्र, ते एकमेकांशी काहीच बोलले नाहीत आणि बोलण्याजोगे काही नव्हतेच!

१४

लग्नाचा मुहूर्त ज्योतिषांना विचारून ठरवला होता. तो बदलता आला असता. परंतु योगायोगाची गोष्ट अशी की, ज्या दिवशी कलकत्त्याहून देवीदयाळला अंदमानकडे नेण्यात आले बरोबर त्याच दिवशी सुंदरी आणि गोपाळ मधुचंद्रासाठी रवाना झाले.

लग्न फारच साधेपणाने झाले. टेकचंदांच्या कल्पनेपेक्षा लग्नात साधेपणा होता. गोपाळच्या नातेवाइकांपैकी कोणीच समारंभाला हजर नव्हते. त्याला अभीष्टचिंतनपर संदेश किंवा आहेर पाठविण्याची तसदीसुद्धा कुणी घेतली नाही.

सुंदरीचे मन फार अस्वस्थ होते. ती नवऱ्याबरोबर मधुचंद्राला चालली होती आणि तिचा भाऊ अंदमानला निघाला होता. लग्नामुळे स्वतःला आनंद वाटायला पाहिजे असे तिने मनाला बजावले होते. तरीही देवीला ती विसरू शकत नव्हती.

गाडी नवीन होती. सामान नवीन होते. प्रदेशही अनोळखी होता. शेजारी गोपाळ मोटार चालवीत होता तोही अनोळखीच होता. सगळेच निराळे होते. तिचे असे काहीच नव्हते. तीही दुसऱ्याची होती.

मागच्या बाजूच्या गादीवर ब्लँकेटमध्ये गुंडाळलेला कुत्रा पहुडला होता. तो मात्र तिचाच होता. खरे तर तो देवीदयाळचा होता. देवी तुरुंगात गेल्यामुळे आता तिचा झाला होता. देवीदयाळ साधारणपणे १९५२ मध्ये सुटणार होता. स्पिंडल कुत्रा आजच पाच वर्षांचा झाला होता. इसवी सन बावन्नपर्यंत तो जगणे शक्यच नव्हते.

श्रीयुत मुलर यांच्या मालकीची बर्फाची फॅक्टरी होती. स्पिंडलची आई होती तेव्हा ती पिल्ले बघण्यासाठी एके दिवशी सुंदरी आणि देवीदयाळ दोघे गेली तेव्हा मुलर व्हरांड्यात कसले तरी वजन करीत होते. ''पाणी गरम कर.'' मुलर आपल्या गड्याला सांगत होते.

''तुम्ही त्यांना अंघोळ घालणार आहात का?'' सुंदरीने विचारले होते.

"अंघोळ कसली! त्यांपैकी एकाला मी पाण्यात बुडवून मारणार आहे. कोणाला मारायचं हेच अजून ठरवायचं आहे."

"म्हणजे काय?... तुम्ही या पिल्लांपैकी एकाला मारून टाकणार?" आश्चर्य आहे. देवीने विचारले होते. "त्या सगळ्यांनाच जिवंत ठेवून कसं चालेल? त्यांच्या आईचाही विचार करायला हवा. तीनपेक्षा जास्त पिल्लांना ती पाजू शकणार नाही. तिचा जीव लहान आहे." देवीच्या चेहऱ्याकडे बघण्याचे सुंदरीने टाळले. तिच्या स्वत:च्या भावना मुलरना कळू देणे बरोबर नव्हते. ते जर्मन होते. हिंदी लोकांच्या भावनाप्रधानतेबद्दल त्यांना तिरस्कार होता. "कोणाला मारावं?... तुला काय वाटतं?" मुलरनी सुंदरीला विचारले.

"छे बाई!... ती किती लहान आहेत. दिसायलाही सुंदर आहेत. कुणालाच नाही मारलं तर नाही का चालणार?" तिने विचारले.

"एकंदर चार पिल्लं आहेत. तीनपेक्षा जास्त ठेवणं शक्यच नाही." मुलरनी सांगितले. सुंदरीकडे बघत ते पुढे म्हणाले, "त्यांना बुडवून मारणंच बरं पडतं. पाण्याखाली मिनिटभर दाबून धरलं की झालं. नाहीतर उकळत्या पाण्यातही ती पोहायचा प्रयत्न करतात आणि मग जीव जायला वेळ लागतो."

"हे बरं आहे." मुलर एका पिल्लाला उचलत म्हणाले, "सगळी तशी सारखीच आहेत म्हणा! पण त्यातल्या त्यात...!"

"हो ना!... मलाही असंच वाटतं." सुंदरी मुलरकडे बघत देवीला म्हणाली, "देवी, आपण जाऊ या, चल."

"हे काय... तुम्ही चाललात?" स्वत:चं लालबुंद तोंड वर करून मुलर म्हणाले, "थांबा ना. फार वेळ लागणार नाही. मिनिट-दोन मिनिटांचं काम आहे."

"सुंदरी, गाढवपणा करू नकोस." देवी ओरडला, "आपण जाऊ या कसे."

"तुला जायचं असेल तर तू जा." सुंदरीने सांगितले, "थोड्या वेळानं मी येते. हे सर्व संपलं की, मी निघतेच बघ."

"तुझ्याशी मी कधीही बोलणार नाही." देवी ओरडला. मग मुलरना म्हणाला, "तुम्ही जर्मन लोक भयंकर आहात. नुसते खाटीक आहात खाटीक! युद्धामध्ये फ्रेंच मुलांना तुम्ही मारलंत, त्यांचं रक्तमांस खाल्लंत... सगळ्यांना माहीत आहे हे! तुम्ही हलकट आहात. तुमचा मला तिरस्कार वाटतो. युद्धात तुमचा पराभव झाल्यावर ब्रिटिशांनी तुमचा निवेश करायला हवा होता... राक्षस!... बदमाष! तो वात झाल्यासारखा बोलत राहिला." मग एकदम निघून गेला.

बराच वेळ मुलर काहीच न बोलता स्तब्ध बसले. त्यांचा चेहरा जास्तच लाल झाला होता. मग सुंदरी म्हणाली, "मला फार वाईट वाटतं. माझ्या भावाला तुम्ही क्षमा करा. तो काय बोलत होता हे त्याचं त्यालाच कळत नव्हतं."

थोड्या वेळाने तिने विचारले, ''आपण कुत्र्याला बुडवायचं आहे ना? पाणी थंड होत आहे.

मुलरनी मान हलविली, ''छे! आता कुत्र्याला मारायचं नाही. त्याला आपण वाढवू. तो सहा आठवड्यांचा झाला की, मी तो तुझ्या भावाला देऊन टाकीन.''

''मग चांगलंच होईल. त्याला फार बरं वाटेल. तो तुमची क्षमा मागेल असं मी करते.'' त्याला सांग की, ''जर्मन राक्षसानं तुला भेट दिली आहे.'' असे त्यांच्या घरात स्पिंडलचे आगमन झाले. तो देवीचा कुत्रा होता; पण त्याची देखभाल करण्याचे काम सुंदरीच्या अंगावर पडले होते.

देवीची कामे सुंदरीच्या अंगावर पडायची. त्याने गुन्हे करावेत; पण सगळा दोष सुंदरीने आपल्या अंगावर घ्यावा ही त्यांची काम करण्याची पद्धत होती. हेच आपले आपल्या भावाबद्दलचे नाते आहे की काय अशीही कधीकधी तिला शंका येई.

लहानपणी रात्री तो जागा झाला की, मला आसपास भुते दिसत आहेत असे तो सांगत असे. मग सुंदरी अंथरुणात अगदी त्याच्या शेजारी येऊन झोपल्याशिवाय त्याला झोपच लागत नसे. त्यात खरे तर वाईट काहीच नव्हते. लैंगिक भावनाही नव्हत्या. तशा असत्या तर तो मोठा झाल्यावर आणि त्याला स्वतंत्र व्यक्तिमत्त्व लाभल्यावर तिला काही वाटले नसते. क्रांतिकारकांच्या गटात तो सापडला आहे हे कळल्यावर तिला प्रथम धक्का बसला होता; पण नंतर थोड्याच वेळात त्याच्याविषयीच्या अभिमानाने ती फुलून गेली. लहानपणीचा भित्रेपणा सोडून तो आता शूर पुरुष झाला आहे याचे तिला कौतुकच वाटले.

सुंदरीच्या मनात देवीच्या आठवणी दाटल्या होत्या... महाबळेश्वरच्या एका छोट्या बंगल्यासमोर गाडी उभी राहिली. बंगल्याचा रखवालदार हारतुरे घेऊन त्यांच्या स्वागताला उभा होता. मधुचंद्रासाठी ते नवीन जोडपे आले होते म्हणून रखवालदाराने हारतुरे तयार ठेवले असावेत.

मधुचंद्राचा पहिला दिवस होता; पण तिला भरून आलेच नव्हते. ती मीलनासाठी उत्सुकही नव्हती. कपडे बदलत असताना तिने आरशात पाहिले. तिचे नेहमीचे सौंदर्य जणू कुठेतरी पळाले होते. ती मलूल दिसत होती.

थंड पाण्याने तिने तोंड स्वच्छ धुतले. गोपाळला आपल्याबद्दल निराशा वाटणे सयुक्तिक आहे असे तिला वाटले. देवीबद्दल तिला काय वाटत होते हे त्याला कसे कळणार?... देवीला विसरून मधुचंद्र उपभोगण्यासाठी मनाला तयार करणे तिला शक्य होते का? देवीची बोट अंदमानच्या मार्गाला लागली होती. अशा वेळी साजशृंगार करून नवरा झालेल्या एका त्रयस्थ माणसाची शय्यासोबत करणे, आमोदप्रमोदात रंगून जाणे तिला जमणार नव्हते हे उघड होते.

गोपाळही अस्वस्थ होता. व्हरांड्यामध्ये खुर्चीवर बसून तो सिगारेट ओढत

होता. चंद्रप्रकाश पडला होता. खाली कोयनेच्या पाण्याचा मोठा पट्टा चकाकत होता. ती बेडरूममध्ये जाऊन झोपल्याचा आवाज त्याच्या कानावर पडला. दोन-चार मिनिटे तो बाहेरच थांबला. मग सिगारेटचे थोटूक टाकून देऊन बेडरूममध्ये गेला. ती अस्वस्थ दिसत होती. त्याच्याकडे बघून ती मंद हसली; पण त्याच्या हाताचा स्पर्श तिच्या शरीराला होताच ते एकदम आक्रसले आणि तिच्या डोळ्यांमधून अश्रू ओघळले. मग ती मुसमुसून रडायला लागली. त्याने तिचे सांत्वन करण्याचा मनापासून खूप प्रयत्न केला; पण त्याच्या वृत्तीला ते जमलेच नाही. आपण तिच्या जगापासून निराळे आहोत, अशी त्याची भावना झाली. तिला मुळीच मीलनाची ओढ/उत्सुकता वाटत नव्हती.

तिला सोडून गोपाळ गावात गेला. थोड्या वेळाने तो परत आला तेव्हा ती झोपली होती. त्याला बघून स्पिंडल कुत्रा जोरजोरात भुंकू लागला. त्याला भयंकर राग आला आणि त्याने त्याला इतके जोराने मारले की, कुत्र्याने केकाटण्यास सुरुवात केली. ती जागी झाली आणि त्याच्यावरच रागावली. "तुम्हाला इतकं मारवतं तरी कसं?" ती म्हणाली. पांघरूण अंगावर घेऊन पुन्हा झोपी गेली. तो मग हलक्या पावलांनी बाहेर पडला आणि सारी रात्र व्हिस्की पीत राहिला.

त्यांच्या वैवाहिक जीवनाची चुणूक पहिल्या रात्रीने दाखविली. जणू आता सर्व जन्मभर अशा घटनांची छाया त्यांच्या संसारावर पडणार होती. तिच्यापेक्षाही गोपाळ जास्त चिडला होता. देवीच्या राजकीय चळवळीमुळे अगोदर तो इतर नातेवाइकांपासून तुटला होता. समाजातही त्याच्याबद्दल कुजबूज चालली होती. देवीदयाळचे भूत त्या दोघांच्या वैवाहिक जीवनातही माती कालवत होते. 'तुम्हाला कुत्र्याला मारवलं तरी कसं!' पहिल्या रात्री बायकोकडून हे शब्द त्याला ऐकावे लागले होते.

नंतर त्या दोघांनी आपापल्या परीने मिळते-जुळते घेण्याचा प्रयत्न केला. स्पिंडलला व्हरांड्यात बांधून ठेवण्यासही ती तयार झाली; पण वातावरणात रंग भरलाच नाही. मने न जुळताच एक-दोनदा शारीरिक मीलन झाले होते; त्यामुळे शरीर मात्र दुखावले. जितकी मजा यायला पाहिजे होती तितकी आलीच नाही. दुसऱ्या दिवशी रात्री सुंदरीला ताप भरला आणि डॉक्टरला फोन करून बोलवावे लागले. तीन दिवस ताप होता. नंतर तो उतरला; पण तिला अशक्तपणा आला. तिने त्याला सुख देण्यात कुचराई केली नाही. अंगात ताप असतानादेखील तिने देहार्पण करण्याची तयारी दाखविली; पण त्याचा उपयोग झाला नाही. तिला तसल्या संबंधांविषयी उत्सुकता नाही हे त्याच्या लक्षात आले. कर्तव्यपालन करावे एवढीच तिची भूमिका होती. संभोग करतानादेखील आपण तिच्यावर तिच्या मनाविरुद्ध बलात्कार करीत आहोत असे त्याला वाटत राहिले.

ऑगस्टच्या शेवटी ती दोघे मुंबईला परतली. पाऊस अजूनही कमी झाला

नव्हता. तो सारखा कोसळतच होता. गाडीत ती बरीच आनंदी होती. नवीन घर कसे सजवायचे याबद्दल ती दोघे साऱ्या प्रवासभर विचार करीत होती. शेवटी तिने ठरवले, मुंबईला पोहोचल्यावर काही दिवस बाहेर कुठे जायचंच नाही. तो म्हणाला, ''आपण मधुचंद्राहून परत आलोच नाही असंच समजू.'' ती म्हणाली, ''महाबळेश्वरला मी तुमच्याशी नीट वागले नाही माहीत आहे. त्याची भरपाई मी मुंबईत करीन.'' पण मुंबईत आल्यावर त्यांना निवांतपणा मिळाला नाही. पहिल्याच दिवशी दुपारी ती दोघे चहा पीत बसली होती. आत जाऊन महाबळेश्वरला नेलेल्या सामानाचे पॅकिंग सोडावे आणि ते परत होते तसे नीट लावावे असा तिचा विचार होता. इतक्यात टेलिफोनची घंटा वाजली.

गोपाळने बाहेर व्हरांड्यात जाऊन फोन घेतला. तो सांगत होता, ''आम्ही आताच आलो. सामानही अजून सोडलेलं नाही.'' मग त्याने रिसीव्हरवर हात ठेवून सुंदरीकडे बघून सांगितले, ''मालिनीचा फोन आहे.''

मग तो पुन्हा बोलू लागला ''नाही, नाही... आत्ता पाऊस नाही; पण आभाळ भरून आलेलं आहे. तीही आहे... छे! छे!... तुम्ही येऊ नये म्हणून मी असं म्हणत नाही- वा! खूप आहे. त्याला घेऊन ये. मला आनंदच होईल- ये, खरंच ये.''

फोन खाली ठेवून त्याने अपराध्यासारखा चेहरा केला. ''मालिनीचा फोन होता. हो हो... तीच ती!... आपल्या लग्नाला आली होती... प्रिन्स आणि ती इथे पोहायला येत आहेत.''

''पोहायला?...'' सुंदरीने आश्चर्याने विचारले, ''आणि आत्ता? प्रिन्स तर मला मुळीच आवडत नाही. त्यानं मालिनीला सोडलं आहे असं वाटत होतं.'' गोपाळने खांदे उडवले. ''...पण येऊ नकोस असं तरी मी तिला कसं सांगणार?''

''तेही खरंच!... तुम्ही कसं नका येऊ म्हणणार हो!''

ती स्वतःच्या खोलीत सामानाच्या पेट्या उघडत होती. इतक्यात मालिनीची चाहूल लागली. इतक्या लवकर ती येईल असं वाटलं नव्हतं. ''डार्लिंग, तू आलास परत!.... खेड्यातून पुन्हा सुधारलेल्या जगात आलास... किती बरं वाटलं तुला बघून.'' तिचा आवाज सुंदरीच्या कानावर पडत होता. ''आणि असा चमत्कारिक का दिसतो आहेस? तुझ्यासारख्यानं असं दिसावं, याचं नवल वाटतं.''

खोलीत पेट्या उघड्या पडल्या होत्या. सामानाचा पसारा झाला होता. तिकडे पाहात सुंदरीने कपाळाला आठ्या घातल्या. ''मालिनीचे 'डार्लिंग' तिला मुळीच रुचले नाही. तुझ्यासारख्याने असं चमत्कारिक दिसायला नको आहे. असं ती म्हणाली होती.'' त्यातील खोल अर्थ तिच्या ध्यानात आला आणि तिला कसेतरीच वाटले. मालिनीचा नाटकी मोकळेपणा तिला आवडला नाही.

तिने केसावरून कंगवा फिरवला आणि ती बैठकीच्या खोलीत आली. तोंड

रंगवलेली आणि भुवया कोरलेली मालिनी तिथे बसली होती. तिची साडी गुलाबी रंगाची होती आणि त्यावर तिने काळा ब्लाऊज घातला होता. ती फार आकर्षक दिसत होती. "छे बाई! मला कुत्र्याची भीती वाटते... आणि जर्मन कुत्री तर फारच वाईट! तुम्ही त्याला बाहेर बांधून ठेवता ना?" मालिनी म्हणाली.

सुंदरीने स्पिंडलला उचलले आणि स्वत:च्या अंथरुणावर ठेवून दिले. परत येऊन तिने मालिनीला विचारले, "चहा घेणार ना?"

"नको बाई! चहा नको." मालिनी म्हणाली. "गोपाळला माहीत आहे, मी चहाबिहा नाही पीत. व्हिस्की आणायला मी बलदेवला सांगितलं आहे. मला व्हिस्कीच आवडते."

बलदेव गोपाळचा बेअरर होता. अजून सुंदरीला सर्व नोकरांची नावे माहीत नव्हती. मालिनी प्रत्येकाबद्दल इतक्या आपलेपणाने बोलत होती हे तिला सहन झाले नाही.

"प्रिन्स कुठे आहेत?" गोपाळने विचारलं.

"अरे, काय सांगायचं तुला? आम्ही अगदी निघालो होतो आणि तेवढ्यात त्याला पोकरसाठी बोलावणं आलं, मग? तो थोडाच येणार आहे? खेळतच बसला झालं! मग मी एकटीच आले. म्हटलं, तुझी तरी निराशा नको व्हायला! पण फोनवर तुझा आवाज ऐकला नि मला वाटलं, माझं येणं तुला बहुतेक तितकंसं पसंत नसावं."

"वा ! असं कसं ? आम्हाला तर फार बरं वाटलं." गोपाळ म्हणाला.

"मला बाई भीती वाटली. लग्न झालं म्हणून जुन्या लोकांना तुम्ही तोडणार तर नाही ना?" ती म्हणाली.

"छे! छे! असं बोलू नकोस हं. पण मला वाटलं की, खुद्द प्रिन्सलाच इकडे यावसं वाटतं आहे."

"काय सांगायचं? मी पोहायला चल म्हटलं; पण तो आपला पोकरच खेळत बसला. जाऊ दे. चल, आपणच जाऊ. उजेड आहे तोपर्यंत जायला हवं."

बलदेवने व्हिस्कीचे प्याले आणले; त्याकडे बघून ती म्हणाली, "वा! छान! तुम्ही कुणी घेणार नाही का?"

"नाही."

"मी घेतो ना" गोपाळ म्हणाला, "बलदेव मलाही एक दे... सुंदरी घेतच नाही."

"बाई गं... काय म्हणतोस? म्हणजे ती मोरारजी देसाईंची शिष्या आहे असं म्हण की!"

"छे! छे! तसं काही नाही." सुंदरीने सांगितले, "मी केव्हा केव्हा शेरी किंवा

जिनलेट घेते की! पण इतरांनी प्यायला माझा विरोध नाही.''

''पोहायचं काय?'' मालिनीने विचारले. गोपाळने बायकोकडे बघितले. ''तू येणार ना?''

''मला बरीच कामं आहेत.'' सुंदरीने सांगितले. ''आणि शिवाय मला बरंही वाटत नाही.''

''खरंच बाई,'' मालिनी करुणा दाखवीत म्हणाली. ''तू कशीतरीच दिसते आहेस. पहिला मधुचंद्र नेहमीच असा बाधतो म्हणतात. मला काही माहीत नाही, कारण माझं अजून लग्नच झालेलं नाही.''

सुंदरी हसली; पण तिला तो विनोद खालच्या दर्जाचा वाटला. त्या सगळ्या मंडळींत आपणच तेवढ्या वेगळ्या आहोत असे तिला वाटले.

''माझा पोहण्याचा नवीन पोशाख नुकताच आला आहे हॉलिवुडहून!'' मालिनी सांगत होती, ''लाल रंगाचा आहे. प्रिन्स हवा होता तो बघायला. आता काय, तूच तो बघणार! तू तर काय मुलखाचा अरसिक आहेस!''

''तुला बरं वाटत नसेल तरी बीचवर येऊन बसायला हरकत नाही.'' गोपाळ सुंदरीला म्हणाला.

''त्या बिचारीला कशाला त्रास देतोस?'' मालिनी फुरंगटून म्हणाली, ''तुझी तब्येत मुळीच बरी दिसत नाही गं!'' ती सुंदरीला म्हणाली. ''आरशात बघ एकदा. डोळे किती ओढलेत. केस कसे झालेत... आणि तरीही तू येणार? नवरा इतकासुद्धा दृष्टिआड झालेला चालत नाही वाटतं? छे! तू नकोच येऊस. घरीच राहा... मी कपडे कुठे बदलू तेवढं मात्र सांग...''

पोहण्याचा पोशाख सॅटिनचा होता. मालिनीचे सर्व शरीर त्यात उठून दिसत होते. मालिनी आणि गोपाळ समुद्राकडे जात असताना ती त्यांच्या पाठमोऱ्या आकृत्यांकडे बघत राहिली. मालिनीची शरीराकृती डौलदार आहे हे तिच्या मनाने कबूल केले. तिची चालण्याची ढबही छान होती. बहुतेक हिंदी स्त्रिया गलथानपणाने चालतात. तशी ती चालत नव्हती. त्यांच्याकडे बघत असतानाच मालिनीबद्दलच्या मत्सराने तिच्या मनात पेट घेतला.

बंगल्याच्या कंपाउंडमधून वाळूत उडी मारताना गोपाळने तिला हाताचा आधार दिलेला सुंदरीने पाहिला. खाली उतरल्यावरदेखील त्याने तिच्या अंगाभोवतालचा हाताचा विळखा ढिला केला नव्हता. घरापासून जवळजवळ तीनशे यार्ड समुद्र होता. तेवढे अंतर ती दोघे तशीच चालत राहिली. किनाऱ्यावर त्यांनी त्यांच्या चपला आणि टॉवेल ठेवले. नंतर समुद्राच्या निळ्या पाण्यात ती सामावून गेली. त्या दोघांची शरीरे अगदी जवळ आल्याचे तिने इतक्या लांबूनही पाहिले. समुद्राच्या लाटांखाली त्यांची शरीरे एक झाली असतील का? मालिनीच्या डोळ्यांतली ती

विशिष्ट चमक सुंदरीला आठवली आणि तिच्या डोक्यात विचार सुरू झाले. ती स्वत:शीच हसली आणि मनातल्या विचारांना तिने स्वत:च खोडून काढले; पण डोळ्यांतले पाणी मात्र खळले नाही. बराच वेळ ती तशीच खिडकीत बसून राहिली. सामान तसेच राहू देऊन तिने गरम पाण्याने अंघोळ केली. मग तिला जरा बरे वाटले आणि स्वत:च्या विचारांचे तिचे तिलाच हसू आले. तिने वेणी घातली आणि तोंडाला पावडर लावून चंदेरी रंगाची साडी नेसली.

तिची वेशभूषा आटोपेपर्यंत चांगलाच अंधार पडला होता. अजूनही ती दोघे परत आली नव्हती. गोपाळच्या सर्व वस्तू जागेवर ठेवाव्यात म्हणजे त्यात वेळ जाईल, असे तिने ठरवले.

तिच्या खोलीच्या दुसऱ्या बाजूला त्याची खोली होती. तिथली शेल्फस आणि कपाटे गोपाळच्या बुटांच्या जोडांनी आणि तऱ्हतऱ्हेच्या कपड्यांनी भरून गेली होती. एका कपाटात शिकारीच्या वेळी घालायचे कपडे होते. दुसऱ्या कपाटात बंदुका आणि गोळ्या होत्या. तो खरोखर पुरुषोत्तम आहे असे सुंदरीला वाटले... त्यांना पोहायला जाऊन बराच वेळ झाला होता; पण अजूनही ती परतली नव्हती. कपाटांकडे बघताबघता एकदम तिच्या मनात मत्सराने पेट घेतला आणि तिची कानशिले गरम झाली.

बंदुका असलेल्या कपाटावर एक दुर्बीण आणि बारकासा टेलिस्कोप ठेवलेला दिसला. तिने तो टेलिस्कोप उचलला आणि व्हरांड्यात नेला. खाली वाकून ती समुद्रकिनारा न्याहाळू लागली.

बराच वेळ तिला ती दोघे दिसली नाहीत. तिने भिंग इकडेतिकडे फिरवून बघितले आणि एकदम तिला पाण्यात पृष्ठभागावर तांबडा ठिपका दिसला. दोघेही नुकतीच पाण्याबाहेर येत होती. मालिनीने त्याला जवळ ओढून त्याचे दीर्घ चुंबन घेतल्याचे तिने टेलिस्कोपमधून बघितले. कमरेइतक्या पाण्यात ते दोघे बराच वेळ चुंबनावस्थेत होते. इतक्यात मागून एक प्रचंड लाट आली आणि दोघेही दिसेनाशी झाली. मग पुन्हा दिसली. या वेळी त्याने तिला कवेत घेतले होते आणि त्यांची ओली शरीरे एकमेकाला अगदी घट्ट बिलगली होती.

सुंदरी टेलिस्कोपच्या भिंगातून त्यांच्या हालचाली न्याहाळत राहिली. टॉवेल ठेवलेल्या जागेकडे जाताना मध्येच तिला ते दिसले नाहीत. मग थोड्या वेळाने मधल्या वेळात ती दोघे का दिसली नाहीत याचे कारणही तिला उमगले. आता ती दोघे विवस्त्र होती. बंगल्याच्या कंपाउंडच्या थोडे खाली नारळी-पोफळीच्या छायेत त्या विवस्त्र युगलाचे उन्मत्त मीलन तिने बघितले.

तिचे डोके गरगरले. ती बघत होती ते खरे होते का? की तो सारा तिच्या मनाचाच खेळ होता! तिला काहीच कळेना, कारण आता तिला काळोखात

हलणाच्या झाडांच्या शेंड्याशिवाय काहीच दिसत नव्हते. ती तेथून उठली आणि खोलीत जाऊन पडून राहिली. मालिनीच्या आणि आपल्या नवऱ्याच्या मैत्रीचे स्वरूप कशा प्रकारचे असावे याचा ती विचार करीत होती.

ती पडलेली असतानाच ती दोघे परत आली आणि स्पिंडल कुत्रा तिच्याजवळ आला. मग आवाज ऐकू आला, "हे काय सुंदर, अजून तू तयार नाहीस का? आता मी जर ड्रिंक घेतलं नाही तर माझा जीव जाईल," मालिनी म्हणाली. प्रथम ड्रिंक आणि मग छानपैकी अंघोळ. अंथरुणावर पडल्यापडल्या त्यांची बोलणी ऐकू येत होती. मग बाहेरच्या खोलीतून गोपाळ तिच्या खोलीत आला. त्याला बघून स्पिंडल कुत्रा भुंकला तेव्हा तो किंचित रागाने ओरडला, "ए थांब रे! भुंकायला काय झालं?" आत येऊन त्याने सुंदरीला विचारले, "इथे अंधारात काय करते आहेस?"

"मला बरं वाटत नाही म्हणून पडले होते तर झोपच लागून गेली," ती कष्टपूर्वक म्हणाली. "आणि दिवा नका लावू बाई. त्रास होतो."

"आश्चर्यच आहे. तुला थोडं ड्रिंक पाठवू का ?"

"नको. मी नुसतीच पडून राहते."

"कुठं दुखतबिखत तर नाही ना? ताप आहे का?"

"छे! तसं काही नाही. मला नुसतं पडून राहू द्या."

"डॉक्टरला बोलावू?"

"नको हो! सकाळपर्यंत मला बरं वाटेल."

थोडा वेळ तो दरवाजात थांबला आणि मग बाहेर निघून गेला. त्याच्या चपलांचा आवाज तिच्या कानावर पडला. मात्र, बैठकीच्या खोलीतून कुणाचीच बोलणी ऐकू येत नव्हती. मग त्याचा आवाज आला, "हा टेलिस्कोप इथं कुणी आणला बुवा!"

"बाप रे ! तुझ्या बायकोचंच काम! तुझ्यावर ती पाळत ठेवते."

सुंदरी अंथरुणात उठून बसली. तिचे सर्वांग थरथरत होते. टेलिस्कोप जागेवर ठेवण्यास ती विसरली होती. आता सगळेच कळणार होते.

त्यांनी व्यभिचार केला होता हे तिला समजले आहे असे त्यांना कळायला हवे होते. त्यातच खरी मजा होती.

तिला समाधान वाटले आणि गाढ झोप लागली. त्या दोघांमधील लग्नबंधन आता तुटल्यासारखेच होते; तरीही तिला झोप लागली. देवीदयाळबद्दल मनात विचारही न येता त्या दिवशी ती जवळजवळ १५ तास झोपली. मालिनी रात्री केव्हा गेली- गेली किंवा नाही हे तिला कळले नाही. तिच्या दृष्टीने आता त्या घटनेमधील महत्त्वच संपले होते.

दुसऱ्या दिवशी सकाळी गोपाळ म्हणाला, "मी त्या रांडेला आता इथे कधीही

येऊ देणार नाही.'' सुंदरी हसली; पण काही बोलली नाही.

''खरं सांगतो, मी तिला स्पष्टच बजावणार आहे.''

''असं कसं? लग्न झालं म्हणून जुन्या मित्रांना भेटायचं नाही, असं कसं चालेल?'' तिने विचारलं. तिच्या बोलण्यामुळे तो अस्वस्थ झाला. काल रात्री ती दुःखीकष्टी होती. गंभीर होती. तिने टेलिस्कोप खिडकीजवळ ठेवला होता. काय काय तिला दिसले असेल?

''मालिनी माझी मैत्रीण वगैरे कुणीही नाही.'' त्याने सांगितले, ''तू तो टेलिस्कोप कशासाठी काढला होतास?'' सहज विचारावे तसा त्याने प्रश्न केला. ''मी तुम्हालाच बघायचा प्रयत्न करत होते,'' तिने सांगितले. ''पण मला काहीच दिसलं नाही.'' त्याला बरे वाटले. त्याचे मन उगीचच घाबरले होते. ''अगं, बाहेर किती अंधार होता... अंधारात काय दिसणार!''

''हो ना!... आणि टेलिस्कोप वापरायचा कसा हेही कळायला नको का? ...कसं बघायचं हे मला माहीत नाही.''

''टेलिस्कोप वापरायची एक युक्ती असते,'' तो म्हणाला. ''मला सारखं वाटतंय की, तिला बघितल्यावर तुझं डोकं भडकलं.''

''कुणाला?''

''मालिनीला गं!.... ती आली, तेव्हाच तुझा मूड गेल्यासारखं वाटलं. तिचं वागणंच तसं आहे... बोलूनचालून सिनेमात काम करणारी ती बाई!''

तो थांबला. सुंदरीने त्याच्या डोळ्याला डोळा भिडवला होता. ती मुळीच हसत नव्हती.

''आपण काय ते स्पष्टच बोलू. अशा विषयात लपवाछपवी नको.'' ती थंडपणाने म्हणाली. खरं सांगायचं म्हणजे मला तिचं वागणं थोडंसं भडक वाटलं; पण माझी तिच्याबद्दल बाकी काही तक्रार नव्हती. तिच्याबद्दल काय विचार करायचा?... तिची लायकी ती काय?... आपल्याला तिची कीव यायला हवी. काय?...बायकांच्या वर्तणुकीबद्दल आपण आपल्या दृष्टीने विचार करायचा नसतो.''

तिच्या बोलण्याचा आपल्यावर परिणाम होत आहे असे त्याला वाटले. ''तू इतकी आढ्यताखोर असशील असं वाटलं नव्हतं.''

''मी आढ्यताखोर नाही,'' ती शांतपणे म्हणाली. आपल्या दोघांबद्दल आपणच नीट विचार करायला हवा असं मात्र मला वाटतं.''

१५

कोठडीच्या भिंतीला पूर्वीच्या कैद्याने विटांमध्ये खोदून एक लहानसा कोनाडा पाडला होता. झोपण्याची फळी तिथपर्यंत उभी केली की, कोनाड्यात पाय ठेवून खिडकीजवळच्या लोखंडी कड्यांना लोंबकळता येई. मग देखावा बघायला हाताला कळ लागेपर्यंत खालच्या पटांगणात दृष्टी टाकता येई. तेथे एखाद्या बाजाराप्रमाणे गर्दी झालेली दिसे. एखाद्या कारखान्यामध्ये रोजंदारीवर काम करणाऱ्या सुखी कामगारांप्रमाणे ते कैदी वरून दिसत असत.

नारळ सोलून ते फोडून खोबरे काढण्याचे त्यांचे काम असे. पटांगणाच्या मध्यभागी करवंट्याचा ढीगच्या ढीग असे... नादीरशहाने दिल्लीच्या रस्त्यात माणसांच्या मुंडक्यांचे ढीग रचले होते, त्याप्रमाणे त्या दिसत.

उघडेवाघडे, काळ्या कुळकुळीत अंगाचे कैदी सराईतपणाने हातातल्या हत्याराने नारळ फोडत आणि करवंट्या पलीकडे टाकून देत. त्यांचे काम अगदी शांतपणाने चाले. बोलण्याची परवानगी नसेच.

"चला, भराभर हात चालवा. स्वस्थ उभे राहू नका आणि खोबरं खायचं नाही... पुन्हा तुमच्या तोंडात खोबरं दिसलं तर फटके मारीन- भांच्योद! पुन्हा तुकडा तर खा; मग तुला दाखवतो."

बलबहादूर तिथेही होताच. मुठीमुठीने खोबऱ्याचे तुकडे स्वतःच्या तोंडात कोंबत कैद्यांच्या अंगावर तो खेकसत होता.

कैद्यांच्या हातातल्या कोयत्याकडे देवीदयाळचे लक्ष गेले. त्याला जरा आश्चर्य वाटले. ही माणसे आहेत की जनावरे असे त्याला वाटले. तिथे छोटेमोठे ऑफिसर्स मिळून सुमारे वीसजण होते. एखादा क्रांतिकारक आला आणि त्याने कैद्यांना दीक्षा दिली तर ही इमानी जनावरे (!) एक होतील आणि वॉर्डर लोकांना बाहेरची मदत मिळण्यापूर्वीच त्यांचा काटा काढतील असेही त्याला वाटले.

तेथे त्याला ग्यानसिंग दिसला. तो ग्यानसिंग होता का?- त्याच्या ओळखीचा मानसिंग तर गांधींचा शिष्य होता. त्याने अनात्याचाराची शपथ घेतली होती. असा माणूस खून करणे शक्य आहे का?- छे! छे! मानसिंगच्या हातून खुनासारखे अघोरी कृत्य होणे शक्य नव्हते.

तो असला तर बरेच झाले. त्याच्या मदतीने अधिकाऱ्यांविरुद्ध कैद्यांना ताणणे सहज शक्य होते. कैद्यांच्या मदतीने सार्वत्रिक उठाव करण्याच्या विचाराने त्याचे मन व्यापून टाकले.

मनात आणले तर एका मिनिटात सर्व खेळ खलास होऊ शकेल! - मुलिंगन जेव्हा अनावर होतो, ती वेळ योग्य! एका झटक्यात मुलिंगनला खतम करता येईल आणि मग सगळेच सोपे जाईल. बलबहादूरलासुद्धा ठोकून काढायला हवेच; पण ते काम देवीदयाळ स्वतःच करणार! त्याने त्याचा अपमान केलेला आहे. त्याचा बदला घेतलाच पाहिजे.

त्याचे खांदे थरथरले. उजव्या खांद्यातून कळ निघाली. दोन्ही हातांची मनगटे घामाने थबथबली. शरीरात कुठेतरी थकावट होती; पण तिकडे त्याने लक्ष दिले नाही. त्याचे सारे लक्ष खालच्या देखाव्याकडेच वेधले होते.

कैदी जवळजवळ विवस्त्र होते. एका लंगोटीखेरीज त्यांच्या अंगावर दुसरा कपडा नव्हता. हातापायांत मात्र बेड्या होत्या.

त्या घोळक्यामध्ये फक्त दोन माणसे विवस्त्र नव्हती. त्यांच्या अंगावर तुरुंगाचे कपडे- करड्या रंगाची कुडती आणि अर्ध्या चड्ड्या होत्या. कुडत्यांवर मागच्या पुढच्या बाजूला 'D' ही अक्षरे शिवली होती. त्यांपैकी एक ग्यानसिंग आणि दुसरा घसीटा रामोशी होता. दोघांच्याही हातात कोयते होते आणि नारळाच्या कवट्या उडवण्याचे काम चालू होते.

रामोशीच्या हातातील कोयत्याकडे देवी बघत राहिला. ज्या माणसाने त्याचा विश्वासघात केला होता, त्याला भर बाजारात त्याने असल्या हत्यारानेच ठार मारले असेल का? त्याने कायदा स्वतःच्याच हातात घेतला होता; अपराध्याला स्वतःच्या पद्धतीने शासन केले होते. त्याबद्दल त्याला तिळमात्रही खंत नव्हती. विश्वासघातक्यांना असेच शासन करावे, अशी वेताळाची शिकवण होती.

देवीच्या डोक्यात मग स्वतःबद्दल विचार आले. खुद्द त्याच्या बापानेच त्याचा विश्वासघात केला होता. दुकानातील ज्वालाग्राही पदार्थ चोरीला गेल्याची तक्रार त्यांनी पोलिसात दिली होती. पोलिसांनी लक्ष दिले नाही, तेव्हा त्यांनी चिफ कमिशनरला कळवले होते; त्यामुळेच हनुमान क्लबवर पोलिसांची धाड आली होती. दुसरा बेइमान माणूस होता शफी उस्मान. हनुमान क्लबच्या सर्व सदस्यांना तो वेळीच सूचना देऊ शकला असता; पण त्याने तसे केले नव्हते.

क्लबवर पोलिसांची धाड येणार असल्याची बातमी शफीला होती. देवीच्या खटल्याच्या वेळी ती गोष्ट स्पष्ट झाली होती. पकडल्या गेलेल्या आठही आरोपींनी शफीचा सूड घेण्याची प्रतिज्ञा केली होती. कुणालाच त्याने सूचना दिली नसती अन् तो एकटाच पळाला असता तर त्यात विशेष नव्हते. घातपाती चळवळींत अशा तऱ्हेचे धोके पत्करावे लागतातच; पण त्याने जाणूनबुजून फसवणूक केली होती. ज्या मूल्यांची शिकवण त्याने इतरांना दिली होती, तीच मूल्ये त्याने पायदळी तुडवली होती. निधर्मीपणाचा त्याचा सर्व आव खोटा होता.

अशा परिस्थितीत घसीटा रामोशीने काय केले असते, असा विचार त्याच्या मनात आला. त्याने फक्त शफी उस्मानचाच सूड घेतला असता का? प्रत्यक्ष पित्याने विश्वासघात केला तर त्यालाही शिक्षा दिलीच पाहिजे, अशी वेताळाची शिकवण होती का?

दोन विश्वासघातकी! एक खुद्द वडील आणि दुसरा शफी! त्या दोघांमध्ये जमीन-अस्मानाचे अंतर होते- टेकचंद उर्मट आणि रागीट होते; उत्तम स्थितीतील होते. शफी झोपडपट्टीत वाढला होता. वृत्तीने चिडका होता. त्या दोघांनीही एकत्र येऊन देवीचा विश्वासघात केला होता. ते पकडले गेले नसते तर ब्रिटिशांच्या युद्ध प्रयत्नांमध्ये त्यांनी केवढा तरी गोंधळ उडवून दिला असता. त्या आठहीजणांनी ब्रिटिशांना 'दे माय धरणी ठाय' केले असते.

सुटून जाण्याची त्याला खंत वाटली. सूडापेक्षाही अंगीकारलेले क्रांतिकार्य पुन्हा सुरू करण्याची त्याला तळमळ होती. त्याला एकट्यालाच एकान्तवासात ठेवले होते. तिथून लवकर निघालेच पाहिजे असे त्याला वाटले- इतर कैद्यांप्रमाणे तो मागे हटणारा नव्हता. ग्यानसिंगासारखा तो लाचारही नव्हता. त्याची मान तो कायम ताठच ठेवणार होता.

खांद्यातून कळ निघाली; पण तिच्यापेक्षाही जास्त तीव्र त्याचा क्षोभ होता. त्याच्याप्रमाणेच ग्यानही धोकेबाज कैदी म्हणून गणला गेला होता; पण त्याला एकान्तवासातून लवकर बाहेर कसे काढले? बेड्यांशिवाय इतर कैद्यांबरोबर त्याला मोकळ्या हवेत काम कसे करायला मिळते? आणि घसीटा रामोशी! त्याने तर दोन खून केले आहेत- तोही कोठडीबाहेर कसा? रांडेचानो - अरे लाचारांनो!- असे आवाज त्याच्या कानावर येत होते. वॉर्डरच्या शिव्यांमुळे त्याला सुंदरीची आठवण झाली. ठाण्याच्या तुरुंगात तिची शेवटची भेट झाली, तो दिवस त्याला आठवला. आई-वडिलांची तुरुंगात भेट घेण्यास त्याने स्पष्ट नकार दिला होता; पण सुंदरीला भेटण्याचे कबूल केले होते. तिच्याबरोबर गोपाळही आला आहे असे सुपरिंटेंडेंटनी सांगितल्यावर तो भडकला. त्याने झरोक्यातून गोपाळकडे पाहिले आणि त्याचे रक्त उसळले. रजेवर आलेल्या एखाद्या ब्रिटिश लष्करी अधिकाऱ्यासारखा तो दिसत

होता. कुठल्यातरी टेरीटोरियल आर्मीत तो अधिकारी होता आणि त्याने आपल्या कोटावर तो बिल्ला डौलाने लावला होता. युद्धाच्या वावड्या उठल्या होत्या; त्यामुळे तर त्याच्या राजनिष्ठेला जास्तच बहर आला होता- भारतात ब्रिटिशांची अनेक लाचार कुत्री होती; त्यांपैकीच तो एक होता.

मला फक्त माझ्या बहिणीलाच भेटायचे आहे. त्याने सुपरिंटेंडेंटला सांगितले होते. गोपाळ खाली मान घालून नाटकी पद्धतीने हसत निघून गेल्याचे त्याने पाहिले होते; पण त्याला काहीच वाटले नव्हते.

सुंदरी त्याच्यापुढे एकटीच बसली होती. तिचे ओठ थरथरत होते. डोळे पाण्याने भरले होते. आपल्या स्वत:लाही रडू येईल अशी भीती त्याला वाटली म्हणून तो तिच्याशी तुटकपणानेच वागला. तिने पांढरी सुती साडी नेसली होती; पण ती फारच सुंदर दिसत होती. तिचे सुंदर रूप बघणे डोळ्यांना नकोसे वाटत होते. तुरुंगासारख्या जागेत तिच्यासारख्या सुंदर, पवित्र आणि सुसंस्कृत मुलीने पाऊल टाकणेही योग्य नव्हते. आसपास इतर कैदी होते, त्यांच्या डोळ्यांत वासना होती. जेल सुपरिंटेंडेंट बंगाली होता. तो तिच्याकडे टक लावून बसला होता. तिला खूश करावे असा त्याचा सारखा प्रयत्न चालला होता.

'जेल मॅन्युअल'ची एक प्रत आपल्याला हवी आहे असे त्याने सुंदरीला सांगितले होते. जेल मॅन्युअल मागण्याचा हक्क कैद्याला असतोच; परंतु सुंदरीने जेव्हा त्याला जेल मॅन्युअल पाहिजे असल्याचे सांगितले तेव्हा सुपरिंटेंडेंटने चेहरा कसानुसा केला होता. आपण फार उपकार करीत आहोत असे दाखवीत तो म्हणाला होता, मी माझी स्वत:ची कॉपी त्याला देईन, तो ती केव्हाही बघू शकेल. सुपरिंटेंडेंट निघून गेल्यावर ती दोघे अशी त्या खोलीत पाचच मिनिटे होती. त्याचा निरोप घेताना सुंदरी पुटपुटली, ''मी तुला थोडे पैसे पाठवीन. कोणत्याही मार्गाने का होईना; पण मी ते पोहोचवीन. पैसे जवळ असले की, तुरुंगात फारसे हाल होत नाहीत म्हणे!''

तिचा उत्साह पाहून तो 'नको' म्हणाला नाही; परंतु प्रत्यक्षात तिच्याकडून तो एक पैही घेणार नव्हता. ती पैसे देणार ते टेकचंदांकडून किंवा गोपाळकडून घेऊनच देणार ना? तसले विटाळलेले पैसे त्याला नको होते. बाबांना तुझ्याबद्दल फार वाईट वाटतं. आतल्या आत जळून त्यांचा कोळसा झाला आहे. तुला काही पाहिजे का, असं त्यांनी विचारलं आहे. देवीने मान हलवून जोराने नकार दिला. त्यांच्याकडून काहीही घेण्याची त्याची इच्छा नव्हती. वडिलांनी त्याचे सर्वस्वी नुकसान केले होते. टेकचंदांना दु:ख होत आहे हे कळूनच त्याला एक विकृत आनंद झाला. त्याच्या वडिलांच्या सरकारदरबारी असलेल्या वजनामुळे तो हिंदी तुरुंगातील हालअपेष्टांमधून जात होता. बाकीच्या आरोपींना पोलिसांनी खूप ठोकले होते आणि अन्नपाण्यावाचून उपाशी तडफडायला लावले होते; परंतु एका वॉर्डरने त्याच्या कोठडीत मात्र गुपचूप

साबणाची वडी तसेच चॉकलेटचा बार पोहोचविला होता. देवीने त्या दोन्ही वस्तू वार्डरच्या तोंडावर भिरकावून दिल्या होत्या.

पण 'जेल मॅन्युअल'चे तसे नव्हते. त्याला त्याचा अभ्यास करायचा होता. आपले पुढे काय होणार आहे हे समजून घ्यायचे होते... सुपरिंटेंडेंटनी त्याला प्रत दिली होती.

१९२० आणि १९२९ मध्ये सरकारने तुरुंगात सुधारणा जाहीर केल्या; त्यामुळे सेल्युलर जेलची सारी यंत्रणाच बदलली. प्रत्येक साक्षर कैद्याला सहा महिन्यांच्या आत तुरुंगात कारकुनाचे काम देण्यात यावे आणि त्याला घरचा पोषाख द्यावा, असे मॅन्युअलमध्ये लिहिले होते. कोणत्याही चांगल्या वर्तणुकीच्या कैद्याला तुरुंगाच्या कोठडीत एक वर्षाच्या वर डांबून ठेवू नये असेही लिहिले होते. वर्षानंतर त्याला स्वतंत्र वस्तीत राहण्याची परवानगी देण्यात येई. आसपासच्या चहाच्या मळ्यात त्याला काम मिळवून देण्याची व्यवस्था करण्यात येई. त्यांनी जमीन कसावी, घरे बांधावीत आणि वस्तीवरील एखाद्या मुलीशी लग्न लावावे किंवा हिंदुस्थानातून आपल्या बायकोला घेऊन यावे, असाही प्रयत्न करण्यात येई.

'D' तिकीटवाल्यांची जात मात्र निराळी होती; त्यांच्या बाबतीत जास्त कडकपणा दाखविला जाई. पहिले तीन महिने त्यांना एकटे एका कोठडीत कोंडून ठेवीत. नंतर त्याला काम करण्यापुरते बाहेर काढण्यात येई; परंतु इतर कैद्यांत मिसळण्याची त्यांना सक्त मनाई असे. त्यांना कायम तुरुंगातील कपडे घालावे लागत आणि त्यांच्या कुडत्यावर ठळक अक्षरात 'D' हे अक्षर शिवले जात असे; परंतु त्यांनाही जास्तीतजास्त तीनच वर्षे तुरुंगामध्ये काढावी लागत. मग त्यांनाही स्वतंत्र वस्तीत राहण्याची परवानगी मिळे.

'जेल मॅन्युअल'मध्ये अंदमानहून त्यांची सुटका होण्याबद्दल मात्र काहीही नसे. पूर्ण अवधी भरल्याशिवाय कोणाचीही अंदमानातून सुटका होत नसे. अर्थातच निरनिराळ्या कारणांसाठी सूट मिळे. चांगल्या वर्तणुकीसाठी दर वर्षाला एक महिना सूट असे. राज्यारोहणासारख्या उत्सवप्रसंगी आणखीही एखादा महिना सूट देत असत. अशी सूट मिळाली तर एकूण शिक्षेतील बारा महिने कमी होत. तरीही जन्मठेपेच्या कैद्याला अंदमानात बारा वर्षे काढावी लागत.

देवीच्या गळ्यात अडकवलेल्या बिल्ल्यावर १९५३ हे सुटकेचे वर्ष लिहिले होते. याचाच अर्थ असा की, लवकरात लवकर जरी धरले तरी १९५२ पूर्वी त्याची सुटका होणे अशक्य होते. त्या वेळी तो बत्तीस वर्षांचा झाला असता. अशा विचाराने त्याचे रक्त उसळले. वयाच्या बत्तीस वर्षांपर्यंत असले जिणे जगण्याची कल्पना भयंकर होती. तुरुंगाधिकाऱ्यांच्या आज्ञा बारा वर्षे निमूटपणे पाळायच्या आणि सुटकेच्या १९५२ या वर्षाकडे डोळे लावून बसायचे हे त्याला जमणे शक्य नव्हते.

तुरुंगातल्या कार्यालयात कारकुनाची नोकरी करायची किंवा स्वतंत्र वस्तीत मजूर म्हणून राबायचे. लग्न करायचे आणि घर उभारायचे या कल्पनादेखील त्याच्या अंगावर शहारे आणणाऱ्या होत्या. लवकरात लवकर तिथून निसटून भारतात जावे आणि ब्रिटिश राज्य उलथून पाडण्याच्या चळवळीत सहभागी व्हावे, एवढीच त्याची इच्छा होती. आता युद्ध सुरू झाले होते. गांधी आणि नेहरू हे जर अनात्याचाराचा मार्ग सोडतील आणि क्रांतिकारकांशी हातमिळवणी करतील तर ब्रिटिश सत्ता एका क्षणात कोलमडेल अशी त्याची श्रद्धा होती.

पण गांधी-नेहरूंना हा शहाणपणा कधी सुचणार नाही. प्रत्यक्ष ब्रिटिशांनी लोकांना जेवढे खच्ची केले नसेल, तेवढे त्या दोघांनी केले आहे. शफीसारख्या होय!... कितीही चुका केल्या तरी शफीसारख्या किंवा देवीदयाळसारख्या लोकांकडून स्वराज्य मिळविण्याचे काम होईल.

खिडकीला लोंबकळून खाली बघत असताना देवीच्या मनात विचारांचे काहूर माजले होते. इतक्यात खालच्या कैद्यांच्या आणि वॉर्डर लोकांच्या वागण्या-बोलण्यात एकदम बदल झाल्याचे त्याच्या लक्षात आले. काम एकदम जोरात सुरू झाले. नारळ फोडणारे इतका वेळ जरा ऐसपैस बसले होते, ते ताठ बसले. वॉर्डर लोक मोठमोठ्याने ओरडायला लागले. बलबहादूर हातातील लाठी परजून डरकाळ्या फोडायला लागला.

देवीदयाळने तात्काळ ओळखले की, मुलिंगन साहेब राउंडवर निघालेला आहे. तो बघत असतानाच गुबगुबीत अंगाची, जाड पोलिसी टोपी घातलेली मुलिंगनची आकृती दमदार पावले टाकत कमानीतून आत आली. वॉर्डर लोकांनी त्याला मुजरे केले. त्यांचा त्याने स्वीकारही केला नाही. नेहमीप्रमाणे झाडाच्या सावलीत सिगारेट ओढत आणि हातातील वेताची छडी परजीत तो नुसताच उभा राहिला. काहीच न बोलता त्याने थोडा वेळ काम बघितले आणि नंतर त्याने हातातली सिगारेट फेकून दिली. मग सावलीतून बाहेर पडला आणि कैद्यांच्यामधून हिंडायला लागला. कुणाकुणाच्या पाठीवर उत्तेजन देण्यासाठी त्याने थाप मारली तसेच एक-दोघांशी तो थोडेफार बोललाही.

देवीच्या कपाळाला आठ्या पडल्या. मुलिंगन ग्यानसिंगकडे पाठ करून घसीटा रामोशीबरोबर बोलत होता. ग्यानच्या हातात नारळ फोडायचा कोयता होता. त्याला वाटले, काय उत्तम संधी आहे! एकच घाव!... ग्यानने एकच तडाखा लावायला हवा... मुलिंगनची गुबगुबीत लाल रंगाची मान वरून दिसत होती. फार पूर्वी चंद्रप्रकाशात एका सोजिराची मान त्याला दिसली होती. तशीच ती मान होती. फक्त एकच घाव! मग ते डोके त्याच्या अपऱ्या नाकासह आणि मिचमिच्या डोळ्यांसह नारळाच्या कवटीप्रमाणे लांब उडून पडले असते!

लांब कुठेतरी बराकीच्या तोंडाशी पावलांचा आवाज ऐकू आला. खिडकीचे गज सोडून तो खाली आला. झोपायचे लाकडी फळकूट त्याने कसेबसे जिथल्या तिथे ठेवले होते. इतक्यात पठाण वॉर्डरने दारावर लाथ मारली.

"मुलिंगन साहेब येत आहेत." तो धापा टाकत म्हणाला. दाराचे कुलूप काढून तो मुलिंगनची वाट बघत उभा राहिला. "तुला मी बजावतोय- साहेब आला की नीट उभा राहा आणि सलाम कर." त्याने देवीला सांगितले. "उर्मटपणाने वागलास तर तुझं नशीब तुझ्याबरोबर!"

तो वॉर्डर इतर वॉर्डरांप्रमाणे नव्हता. त्याला देवीबद्दल थोडी आपुलकी होती. परंतु त्याचे प्रेम तरी खरे होते कशावरून? कदाचित देवीचा विश्वास संपादन करण्यासाठी तसे वागायला अधिकाऱ्यांनीही त्याला सांगितले असेल. त्याने दार उघडले आणि मुलिंगन आत आला. त्याच्या मागे पेटी ऑफिसर होता.

देवीदयाळ उठून उभा राहिलाच नाही. त्याने सलामही केला नाही. सुपरिंटेंडेंट आणि पेटी ऑफिसर साऱ्या कोठडीत हिंडले. मुलिंगन खिडकीपाशी थांबला. "हा बघा!..." हातातल्या छडीने वाट दाखवीत तो म्हणाला, "हा इथे कोनाडा केला आहे. त्यात पाय देऊन वरच्या खिडकीतून हा खाली बघतो. मी तुला मघाशीच सांगितलं की, त्याचं तोंड मला खालून दिसलं. या लोकांच्या सगळ्या युक्त्या माहीत आहेत मला."

"त्याला दुसऱ्या कोठडीत बदलू काय?" पेटी ऑफिसरने विचारले. "होय! दुसरीकडे बदलच!" मुलिंगनने हुकूम दिला. "पण तिथल्या भिंती नीट तपास. कोनाडा वगैरे नाही ना याची खात्री करून घे."

"येस सर."

"तुरुंगातले नियम मोडल्याबद्दल याला पाच दिवस कांजीवर ठेवा." मुलिंगन बाहेर पडत म्हणाला. त्याने कैद्याकडे बघितलेही नाही.

ती शिक्षा ऐकून पेटी ऑफिसरलाही आश्चर्य वाटले. कोठडीचे दार बंद करताना पठाण वॉर्डर म्हणाला, "तू हट्टी आहेस. उठून उभा राहून सलाम केला नाहीस म्हणून ही शिक्षा झाली... प्रत्येक कोठडीला असे कोनाडे असतातच. प्रत्येक कैदी बाहेर बघतोच. मुलिंगन साहेबालाही हे माहीत आहे. तेवढ्यासाठी तो कुणाला पाच दिवस कांजीवर ठेवत नाही."

देवीला कांजीवर राहण्याची सवय झाली होती. कांजी म्हणजे भाताची पातळ पेज. दिवसातून चहाचे दोन कप कांजी मिळे. बाकी इतर अन्न अर्थातच मिळायचे नाही. ही शिक्षा कैद्याच्या नावापुढे टिपली जाई आणि सूट न देण्यासाठी तिचा उपयोग केला जाई. अशा शिक्षेच्या वेळी कैद्याला घरी पत्रे पाठविण्याची, व्यायामासाठी बाहेर जाण्याची किंवा अंघोळीचीही बंदी असे.

मुलिंगनला सलाम करायचा नाही, हे त्याचे पक्के ठरले होते. मुलिंगन आयरिश होता. स्वत: ब्रिटिशांचा गुलाम होता; परंतु अंदमानमध्ये राजा बनला होता. दुसऱ्या देशातील एका क्षुल्लक गुलामाला सलाम करणे देवीला कसेतरीच वाटत होते. शिक्षेत सूट मिळावी अशी त्याची इच्छा नव्हती. तुरुंगातून शक्य तितक्या लवकर पळून जाण्याचा त्याने निश्चय केला होता. बारा वर्षे तिथेच खितपत पडायला त्याची तयारी नव्हती. पत्र तर कुणालाच लिहिण्याची त्याची इच्छा नव्हती; त्यामुळे त्याबद्दलच्या परवानगीचा प्रश्नच नव्हता.

१६

कार्यालयात पत्रांनी भरलेल्या दोन टोपल्या होत्या. एकीत देशी भाषेतील पत्रे होती; दुसरीत इंग्रजी पत्रे होती. देशी भाषेतील पत्रांची टोपली भरून वाहत होती. त्यातील कित्येक पत्रे टेबलावर किंवा फरशीवर पडलेली होती. त्यांच्याकडे कुणाचेच लक्ष नव्हते, कारण बोलूनचालून ती कैद्यांना आलेली पत्रे होती. जमीन झाडणाऱ्याच्या लक्षात आले तर ती उचलून टोपलीमध्ये टाकली जात; परंतु त्यांच्याबद्दल कुणालाच विशेष महत्त्व वाटत नव्हते. टाकली गेली काय किंवा हरवली काय, सर्व सारखेच होते. दुसरी टोपली मात्र ऐटबाज होती. तिच्यात इंग्रजी पत्रे नीट लावून ठेवलेली होती.

घोषबाबू हे बंगाली गृहस्थ हेडक्लार्क होते. ते खूपच लठ्ठ होते... त्यांना सर्वांगावर डबडबून घाम आला होता. त्यांनी चश्म्याच्या भिंगातून देशी पत्रांच्या टोपलीकडे पाहिले आणि नाराजीने ती पुढे ओढली. दहा-पंधरा पत्रे तरी त्या वेळी जमिनीवर पडली पण तिकडे त्यांनी लक्षच दिले नाही. ''काय पत्रं आहेत की चेष्टा?'' ते पुटपुटले, ''दर महिन्याला या लेकाच्यांना घरी पत्रं पाठवायची परवानगी असते ना! बारीसाहेबांच्या वेळी वर्षाला एक पत्र लिहायला मिळे. वाईट वागलं तर तेही मिळायचं नाही. आता सरकार नुसतं लिबलिबीत झालं आहे. त्याच्यात काही दमच नाही. त्यांनी आपले थुलथुलीत काळे शरीर गदागदा हलवले, ''हे बघ, असं करू.'' ते ग्यानला म्हणाले, ''इंग्रजी पत्रं साहेबाकडे जायची आहेत, ती तू बघ.

येस सर. ग्यान म्हणाला.

''आणि हे बघ, सगळी पत्रं देऊ नकोस. निम्मीच दे. मुलिंगनसाहेबाला जास्त पत्रं आलेली आवडत नाहीत.''

''बरं, महाराज.''

''युद्धाबद्दल काही लिहिलं असलं तर ते पत्र मागे ठेव. असल्या पत्राबद्दल

मुलिंगनचे धोरण कडक आहे.''

''होय, महाराज.''

त्याने पत्रांचा ट्रे मागच्या बाजूला नेला आणि दोन कैद्यांच्या मदतीने तो त्यांची छाननी करू लागला. ग्यानसिंगला तुरुंगात फारच थोड्या अवधीत वरची जागा मिळाली. 'डी' तिकीटवाल्या कैद्यांच्या बाबतीत एवढी प्रगती अशक्य समजली जाई. दोन महिन्यांतच त्याला कोठडीतून बाहेर काढून इतर कैद्यांबरोबर काम करण्याची आणि जेवण करण्याची परवानगी मिळाली. आता तर त्याला कारकुनाची जागा मिळाली होती. अजूनही तो बराकीतच राहत होता आणि दिवस मावळल्यावर त्याला बाहेर पडण्याची परवानगी नव्हती. 'डी' ही अक्षरे असलेला तुरुंगातला पोशाख अजूनही त्याला घालावा लागत होता; पण आता त्याला सात रुपये महिना, पगार मिळत होता आणि कारकून असल्यामुळे इतर कैद्यांमध्ये त्याला महत्त्व प्राप्त झाले होते. आणखी एक-दोन वर्षांतच तो स्वतंत्र वस्तीत राहायला जाईल असा रंग दिसत होता. एखादी अनुरूप स्त्रीकैदी त्याला भेटली तर त्याला तिच्याशी लग्नही करता आले असते.

अनुरूप स्त्री! वस्तीवरील काही बायका त्याने बघितल्या होत्या. त्यांच्या आठवणीनेच त्याला मळमळायला लागले. त्या सगळ्याच कुरूप आणि शरीराची पुरी वाढ न झालेल्या होत्या. त्याही फारजणी नव्हत्या. पुरुष कैद्यांशी त्यांचे प्रमाण चारास एक असे होते. वस्त्यांच्या पलीकडे घनदाट जंगले होती. कोणत्याही सुधारणांपासून ती शेकडो मैल दूर होती. त्यात जावरा स्त्रिया होत्या. त्या कधीच अंगावर कपडे घालत नसत असे त्याने ऐकले होते. नागड्या स्त्रियांचे कळपच्या कळप हिंडताना बघण्याची कल्पना रोमांचकारी होती. कोणत्याही बाईला पकडावे आणि तिचा मन मानेल तसा उपभोग घ्यावा, अशी अवस्था होती. ग्यानला कधीकधी एखाद्या जावराबाईशी संभोग करण्याची इच्छा होई; पण त्याने जावरांबद्दल बरेच ऐकले होते. ते बुटक्या अंगाचे जंगली लोक जवळजवळ गोरिलासारखे होते. त्यांना कोणतीही भाषा येत नाही आणि त्यांच्या बाणास नेहमी जालीम विष लावलेले असते, वगैरे गोष्टीही त्याच्या कानांवर आल्या होत्या. अशा लोकांच्या बायकांशी संग करण्याची कल्पना मूर्खपणाचीच होती.

अनुरूप स्त्री मिळवून संसार थाटणे तितकेसे सोपे नव्हते. अंदमानमध्ये बायकांची निवड कशी करायची? तेथील प्रत्येक स्त्री ही अप्सराच समजली जाई. पिण्याचे पाणी किंवा रॉकेल या वस्तू ज्याप्रमाणे कैद्यांना गुणवत्तेनुसार वाटल्या जात त्याचप्रमाणे अंदमानात असलेल्या स्त्रियांचे होते. त्या संख्येने अत्यल्प होत्या. ज्या कुणाला स्त्री मिळे तो स्वत:ला भाग्यवान समजत असे.

एका बाबतीत ग्यानची खात्री झाली होती. आपली अंदमानमधून कधीही सुटका

होणार नाही आणि आपल्याला भारतामध्ये परत जाण्याची या जन्मात संधी मिळणार नाही हे त्याला पक्के ठाऊक होते. हा विचार एकदा मनात रुजला की, सर्व शिक्षांकडेच नव्या दृष्टीने बघणे सोपे जात असे. शिक्षेची मुदत बारा वर्षांऐवजी फक्त एक किंवा दोनच वर्षे आहे असे वाटे, कारण एकदा वस्तीमध्ये राहायला परवानगी मिळाली की, तिथेच स्थायिक होणे फायद्याचे ठरत असे.

भारतात तरी परत कशासाठी जायचे?... आणि कुणासाठी जायचे? पंजाबातील हिल जिल्ह्यातले त्याचे कोनशेट गाव हळूहळू नामशेष होण्याच्या मार्गाला लागले होते... त्या गावात काय होते? घरातील अंधाऱ्या देवघरामध्ये देवाच्या पितळी मूर्तीपुढे बसून नातवाच्या सुटकेची प्रार्थना करणारी विकलांग आजी तिथे होती. घराचा सर्वनाश झाला होता. एका अर्थाने तो ग्याननेच घडवून आणला होता. त्याच्यामुळे धाकटे घर धुळीला मिळाले हे खरे; पण त्याबरोबरच आसपासचा परिसर आणि खुद्द मोठे घरही विनाशाच्या गर्तेत सापडले होते ही गोष्ट काही खोटी नव्हती. त्याने स्वत:च्या हाताने मोठ्या घरातील एकुलत्या एक वारसाला ठार मारले होते... ते घर निपुत्रिक झाले होते. त्याची सगळी शोभा संपली होती. ग्यानने स्वत:च्या हातानेच तलवार घराण्याचा नाश केला होता.

ग्यान विचारात गुंतला होता; इतक्यात लांब कुठेतरी गेट उघडल्याचा आवाज झाला आणि शिपायांचे हुकूम सुटल्याचे ऐकू आले. मुलिंगनसाहेब नेहमीच्या तुरुंगातील फेरीला निघाल्याचे त्याने ओळखले. ते ऑफिसमध्ये येतील तेव्हा अकराचा सुमार असेल. त्या वेळी सर्व पत्रे त्यांच्यापुढे ठेवायला हवी होती. स्वत:च्या विचारामध्ये गुंतून जाण्याऐवजी पत्रांकडेच बघणे जास्त श्रेयस्कर आहे असे त्याने ठरवले.

एका पोस्टकार्डाखाली एक निळे पाकीट होते; तिकडे त्याचे लक्ष वेधले. एखाद्या रानातील परिसरात हापूस आंबा दिसावा त्याप्रमाणे ते ऐटबाज हिरव्या रंगाचे पाकीट जेल कार्यालयातील ओबडधोबड टेबलावर दिसत होते. त्याने ते वर उचलले आणि नाजूकपणाने हाताळले. 'देवीदयाळ केरवाड सेल्युलर जेल, पोर्टब्लेअर, अंदमान' असा मोठ्या अक्षरांत त्यावर पत्ता लिहिलेला होता. त्याने हलक्या हाताने ते पाकीट उघडले. त्यात निळ्या नोटपेपरवर एका बाजूने लिहिलेले पत्र होते. ग्यानने पत्र वाचण्यास सुरुवात केली-

इ...१०

''प्रिय छोटे भाईस,

तिकडे गेल्यापासून तुझी काहीच बातमी नाही. आबा तसं दाखवत नाहीत; पण त्यांना तुझी फार काळजी वाटते. तुझ्याकडून काहीतरी कळावं म्हणून मम्मी तर जीव टाकत असते. बरे असले की, आबा बहुतेक सर्व वेळ

म्यूझिअममध्ये घालवतात; परंतु दिवसभर बहुधा ते बाहेरच असतात. मी तुला काही फोटो पाठवीत आहे. गोपाळच्या रेजिमेंटला आघाडीवर जाण्याचा हुकूम झाला आहे. तो लवकरच जाईल. आईला किंवा बाबांना लिहायचं नसेल तरी मला पत्र लिही. खरंच लिही. मी वाट पाहात आहे.

- तुझी प्रेमळ बहीण

सुंदरी.''

कैद्यांची खासगी पत्रे वाचणे ग्यानचे कामच होते; पण पत्र वाचायला सुरुवात करताच त्याच्या हृदयाचे ठोके जोरात पडायला लागले. ते पत्र सुंदरीचे होते... सुंदर... सुंदर!... जिला तो पिकनिकच्या वेळी भेटला होता! म्यूझिअममध्ये तर त्याने तिचा जवळजवळ मुकाच घेतला होता... त्या गोष्टीला युगे लोटल्यासारखे त्याला वाटले.

पत्रात लढाईबद्दलचा मजकूर नसता तर बरे झाले असते असे त्याला वाटले. तो मजकूर कापून काढणे भाग होते. त्याने पुन्हा एकदा पत्र वाचले आणि ते मुलिंगनना दाखवण्याचे ठरवले. मग त्याने फोटोंचे पाकीट उघडले.

एकंदर तीन फोटो होते. हसतमुख वधू-वरांचा एक होता. वधूने लग्नाच्या वेळी घालण्याचा पोशाख केला होता आणि डोक्यावरून साडीचा पदर घेतला होता आणि वराने अंगावर लष्करी गणवेश घातला होता. दुसऱ्या फोटोत सुंदरीचे आई-वडील होते. तिसऱ्या फोटोत सुंदरी कुत्र्याबरोबर खेळत होती.

छायाचित्रातल्या सुंदरीकडे ग्यान टक लावून बघत राहिला. तो फोटो म्हणजे त्याच्या स्वप्नाचा एक तुकडा होता. थोड्या वेळापूर्वीच तो वसाहतीतील एखाद्या कुरूप मुलीबरोबर लग्न करून स्थायिक होण्याचा विचार करीत होता; पण पुढच्याच क्षणी प्रत्यक्ष सुंदरी त्याच्यापुढे छायाचित्रातून उभी राहिली... त्या फोटोतल्या हसतमुख वराचा मात्र त्याला हेवा वाटला.

त्यांतला एखादा फोटो आपल्याजवळ ठेवून घ्यावा असे त्याला वाटले. तसे केले असते तर कुणालाच कळले नसते; पण त्याने तो विचार बाजूला सारला आणि फोटो जिथल्या तिथे ठेवून दिले.

ट्रेमधील इतर पत्रे वाचत असताना त्याचे मन मात्र सुंदरीभोवतीच घुटमळत होते; त्यामुळेच त्याने बऱ्याच पत्रांत आक्षेपार्ह मजकूर आहे असे ठरविले आणि मुलिंगनसाहेबाला ती दाखविण्याचा विचार पक्का केला. त्याने पत्रे मुलिंगनसमोर ठेवल्यावर तो हसला. रागात नसला तर कारकुनांकडे पाहून नेहमीच तो हास्य करी.

''पत्र वाटतं!'' मुलिंगनने विचारले.

''होय महाराज!''

"तू वाचलीस का?"

"वाचली."

"काही आक्षेप घेण्याजोगं आहे का?"

"ही एवढी आहेत."

"इतकी?... काय साला त्रास आहे! काय आहे त्यात?"

"युद्धाविषयी प्रत्येक पत्रात आहे."

"डंकर्कबद्दलच असणार!... माझी खात्री आहे."

"डंकर्कबद्दलच आहे असं नाही. जर्मनच्या विजयाबद्दलही लिहिलं आहे."

"छे!... त्यांच्याकडे दुर्लक्ष करून उपयोग नाही. उगाच इथे अफवा पसरतात. सगळ्यांना वाटतं, जर्मनांचा जय झाला म्हणजे ते आपल्याला सोडतील. कैद्यांशी जर्मन लोक कसे वागतात हे त्यांना कुठे माहीत आहे?... त्यांच्या इथल्या गप्पा ऐक जरा. कुणाला वाटेल, सर्व शाही आरमारच जर्मनांनी नष्ट केले आहे आणि आता तर त्यांना डंकर्कबद्दलही कळलं आहे."

"जे लोक बाहेर कामाला जातात ते तिथल्या लोकांशी बोलतात; त्यामुळे अफवांचे पेव फुटते." ग्यान म्हणाला.

मुलिंगनने एका गठ्ठ्याकडे बोट दाखविले आणि विचारले, "ही सगळी ठीक आहेत ना?"

"येस सर... पण... पण मला वाटतं, त्यांतलं एक पत्र तुम्हाला दाखवायला हवं." त्याने ते निळे पत्र उघडले आणि टेबलावर ठेवले. फोटोही समोर मांडले.

"अरे बापरे! फोटोग्राफ वाटतं!" मुलिंगन स्वत:शीच पुटपुटला. त्याने डोळ्यांवर चश्मा चढवला आणि बराच वेळ फोटोंचे निरीक्षण केले. नंतर त्याने सिगारेट पेटविली आणि पत्र उघडून वाचण्यास सुरुवात केली. "अच्छा! हे आपल्या देवीदयाळचं पत्र दिसतं आहे. त्याच्यासारख्याला इतकी देखणी बहीण असावी हे आश्चर्यच आहे." त्याने मस्तक हलविले. "यात लिहिलंय- तो सैन्यात भरती झाला आहे." तो ग्यानसिंगाला म्हणाला, "हे चांगलंच आहे. सरकारच्या नावानं खडे फोडण्यापेक्षा हिंदी लोकांनी सैन्यात जावं, असं मला तरी वाटतं. फोटोत वाईट काही नाही. एक सुंदर मुलगी आणि सैनिक! मग हरकत घ्यायचं काय कारण? हे फोटो घेऊन चल."

"ते देवीदयाळला देऊ काय?" ग्यानने विचारले.

"दे ना!" सिगारेट पेटवीत मुलिंगन म्हणाला.

हातात थाळ्या आणि टमरेल घेऊन सर्व कैदी खालच्या अंगणात ओळीने बसले होते. माणशी सहा- अशा मापाने आचारी प्रत्येकाच्या थाळीत लांबूनच पोळ्या फेकत होते.

ग्यान देवीजवळ जाऊन बसला आणि म्हणाला, ''तुझ्या नावाचं पत्र आहे.''

देवीने पत्र हातात घेतले आणि कपाळाला आठ्या घालून ग्यानकडे पाहिले. ग्यान मुलिंगनचा गुप्तहेर होता याचा त्याला फार राग होता. एक शब्दही न बोलता ते जवळजवळ बसले आणि पोळी-भाजी खाऊ लागले.

ग्यान पुटपुटला, ''पत्र इथे वाचायला हरकत नाही. जमादार दुसरीकडे गेला आहे.''

देवीने त्याच्याकडे पुन्हा एकदा टक लावून बघितले. जमादाराच्या विरुद्ध तो काही बोलला काय, हे पाहण्याची तर ही युक्ती नसेल? त्याला ग्यानबद्दल मुळीच खात्री नव्हती. शफीजवळ त्याने सत्य आणि अहिंसेबद्दलच्या बाता मारल्या होत्या; परंतु स्वत:च खून केला होता... त्याला तत्त्व असे काही नव्हते. देशभक्तीचा तर त्याच्यात अंशही नव्हता.

ग्यानने त्याला एकट्याला सोडले आणि तो इतर वॉर्डर लोक जेवायला बसले होते तिकडे गेला. आता तो कार्यालयात काम करीत असल्यामुळे त्याचा दर्जा वाढलेला होता. आता तो वॉर्डर लोकांमध्ये बसू शके. त्याला पाहिजे तितक्या चपात्या आणि दही मिळे. तो जिथे बसला होता, तेथून देवीवर त्याला लक्ष ठेवता येत होते. तो काय करतो आहे हे ग्यान पाहत होता. देवी उठलेला त्याने बघितले. समुद्राच्या पाण्याचे नळ होते तिकडे तो गेला आणि त्याने स्वत:ची थाळी धुतली. थाळीत अजून दोन पोळ्या शिल्लक होत्या. त्या त्याने कचऱ्याच्या पेटीत टाकल्या. खरे तर हाही गुन्हाच होता. जितके अन्न दिले असेल तितके कैद्याने खाल्लेच पाहिजे, असा नियम होता. देवीने चोरट्या नजरेने इकडेतिकडे पाहिले आणि ते निळे पत्रही कचऱ्याच्या पेटीत फेकून दिले. मग त्याने हात धुण्यास सुरुवात केली.

सगळे कैदी आपआपल्या कामावर गेल्यावर ग्यान हलकेच उठून त्या कचऱ्याच्या पेटीजवळ गेला. त्याला लांबूनच नारळाच्या करवंटीखाली निळ्या पाकिटाचा कोपरा दिसला. त्याने ते पाकीट उचलले आणि झटकून खिशात ठेवले.

दोन दिवसांनी त्याला एकान्त मिळाला. ग्यानने ते पाकीट धान्याच्या पोत्यात लपवून ठेवले होते. ते बाहेर काढले आणि पत्र फोडून वाचण्यास सुरुवात केली. पत्र वाचून झाल्यावर त्याने फोटो बाहेर काढले आणि तो टक लावून बघत बसला.

सुंदरीचा चेहरा त्याच्याकडे जणू रोखून बघत होता. ओठावर हसू फुटले होते. तिचे डोळे सतेज आणि विलक्षण बोलके होते. त्याची छाती धडधडली. तिच्याबरोबर फोटोमध्ये तिचा नवरा होता. त्याच्याविषयी ग्यानच्या मनात मत्सर दाटला. त्याने आपल्या स्वत:ला नवऱ्याच्या जागी कल्पिले आणि त्यांच्या चेहऱ्यावरचे हास्य आपल्या चेहऱ्यावर आणण्याचा प्रयत्न केला.

मग त्याने ऑफिसच्या गंजलेल्या कात्रीने तिच्या नवऱ्याचे चित्र हलक्या हाताने

कापून टाकले. सुंदरीच्या छबीला तिळमात्रही धक्का लागणार नाही याची त्याने काळजी घेतली. फोटो कापताना आत काहीतरी भाग आहे असा त्याला संशय आला आणि तो क्षणभर थांबला. मग त्याने मागच्या बाजूला नीट निरखून पाहिले आणि लगेच त्याच्या ध्यानात आले. फोटोच्या मागच्या बाजूला एक पातळसे पांढरे पाकीट होते.

त्याने फोटो आणखी वाकवला. पाकिटामध्ये शंभर रुपयांची नोट घडी करून ठेवलेली होती. प्रत्येक फोटोच्या मागे तशीच एक/एक शंभराची नोट होती. त्या नोटा बघून त्याचे हातपाय थरथर कापायला लागले आणि तळवे घामेजले. त्याने झटकन त्या चारही नोटा निळ्या पाकिटात घातल्या आणि ते पाकीट कमरेभोवतीच्या पट्ट्यामध्ये ठेवून दिले. एखादी पोलादी वस्तू टोचावी त्याप्रमाणे त्या चारशे रुपयांच्या नोटा त्याच्या सर्वांगाला टोचल्या. पुढ्यातल्या छायाचित्रांकडे बराच वेळ तो सुन्नपणाने बघत राहिला. त्याच्या डोक्यात नाना तऱ्हेचे विचार भिरभिरत होते... खरे तर त्यानेही तुरुंगाचे नियम मोडले होते. जर कुणी त्याची झडती घेतली असती तर त्याच्या अंगावर चारशे रुपयांच्या नोटा मिळाल्या असत्या. जवळ पैसे बाळगणे हा गुन्हा फार भयंकर होता. तेवढ्यासाठी त्यालासुद्धा आठ दिवस कांजीवर राहण्याची शिक्षा मिळणे शक्य होते. तेवढ्यानेही भागले नसते तर कदाचित फटक्यांची शिक्षाही झाली असती. सध्या त्याला इतर सवलती खूप होत्या. त्या तर लगेचच संपुष्टात आल्या असत्या.

सुंदरीच्या आई-वडिलांचे फोटो फाडून त्याने त्याचे तुकडेतुकडे केले आणि ते कचऱ्यामध्ये टाकून दिले. मग त्याने पुन्हा एकदा सुंदरीच्या फोटोकडे बघितले. तिच्या नवऱ्यापासून त्याने तिची मुक्तता केली होती. तिचा एकटीचा फोटो फारच सुंदर दिसत होता. त्याने तिचे दोन्ही फोटोग्राफ एका कागदात गुंडाळले आणि कमरेच्या पट्ट्यात ठेवून दिले.

त्याच दिवशी संध्याकाळी काहीतरी कारण काढून तो वर्कशॉपकडे गेला. परत येताना त्याने एका मोठ्या फणसाच्या झाडावर पट्ट्यातले चारशे रुपये नीट ठेवून दिले. त्या झाडाजवळूनच सांडपाण्याचा नाला वाहत असे; त्यामुळे ते झाड ओळखता येणे सहज शक्य होते. त्या झाडाच्या साधारण वीस फूट उंचीवर एक ढोली होती. त्याच ढोलीत त्याने पैसे नीट दडवून ठेवले.

त्याच्या मनावरचे फार मोठे ओझे एकदम उतरले. आता कुणीही त्याची झडती घेतली असती तरी विशेष चिंता नव्हती. बहुतेक सर्व कैद्यांच्या कमरेला, वर्तमानपत्रातून कापलेली नट्यांची चित्रे असत. चित्राबद्दल कोणी काही केले नसते; पण जवळ पैसे असणे हा गुन्हा मात्र महाभयंकर होता. त्याला क्षमाच नव्हती.

तो परत येताना अंधार झाला होता. नारळी-पोफळीच्या झावळ्यांमधून सेल्युलर

जेलची इमारत दिसत होती. त्याचे मन इतके हलके झाले होते की, चालताचालता तो शीळ घालू लागला. मग त्याचे त्यालाच हसू आले. त्याला तुरुंगात येऊन वर्ष झाले होते. ग्यान तलवार हा जन्मठेपेचा कैदी होता. त्याच्या कपड्यावर 'डी' अक्षर काढले होते...पण ...पण तुरुंगाच्या जगात आज तो सर्वांत श्रीमंत माणूस होता... त्याच्याजवळ चारशे रुपये होते...आणि ...आणि एका देखण्या मुलीचे दोन फोटो त्याच्या कमरेच्या पट्ट्यात होते.

१७

युद्धाच्या सुरुवातीच्या दिवसांत कैद्यांना युद्धाबद्दल काहीच महत्त्व वाटत नव्हते. त्यांचे जीवन तसेच चालले होते. युद्धामुळे त्यामध्ये फारच थोडा बदल झाला होता. रात्री दिवाबंदी लवकर व्हायला लागली. रॉकेलचे वाटप कमी झाले. तांदूळ निकृष्ट प्रतीचा व्हायला लागला. आणि अन्नामध्ये जास्त किडे, अळ्या सापडायला लागल्या.

हिंदुस्थानातून नियमित येणाऱ्या बोटी बंद झाल्या. सेल्युलर जेलमध्ये नवीन गुन्हेगार येईनासे झाले. युद्धामुळे आता बोटींना अंदमानला गुन्हेगार आणून सोडण्यापेक्षा जास्त महत्त्वाची कामे करावी लागत होती; त्यामुळेच अंदमानकडची वाहतूक बंद करणे भाग पडले... तोपर्यंत दर महिन्याला हिंदुस्थानातून नव्या कैद्यांना घेऊन निदान एक तरी बोट येत असे. त्या बोटीविषयी कैद्यांच्या जगात फारच उत्सुकता असे. रोजच्या निर्जीव आणि अळणी जीवनामध्ये चालना येण्याचा दिवस अगदीच वेगळा असे. निरनिराळ्या प्रांतांतले कैदी येत; त्यामुळे त्यांच्याकडून स्वदेशाची खास बातमी कळे आणि ती बातमी समजून घेण्यास केवळ कैदीच नव्हे, तर वॉर्डर आणि पेटी ऑफिसरही आसुसलेले असत... नवे चलन बंद झाल्यामुळे आता बातम्या बंद झाल्या. तशा अधूनमधून काही बोटी येत असत. त्यांतून कैद्यांची पत्रे आणली जात. मात्र, प्रत्येक पत्रावर सेन्सॉरची काकदृष्टी रोखलेली असे; त्यामुळे पत्रातून विशेष काही कळत नसे.

...युद्धामुळे अंदमानच्या वसाहतीत आणखीही काही बदल दिसू लागले. मुलिंगन आणि त्याचे हस्तक आता जास्त कडकपणे वागायला लागले. बाहेर ब्रिटिश तसे पराभव चाखत होते, तरीही ब्रिटिश नोकरशाहीची चौकट पक्की आहे, असे दाखविण्याचा त्यांचा अट्टाहास असे. चंद्र, सूर्य तसेच समुद्र आणि पर्वत यांच्याप्रमाणे ब्रिटिश साम्राज्यही अविनाशी आहे, असे ते भासवत होते.

परिणामी, कैद्यांचे काम वाढवले गेले. सवलती कमी झाल्या आणि दिवसेंदिवस शिक्षा जास्तच कडक होत गेल्या. मध्यंतरीच्या काळामध्ये कोलूची शिक्षा बंद होती, ती आता पुन्हा सुरू झाली. फटक्यांची शिक्षा तर कित्येक वर्षे बंद होती; तीही नव्याने जारी झाली.

बहुतेक सर्व कैद्यांत युद्धाबद्दल खूपच अज्ञान होते. वर्तमानपत्रांवर बंदी होती. एखादे वेळी वसाहतीतील लोकांशी बोलायला मिळे; त्यातून काही बातम्या कळल्या तर कळत. एके दिवशी मात्र बाहेर चाललेल्या जगड्व्याळ महायुद्धाच्या ज्वाला थेट त्यांच्यापर्यंत पोहोचल्या आणि तुरुंगात एकच गडबड उडाली.

काही मजूर कैदी लाकडाचे मोठे ओंडके वाहून नेत होते तेव्हा ड्रेनेजपाशी एका भिंतीवर कोळशाने लिहिले होते,

'हिटलरकी जय अंग्रेज मुर्दाबाद'

जवळजवळ सगळ्यांनीच ती अक्षरे वाचली. दुपारपर्यंत सर्व तुरुंगभर ती बातमी पसरली. "हिटलरचा जय असो! ब्रिटिशांचा सर्वनाश होवो" ही भयंकर अक्षरे कोणीतरी धाडसी माणसाने अंदमानच्या तुरुंगाच्या भिंतीवर लिहिली आहेत यावर कोणाचा विश्वासच बसेना... पण... पण तसे खरोखरच लिहिले होते; याबद्दल प्रत्येकाची खात्री झाली. मग मात्र एकच भडका उडाला. मुलिंगन रागाने काळानिळा पडला आणि दिसेल त्याच्यावर हातातील छडी चालवू लागला. ती भयानक अक्षरे पुसण्यासाठी त्याने लगेच काही वॉर्डर लोकांना पाठवून दिले. जो कोणी अफवा पसरवताना आढळेल त्याला चक्की पिसण्याची शिक्षा देण्यात येईल आणि ब्रिटिशविरोधी घोषणा लिहिणाऱ्याला तर सर्व कैद्यांसमक्ष फटक्यांची शिक्षा देण्यात येईल असे त्याने जाहीर केले.

पण दुसऱ्या दिवशी सकाळी समुद्राचे पाणी आणण्यासाठी काही कैदी जात असताना लाकडाच्या वखारीच्या मागे कोळशाने एक चित्र काढलेले आढळले. एक लट्ठमुट्ठ ढेरपोट्या गोरा त्या चित्रात फासावर लटकावलेला दाखवला होता. चित्राखाली मोठ्या अक्षरांत लिहिले होते, 'अंग्रेज राज मुर्दाबाद!' तो चेहरामोहरा आणि आकृती खुद्द मुलिंगनचीच प्रतिकृती होती.

मग मात्र तुरुंगाच्या जगात एकच खळबळ माजली. कुणीतरी जर्मन हेर पाणबुडीतून अंदमानात उतरला आहे आणि तोच या साऱ्या घोषणा लिहीत असतो अशा अफवा साऱ्या वसाहतभर पसरल्या. मग ब्रिटिशांचा युद्धामध्ये पराभव झाल्याच्या बातम्या ज्याच्यात्याच्या तोंडी झाल्या. ब्रिटिशांचे नाविक दल बुडविले गेले, मोठमोठी शहरे बॉम्बच्या माऱ्याखाली बेचिराख झाली. हिटलरने सर्व जग जिंकले वगैरे अफवाही पसरल्या.

ब्रिटिशांच्या पराभवामुळे कैद्यांच्या मनात सुटकेच्या आशा पालवल्या. आता

थोड्याच अवधीत ब्रिटिश लोक शरण जातील आणि ब्रिटिश साम्राज्य संपुष्टात येईल अशी स्वप्ने त्यांना पडायला लागली. साम्राज्याचा डोलारा कोसळला म्हणजे त्यांच्या छायेत वावरणारे मुलिंगन, सदाशिवन, जोसेफ आणि बलबहादूर एखाद्या फोलपटाप्रमाणे कुठल्या कुठे उडून जातील हे त्यांना न सांगताच समजले.

लढाई जास्तच भडकत चालली. कोरीव मिशा ठेवलेल्या आणि तेजस्वी डोळ्यांच्या हिटलरची प्रतिमा भगवान विष्णूची व्हावी, अशी पूजा कैद्यांमध्ये व्हायला लागली. युद्धात हिटलरचा जय झाला म्हणजे सेल्युलर जेलमधील सर्वांची सार्वत्रिक मुक्तता होईल, असा अंदाज प्रत्येक कैदी बांधू लागला.

मुलिंगन आणि त्याचे हस्तक स्वस्थ बसले नव्हते. भिंतीवर लिहिणाऱ्याला शोधून काढण्याचा त्यांनी चंग बांधला होता. जंगली जनावरांना पकडण्यासाठी जाळी लावण्यात येतात त्याप्रमाणे निरनिराळ्या युक्त्या योजण्यात आल्या. कैद्यांबरोबर खासगीत बोलताना हिटलरबद्दल मुद्दाम प्रेम दाखवावे, असा आदेश विश्वासू वॉर्डरना देण्यात आला. ज्यांच्याबद्दल संशय होता, त्या कैद्यांशी जमादार खेळीमेळीने वागायला लागले; त्यांना सिगारेटही द्यायला लागले. ब्रिटिशांविरुद्ध बंड केल्याच्या आरोपावरून ज्यांना शिक्षा झाल्या होत्या त्यांच्यावर जास्त पाळत ठेवली गेली.

आठवडा तसाच सरला. गुन्हेगाराचा तपास लागला नाही. एका संध्याकाळी मुलिंगन नेहमीप्रमाणे तुरुंगाची राउंड घेत होता. त्या वेळी त्याने एखाद्या नाटकात करावी तशी घोषणा केली. जो कैदी भिंतीवर ते वाक्य लिहिणाऱ्याचे नाव सांगेल, त्याला आपण लगेच मुक्त करू आणि बाहेरच्या वस्तीत राहण्यास परवानगी देऊ असे त्याने सांगितले. जर तो अगोदरच वसाहतीत राहत असेल तर त्याला एक वर्षाच्या कैदेची माफी देण्यात येईल, अशीही लालूच त्याने दाखविली.

जे कैदी तुरुंगाच्या कोठड्यांत खितपत पडले होते त्यांना ती घोषणा एकदम आकर्षक वाटली; परंतु हिटलरच्या विजयाची आशा त्यापेक्षाही वरचढ होती. हिटलरचा जय झाला तर हातापायातल्या बेड्या तत्काळ तुटून पडणार होत्या. मुलिंगन किंवा चीफ कमिशनरनेच काय; पण प्रत्यक्ष व्हाइसरायने कितीही जरी लालूच दाखविली तरी हिटलरच्या विजयाची सर तिला येणे शक्यच नव्हते. एक महिनाभर तसे प्रत्यक्ष काहीच घडले नाही. ब्रिटिशांच्या पराभवाच्या बातम्यांच्या चांदण्यात मात्र सर्व अंदमान बेट न्हाऊन निघत होते. मात्र, जर्मनांची पुढे चढाई होईना, तेव्हा अफवांचे पीक संपुष्टात येऊ लागले. हळूहळू सगळेच थंड झाले. कैद्यांच्या आशा-आकांक्षांना टाचणी लागली आणि फुगा फुटून गेला. तुरुंगातले कंटाळवाणे जीवन पुन्हा सुरू झाले.

एके दिवशी घसीटा रामोशीने सांगितले की, त्याच्याकडे मुलिंगनसाहेबाला सांगण्याजोगी काही बातमी आहे. मुलिंगनसाहेबापुढे उभे केल्यावर त्याने सांगितले,

“ज्या भिंतीवर घोषणा लिहिल्या आहेत, तिच्याजवळ ड्रेनेजच्या बाजूला फणसाचे एक झाड आहे. त्या झाडावर चढताना मी अंधारात एका माणसाला पाहिलं आहे.”

“किती दिवस झाले त्या गोष्टीला?” मुलिंगनने विचारले, “भिंतीवर लिहिलेलं आपल्याला दिसलं, त्याच्या आधी का?”

“मला नक्की आठवत नाही; पण बहुतेक आधीच असावं. त्या गोष्टीला आता बरेच दिवस झाले.”

“मग त्याच वेळी का नाही बोललास? ” मुलिंगनने त्याच्याकडे तीक्ष्ण नजरेने पाहत विचारले.

घसीटा रामोशीने अर्थातच असे खूप मुलिंगन पाहिले होते. त्याच्या जळजळीत दृष्टीक्षेपाने भेदरून जाण्याइतका तो लेचापेचा नव्हता. “त्याच माणसानं ते लिहिलं असेल, असं माझ्या ध्यानातच आलं नाही.” दोन्ही खांदे उडवीत त्याने सांगितले आणि स्वत:ची नजर मुलिंगनच्या नजरेला भिडविली.

ते गांजेकसाचे डोळे होते. तुरुंगातले बरेच कैदी गांजा ओढणारे होते, हेही मुलिंगनला माहीत होते. वसाहतीमध्ये काही लोक चोरून अफू आणि गांजाचे उत्पादन करतात आणि वॉर्डर लोक खूप पैसे घेऊन ते पदार्थ कैद्यांना देतात असे त्याच्या कानांवर होते. हे पैसे येतात कुठून एवढेच कोडे होते.

“मी बातमी दिली आहे. साहेबांनी आता मला तुरुंगातून सोडावे आणि वसाहतीत राहायला परवानगी द्यावी.” रामोशी म्हणाला.

“मुलिंगनचा चेहरा लाल झाला. बाहेर कशाला राहायचं?... तुला सोडलं म्हणजे तू स्वत:च अफू, गांजा पिकवशील आणि विकून खूप पैसे मिळवशील. मग तुला सध्याप्रमाणे अमली पदार्थ विकत घ्यावे लागणार नाहीत असं तुला वाटतं ना?” त्याने घसीटाला फटकारले. “तुझ्यासारख्या ‘डी’वाल्या कैद्याला... ज्याने दोन खून केलेत त्याला...”

“दोन नाही साहेब- तीन!” त्याने चुकीची दुरुस्ती केली. “पहिला खून केला, तो एका जोडप्याचा... नवरा-बायको होती ती...”

“ज्यानं तीन खून केले आहेत, त्याला कोठडीतून सोडण्याइतका मी मूर्ख आहे असं तुला वाटलं काय?”

“साहेबांनी शब्द दिला आहे... गुन्हेगाराबद्दल बातमी सांगणाऱ्याला मोकळं करीन असं सर्वांसमक्षच सांगितलं आहे.”

मुलिंगन निरुत्तर झाला. घसीटा रामोशी बदमाष होता; पण चाणाक्षही होता. जर्मनांचा जय होईल, या आशेवर तोही इतके दिवस थांबला असणार. आता ती आशा उरली नाही म्हणून बातमी देऊन आपल्याला खूश करायचा तो प्रयत्न करीत आहे हे मुलिंगनच्या लक्षात आले.

"कुणीतरी माणूस झाडावर चढताना तू पाहिलास; पण तो नक्की कोण हे तुला माहीत नाही..." मुलिंगन म्हणाला.

"अंधार फार होता साहेब. माणूस मला अंधूक दिसला; पण त्याच्या अंगावर 'डी' तिकीटवाले कपडे होते."

एवढ्यानं कसा तपास लागणार? मुलिंगन स्वत:शीच पुटपुटला. "इथे 'डी'वाले साठ कैदी आहेत. त्यांतल्या निम्म्या कैद्यांना कोठडीबाहेर कामावर नेतात. त्यातला कोण म्हणून कसं ओळखायचं? तू इतके दिवस ही गोष्ट दाबून ठेवलीस तीच चूक केलीस. त्या दिवशी लगेच सांगितलं असतंस तर काहीतरी उपयोग झाला असता."

"त्या माणसाचा भिंतीवर लिहिण्याशी संबंध असेल, हे लक्षातच आलं नाही. मी तरी काय करू?" घसीटा म्हणाला. "पण मला तुम्ही इथून कधी सोडणार?"

"ते मी आताच कसं सांगू? यातून काही निघतं का ते बघायला हवं." मुलिंगनने सांगितले. "तुझ्या बातमीचा काही उपयोग झाला तर मग बघू..."

दुसऱ्या दिवशी ग्यानसिंग ऑफिसमध्ये दोन कारकुनांबरोबर काम करीत होता. इतक्यात मुलिंगनसाहेब आत आला. त्याने कारकुनांना बाहेर जाण्यास सांगितले आणि एका धान्याच्या पोत्याला रेलून उभा राहत त्याने विचारले, "भिंतीवरच्या राजद्रोही घोषणा कोण लिहीत असेल असं वाटतं तुला?"

"मला माहीत नाही, साहेब." आपल्याबद्दल साहेबाला संशय आला आहे किंवा काय? अशी त्याला भीती वाटली.

"तुला माहीत नसणारच! पण तुझा कुणावर संशय आहे?"

"कसं सांगणार? पण हे बाहेरच्या स्वतंत्र वसाहतीतल्या माणसाचं काम असावं."

मुलिंगननं नकारार्थी मान हलवली. "छे, छे!... मला तर वाटतं, ते आतल्या कैद्याचं- 'डी'वाल्या कैद्याचं काम असावं..."

ग्यानची छाती भयंकर धडधडली. तुरुंगात सगळीकडे गुप्तहेरांचा सुळसुळाट झाला होता. कोणताही जमादार खोटंनाटं सांगून, स्वत:ला वाचवून त्याला खड्ड्यात लोटू शकेल हे त्याला माहीत होतं. चोरून ठेवलेले खूपसे पैसे त्याच्याजवळ होते; त्याची आठवण होऊन त्याची बोबडी वळली. त्या नोटांना आपण उगीचच हात लावला असे त्याला वाटले. "माझ्या स्वत:बद्दल म्हणाल, तर मी असे कधीही करणार नाही, कारण ब्रिटिशांचं राज्यच हिंदुस्थानात राहावं असं मला वाटतं." त्याने चाचरत सांगितले.

"मूर्खच आहेस !... तुझ्यावर कोण संशय घेतो!" मुलिंगन त्याला म्हणाला. "तुम्ही बारा-तेरा कैदी असे आहात की, तुम्हाला कामासाठी तुरुंगाच्या आवारात हिंडायची मोकळीक आहे. बाकीचे पन्नास तर कोठडीतच बंद असतात. बाहेर जाताना

वॉर्डर त्यांच्याबरोबर असतोच; पण त्याची नजर चुकवून एक-दोन मिनिटं इकडेतिकडे होता येतं. तेवढ्या वेळात ते भिंतीवर काही लिहू शकतील किंवा एखाद्या झाडावर चढूही शकतील.''

ग्यानचा चेहरा भीतीने पांढराफटक पडला. काहीतरी बोलायला पाहिजे असे त्याला वाटले; पण त्याच्या तोंडातून एक शब्दही उमटेना.

''तू जरा सावधपणाने इकडे-तिकडे बघत जा.'' मुलिंगन म्हणाला. ''कैदी लोक वॉर्डरांजवळ मोकळेपणाने बोलणार नाहीत. मात्र, तुझ्याशी बोलतील. तू त्यांच्या बाजूचा आहेस असा बहाणा कर. 'हिटलरचा जय व्हावा ब्रिटिशांचा नायनाट व्हावा' अशाच तऱ्हेच्या गप्पा मार. कोणाबद्दल संशय आला तर लगेच मला सांग. याचा छडा लावायलाच हवा.''

त्याची भीती एकदम संपली. मन कृतज्ञतेने भरून आले. कैद्यांशी गप्पा मारून बातम्या काढण्याचे त्याने मान्य केले.

''लक्षात ठेव- मी तुझं भलं करीन.''

''मला माहीत आहे, साहेब!...''

''डोळे उघडे ठेवून वावर. सगळ्यांवर लक्ष असू दे. मात्र, तुझं मुख्य काम देवीदयाळवर त्याच्या नकळत पाळत ठेवण्याचं आहे. मला त्याचा संशय येतो.''

त्याच्या डोळ्यांत देवीदयाळबद्दलचा तिरस्कार ओतप्रोत भरला होता. ग्यानने त्याची दृष्टी चुकवली आणि धान्याच्या पोत्यामागे उंदीर धरण्याचा प्रयत्न करणाऱ्या मुलिंगन साहेबाच्या कुत्र्याकडे तो बघायला लागला.

मुलिंगन सांगतच होता, ''तो जितका वेळ बराकीच्या बाहेर असेल तितका वेळ त्याच्यावर पाळत असू दे... आता यापुढे काही दिवस मुद्दामच त्याला कामासाठी जास्त वेळ बाहेर ठेवलं जाईल.''

''तुम्ही सांगता त्याप्रमाणे मी करीन.''

''मी रेकॉर्ड पाहिलंय... तुम्ही दोघंही एकाच वेळी कॉलेजात होतात... पण त्याच्याशी फार जवळकीने वागू नकोस. त्याला संशय येईल... लक्षात आलं ना?''

''येस सर.''

''त्याला मुद्देमालासह पकडावं अशी माझी इच्छा आहे. मग त्याला चांगला इंगा दाखवता येईल... तोपर्यंत मी काहीच करत नाही. लोकांना अफवा पसरवू देत; पण त्याच्यावर मात्र सक्त पाळत ठेव.''

मुलिंगन निघून गेला आणि ग्यानच्या मनात ब्रिटिशांच्या चांगुलपणाबद्दल आणखी खात्री पटली. इतके झाले तरीही अजून खरा गुन्हेगार सापडेपर्यंत थांबण्याची मुलिंगनची तयारी होती. हेच जर हिंदी पोलीस असते तर कुणाला तरी बेदम ठोकून त्यांनी माहिती काढली असती. उद्या सगळे साहेब लोक जर हिंदुस्थानातून निघून गेले

आणि सारा तुरुंग बलबहादूरसारख्या हिंदी वॉर्डरच्या ताब्यात आला तर काय होईल, असा विचार त्याच्या मनात आला आणि त्याचे सर्वांग शहारले.

त्या विचाराचा भयंकरपणा जाणवत असतानाच दुसरा विचार त्याच्या मनात आला- हिंदी राष्ट्रीय चळवळ ब्रिटिशांना हाकलून देऊन सारी राज्ययंत्रणा बलबहादूरसारख्या राक्षसांच्या हातात देत आहे, अशी जाणीव त्याला झाली आणि त्याचे गोऱ्यांबद्दलचे प्रेम आणखी वाढले.

मुलिंगन परत आला आणि म्हणाला, "ही घे... तुझ्याजवळ असू दे. कुणाला बोलू नकोस... जमादारालासुद्धा समजू देऊ नकोस!... सगळेच हरामखोर! जेव्हा अगदी जरूर वाटेल तेव्हाच तिचा उपयोग कर."

ती एक पोलिसांची शिटी होती. ग्यानने कृतज्ञतापूर्वक तिचा स्वीकार केला. मुलिंगनचा ग्यानवर किती विश्वास होता त्याचेच हे द्योतक होते. तुरुंगातल्या भोंग्याप्रमाणेच शिटीचा उपयोग होतो. शिटी वाजली की, काहीतरी गडबड आहे हे रखवालदारांना समजत असे आणि ते सावध राहत. हे सर्व त्याला माहीत होते. पेटी ऑफिसर किंवा जमादार यांनाच शिट्टी वाजविण्याची परवानगी होती.

त्याचे मन भरून आले आणि त्याने मुलिंगनसाहेबांचे आभार मानले.

मुलिंगन निघून गेल्यावर ग्यान बराच वेळ विचार करीत राहिला. देवीदयाळने भिंतीवरच्या घोषणा लिहिल्या नसणार याची त्याला खात्री होती; परंतु यदाकदाचित् लिहिल्या असल्या तरी त्याला आपला जुना स्नेह स्मरून जागे करावे किंवा काय असा प्रश्न त्याला पडला.

हिंदी जमादार किंवा पेटी ऑफिसरांवर न विसंबता स्वत: मुलिंगनच सगळी चौकशी करणार होता ही गोष्ट चांगली होती. अपराधी कोण आहे हे तोच ठरवणार होता. मुलिंगनच्या बद्धिमत्तेबद्दल आणि संयमशीलतेबद्दल त्याला आदर होता. मुलिंगन योग्य न्याय देईल याची त्याला खात्री होती.

१८

सात नंबरच्या बराकीत संध्याकाळचे वातावरण पसरू लागले होते. कोठडीच्या गजांच्या लांबच लांब सावल्या खालच्या फरशीवर पडल्या होत्या; त्या विचित्र दिसत होत्या. हातात काठी घेतलेल्या गुराख्यामागोमाग देवीदयाळ चालला होता. जिना उतरून ते दोघे खालच्या अंगणात गेले. तेथून गेटबाहेर पडून ते तुरुंगाच्या मुख्य कार्यालयाकडे गेले.

"आत गेल्यावर सलाम करायला विसरू नकोस," बलबहादूरने देवीला बजावले. "नाहीतर माझ्याशी गाठ आहे."

ऑफिसमध्ये मुलिंगन टेबलापाशी बसला होता. असिस्टंट जेलर जोसेफ बाजूला उभा होता. त्याच्या उभे राहण्यातही गुलामाची नम्रता दिसत होती. जोसेफच्या हातात कागदाची गुंडाळी होती. टेबलावर निळे पाकीट होते.

देवीदयाळला गुराख्याने आत नेले. खाडकन बूट वाजवून बलबहादूर ओरडला, "सलाम करो."

देवीने सलाम केला नाही. शांतपणाने मुलिंगनच्या डोळ्याला त्याने डोळा भिडवला. मुलिंगनचा चेहरा लाल झाला होता. त्यावरून घाम निथळत होता. त्याने चीफ सुपरवायझरला खूण केली आणि खटल्याचे काम सुरू झाले.

"देवीदयाळ केरवाड- टेकचंद केरवाडचा मुलगा. कैदी नंबर चारशे छत्तीस!..." जोसेफ वाचत राहिला- "तुरुंगातील अनेक कायदे मोडल्याचा तुझ्यावर आरोप आहे. तू स्वत:जवळ बेकायदा पैसे बाळगलेस आणि वीस ऑगस्ट एकोणचाळीसला ते पैसे फणसाच्या झाडाच्या ढोलीत लपवून ठेवलेस. ते झाड तुरुंगापासून तीनशे यार्ड दूर आहे. तुझ्यासारख्या 'डी'वाल्या कैद्याला इतक्या दूर जाण्याची परवानगी नाही. त्याच दिवशी तू फणसाच्या झाडाजवळ असलेल्या ड्रेनेजच्या कठड्यावर राजद्रोही मजकूर लिहिलास..."

"तुला आरोप समजले का?" मुलिंगनने विचारले.

"होय!" देवी उद्गारला.

"तुला कबूल आहेत?"

"नाही."

"तीनपैकी एकही आरोप तुला मान्य नाही?"

"नाही. तीनपैकी एकही गुन्हा मी केलेला नाही."

मुलिंगनने हातात निळे पाकीट घेतले. "तुला हे पत्र देण्यापूर्वी मी वाचले होते... ग्यानने तुला ते दिले हे तरी कबूल आहे ना."

"ते माझं पत्र आहे हे खरं आहे," देवी म्हणाला. "माझं याचा अर्थ माझ्या नावावर आलेलं!.. हो. त्यानं मला ते दिलं हेही खरं आहे."

मुलिंगनने शंभराच्या तीन नोटा बाहेर काढल्या. "याचा अर्थ, पहिला गुन्हा तुला मान्य आहे." त्याने पुढे विचारले, "या नोटा तुझ्याच आहेत ना?"

देवीदयाळने नकारदर्शक मान हलवली. त्याचा चेहरा रागाने लाल झाला. "हा सगळा मुद्दाम केलेला बनाव आहे," तो म्हणाला. "मला ते पत्र मिळालं, हे खरं आहे; पण मी ते उघडलेलं नाही. एकही पत्र आजतागायत मी उघडलं नाही. हेही पत्र न उघडताच मी केराच्या कुंडीत फेकून दिलं." त्याचा आवाज आणखी चढला. "त्यात पैसे असले तर मला माहीत नाही. कसल्यातरी गुन्ह्यात मला गुंतवण्याचा तुमचा प्रयत्न दिसतो. तसं असेल तर हे आरोप शाबीत करण्याचं नाटक कशाला करता?... काय असेल ती शिक्षा मला द्या म्हणजे झालं!"

"खामोश!..." बलबहादूर ओरडला, "साहेबांच्या अंगावर ओरडतोस काय! भांच्योद!"

"एका 'डी' तिकीटधारी कैद्याला फणसाच्या झाडावर चढताना एकानं बघितलं आहे... त्या झाडाच्या ढोलीत तुझं पत्र आणि पैसे लपवून ठेवले होते आणि झाडालगतच ड्रेनेजच्या कठड्यावर राजद्रोहाच्या घोषणा लिहिल्या आहेत."

"माझ्यावर हा गुन्हा लादण्याचा तुमचा प्रयत्न आहे तर!" देवी म्हणाला. "मी तो मजकूर लिहिलेला नाही... दुसऱ्या दिवशीची घोषणाही मी लिहिलेली नाही!... एक गोष्ट लक्षात घ्या... जर्मनांनी भारतात यावं असं मला वाटत नाही. ब्रिटिशांइतकेच ते वाईट आहेत. तुम्ही कुणालाही विचारा. मी माझं काम करत होतो. असला मजकूर भिंतीवर लिहिण्याइतकी संधीही मला मिळाली नाही... हा आरोप खोटा आहे. मला झाडावर चढताना पाहिल्याचे ज्याने सांगितले तो एक नंबरचा खोटारडा आहे. शिक्षेमध्ये सूट मिळण्याच्या लालसेनं तो माझं नाव सांगतोय- मी काहीही केलेलं नाही."

"हिंदुस्थानात असताना तुम्ही क्रांतिकारक लोक ब्रिटिशविरोधी घोषणा भिंतीवर

लिहीत होतात असं मला समजलं आहे.''

''ड्रेनेजच्या कठड्यावरचा मजकूर मी लिहिला नाही, एवढंच मी तुम्हाला सांगतो. आता तोच आरोप आहे. एक वर्षापूर्वी मी भारतात काय केलं याचा विचार आज करण्याची जरुरी नाही.''

बराच वेळ स्तब्धता पसरली. मग मुलिंगनने विचारले, ''तुला आणखी काही सांगायचं आहे का?''

''नाही.'' देवीने उत्तर दिले.

''तुला अजूनही गुन्हे कबूल नाहीत ना?''

''नाही.''

''ठीक आहे.'' मुलिंगन म्हणाला, ''याला घेऊन जा.''

''सलाम करो.'' बलबहादूर खेकसला.

देवीने सलाम केला नाही. तो तसाच बाहेर पडला.

''उर्मट भोसडीचा!'' मुलिंगन गुरगुरला. ''जोसेफ, तुला काय वाटतं?''

''पुरावा त्याविरुद्ध आहे.'' जोसेफने सांगितले.

मुलिंगनने सिगारेट पेटवली. ''तो उर्मट आहे; पण... पण.. खोटारडा आहे असं वाटत नाही. इतरांसारखा बदमाश नाही.''

''पत्र मिळाल्याचं तो कबूल करतो. मग इतर आरोप आपोआपच सिद्ध होतात...'' जोसेफ म्हणाला. ''कदाचित त्यानं पैसे लपवले असतीलही... त्याचा पुरावा अर्थातच आपल्याजवळ नाही; पण त्याचं काही विशेष नाही. प्रत्येक कैद्याजवळ थोडेफार पैसे असतातच; पण इतके नसतात. दुसरं म्हणजे, कोणताही कैदी स्वत:जवळ नोटा ठेवत नाही. त्यांच्याजवळ असली तर सोन्याची नाणी असतात.'' तो थोडा गप्प बसला. विचारात असल्यामुळे त्याच्या गळ्याची घाटी खालीवर होत होती. ''मात्र, मला या घोषणा आवडत नाहीत. हा राजद्रोह आहे. त्याला फटक्यांचीच शिक्षा दिली पाहिजे; पण प्रथम माझी स्वत:ची खात्री व्हायला हवी. देवीदयाळविरुद्धचा पुरावा तितकासा मजबूत नाही. घसीटा रामोशाच्या शब्दावर किती आणि का विश्वास ठेवायचा? कदाचित त्या हरामखोरानंच पैसे तिथे ठेवले असतील. त्याचा काही नेम नाही... छे! घाई करून उपयोगाचे नाही. आपण थोडा वेळ वाट पाहू. देवीदयाळने गुन्हा केला आहे असं आपल्याला वाटतं आहे ना? मग तो शाबीत का करता येऊ नये? मी त्याला कोठडीबंदही करू शकणार नाही किंवा त्याला बेड्याही ठोकणार नाही... इतरांबरोबर त्याला काम करू द्या. तो गुन्हेगार असला तर कधीतरी मुद्देमालासह सापडेलच.''

''ठीक आहे.''

''ज्यांचा संशय येतो, त्यांच्यावर बराकीबाहेर असताना सक्त नजर ठेवण्याची

व्यवस्था केलीच आहे. लवकरच आपल्याला काहीतरी सुगावा लागेल.''

''येस सर.''

संध्याकाळ झाली होती. तुरुंगाशेजारच्या छोट्या टेकडीवरील कामासाठी कैद्यांना नेण्यात आले होते; ते आता बराकीकडे परतत होते.

''अरे ए ! जलदी चाल!'' ऑफिसपासून थोडे लांब गेल्यावर बलबहादूर गुरगुरला. ''मी सुपरिंटेंडंट असतो तर सलाम केला नाही म्हणून चक्कीलाच जुंपला असता तुला.'' आणि त्याने हातातला दंडुका देवीच्या पार्श्वभागी नाजूक भागात खुपसला.

प्रथम त्याची ती जागा हुळहुळली; पण तो स्वत:च्याच विचारात होता. खोटे आरोप करून स्वत:वर तुरुंगाधिकाऱ्यांनी अन्याय केला आहे याची जाणीव तीव्र होती. मग त्याच जागी पुन्हा लाठी खुपसली गेली. मग त्याचे विचार भडकले. ज्या संधीची तो इतके दिवस वाट पाहत होता ती समोर उभी राहिली. आता बलबहादूरला जोरात हिसडा मारायचा आणि पलीकडच्या जंगलात पळायचे; एवढेच काम बाकी होते. मग त्या विचारांनी तो झपाटला गेला.

एका क्षणात मनापुढे अंदमानच्या जंगलाचा इतिहास उभा राहिला. सदर जंगलातील हे जंगल निराळे होते. ब्रिटिश सरकारने त्या जंगलामध्ये वसाहत करण्याचा तीन-चार वेळा कसोशीने प्रयत्न केला; पण तेथील जमातींपुढे सरकारला हात टेकावे लागले. तिकडे पळून जाणे तोपर्यंत कोणत्याच कैद्याला जमले नव्हते. जंगल भयंकर माजलेले होते हे तर खरेच; पण स्वत:जवळ सतत विषारी बाण बाळगणारे जावरा टोळीवालेही तिथे होते. ते बुटक्या अंगाचे, विवस्त्र जंगली लोक नेमबाजीत भलतेच निष्णात होते. ब्रिटिशांनी अंदमान बेटात काही जागा व्यापली होती; पण त्या जागेची प्रत्येक इंच नि इंच जमीन त्यांनी लढा देऊन नाइलाजाने सोडली होती. एवढे मोठे शक्तिशाली ब्रिटिश सेना दल; पण त्याच्याही तोंडाला जावऱ्यांनी फेस आणला होता. तुरुंगाबाहेर बंदुकीच्या गोळीच्या टप्प्यापलीकडे अजूनही त्यांचीच वस्ती होती. गोळ्यांच्या धाकाने नव्हे, तर पैशाच्या प्रलोभनाने ब्रिटिशांनी जावऱ्यांना कसेबसे काबूत ठेवले होते इतकेच! तुरुंगातून पळून जाणाऱ्या प्रत्येक कैद्याला जावरा लोक जिवंत किंवा मृत अवस्थेत पकडून देत. त्यांना प्रत्येक कैद्यामागे शंभर रुपये रोख आणि मिठाचे पोते बक्षीस मिळे.

जंगलात थोडे आत गेल्यावर इतर जावरा जमातींची वस्ती होती. त्यांना तर बोलीभाषाही नव्हती. खाणाखुणांनीच त्यांचा व्यवहार चालत असे. कोणी तिऱ्हाईत माणूस तिकडे गेला तर ते त्याच्यावरही हल्ला करत. त्यांच्या तावडीत सापडलेल्या माणसांचा थांगपत्ताही लागत नसे. ते नरमांसभक्षक होते अशी वदंता होती.

''पाय उचल रे लवकर.'' बलबहादूर ओरडला, ''तुला काय वाटतं? तुझ्या

आईचा ठोक्या तुझी कामं करील?" बलबहादूरने त्याच्या खांद्याला धरले. मग तो भरभर चालायला लागला. त्याच्या अपवित्र स्पर्शामुळे देवीच्या अंगाला जणू चटकाच बसला. त्याचे शरीर थरथरले. त्याला ते सगळेच असह्य झाले. स्वत:ला सावरण्याचा त्याने प्रयत्न केला; पण जमले नाही. अजून तितकासा अंधार पडला नव्हता हे खरे; पण अशी संधी पुन्हा येणे शक्य नव्हते. अगोदर बेत आखला असता तर ही वेळ पळून जाण्यास योग्य होती. दिवसाचे काम संपले होते तसेच वॉर्डर आणि कैदी थोडे बेसावध होते. कैदी लोक आपआपल्या थाळ्या आणि कपडे धुण्यात मग्न होते. देहविधी उरकण्यासाठी बऱ्याचजणांनी शौचकूपांपुढे रांग लावली होती. काही कैदी आणि वॉर्डर चोरून सिगारेट ओढत उभे होते. थोड्याच वेळात कैद्यांची मोजणी होऊन त्यांना बराकीत बंदिस्त करण्यात येणार होते.

देवीदयाळने गुरख्याकडे नव्या दृष्टीने पाहिले. त्याचे अवयव एखाद्या माजलेल्या जनावराप्रमाणे होते. गालफडे लोंबत होती. पाय फेंगडे होते. बलबहादूर तिथे एकटाच होता. अशी संधी पुन्हा मिळणार नव्हती.

तोच निर्णायक क्षण होता. ते चालतच होते. अजून शंभर यार्ड चालले की, तुरुंगाचा मुख्य दरवाजा लागणार होता.

"चल रे ए भडव्या!" बलबहादूर ओरडला आणि हातातल्या काठीने त्याने त्याला ढोसलले.

मग देवीदयाळचे एकदम भानच सुटले. आपण काय करत आहोत हे कळण्याअगोदरच त्याने एखाद्या चित्त्याने रेड्यावर झडप घालावी त्याप्रमाणे बलबहादूरवर चाल केली. त्याने ज्यूडोचा पहिला तडाखा त्याला दिला. त्याला आठवले की, असल्या चढाईत पहिला तडाखा अंडगोलावर द्यायचा असतो.

त्याने तसेच केले; पण एक चूक केली. टोमंगाने ज्यूडो शिकवताना बजावले होते की, शत्रूच्या अंडगोलावर फार जोराने प्रहार करू नये; पण ती शिकवण त्याच्या लक्षातच राहिली नाही.

बलबहादूरच्या अंडगोलावर त्याने जोराचा तडाखा हाणला. चाकूचे पाते पटकन मिटावे त्याप्रमाणे किंकाळीही न फोडताच बलबहादूरचे धूड भुईसपाट झाले. शरीराच्या अंतर्भागी एखादा बॉम्ब फुटावा, तशा त्याला वेदना झाल्या. डोके ठेचलेल्या सापाप्रमाणे त्याने जमिनीवर थोडी वळवळ केली आणि तो थंड झाला.

त्या दोघांच्या मागून ग्यानसिंग चालत होता. एक क्षणभर तो निश्चल उभा राहिला. आपल्या डोळ्यांपुढे काय घडत आहे, हेच त्याला समजेना. पुढच्याच क्षणी त्याला समोरच्या घटनेचा अर्थ उमगला आणि त्याने मुलिंगनने दिलेली शिट्टी काढून जोरजोरात वाजविली. एक-दोनदा शिटी वाजताच तुरुंगातील मोठ्या टॉवरचा भयसूचक भोंगा वाजू लागला. देवीदयाळ त्याच्यापासून फक्त वीस-पंचवीस यार्डच

लांब होता. तो मागे वळला आणि त्याने ग्यानकडे विस्फारित नजरेने पाहिले. लांबून पोलिसांच्या बुटांचे आवाज ऐकू येत होते. ग्यानच्या शिट्टीने काम केले होते.

आपण किती भयंकर कृत्य केले आहे याची जाणीव त्याच वेळी ग्यानला झाली. ''बाप रे! काय केलं मी हे!'' तो स्वत:शीच पुटपुटला, ''देवी, मला क्षमा कर. मला फार वाईट वाटतं आहे. मी अपराधी आहे.'' पण पोलिसांचे आवाज आता अगदी जवळ येत चालले होते. त्यांनी देवीला घेरले होते. आता पश्चात्ताप करून काही उपयोग नव्हता.

पटांगणाच्या मध्यावर तिकाटणे उभे केले होते. त्याभोवती सर्व कैद्यांना अर्धवर्तुळाकृती बसविले होते. गुन्हेगाराला घेऊन वॉर्डर आले. त्यांनी त्याला तिकाटण्याशी उभे केले. त्याच्या अंगावरचे सर्व कपडे काढून त्यांनी त्याला इतर कैद्यांकडे पाठ करून उभे केले. त्याचे बेड्या असलेले हात लोखंडी साखळदंडाने तिकाटण्यावरच्या बाजूस करकचून बांधले गेले. तशाच तऱ्हेच्या साखळ्यांनी त्याचे दोन गुडघेही तिकाटण्याच्या खालच्या बाजूस बांधण्यात आले. तिकाटण्यावरून कातडी पट्टा खाली लोंबत होता. तो त्याच्याभोवती घट्ट आवळण्यात आला.

फटके खाण्यासाठी देवीदयाळला तयार केले गेले.

दवाखान्यातील कंपाउंडर बँडेजेस आणि आयोडिन वगैरेच्या बाटल्या घेऊन तिथे अगोदरच उभा होता. टॉवरवरील मोठा भोंगा एक मिनिटभर वाजत राहिला. भोंग्याचा आवाज संपतो न संपतो तोच कडकडीत परीटघडीचा गणवेश घालून मुलिंगन तेथे आला. त्याच्या एका बाजूला डॉक्टर होता नि दुसऱ्या बाजूस फटके मारणारा मांग होता. तो मांग एखाद्या राक्षसासारखा दिसत होता. फटके मारण्याची त्याच्या हातातील छडी लवलवत होती.

जोसेफने सर्वांना शांत राहण्यास सांगितले आणि तो मुलिंगनपुढे जाऊन उभा राहिला. काम सुरू करण्याची आज्ञा मिळाल्यावर तो तिकाटण्याच्या आणि इतर कैद्यांमध्ये उभा राहून आरोपपत्र वाचू लागला.

''आरोपीनं चारशे छत्तीस- देवीदयाळ केरवाड : टेकचंद केरवाडचा मुलगा-याच्यावर खालील गुन्हे शाबीत झाले आहेत. (अ) तुरुंगातील अधिकाऱ्यावर हल्ला करून त्याला गंभीर दुखापत करणे, (ब) तुरुंगातून पळून जाण्याचा प्रयत्न करणे. या गुन्ह्यांबद्दल सुपरिंटेंडेंटच्या हुकमावरून त्याला पंचवीस फटक्यांची शिक्षा दिली जात आहे... आणि आता त्यांच्याच परवानगीने या शिक्षेची प्रत्यक्ष अंमलबजावणी करण्यात येत आहे.''

''सुरू करा.'' मुलिंगन ओरडला.

फटके मारणाऱ्याने हातातली छडी वर हवेत उंचावली आणि शक्य तितक्या वेगाने खाली आणून तिचा तडाखा देवीदयाळच्या उघड्या कुल्ल्यावर हाणला.

"एक..." जोसेफने मोजण्यास सुरुवात केली.

सप्!... सप्!... सप्!... फटक्यांचे आवाज येतच राहिले.

"दोन... तीन... चार!..." जोसेफ मोठ्याने मोजत होता.

पाचव्या फटक्याला देवीने मोठ्याने किंकाळी फोडली आणि पुढच्याच क्षणी एखाद्या मरणोन्मुख जनावराप्रमाणे चीत्कार केला. तिकाटण्याला बांधलेले त्याचे शरीर वेडेवाकडे झाले... फटके बसतच होते. त्याच्या उघड्या अंगावर उभे-आडवे वळ उमटले आणि त्यांतून रक्ताचे थेंब ओघळले. वळ पडलेल्या जागेचे कातडे निघाले आणि आतून लिबलिबीत मांस दिसू लागले... मग त्याच्या किंकाळ्या एकदम थांबल्या आणि त्याची मान वाकडी झाली.

"सतरा... अठरा... एकोणीस..." जोसेफचे मोजणे चालूच होते.

"सप्!... सप्!... सप्!..." छडी वरून खाली येत होती आणि शरीरावर जोराने आघात करीत होती. आता त्या शरीराची संवेदनाशक्तीच संपली होती.

"चोवीस... पंचवीस...!"

संपले!... फटके मारणाऱ्या मांगाचे काळे कुळकुळीत, कमावलेले शरीरही घामाने निथळत होते.

डॉक्टर पुढे झाले. वॉर्डर लोकांनी देवीला तिकाटण्यावरून सोडले आणि जमिनीवर निजवले. मारामुळे त्याच्या पाठीचे आणि कुल्ल्यांचे कातडे लोंबत होते. अंगाची नुसती चाळण झाली होती.

खाली वाकून डॉक्टरांनी त्याची नाडी तपासली आणि रोग्याची प्रकृती समाधानकारक आहे असा निर्वाळा दिला. मुलिंगन सिगारेट ओढत स्वस्थ उभा होता. त्याच्या जवळच डॉक्टरही उभे राहिले. कंपाउंडरने लोशनने जखमा धुतल्या. बँडेज गुंडाळले. नंतर देवीला स्ट्रेचरवरून नेण्यात आले.

कैद्यांना कामावर जाण्याची मुलिंगनने आज्ञा दिली आणि डॉक्टरांबरोबर बोलत तो निघून गेला.

११

ग्यान तलवारचे कृत्य कुणालाच आवडले नाही. त्याला सर्वांनीच जणू वाळीत टाकले होते. कैद्यांना त्याच्याबद्दल फार तिरस्कार वाटत होता; पण त्याच्याशी दोस्ती ठेवायला वॉर्डरही नाखूश दिसत होते.

ग्यानला लगेचच तुरुंगाच्या कोठडीतून मुक्त करण्यात येऊन वसाहतीत स्वतंत्रपणे राहण्याची परवानगी देण्यात आली. देवीवर पाळत ठेवण्याबद्दल आणि योग्य वेळी शिट्टी वाजवल्याबद्दल मुलिंगनने खूश होऊन त्याला हे इनाम दिले. त्याला आता कैद्याचे कपडे घालावे लागत नसत. वसाहतीत कुठेही जाऊन कसलेही काम करण्याची त्याला मुभा होती; पण जायचे कुठे हाच प्रश्न होता. सगळ्यांनाच तो नकोसा होता. अंदमानच्या वसाहतीतील सर्व कारभार शिक्षेची मुदत संपलेल्या कैद्यांकडे असे. ते आता कैदी राहिले नव्हते; पण अंदमानातच स्थायिक झाले होते. त्यांनी त्याला काम द्यायचे नाकारले. फोनिक्स बे कॉलनीमधील एक पुढारी तर चक्क त्याच्या तोंडावर थुंकला. चॅथॅमच्या गिरणीत, नेव्ही बेच्या बागेत, चहाच्या किंवा रबराच्या मळ्यातही त्याला काम मिळेना.

वसाहतीत राहण्याची परवानगी असूनही ग्यानला तुरुंगातच राहावे लागत होते; कारण त्याला जागा द्यायलाच कुणी तयार नव्हते. शेवटी खूप खटपट करून मुलिंगनने नेव्ही बे येथे कामगारांसाठी बांधलेल्या चाळीत त्याच्यासाठी एक खोली मिळवली. तेथे त्याला कारकुनाची नोकरीही त्याने देवविली. जी पत्रे येत, ती नीट वाचून काटछाट करायची आणि हिशेब ठेवायचे एवढेच त्याचे काम होते; परंतु कैद्यांच्या जगात अजूनही तो महारोगी म्हणूनच गणला जात होता. ब्रिटिश सरकारचे लाचार कुत्रे एवढीच त्याची लायकी लोकांनी जाणली होती.

चाळीस साल संपले अन् एक्केचाळीस हे वर्ष सुरू झाले. कैद्यांच्या शिक्षेतही बरीच कपात जाहीर करण्यात आली. मुलिंगनसाहेबाने साऱ्या कैद्यांना जमवून

युद्धाविषयी एक जाहीर वक्तव्यही केले. ब्रिटिशांचे सेनादल संख्येने मोठे बलिष्ठ असून युरोप, आफ्रिका आणि अरब देशांतील युद्धाला तोंड द्यायला खंबीर असल्याचा निर्वाळा त्याने दिला. एक्केचाळीस या वर्षाच्या जानेवारीत तर एक मोठी स्कॉटिश पलटण बिगुल वाजवीत अंदमानावर उतरलेली कैद्यांनी स्वत:च्या डोळ्यांनी पाहिली. ब्रिटिश लष्करी सामर्थ्याचा त्यांना याची देही, याची डोळा प्रत्यय आला.

नेव्ही बे आणि मुख्य बेट यांच्यामध्ये सैन्याचा तळ पडला. नारळी-पोफळीच्या झाडांमध्ये अधिकाऱ्यांसाठी सुरेख झोपड्या उभारण्यात आल्या. शेजारीच सैनिकांचे पांढरेशुभ्र तंबू ठोकले गेले. सैन्याचा तळ खुद्द अंदमानातच पडल्यावर कैद्यांच्या मनातील उरल्यासुरल्या आशाही विझून गेल्या. दिवसभर सैनिकांची कवायत चाले. एका ओळीत चालणारे, उंच, लाल तोंडाचे बलिष्ठ सैनिक बघितले आणि त्यांच्या बुटांचा आवाज ऐकला की, जर्मनांच्या विजयाबद्दलचे कैद्यांच्या मनातले मांडे कुठल्या कुठे विरून जात. संध्याकाळच्या वेळी गोरे सैनिक बाजारातून हिंडत, बायकांना डोळे मारत आणि शीळ घालून स्वत:च हसत. दारू पिऊन तर ते नेहमीच तर्र असत. रात्री त्यांच्या जेवणाच्या खोलीत रेडिओतील गाण्याचे सूर निनादत असत. सेल्युलर जेलमधील कोठड्यांतदेखील ते संगीत ऐकू येई...

कसा काय कोणास ठाऊक; पण कैदी लोकांत देवीदयाळचा भाव एकदम वाढला. त्याला ते फार मान देऊ लागले. बलबहादूर अत्यंत नीच, अमानुष वृत्तीचा वॉर्डर होता. सर्वच कैदी त्याचा तिरस्कार करीत असत. देवीदयाळने एका लाथेने बलबहादूरला ठोकरले होते. त्याला एवढी अद्दल घडवली होती की, तो तीन आठवडे इस्पितळात पडून होता. तरीही पूर्ण बरा झाला नव्हता. फटक्यांची शिक्षा खाल्ल्यावर देवीदयाळ तुरुंगातील इस्पितळात नऊ दिवस राहिला होता. त्यानंतर त्याला काम करण्यासाठी इतर कैद्यांमध्ये नेले तेव्हा त्याला मान देण्यासाठी सर्वजण उभे राहिले होते. मारामुळे त्याला कायमस्वरूपी इजा झाली होती. चालताना आखडल्यासारखे होत होते. काम करायला बसल्यावर नारळाची शेंडीदेखील त्याला हातात धरता येत नव्हती. त्याला नीट काम करता येत नाही हे पाहिल्यावर वॉर्डर लोकांनी एक शब्दही न बोलता त्याच्या पुढ्यातला नारळांचा ढीग उचलला आणि इतर कैद्यांना वाटून टाकला.

सगळेच कैदी ग्यानकडे बघायचे टाळत असत. त्यांच्या मनात आपल्याविषयी फार तिरस्कार आहे याची त्याला जाणीव होती. मालकापुढे शेपटी हलवणाऱ्या लाचार कुत्र्याप्रमाणे त्याला लोक मानत होते.

असेच दिवस चालले होते. देवीदयाळचे काही ना काही काम आपल्या हातून घडावे अशी कैद्यांमध्ये स्पर्धा चालली होती. त्याचे कपडे धुवायला मिळावेत किंवा त्याची भांडी घासण्याची संधी मिळावी अशी बहुतेक कैद्यांची धडपड असे. आपल्या

रेशनपैकी थोडे त्याने घ्यावे असेही कित्येकांना वाटत होते. मात्र, त्यांच्याकडून कोणताही फायदा घेण्यास देवीने नकार दिला, तेव्हा त्या कैद्यांच्या डोळ्यांत पाणी आल्याशिवाय राहिले नाही.

कैद्यांमधील ती नवी भावना मुलिंगनच्या लक्षात येण्यास वेळ लागला नाही. यातून काहीतरी मार्ग काढायला पाहिजे असे त्याने ठरविले आणि तो मेजर कॅम्पबेलकडे गेला. सेनादलाचा तो प्रमुख होता. थोड्या वेळाने परत आल्यावर मुलिंगनने ग्यानला बोलावणे पाठविले.

ग्यान आल्यावर त्याने सांगितले, ''इंग्रजी आणि हिंदी या दोन्ही भाषा अवगत असणारा एखादा कारकून मेजर कॅम्पबेलला हवा आहे. मी तुझं नाव सुचवलं आहे. आज दुपारी तू त्यांना जाऊन भेट. त्यांनी होय म्हटलं की, उद्यापासून तिकडे काम सुरू कर.''

ग्यानने कृतज्ञतापूर्वक मुलिंगनचे आभार मानले.

मेजर कॅम्पबेल अगदी तरुण होता. त्याने अजून वयाची तिशीही ओलांडली नव्हती. चेहऱ्यावर मनमोकळे हास्य होते. जन्माने तो ब्रिटिश होता, हे तर खरेच; पण वृत्तीने अगदीच निराळा होता. ग्यानने तोपर्यंत तरी असला साहेब बघितला नव्हता. ग्यान त्याच्याकडे गेल्याबरोबर त्याने लगेच हस्तांदोलनासाठी हात पुढे केला.

ग्यानने भीतभीतच तो हात हातात घेतला. तोपर्यंत गोऱ्या साहेबाशी त्याने कधीही हस्तांदोलन केले नव्हते.

मेजरने त्याच्याकडे निरखून बघितले, ''मला वाटतं, काम करताना तू गळ्याभोवतीची लोखंडी साखळी काढून ठेवावीस.'', त्याच्या साखळीकडे बोट दाखवत तो म्हणाला.

''तशी आम्हाला परवानगी नसते.'' ग्यानने सांगितले, ''साखळीच्या मधोमध पितळी चकती आहे तिच्यावर आमच्या सुटकेची तारीख अन् वर्ष नोंदलेलं असतं. त्या तारखेपर्यंत ती साखळी काढता येत नाही.''

''ठीक! पण निदान तू ती साखळी कॉलरखाली झाकून टाक. कॉलरचं बटण लावलंस की, ती मला दिसणार नाही.''

दुसऱ्या दिवशी सकाळी कॉलरचे बटण लावून ग्यान सेनादलाच्या कार्यालयात कामाला लागला. त्याला साठ रुपये महिना पगार ठरला होता. सेल्युलर जेलमधील कोणत्याही पेटी ऑफिसरपेक्षा तो पगार जास्त होता. इतर कैद्यांच्या जळजळीत नजरेतून वाचून दुसरीकडे काम करायला मिळणे, ही केव्हाही भाग्याची गोष्ट होती... तो त्यांच्या नजरेआड गेला खरा; परंतु तरीही त्यांच्या डोळ्यांतली आग आणि विखार त्याचा पाठलाग करतच राहिली. कॉलरची गुंडी लावल्यामुळेच गळ्यातली साखळी इतरांना दिसत नव्हती; परंतु तिचे अस्तित्व हरघडी टोचत होतेच. सेल्युलर

जेलमधील कैद्यांच्या जळजळीत नजरांचेही तसेच होते.

हळूहळू त्याचे दैनंदिन जीवनही बदलले. तुरुंगातील घंटेच्या ठोक्यांची जागा लष्करी बिगुलाच्या आवाजाने घेतली. पूर्वी स्वप्नातही नसलेल्या सुखसोयी सहजगत्या मिळायला लागल्या. मिलिटरी कँटिनमधील सिगारेट आणि दररोज अकराला चहा, बिस्किटे तर मिळतच. शिवाय कधीकधी मेसमध्ये सैनिकांबरोबर उत्तम जेवणही त्याला मिळू लागले.

ग्यानला कामाला लागून काही आठवडे झाल्यावर मेजर कॅम्पबेलने मुलिंगनजवळ निरोप्याचे काम करण्यासाठी उपयोगी पडेल, अशा आणखी एका कैद्याची मागणी केली. मुलिंगनने घसीटा रामोशाची निवड केली. घसीटा तुरुंगातून मुक्त होऊन त्या वेळी फोनिक्स बे वसाहतीत राहत होता. त्याला त्याने मेजर कॅम्पबेलकडे जाण्यास सांगितले. घसीटा आल्यामुळे ग्यानला खूप आनंद झाला. इतर कैदी ग्यानचा तिरस्कार करीत असत. घसीटाचे तसे नव्हते. तो वृत्तीने चंगीभंगी आणि आनंदी होता. ब्रिटिश सोजीर रंगात आले की, एकमेकांना अश्लील शिव्या देत किंवा बीभत्स गाणी म्हणत. काम करताकरता त्या इंग्रजी गाण्यांचा अर्थ घसीटाला समजावून देताना ग्यानला मोठी मौज येई.

संध्याकाळी काम संपल्यावर ग्यान आणि रामोशी दोघेही बरोबरच बाहेर पडत. एखाद्या शहरातील ऑफिसात काम करणाऱ्या कारकुनांप्रमाणे त्यांनी धोतर आणि शर्ट घातलेले असत. साऱ्या रस्ताभर ऑफिसच्या कामाबद्दलच त्यांच्या गप्पा चालत. कॅम्पपासून साधारणपण मैलभर चालून गेल्यावर त्यांचे रस्ते वेगळे होत. ग्यान 'नेव्ही बे' येथील चाळीवरच्या खोलीत जाई आणि घसीटा रामोशी 'फोनिक्स बे'कडे रवाना होई.

एके दिवशी ऑफिसमधून परत येत असताना घसीटा अगदी गप्प-गप्प असल्याचे ग्यानच्या लक्षात आले. नेहमी तो एखाद्या यंत्राप्रमाणे सारखा बोलत असे. कुणी ऐकत आहे किंवा नाही याचीही त्याला फिकीर नसे; पण त्या दिवशी मात्र तो एक शब्दही बोलत नव्हता.

''आज तुला काय झालं आहे?'' ग्यानने विचारले.

दोन-चार मिनिटे घसीटा काहीच बोलला नाही. मग त्याने हलक्या आवाजात विचारले, ''मला जर एखादी छोटी बोट मिळाली तर तू माझ्याबरोबर येशील?''

''तुझ्याबरोबर?... काय म्हणतो आहेस काय तू?''

रामोशाच्या बोलण्याचा त्याला अर्थच कळत नव्हता. अंदमानातून सुटून भारतात जाण्याची कल्पना त्याच्या स्वप्नातही नव्हती.

''तुझ्याबरोबर?... कुठे?''

''मोठी शिडं असलेली एखादी बोट मिळाली...''

"ती कशी मिळणार?... कुठे आहे ती?"

"आसपास थोड्या तशा बोटी आहेत. त्यांतली एक मला बहुधा मिळेल... पण...पण... प्रथम इतर गोष्टींचा विचार करायला नको का? नुसती बोट मिळून काय उपयोग?"

त्याच्या म्हणण्याचा अर्थ आता कुठे ग्यानच्या लक्षात आला.

"तू आणि मी... दोघंच का?"

रामोशाने मान हलवली. "दोघं नाही पुरायचे. निदान तिघं तरी हवेत. आपण दोघं तयार असलो म्हणजे तिसरा बघता येईल."

त्यानंतर थोडा वेळ कोणी काहीच बोलले नाही. रस्त्यात दुतर्फा नारळी-पोफळीची झाडे होती. समुद्राच्या बाजूने सुखद वायुलहरी येत होत्या. अंदमान बेटातील तो भाग खरोखरच निसर्गसुंदर होता. अंदमान सोडून जाण्याची कल्पनाही ग्यानच्या डोक्यात नव्हती. आता अंदमान हीच त्याची मातृभूमी झाली होती. तिथेच स्थायिक होण्याची त्याची इच्छा होती.

पण अलीकडे त्याचे मन थोडेसे पालटले होते. इथे कैदी त्याचा फार तिरस्कार करीत होते. मुलिंगनसाहेबाच्या कुत्र्यापेक्षा त्यांच्या दृष्टीने त्याला कमी किंमत होती. हीच गोष्ट त्याच्या मनात सलत होती.

रामोशाच्या बोलण्यावर त्याने खूप विचार केला. हे सारे खरे असेल का? मुलिंगनच्या विकृत मेंदूने आपल्याला जाळ्यात पकडण्यासाठी केलेली ही युक्ती आहे? मुलिंगननेच रामोशाला आपल्यावर पाळत ठेवायला सांगितले असेल का? या विचाराने त्याने घसीटाच्या चेहऱ्याकडे पाहिले. त्याचा चेहरा भावनारहित होता.

"काहीतरीच बोलतो आहेस झालं." तो त्याचा ठाव घेत म्हणाला. "आधी इथून जायचंच कशाला आणि कुठे? तुझी तर इथे चांगली चंगळ आहे. तुरुंग सुटला... चांगलं वसाहतीत राहायला मिळतंय... वर पस्तीस रुपये पगारही मिळतो आहे... इतके पैसे तुला हिंदुस्थानात मिळतील का?"

रामोशाने त्याच्या दृष्टीला दृष्टी भिडविली. त्याच्या भुवया आकुंचित झाल्या आणि कपाळाला आठ्या पडल्या. "मला जायलाच पाहिजे. तिथे अजून एक काम आहे. ते पुरं करायलाच हवं."

ग्यानचे सर्व शरीर थरथरले. घसीटाला अजून एक काम आहे! कसलं काम? हिंदुस्थानात पळून जाऊन त्याला अजून एक खून करायचा आहे का?

स्वत:च्या मनातले विचार बाहेर न दाखवता तो म्हणाला, "तू भंगडच आहेस! अरे बाबा, कलकत्ता इथून चांगलं सहाशे मैलांवर आहे. तिथे पोहोचता येईल असं तुला वाटलं तरी कसं?"

घसीटाने मान हलवत सांगितले, "हिंदुस्थान नाही रे! मी ब्रह्मदेशात जायचं

म्हणतो आहे.''

''ब्रह्मदेश इथून किती दूर आहे?''

''साधारणपणे दोनशे मैलाला थोडे कमीच असतील.''

घसीटा रामोशीने बरीच माहिती जमा केलेली दिसत होती.

ग्यानने हिंदुस्थानचा नकाशा डोळ्यांपुढे आणला; पण ब्रह्मदेशचे अंतर किती असावे हे त्याला कळलेच नाही.

''मी मागे इथे होतो तेव्हा पाचजण एका वाफेच्या बोटीतून पळून गेले होते. ते ब्रह्मदेशात राहायला लागले.''

''पण अमुकच एका ठिकाणी नक्की उतरता येईल हे शिडाच्या बोटीच्या बाबतीत कसे ठरवता येणार?''

''आता मॉन्सूनचे वारे सुरू होतील. त्या वाऱ्यांवरून बरोबर अंदाज घेता येतो. समज, अंदाज चुकला तरीही फारसं बिघडणार नाही. अंदमानपासून मलायापर्यंत जवळजवळ हजार मैलांचा समुद्र आहे. कुठेतरी उतरायला मिळेलच. तिथे एकदा पोहोचलो की, मग हिंदुस्थानात जाणं सोपं आहे.''

''ते पाच लोक पळून गेले होते त्यांचं काय झालं?''

''ते... ते लेकाचे महामूर्खच होते.'' रामोशी तिरस्काराने म्हणाला, ''तिथे उतरले तेव्हा त्यांच्याकडे एक दमडी नव्हती.''

''पण तुझ्याजवळ तरी असे कितीसे पैसे असणार? पगाराचेच ना?''

''पैशाचं काय मोठंसं!''

रामोशाने त्याला सांगितले, ''पैसे आहेत... लागतील तितके आहेत.''

''बोटीला किती पडतील?''

''सहा सॉव्हरीन! मी सगळं ठरवलं आहे.''

''सॉव्हरीन! ग्यानने आश्चर्याने विचारले.''

एखाद्या बावळटाकडे पाहावे तसे घसीटाने त्याच्याकडे पाहिले. ''मग? तुला काय वाटलं? कागदाच्या नोटा आहेत? त्या कागदाला काय किंमत आहे? शिवाय त्या तुरुंगातल्या नोटा! तुला माहीत नसेल; पण त्यांवर निराळे नंबर असतात. त्यांचा सहज तपास लागेल. आपल्याजवळ सोन्याचे सॉव्हरीन हवेत.''

''पण सोन्याचे सॉव्हरीन तरी तू कुठून आणणार?''

''थांब हं जरा...'' मान वळवीत घसीटा म्हणाला, ''त्या रस्त्याच्या मध्यावर नारळीचं झाड आहे, ते रेऽ... असं खाली वाकलंय बघ? दिसलं?''

''हो तर! दिसलं ना.'' ग्यान मान फिरवून म्हणाला, ''तेच ना?''

रामोशाने त्याला मुद्दामच दुसरीकडे बघायला लावले होते. ग्यान फसलेला पाहून तो खदाखदा हसला. झाडाकडे बोट दाखवण्याच्या मिशाने त्याने आपला हात

पसरला होता. तो त्याने हसत खाली आणला. तळहातावर सोन्याची मोहोर चमकत होती. सूर्यप्रकाशात ती चमचमत होती. "काय? आता तरी कळलं का? सोन्याची मोहोर कुठून आणणार ते? पटली ना खात्री?"

स्वत:चे आश्चर्य लपवण्याचा ग्याननं आटोकाट प्रयत्न केला. सोन्याची पिवळीधमक मोहोर त्याच्या हातात होती खरीच! ती त्याने कोठून आणली असावी? कार्यालयातून चोरली असेल का? पण तिथे तरी मोहोर कुठली असायला? त्याचे डोकेच चक्रावून गेले.

"छेऽ बुवा! मला काहीच कळत नाही. तू मला बनवलंस. दुसरीकडे बघायला लावलंस आणि तेवढ्यात तुझ्या अंगावरील कपड्यांत लपवून ठेवलेली मोहोर काढलीस? ती इथूनच कुठून तरी चोरली असशील, दुसरं काय? हिंदुस्थानातून आणणं शक्यच नाही."

घसीटाने कपाळाला आठ्या घातल्या. "बाबूजी, तुमचा स्वभाव फार संशयी आहे बघा! मुलिंगनसाहेबापेक्षाही जास्त संशयी! पण ते एकापरीने बरंच आहे. माणसानं प्रथम संशयच घ्यावा; पण आपण दोघं खरे मित्र आहोत. आपली मनं खुली असायला हवीत. मी तुला सगळं खरं सांगतो. माझी मानच मी तुझ्या हातात देतो आहे हे मला कळतं; पण तरीही सांगतो- ही मोहोर मी कपड्याबिपड्यांत लपवली नव्हती. ती मी चोरलीही नाही किंवा असं समज की, मी ती मोहोर निदान अंदमानात तरी चोरलेली नाही. माझ्या खोबणीत लपवून मी ती हिंदुस्थानातून आणलेली आहे. आमच्यात प्रत्येकाला खोबण असतेच..."

"खोबण...? म्हणजे काय बुवा?"

"आता तुला काय काय सांगायचं? हिंदुस्थानात तोंडातून निरनिराळ्या वस्तू बाहेर काढणारे जादूगार तू बघितले असशील. त्या वस्तू ते कुठे लपवतात असं तुला वाटतं? त्या खोबणीतच ठेवलेल्या असतात. जिभेच्या मागे लुसलुशीत कातडे असते. ते कापून ती खोबण तयार करतात. आमच्या जातीत प्रत्येकाच्या तोंडात अशी पोकळी लहानपणीच केलेली असते. अगदी पहिली चोरी करण्यापूर्वीच ती तयार करून ठेवलेली असते."

"पण... पण ती खोबण तयार तरी कशी होते?"

"मूल अगदी लहान असतानाच त्याच्या घशात एक शिशाची गोळी घालतात. ती गोळी दोऱ्याने बांधलेली असते आणि दोऱ्याचे टोक मात्र मुलाच्या तोंडाबाहेर ठेवलेले असते. आमचे पुरोहित लोक त्या गोळीला एक प्रकारचे तेल लावतात. त्या तेलाने घशातले मऊ कातडे जळत जाते आणि गोळीएवढा कोनाडा जिभेच्या बाजूला तयार होतो. गोळी तिथे बरेच दिवस ठेवली म्हणजे खोबण मोठी मोठी होते. प्रत्येकाच्या शरीरात अशी गुप्त जागा असतेच. पोलीस कितीही हुशार असले आणि

त्यांनी कितीही झडती घेतली तरीही त्यांना खोबण सापडणं शक्य नसतं. सरावानं मग सगळं साधतं. आता बघ हं...''

ग्यानसमोरच रामोशाने त्याला सॉव्हरीन गिळून दाखवला.

''खोबणीत साधारण किती नाणी मावतात?''

घसीटा हसला. ''फार चौकशी करू नकोस. बोट विकत घेण्याइतके आणि ब्रह्मदेशात पोहोचल्यावर आपल्या गरजा भागवण्याइतके पैसे मजजवळ आहेत. मग पुढच्या प्रवासासाठी मात्र आपल्याला काहीतरी करून पैसे जमवावे लागतील. आता बोल- तू येणार ना?''

नारळाच्या झाडापलीकडे क्षितिजावर सूर्य मावळत होता. ग्यान बराच वेळ त्याच्याकडे बघत राहिला. दोन महिन्यांपूर्वी असा प्रस्ताव पुढे आला असता तर त्याने क्षणभरही विचार न करता 'नाही' म्हटले असते. आता त्याच्या मनात सुटकेची आस निर्माण झाली. अंदमानात तो कुणालाच नको होता. तिथून कुठेही जावे, असे त्याच्या मनाने घेतले. खरे म्हणजे अंदमानात तो रमला होता. तिथेच स्थायिक व्हावे, नारळाच्या एखाद्या वाडीत स्वत:चे छोटेसे झोपडे उभारावे. बायको असावी- सुंदरीचे चित्र त्याच्याजवळ अजून होते- त्या सुंदरीसारखी बायको असावी. वगैरे स्वप्ने त्याने बाळगली होती; पण सारीच भंगली होती. तिथून पळून जावे, अशी तीव्र इच्छा त्याच्या मनात उद्‌भवली.

रामोशाचे स्वप्नरंजन अजून सुरूच होते. ''नीट विचार कर,'' तो सांगत होता. ''तू हो म्हटलंस तर मी पुढे पाऊल टाकीन आणि सगळी व्यवस्था करीन. मे महिन्यात मॉन्सूनचे वारे सुरू होतात तेव्हा निघणं चांगलं! तोपर्यंत तिसरा माणूस मात्र शोधायला हवा- ज्याला भारतात परत जाण्याची तीव्र इच्छा आहे; त्यासाठी जो सारखा तडफडतो आहे असा माणूस हवा.''

तिसरा माणूस!

ग्यानच्या डोळ्यांपुढे एकदम वीज चमकली. भारतामध्ये जाण्याची तीव्र इच्छा आहे असा माणूस! जो कोणत्याही संकटाशी मुकाबला करण्यास समर्थ आहे असा माणूस! कोण बरं? दुसरा कोण? देवीदयाळच! देवीदयाळचा त्याने गुन्हा केला होता. त्या अपराधाची जाणीव त्याच्या मनाला सारखी बोचत होती. देवीला पळून जाण्याची संधी देऊनच या घोर अपराधाचे पापक्षालन करता येईल, असे त्याला वाटले.

घसीटा रामोशीला देवी पसंत असला तर हे धाडस करावे, असेही त्याला वाटले.

ते रस्त्याच्या शेवटाला आले. इथून ते दोन दिशांना जाणार होते. कोपऱ्यावर वळताना ग्यान म्हणाला, ''मी विचार करतो... एक-दोन दिवसांमध्ये नक्की काय ते सांगतो.''

'नेव्ही बे'कडे जाणाऱ्या अरुंद रस्त्यावर आता तो एकटाच राहिला. स्वत:शीच विचार करत तो चालला होता. शंभर यार्डांवर गेल्यावर मागून घसीटा रामोशीची हाक ऐकू आली, ''बाबूजी, थांबा!''

रामोशी त्याच्या अगदी जवळ आला. त्याला धाप लागली होती. थोडा वेळ दम घेऊन तो म्हणाला, ''तू शिकलेला आहेस- पुस्तकं वाचलेली आहेस. तुला जास्त काही सांगायची जरुरी नाही; पण एक सांगावंसं वाटतं, मी माझी मान तुझ्या हातात दिली आहे. माझ्या सगळ्या गुप्त मसलतीही तुला सांगितल्या आहेत... विशेषत: सोन्याच्या मोहोरांची गोष्ट तर कुणालाच माहीत नाही. मी तुला बजावून ठेवतो- देवीदयाळशी तू कसा वागलास ते मला माहीत आहे. म्हणूनच तुझी खात्री वाटत नाही; पण हे सारं कुणालाही सांगू नकोस!''

''छे, छे! मी असं कसं करीन? काही काळजी करू नकोस.''

''मी तुला तुझ्या हितासाठीच हे बजावतोय...'' रामोशी म्हणाला.

''ज्यानं विश्वासघात केला आहे, त्याचं मुंडकं तोडलंच पाहिजे असा आमचा दंडक आहे. ही वेताळाचीच आज्ञा आहे. मी मग तुला वाचवू शकणार नाही...''

बोटीतून पळून जाण्याच्या कल्पनेचीच त्या दोघांच्याही मनाने पकड घेतली. पुढचे सात-आठ दिवस ते त्यावरच बोलत राहिले. त्यातले खाचखळगे कसे बुजवायचे याचाच विचार त्यांच्या मनामध्ये रात्रंदिवस सुरू झाला.

तो सर्व आठवडा 'डी' कैद्यांव्यतिरिक्त इतर कैद्यांना फोनिक्स बे जवळचे गवत कापण्यासाठी नेण्यात येत होते. सैनिकांची एक मोठी तुकडी अंदमानात येणार असल्याची बोलवा होती. फोनिक्स बे पाशी कॅम्प पडणार होता.

बाहेरचे कैदी परत येण्याआधीच एका संध्याकाळी ग्यान देवीला भेटण्यासाठी तुरुंगात गेला. नारळाच्या झावळ्यांच्या सावलीत देवी बसला होता. त्याच्या जवळ त्याची थाळी आणि टमरेल होते. तो जेवणाची वाट पाहत होता.

बोलणे कसे सुरू करावे याचा ग्यानने दोन दिवस खूप विचार केला होता. त्याला फार शरम वाटत होती. त्या दिवशी शिट्टी वाजवल्याबरोबर देवीचा जो चमत्कारिक चेहरा झाला होता; त्याची आठवण एखाद्या भुताप्रमाणे त्याचा पाठलाग करत होती. त्याने मनातल्या मनात कित्येक वेळा स्वत:च्या भाषणाची रंगीत तालीम केली होती; पण त्याच्या तोंडून शब्द उमटत नव्हते.

''माझ्या वर्तनाची मला फार लाज वाटते.'' शेवटी तो हलक्या आवाजात म्हणाला. ''माझ्या नकळतच मी त्या दिवशी शिट्टी वाजवली. तुझ्याकडे येऊन तुझी माफी मागावी, असं खूपदा वाटलं...''

देवीने त्याच्याकडे बघण्याची तसदी घेतली नाही. तो तुरुंगाच्या टॉवरकडेच बघत राहिला. त्याच्या चेहऱ्यावरची एक रेषाही हलली नाही.

"ते जाऊ दे! आज एक महत्त्वाची गोष्ट सांगायला मी आलो आहे..." ग्यान म्हणाला. "नीट ऐक. मी आणि दुसरा एक कैदी इथून पळून जाण्याच्या विचारात आहोत. मे महिन्यात जाऊ... तुला सगळं सांगणं कठीण आहे; पण आमची योजना चांगली आहे. यश निश्चित मिळेल. आमच्याजवळ पैसे आहेत. बोटही आहे... तू आमच्याबरोबर येशील का?"

देवी काही बोललाच नाही. ग्यानचे बोलणे त्याने ऐकले आहे, असेही त्याच्या चेहऱ्यावरून दिसले नाही.

"तू यायलाच हवंस. मला फार बरं वाटेल. तुझ्यासाठी काहीतरी करण्याची ही संधी मला तू देच. मी तुला खूप छळलं आहे. फार त्रास दिला आहे. त्याची थोडी तरी भरपाई करू दे." ग्यानने मोठ्या आशेने देवीच्या चेहऱ्याकडे बघितले. तो चेहरा एखाद्या धातूच्या पुतळ्याप्रमाणे होता. डोळ्यांत मात्र तीव्र आशादायी छटा होती.

"आम्ही सगळं ठरवलं आहे..." ग्यान सांगत होता. "सर्व काही नीट पार पडेल. तुला यात काहीच करायचं नाही. फक्त आम्ही सांगू तेव्हा येथून पळून तू आमच्याबरोबर यायचं आहेस. तुझी इथून पळण्याची सर्व तयारी मी करीन. त्याची तुला चिंता नको. एकदा इथून सुटलो की, तीन आठवड्यांत किंवा फारतर एक महिन्यात आपण हिंदुस्थानात पोहोचू... तू त्या दिवशी पळण्याचा प्रयत्न केलास, तो माझ्यामुळे साधला नाही; पण जरी तुला त्या वेळी यश मिळालं असतं तरी फारसा उपयोग नव्हताच. तू जावरा लोकांच्या हातात सापडला असतास आणि मोठ्या बक्षिसाच्या आशेनं त्यांनी तुला परत तुरुंगात पोहोचवलं असतं. तेसुद्धा जिवंत नव्हे - ठार मारून! जावरा लोक कोणालाही जिवंत परत आणत नाहीत. त्यांच्या तावडीत सापडलेल्या माणसाचे ते हालहाल करतात आणि ठार मारतात."

देवीने मान वळवून ग्यानकडे बघितले. ग्यानच्या मनातल्या आशा पालवल्या.

"तू पूर्वी सत्य आणि अहिंसेबद्दल बोलायचास; हे तुला आठवतं?" देवीने विचारले. "तू एक खून केलास आणि तुझी अहिंसा संपली हे मला कळलं; पण तू सत्यही तेव्हा सोडलंस, हे कळलं नाही." त्याचे शब्द चाबकाच्या फटकाऱ्याप्रमाणे होते. "मला सारं माहीत आहे. मुलिंगनच्या सांगण्यावरून तू असं बोलून मला कचाट्यात पकडत आहेस, हे मला कळत नाही असं तुला वाटलं का? हा तुझा कावा आहे. तुझ्या जाळ्यात..."

"तसं नाही रे! मी शपथ घेतो." ग्यान जोराने म्हणाला, "मी शिवाची शपथ घेतो- हे सारं खरं आहे."

"तुला मी स्पष्टच बजावतो- तुझं म्हणणं खरं असलं तरीही मी यायचा नाही. सारा जन्म तुरुंगात खितपत राहीन; पण तुझ्याबरोबर संगनमत करून इथून पळून जाऊन स्वतंत्र होणार नाही. तू बदमाश आहेस! नीच आहेस. बलबहादूर तुझ्यापेक्षा

फार बरा... तो निदान बुरखा तरी घेत नाही. सरळसरळ ब्रिटिशांना मदत करतो. मुलिंगनसारखे लोक तुझ्यासारख्यांच्या जिवावरच या देशावर राज्य करतात. तू लाळघोट्या आहेस. मुलिंगनच्या प्रेमाखातर तू वाटेल त्याचे गळे कापशील गळे!''

"शांत हो!... देवी, असं बोलू नकोस.'' ग्यानने अजीजी केली. "आता कैदी परत येण्याची वेळ झाली आहे. मी जे सांगितलं ते सारं खरं आहे. माझ्यावर विश्वास ठेव. तुला माझं म्हणणं खरं वाटावं म्हणून मी काय करू?''

"तुझी ती शिटी कुठं आहे? ती वाजव म्हणजे झालं!'' देवीने उत्तर दिले.

दुसऱ्या दिवशी ग्यान घसीटा रामोशीला भेटला आणि आपण त्याच्याबरोबर येण्यास तयार नसल्याचे त्याला सांगितले. मग ती योजनाच बारगळली.

त्याच दिवशी शर्मा वकिलांकडून ग्यानला पत्र आले. त्यामध्ये त्याची आजी देवाघरी गेल्याचे वृत्त होते.

आजीकरता ग्यानचा जीव तळमळत होता. हिंदुस्थानात त्याच्या जिवाभावाची अशी तीच होती. आता तीच गेल्यामुळे हिंदुस्थानविषयीच्या प्रेमाचा त्याच्या मनातील शेवटचा धागाच तुटल्यासारखे झाले. आता तिकडे परत जाण्याची इच्छाच उरली नाही... अंदमान हीच त्याची आता मातृभूमी ठरली.

२०

कालचक्र नेहमीप्रमाणे फिरतच होते. ऑक्टोबरमध्ये पाऊस थांबला आणि कामासाठी कैदी पुन्हा बाहेर आणले गेले. कॅम्पवरचे काम जोराने सुरू झाले. जवळजवळ एक हजार सैनिकांना पुरेल इतका मोठा कॅम्प तिथे पडणार होता. अधिकाऱ्यांच्या झोपड्या, सार्जंट्सच्या झोपड्या, बराकी, पत्र्याच्या शेड्स, पाण्याचे नळ, स्वच्छतागृहे, जेवणघरे सगळे काही बांधून तयार झाले.

कॅम्प बांधून तयार होतो, न होतो तोच गुरख्यांची एक मोठी बटालियन तिथे येऊन थडकली. जपानशी युद्ध सुरू झाले होते. काय वाटेल ते झाले तरी या युद्धात जय मिळवण्याचा साम्राज्य सरकारचा निर्धार होता.

डिसेंबरमध्ये तर युद्धास आणखी जोर चढला. जपानने पर्ल हार्बरवर हल्ला केल्याची बातमी आली. त्यानंतर इंडोचायना, मलाया आणि डच ईस्ट इंडिज हे छोटे-छोटे देश वादळात सापडलेल्या कावळ्या-चिमण्यांच्या घरट्यांप्रमाणे उन्मळून पडले. त्यांची नावनिशाणीही राहिली नाही.

नवे वर्ष सुरू झाले. दररोज शत्रू पुढे पुढेच येत होता. मार्चमध्ये एके दिवशी तर स्कॉटिश कंपनी आणि गुरखा पलटण यांच्या साह्याने गोऱ्या लोकांच्या बायका अन् मुले अंदमानातून घाईघाईने हलविण्यात आली.

सेल्युलर जेलमधील नेहमीची शिस्त अगदीच संपुष्टात आली. तिथे प्रशासक असा कुणीच राहिला नाही. मनात आणले तर सहज पळून जाता येईल हे सर्व कैद्यांना कळून चुकले; पण तसा कुणीही प्रयत्न केला नाही. जपान्यांचा जय होऊन अंदमान त्यांच्या ताब्यात आले की, सर्व कैद्यांना ते सोडून देणार याबद्दल प्रत्येकाची खात्री होती. त्या दिवसाची वाट बघणे एवढेच काम कैद्यांना उरले होते. सुटका अगदी सहज, विनासायास होणारच होती. त्याकरता पळून जाण्याची यातायात करण्याची आता खरोखरच आवश्यकता नव्हती...

"त्यांच्या बायका-मुलांना हलवलंच आहे." कैदी एकमेकांना सांगत होते. "आता फक्त थोडे दिवसच बाकी आहेत... मग खुद्द साहेब लोकही ...पाय लावून पळून जातील. एखाद्या दिवशी मध्यरात्री तेही चोरासाखे तोंडाला काळे फासून जातील..." त्या दिवसाची सारे कैदी आतुरतेने वाट पाहत होते.

अंदमानच्या संरक्षणाची व्यवस्था अगदीच थातुरमातुर होती. सेल्युलर जेलमध्ये फक्त तुरुंगाचे पोलीसच होते. शासनाचे प्रतीक असे फक्त तेच होते. देवीदयाळने मनात आणले असते तर सर्वांना संघटित करून त्याने बंडाचा झेंडा उभारला असता. कैद्यांचे नेतेपण तर त्याच्याकडे आपोआपच चालत आले होते. त्याने सांगावे आणि आपण ऐकावे असे साऱ्यांना वाटत होते. तो जणू अंदमानाचा भावी राजाच झाला होता. वॉर्डर आणि पेटी ऑफिसरची अवस्था नांगी ठेचलेल्या विंचवाप्रमाणे झाली होती. "आमचं काय!... आम्ही नोकर लोक!... हुकूम पाळायचा एवढंच आमचं काम!" ते देवीदयाळला म्हणत असत. "साहेबांनी सांगितलं म्हणून पूर्वी आम्ही तसे वागलो. उद्या साहेब गेला आणि दुसऱ्या कुणाचं राज्य आलं तर आम्ही त्यांचे हुकूम तसेच ऐकू."

देवीदयाळ शांतच होता. घाईने काही करायचे नाही असे त्याने ठरवले होते.

गोऱ्या अधिकाऱ्यांच्या बायका-मुलांना घेऊन बरेचसे सैन्य निघून गेले होते. त्यानंतर एक रविवार उजाडला. भयंकर उकडत होते. चकाकत्या उन्हात समुद्राच्या लाटा रुपेरी दिसत होत्या. जंगलात नानाविध फुले फुलली होती. वाऱ्याच्या झुळकीबरोबरच त्यांचा वास येत होता. मुलिंगनने त्याच दिवशी ग्यानसिंगला स्वत:च्या बंगल्यावर बोलावले होते.

त्याच्या बायकोला आणि मुलीला केव्हाच दुसरीकडे पाठविण्यात आले होते. त्याच्या खाण्या-पिण्याची व्यवस्था बघण्यासाठी एक कैदीच काय तो होता. घराची सगळी शिस्त संपलेली होती. एखाद्या अतिथीगृहात दोन-चार तासांपूर्वी माणसे राहायला आलेली असली म्हणजे ती वास्तू जशी दिसते तशी मुलिंगनच्या नीटनेटक्या घराची अवस्था झाली होती. मुलिंगनचे जेवण नुकतेच झाले होते. टेबलावर उष्टे अजूनही तसेच पडलेले होते; त्यावर माशा, किडे घोंगावत होते.

ग्यान आलेला पाहताच मुलिंगनने त्याच्या दिमतीस असलेल्या कैद्याला बाहेर जायला सांगितले. "मला तुला काही सांगायचं आहे... ती गोष्ट अतिशय गुप्त आहे." तो ग्यानला म्हणाला.

"हं!" ग्यानने प्रतिसाद दिला.

"खुर्चीवर बस ना!" मुलिंगनने सांगितले.

ही आश्चर्याची गोष्ट होती. मुलिंगनसारखा आग्यावेताळ एका 'डी' तिकीटधारी कैद्याला स्वत:समोर खुर्चीवर बसायला सांगत होता. ती घटना ब्रिटिशांची सद्दी संपत

चालल्याची ग्वाहीच देत होती का?

ग्यान कसाबसा अंग चोरून खुर्चीच्या कडेला बसला. "जपान्यांनी रंगून जिंकले आहे." मुलिंगनने सांगितले. रंगून पडलं!... पण त्याचं काय मोठंसं?- नकाशात रंगून कुठे आहे हे त्याला अस्पष्ट माहीत होते... रंगून कशाबद्दल प्रसिद्ध आहे बरं?... तांदळाबद्दल?... होय! लहानपणी भूगोलात तसे पाठ केल्याचे त्याला आठवले... त्याला स्वत:ला रंगून पडल्याबद्दल काही विशेष वाटले नाही. त्याने मुलिंगनकडे निरखून पाहिले. त्याचा चेहरा कसातरीच झाला होता. धड श्वासोच्छ्वास करणेही त्याला जमत नव्हते.

"आपल्याला तिथून सैन्य हलवावं लागलं. रंगूनमध्ये आपल्या सैन्यानं जपान्यांना अडवलं असतं तर बरं झालं असतं; पण आता जपानी सैन्य सरळ इथपर्यंत येऊन थडकेल."

ग्यानच्या डोक्यात अजूनही नीट प्रकाश पडला नाही. जपान्यांनी अंदमानात का यावं हेच त्याला कळेना.

"आता यापुढे येथे एकही नवीन जहाज येणार नाही." मुलिंगन सांगत राहिला. "अरे बापरे!... आता इथलं संरक्षण करताच यायचं नाही... हेही बेट सोडून द्यावं लागेल."

"मग... मग... सेल्युलर जेलचं काय होईल?..." ग्यानने विचारले.

मुलिंगनने आत्यंतिक निराशेने दोन्ही हात पसरल्यासारखे केले. त्याचा चेहरा रोगट आणि निस्तेज दिसत होता. "ते आले की, कसं पळून जायचं याबद्दल मी विचार करतो आहे. काहीतरी नक्की ठरवायला हवं."

त्याच्या तोंडचे ते उद्‌गार ऐकून ग्यानचे डोके चक्रावले. मुलिंगनने सेल्युलर जेलवर वर्षानुवर्षे राज्य केले होते. त्याच्या हाती तुरुंगाची सूत्रे आल्यापासून एकही कैदी पळून जाऊ शकला नव्हता; याबद्दल त्याची शेखी होती. आता कैद्यांचा मुळीच विचार न करता तो स्वत:च पळून जाण्याचे बेत आखत होता.

"येथून पळून जाण्याच्या योजना तुमच्या मनात आहेत, असं तुम्ही म्हणता?" त्याने विचारले.

मुलिंगनने मान हलवली. "शत्रू दृष्टिक्षेपात आला की, पळून जायचं असं मी ठरवलं आहे. तोपर्यंत मात्र मी येथून हलणार नाही."

ग्यानला आता सर्व समजले. मुलिंगनला धीर देण्यासाठी तो म्हणाला, "पण जपानी येऊ शकणारच नाहीत... ते कधीही येणार नाहीत!..." तो जोराने बोलत होता आणि स्वत:चा आवाजच कापरा होत आहे हेही त्याला समजत होते.

"ते येणार नाहीत असे तू म्हणतोस!... पण कशावरून येणार नाहीत? आले नाहीत तर उत्तमच! पण जर आले तर मला जायलाच हवं." मुलिंगनने सांगितले.

ग्यानच्या मनात क्षणभरच एक विचार चमकला. अंदमान बेट जपान्यांनी ताब्यात घेतले आणि जर का मुलिंगन कैद्यांच्या तावडीत सापडला तर त्याची काय अवस्था होईल याची त्याला कल्पना आली. त्याला पळून जायला हवे होते.

"या बेटावर मी तुझ्याशिवाय दुसऱ्या कोणावरही विश्वास टाकू शकत नाही." मुलिंगनने सांगितले. "माझ्या हाताखालच्या अधिकाऱ्यांवरही नाही. वेळ आली की, ते माझ्यावर नक्कीच उलटतील म्हणून तर मी तुला एकट्याला इथं बोलावलं आहे."

मुलिंगन ग्यानची स्तुती करत होता; पण त्यामुळे त्याला विशेष आनंद होत नव्हता. सत्य अगदीच वेगळे होते.

वसाहतीमधील सर्व लोक ज्याप्रमाणे मुलिंगनचा तिरस्कार करीत, त्याप्रमाणे ते ग्यानचाही करीत. कैद्यांच्या दृष्टीने ते दोघेही महारोगीच होते. म्हणूनच मुलिंगनला त्याचा इतका कळवळा आला होता. मुलिंगनप्रमाणेच ग्यानलाही पळून जाणे भाग होते.

मुलिंगन ग्यानचे विचार अजमावत होता. तो म्हणाला, "काल रात्री रंगून आकाशवाणीवरून अंदमान वसाहतीतील लोकांसाठी एक खास वक्तव्य करण्यात आले. अंदमान घेतल्यावर जपानी सरकार तुरुंगातल्या सर्व कैद्यांना मुक्त करील आणि गोऱ्या अधिकाऱ्यांना त्या कैद्यांच्या ताब्यात देईल, असं अभिवचन काल आकाशवाणीवरून दिलेलं मी स्वत: ऐकलं आहे. केवळ ब्रिटिश अधिकारीच नाहीत, तर त्यांच्या कच्छपी लागलेल्या विश्वासघातकी हिंदी लोकांनाही आपण कैद्यांच्या हाती सोपवू असे खास निवेदनही त्यांनी शेवटी केले आहे."

ग्यानचे अंग शहारले. मुलिंगन त्याला तोंडावर विश्वासघातकी म्हणत होता; पण वाईट वाटून घेण्यात अर्थ नव्हता. मुलिंगन नेहमी रोखठोक, स्पष्ट बोले.

"तुम्ही सांगाल तसं मी वागेन." ग्यानने सांगितले.

"माझ्या म्हणण्याप्रमाणे वागलास तर तुझं भलंच होईल." मुलिंगन त्याच्याकडे निरखून पाहत म्हणाला. "इथं राहिलास तर तुझे हाल कुत्रा खाणार नाही. मात्र, माझ्याबरोबर आलास तर तुला मोठं बक्षीस मिळेल. तुला सगळंच सांगतो- जपानी दिसायला लागले की, राहिलेल्या सर्व ब्रिटिशांनी येथून पळायचे आणि पोर्ट कॅम्पबेलच्या मागे टेकडीवर फॉरेस्ट डिपार्टमेंटचा बंगला आहे, तिथे जायचे. सर्वांनी त्याच जागी जमायचे असे ठरले आहे. आपल्याला तिथून घेऊन जाण्यासाठी बोट येईल. ती येईपर्यंत त्याच जागी थांबायचे."

ग्यान बघतच राहिला. त्याला ब्रिटिशांबद्दल फार आदर वाटायला लागला. त्यांचे सगळेच शिस्तबद्ध होते. त्यांनी ज्या शांतपणाने आणि हुशारीने बायका-मुले हलविली, त्याच शांतपणाने सर्वनाश झाला तर पळून जाण्याची तयारीही त्यांनी ठेवली होती.

मुलिंगन सांगतच होता, "बोट फक्त रात्रीच चालते. दिवसा ती झाकलेली असते. ती नक्की केव्हा येईल हे सांगता यायचं नाही. साधारणपणे दोन दिवसांनी येईल. अर्थात जपानी लोक दिसले, म्हणजेच ते सारं करायचं... पळाल्यापासून फक्त दोनच दिवस आपल्याला मिळतील. दोन दिवसांत जर बोट आली नाही, तर कठीण आहे. तेवढ्या अवधीत जपान्यांना आपला शोध लागेलच."

आपण जपान्यांना सापडलो तर कशी दैना होईल, याचे चित्र ग्यानच्या डोळ्यांसमोर उभे राहिले. त्याला भयंकर भीती वाटली.

"एका माणसाने दिवस नि रात्र सारखी गस्त घालायला हवी." मुलिंगन सांगत होता, "तू ते काम करायचं आहेस. रेशन वाहून नेण्यासाठी आपल्याबरोबर आणखीही माणूस घ्यायला हवा. त्या बंगल्यात एकंदर अठरा लोक असतील. बोट येण्यापूर्वी त्यांनी तिथं पोहोचायला हवं. बोट आली की, लगेच परत निघेल. ती कुणाकरताही थांबणार नाही."

"दुसरा माणूस तुम्हाला बरोबर घ्यावा लागेल म्हणता?" ग्यानने अधीरतेने विचारले.

"हो ना!... घ्यावा लागेलच. रेशनची जबाबदारी माझ्यावर आहे. कोणाला न्यायचं हेदेखील मी ठरवून ठेवलं आहे. फक्त त्या माणसाला ते माहीत नाही. त्याच्यावर तेवढा विश्वास टाकायला हरकत नाही."

"तुम्ही ठरवलेला माणूस म्हणजे देवीदयाळ तर नव्हे?" ग्यानने स्वत:ला नकळतपणे विचारले.

मुलिंगनने कपाळाला आठ्या घातल्या आणि म्हणाला, "छे! छे! - तो नाही. मुळीच नाही; जपानी आले तर त्याला हर्षवायू होईल. माझी खात्री आहे. आपला ठावठिकाणा जपान्यांना प्रथम तोच सांगेल. देवीदयाळ मुळीच उपयोगाचा नाही. माझ्या मनात दुसराच आहे."

"घसीटा रामोशी का?"

मुलिंगनने होकारार्थी मान हलवली. "होय!- तोच माणूस योग्य आहे; पण सध्या त्याच्याजवळ काही बोलू नकोस."

बोट जिथे लागणार होती, ते ठिकाण फॉरेस्ट बंगल्यापासून दोन मैल लांब होते. ग्यानने बोट न्याहाळायची आणि तिला सिग्नल देऊन बारके होडके पाठवायला सांगायचे असे ठरले होते. बोटीने कोणता सिग्नल द्यायचा हेही ठरले होते. बोटीने प्रथम हिरवा प्रकाश आणि दोन सेकंदांनी तांबडा प्रकाश दाखवायचा. नंतर अर्ध्या मिनिटापर्यंत हिरवा आणि तांबडा प्रकाश एकामागोमाग दाखवायचे अशी खूण ठरली होती. पुढे दर अर्ध्या तासाने एकदा, असे तीन तास हिरवे-तांबडे प्रकाश दाखविण्यात येणार होते. तेवढ्या अवधीत त्या सिग्नलला किनाऱ्यावरून उत्तर आले नाही तर बोट परत जाणार होती.

ग्यानने बोटीच्या खुणेला उत्तर द्यायचे आणि तिकडून येणाऱ्या होडग्याची वाट पाहायची असे ठरले होते.

त्या योजनेवर त्यांनी आणखी अर्धा तास चर्चा केली. नंतर मुलिंगनने ग्यानला चहा तसेच केक दिला. प्रत्यक्ष ग्यान जायला निघाल्यावर त्याने त्याला खास इंग्लिश सिगारेटचा टीनही बहाल केला.

त्यानंतर मग फार वेगाने घटना घडल्या. अंदमान बेटावर उंच आकाशात विमाने दिसू लागली. त्यांच्या पंखांवर लाल वर्तुळे होती- त्यांच्या घरघरीमुळे सारे बेट निनादले. एखाद्या बहिरी ससाण्याने जमिनीवरच्या भक्ष्यावर झडप घालण्यापूर्वी आकाशात वर्तुळाकृती फिरावे, त्याप्रमाणे ती विमाने गोलगोल फिरली. थोड्याच वेळात ती विमाने खाली यायला लागली. मग त्यांनी सेल्युलर जेलभोवती एक फेरी मारली आणि तुरुंगावर पत्रकांचा वर्षाव केला.

वसाहतीतील स्त्री-पुरुष जपानी विमानांचा जयजयकार करत उघड्या मैदानाकडे धावले आणि खेड्यातल्या मुलांनी एखाद्या सर्कशीच्या जाहिराती जमा कराव्यात त्या उत्साहाने विमानातून पडलेली पत्रके जमा केली.

दुपारी जपानी बोटी दिसायला लागल्या. थोड्याच वेळात अंदमानच्या किनाऱ्याजवळ एक क्रूझर आणि दोन विनाशिका नांगरल्या गेल्या. त्यांवर तांबड्या ठिपक्यांचा जपानी ध्वज मोठ्या दिमाखाने फडकत होता. मग ध्वनिक्षेपकांतून आवाज ऐकू आला. कुणीतरी हिंदीमध्ये बोलत होते-

''हिंदी भाई! तुम्हाला मुक्त करण्यासाठी आम्ही आलो आहोत. जुलमी ब्रिटिश सत्तेच्या विळख्यातून तुमच्या देशाला सोडवण्यासाठी आम्ही आलो आहोत.''

कैद्यांचा आणि वसाहतीमधील स्वतंत्र लोकांचा मोठा समुदाय किनाऱ्यावर जमला होता. जपान्यांची घोषणा ऐकून त्यांच्या उत्साहाला भरते आले. ते टाळ्या वाजवू लागले. काहींच्या जवळ जपानी ध्वज होते. ते त्यांनी हवेत फडकावले. त्या लोकांच्या मधोमध देवीदयाळ उभा होता. तोंडापाशी मेगॅफोन धरून त्याने जपानीतून घोषणा केली, ''जपानी बंधूंनो, आम्ही तुमचीच वाट पाहात आहोत... आम्ही सर्व तुमचे मित्र आहोत. ब्रिटिश पळून गेले आहेत. अंदमान बेट आता तुमचंच आहे... आम्ही तुमचे स्वागत करतो.''

मग झपाट्याने घटना घडल्या. दोन वेगवान होडगी क्रूझवरून समुद्रात सोडण्यात आली आणि ती धक्क्याकडे यायला निघाली. बोटीवरच्या मेगॅफोनमधून मग किंचित तुटकपणाने पुन्हा घोषणा देण्यात आल्या.

''खबरदार! कुठे दगाफटका झाला तर आम्ही बेटावरच्या प्रत्येक माणसाचे तुकडेतुकडे करू.''

"इथे कसल्याही प्रकारचा दगा नाही." देवीने उत्तर दिले. "आम्ही तुमचे भाऊ आहोत... तुमचीच वाट पाहत आहोत... जय हिंद! जय जपान..."

"जपानी - हिंदी भाई भाई!"

"जपान हिंद भाई भाई! ...जपान हिंद भाई भाई!" सारे कैदी जपानी ध्वज फडकावत ओरडू लागले..

"शांत राहा. मुळीच गडबड करू नका!" बोटीवरून आवाज आला. "तुमचे दोन्ही हात उंच धरा... अगदी उंच... सगळ्यांनी हात वर करायलाच हवेत. बोटीकडे पाठ करून उभे राहा. जो कोणी इकडे बघेल, त्याला गोळी घालण्यात येईल. जो हात खाली करील, त्यालाही तात्काळ ठार करण्यात येईल..."

अशा वेळी दगाफटक्याचा विचारही कुणाच्या डोक्यात येणे शक्य नव्हते. सर्व कैदी जपान्यांचीच वाट पाहत होते. तो जणू त्यांच्या विजयाचाच दिवस होता. आता ते मुक्त होणार होते.

माउंट सॅडलवर चढताना धापा टाकत मुलिंगन क्षणभर थांबला आणि त्याने मागे वळून सेल्युलर जेलकडे पाहिले. दुपारच्या कडक उन्हात मधल्या टॉवरवर लाल वर्तुळे असलेला पांढरा जपानी ध्वज मोठ्या डौलाने फडकत होता. मुलिंगनने मान खाली घातली आणि तो पुढे निघाला.

मार्च महिन्याचे ऊन रणरणत होते आणि अंदमानचे परमेश्वर कुठल्यातरी बिळात लपायला चालले होते.

मुलिंगनबरोबर आणखी दोन गोरे होते. तिघांपैकी एक अगदी लख्ख गोरा होता. दुसरे दोघे तपकिरी रंगाचे होते. सर्व दिवस आणि रात्र चाललेच होते. फक्त पहाटे अगदी थोडा वेळ त्यांनी विसावा घेतला. दुसऱ्या दिवशी सकाळी नऊच्या सुमारास ते फॉरेस्ट बंगल्यात पोहोचले. पांगोर येथील रबराच्या मळ्यातील आणखी दोन गोरे तिथे अगोदरच येऊन पोहोचले होते. चालण्याच्या श्रमांनी मुलिंगन घामाघूम झाला होता. त्याच्या पायांना फोड आले होते. सर्व शरीर कमालीचे ठणकत होते. बंगल्यात पोहोचल्यावर कसलाही विचार न करता दीनवाणेपणाने तो फरशीवर पसरला. त्याच्या बरोबरच्या दोघांनी रेशनच्या पेट्या उघडल्या आणि अन्न शिजवण्यास सुरुवात केली. डोंगराच्या खाली, दूरवर समुद्र अगदी शांत पसरला होता. तेथून पोर्ट कॅम्पबेलचे वळण दिसत होते. त्यांना नेण्यासाठी बोट त्याच जागी येणार होती; पण केव्हा... कुणास ठाऊक! ती त्याच दिवशी यायला हवी होती. ती उशिरा येऊन पोहोचली तर तिचा काहीच उपयोग नव्हता. शेजारीच थोड्या दूरवर चहाचे मळे होते. तिथल्या गोऱ्या लोकांना फॉरेस्ट बंगल्यात तातडीने येण्याविषयी निरोप दिला होता; पण तेसुद्धा बोट येण्याआधी येऊन पोहोचतील किंवा नाही हा प्रश्नच होता. सारे अनिश्चित होते. कुणाचेच मन स्थिर नव्हते.

खाली मान घालून ते पाच गोरे चहा पीत होते. त्यांनी घेतलेल्या घोटांचे आवाज आसपासच्या भीषण शांततेमुळे केवढेतरी मोठे येत होते. बोट वेळेवर आली नाही तर आपल्या सर्वांचे काय होईल, याचा विचार करायचीदेखील त्यांना भीती वाटत होती. जपानी शिपाई आणि हिंदी कैदी त्यांच्या मागावर असणार याबद्दल त्यांची खात्री होती.

२१

सागाच्या जंगलामध्ये एका टेकाडावर बसून ग्यानसिंग खालच्या समुद्राचे निरीक्षण करत होता. अंधार दाट होत चालला आणि त्याचे डोळे त्यालाच फसवायला लागले. त्याला निरनिराळ्या आकृत्यांचे भास व्हायला लागले. समुद्राच्या लाटांबरोबर वाहत येणारे छोटेछोटे खडक त्याला बोटीसारखे दिसायला लागले. तो बोटीची वाट पाहत होता. अंधारात ती बोट किनाऱ्याजवळ नांगरली जाणार होती. तिच्यावर संपूर्ण काळोख असणार होता. फक्त अधूनमधून खुणेचे लाल-हिरवे दिवे लुकलुकणार होते.

बराच वेळ तो तिथे बसून होता. खरे म्हणजे तो खूप दमला होता. विश्रांतीची त्याला फार जरुरी होता; पण काळ्या कुळकुळीत समुद्राकडे टक लावून बघत बसणे त्याला भाग होते. बोट केव्हाही येणे शक्य होते. बोटीतून दर अर्ध्या तासाला फक्त तीस सेकंदच सिग्नल दिला जाणार होता. तो चुकवून चालणार नव्हते.

डोळे झोपेने जडावले होते, म्हणून पाय मोकळे करण्यासाठी तो इकडेतिकडे हिंडला. आसपास जंगल होते. तेथून ताशाचा आणि ढोलक्याचा आवाज ऐकू येत होता. जावरा तरुण-तरुणींचा शेकोटीभोवती फेर धरून नाच चालला असावा. तेथील वाद्यांचा आवाज कर्कश होता; पण त्यातही एक प्रकारची लय होती. झोपेने पेंगुळलेले डोळे त्याने प्रयत्नपूर्वक उघडे ठेवले होते; पण वाद्यांच्या लयीबरोबर त्याचे शरीर बेभान होऊन पुढेमागे झुलत होते.

त्याने स्वत:ला सावरले आणि तो पुन्हा लक्षपूर्वक समुद्राकडे बघायला लागला... प्रथम आपल्याला भास होत आहे असे त्याला वाटले; पण तसे नव्हते. हिरव्या आणि तांबड्या प्रकाशझोताने दिलेला सिग्नल त्याला अगदी स्पष्ट दिसला... तो सिग्नलच होता. मुळीच शंका नव्हती! मुलिंगनने दिलेले पिस्तूल त्याने काढले आणि त्यामध्ये हिरवी गोळी घातली. दोनदा पिस्तूल उडवल्यावर त्यातून खुणेचा

हिरवा जाळ बाहेर पडला आणि क्षणार्धात विझला. मग तो पळतपळत टेकडीच्या खाली गेला.

तो वाळूवर पोहोचला आणि त्याने स्वत:ला एका लाकडी ओंडक्यावर झोकून दिले. तो भयंकर दमला होता; परंतु त्याच्या मनाला उत्साह आला होता. बोटीची वाट पाहत तो काही वेळ स्तब्धपणे ओंडक्यावर बसून राहिला. समुद्रावर जिकडेतिकडे काळोख पसरला होता. काहीच दिसत नव्हते. थोड्याच वेळात त्याला वल्हे मारल्याचा आवाज ऐकू आला. प्रथम तो अस्पष्ट होता; पण नंतर तो स्पष्टपणे कानांवर यायला लागला. त्याने डोळे मोठे करून अंधारात पाहिले. समुद्रातून काळपट रंगाचे एक होडगे येताना त्याला दिसले. मग ते किनाऱ्याला टेकल्याचा आवाज आला. त्यातून दोन माणसे उतरली आणि त्यांनी होडगे ओढत वाळूत आणले. तो उभा राहिला आणि त्यांचे लक्ष वेधण्यासाठी मुद्दामच खोकला. ''मुलिंगनने मला पाठवले आहे.'' त्याने हलक्या आवाजात म्हटले.

''पुढे ये. मी थांबायला सांगेन तेव्हा थांब... हं... ठीक तू आलास तर! काय तुझं नाव?''

''मला ग्यानसिंग म्हणतात.''

''तू कोण आहेस?''

''मुलिंगनने मला पाठवले आहे.''

''त्याच्याकडून एखादे पत्र किंवा खुणेची वस्तू आणली आहेस का?''

''होय! मी जवळ येऊ का?''

''ठीक... डिकी, त्याला येऊ दे-'' दुसरा आवाज आला. बोलणारा माणूस पहिल्यापेक्षा जास्त तरुण असावा.

मुलिंगनने दिलेले पत्र त्याने त्या माणसाच्या हाती दिले. त्याने क्षणभर टॉर्च लावला आणि ते पत्र वाचले.

''मुलिंगन आणि इतर लोक कुठे आहेत? किती वेळात तू त्यांना इथे आणू शकशील?''

''ते इथून साधारण दोन मैलांवर आहेत.'' ग्यानने सांगितले. ''जायला अर्धा तास आणि यायला अर्धा तास लागेलच. त्यांना घेऊन यायला तासापेक्षा थोडासा जास्त वेळ लागेल.''

त्या लोकांनी हातातल्या घड्याळांच्या चकाकत्या तबकडीकडे पाहिले. ''तू जा आणि शक्य तितक्या लवकर त्यांना घेऊन ये. इथे फार वेळ थांबायची आमची इच्छा नाही. ते एकंदर कितीजण आहेत?'' तरुणाने प्रश्न केला.

''मला नक्की माहीत नाही. मुलिंगन म्हणाला होता की, सतरा लोक येतील; पण मी दुपारी तिथून निघालो तेव्हा फक्त आठच लोक होते.''

"ठीक आहे. त्या सर्वांना घेता येईल; पण त्यांना लवकर यायला सांग. सामानसुमान काही आणू नका म्हणावं... नुसते सडेच या. तुझं लक्ष कुठे होतं? आम्ही अर्ध्या तासापूर्वीच पहिला सिग्नल दिला होता."

"मला तो दिसला नसेल." ग्यान म्हणाला. त्याने तातडीने टेकडी चढण्यास सुरुवात केली. फॉरेस्ट बंगल्यात किती लोक आले असतील याचा त्यालाच अंदाज नव्हता. सर्व रस्ताभर तो पळतच होता.

चंद्रप्रकाशात फॉरेस्ट बंगला अगदीच फटफटीत पांढरा दिसत होता. त्याने लांबूनच अंदाज घेतला. बंगल्यात अगदीच शांत होते. मानवी प्राण्याची चाहूलदेखील येत नव्हती. ग्यान तसाच चालत पुढे गेला आणि फाटकाच्या आत शिरला. त्या भयंकर शांततेची त्याला भीती वाटत होती. त्याचे रक्त जणू गोठून गेले होते. तो क्षणभर बाहेरच थांबला आणि त्याने हलकेच शिट्टी वाजवली.

कुणीच उत्तर दिले नाही. तो जिथे उभा होता तेथून बंगल्याचा व्हरांडा स्पष्ट दिसत होता. कुणाची तरी आकृती खांबाला लपेटून उभी असल्याची त्याला जाणीव झाली. ती आकृती बंदुकीचा नेम धरलेल्या एखाद्या रखवालदारासारखी दिसत होती.

त्याची छाती धडधडत होती तरीही तो ओरडला, "ते आले आहेत. बोट आली आहे. आपण लवकर निघायला हवं."

स्वत:चाच कापरा आवाज त्याने ऐकला; पण बंगल्यात काहीच हालचाल झाली नाही. ग्यानने मग नारळ सोलायचा कोयता बाहेर काढला आणि हलक्या पावलांनी बिचकत बिचकत तो बंगल्याच्या दिशेने चालू लागला. पायऱ्या चढून तो व्हरांड्यात गेला. खांबाला टेकून उभी असलेली मानवी आकृती त्याच्या अंगावरच कोसळली. तो घसीटा रामोशी होता. त्याला हात लावण्याअगोदरच तो मेला असल्याचे ग्यानने ओळखले. त्याला कुणीतरी खांबाला बांधले होते. बायोनेटने त्याला अनेक ठिकाणी भोसकले होते. त्याचे पोट फाटले होते आणि आतडी बाहेर लोंबत होती. मरताना त्याला फार त्रास झाला असावा, असे त्याच्या चेहऱ्यावरून दिसत होते.

घसीटाला सोडून तो आत पळाला. मुलिंगनच्या नावाने साद घालत तो सर्व खोल्यांमध्ये हिंडला; पण मुलिंगनच्या किंवा इतर गोऱ्यांच्या अस्तित्वाचे चिन्हदेखील तिथे नव्हते. जपानी लोकांनी त्यांना युद्धकैदी म्हणून ताब्यात घेतले असावे असे तो समजला. त्याला अत्यंत भीती वाटली. व्हरांड्याच्या बाहेर उडी मारून तो फाटकाकडे पळत गेला. थोडा पुढे गेल्यावर मनात काही विचार येऊन तो एकदम थांबला. एक गोष्ट त्याला आठवली.

क्षणभर तो तिथेच घुटमळला. मग मागे वळून हातात कोयता धरून तो पुन्हा बंगल्याकडे गेला. घसीटा रामोशाचे शरीर आता चांगलेच ताठ झाले होते. ते

अजूनही खांबाला बांधलेल्या स्थितीतच होते आणि त्याची मान पुढच्या बाजूला लोंबत होती. त्याने मानेत कोयता खुपसला आणि हाडांच्या मागच्या बाजूला खोदले. मग त्याने बोट घालून खोबण कुठे आहे ते अजमावले. खोबण लगेच सापडली आणि आतली सोन्याची नाणी सहज हाती लागली. त्याने ती नाणी तळहातावर घेऊन मोजली. घसीटाच्या शरीरातील द्रवामुळे ती नाणी ओलसर झाली होती; तरीही चंद्रप्रकाशात ती चमचम करीत होती.

त्याने रामोशाच्या शर्टाचा कपडा फाडला आणि ती सर्व सोन्याची नाणी त्यात गुंडाळली आणि ते बोचके स्वत:च्या कमरेला नीट बांधले. मग त्याने घसीटाच्या शर्टालाच स्वत:चे हात पुसले; पण रक्ताचा चिकटपणा संपूर्णपणे गेला नाहीच. मग तो झपाट्याने बाहेर पडला.

एका वळणापाशी जाऊन तो क्षणभर थांबला आणि त्याने फॉरेस्ट बंगल्याकडे शेवटचे बघून घेतले. रामोशाचे डोके खांबाच्या एका बाजूला कलले होते. ते आपल्याला वाकुल्या दाखवत आहे असा त्याला भास झाला.

कसाबसा तो होडग्यापाशी पोहोचला आणि त्याने झालेला सर्व प्रकार त्या लोकांना सांगितला. तिथे थांबायला अर्थातच वेळ नव्हता आणि थांबून उपयोगही नव्हता. होडगे पुडे निघाले. वल्ह्यांचा आवाज कानावर यायला लागला. ग्याननने आकाशाकडे बघितले. चंद्र मावळला होता.

सहा दिवसांनी एका संध्याकाळी विनाशिका किनाऱ्याला लागली. शिक्षेची मुदत संपण्यापूर्वी जवळजवळ दहा वर्षे अगोदर ग्यान भारतात पोहोचला होता. कुणीही आपल्याला ओळखावे अशी त्याची इच्छा नव्हती. त्याने तुरुंगवासाचा भरपूर अनुभव घेतला होता. अनेक तुरुंग पाहिले होते. कदाचित भारतातील एखाद्या तुरुंगात राहिलेली शिक्षा पुरी होईपर्यंत खितपत पडावे लागेल असा संभव होता. ब्रिटिश न्यायी होते; पण तितकेच कडकही होते. त्याला परत तुरुंगात पाठविल्याशिवाय ते राहिले नसते. आता त्याला वाचवायला कुणीही आले नसते. मुलिंगन साहेबाने त्याला शिक्षेमध्ये सूट देण्याचे कबूल केले होते... पण आता जपानी लोकांनी मुलिंगनचे काय केले असेल याची कल्पनाही तो करू शकत नव्हता.

२२

अंदमानच्या नवीन शासकांना कोणतीही गोष्ट अर्धवट ठेवण्याची किंवा उगीचच दडवण्याची मुळीच सवय नव्हती. अंदमानचा ताबा घेतल्यावर पहिल्याच दिवशी लोक विजयोत्सव साजरा करीत असतानाच जपानी अधिकारी कामाला लागले. कर्नल यामाकी हा बेटाचा सर्वाधिकारी होता. त्याने लगेच लष्करी कायदा जारी केला. बेटावर निरनिराळ्या वसाहतींचे विभाग होते. ते सर्व लष्करी कायद्यान्वये अलग करण्यात आले. एका भागातल्या माणसाने दुसऱ्या भागात जायचे नाही, असा हुकूम निघाला. त्या हुकमाचा भंग करणाऱ्यास देहदंडाची शिक्षा दिली जाईल असेही घोषित करण्यात आले.

तेथील लोकांचे दोन भाग पाडण्यात आले. जे ब्रिटिशांच्या बाजूचे आहेत असे माहीत होते त्यांना तुरुंगात डांबण्यात आले. राहिलेल्यांना लेबर कॅम्पमध्ये ठेवण्यात आले. तीन दिवसांतच नवीन विमानतळ बांधण्याचे काम जोरात सुरू झाले.

ब्रिटिशांची नामोनिशाणीही अंदमानमध्ये शिल्लक राहू नये यासाठी नवीन शासकांनी आटापिटा चालवला होता. इंग्रजी भाषेतील जुनी वर्तमानपत्रे, पुस्तके, मासिके सगळी बाहेर आणून जाळण्यात आली... बाजारचौकात ब्रिटिश वस्तूंची होळीच पेटली होती. सगळे रेडिओ तात्काळ जप्त करण्यात आले. जो कोणी अफवा पसरवेल किंवा ब्रिटिशांच्या बाजूने बोलेल त्याला बाजारचौकात बायोनेटने सर्वांसमक्ष ठार मारण्यात येईल अशी दवंडी पिटण्यात आली.

यामाकी हा मुलिंगनचा जणू जपानी अवतारच होता. एका छोट्या स्टाफकारमधून तो सर्व बेटभर हिंडे आणि अपराध्यांना तिथल्या तिथे शासन करी.

थोड्याच दिवसांत त्याने सगळीकडे जरब बसवली. मग जाणकार जपानी आले आणि त्यांनी तुरुंगाचे रेकॉर्ड नीट तपासले. त्यांच्याबरोबर त्यांनी आपले रेकॉर्डही

आणले होते. त्याबद्दलच्या काळा-पांढऱ्या आणि करड्या रंगाच्या वह्यांतील प्रत्येकाचे मूल्यमापन करण्यात बरेच दिवस गेले. सगळ्यांच्या अंगठ्यांचे ठसे घेतले गेले आणि ती कागदपत्रे तपासली गेली. एकाच नावाबद्दल घोटाळा होता. ते म्हणजे 'ग्यान तलवार' ब्रिटिशांचा हस्तक आणि मुलिंगनचा बंदा गुलाम म्हणून त्याची ऐकीव माहिती जपान्यांना होती; पण खुद्द तो माणूसच मिळत नव्हता. बहुतेक सारी महत्त्वाची कागदपत्रे जपानी अधिकाऱ्यांनी आपल्याबरोबर रंगूनला नेली आणि बाकीची जाळण्याचा हुकूम दिला. ग्यान तलवारबद्दल जो कोणी माहिती पुरवेल त्याला पाच हजार येन बक्षीस देण्यात येतील; परंतु जर कोणी त्याला आसरा दिलेला आढळला तर त्याला भोसकून ठार मारण्यात येईल, असे फर्मान यामाकीने काढले. तुरुंगाच्या फायलीत ग्यानचा फोटो होता; त्यावरून नवीन कॉप्या काढण्यात येऊन त्या चौकाचौकांत लावण्यात आल्या. त्याच दिवशी संध्याकाळी यामाकीने देवीदयाळला बोलावणे पाठवले.

दोन आठवड्यांपूर्वी ज्या खुर्चीवर ग्यान बसला होता तिथेच देवीदयाळ बसला. या वेळी बंगल्यात जिकडेतिकडे स्वच्छता आणि शिस्त होती. कॉफीच्या टेबलावर जपानी पद्धतीने सजवलेले फुलांचे गुच्छ ठेवले होते. खुर्चीच्या पाठीवर हात ठेवून कर्नल यामाकी उभा होता. त्याच्या जाड काचांच्या चष्म्यातून तो देवीदयाळला न्याहाळत होता.

"आम्ही तुझं मागचं रेकॉर्ड पाहिलं आहे." यामाकीने त्याला सांगितलं.

"छान!... आमचं तुझ्यावर लक्ष आहे. तुला जपानी येतं ना?"

"थोडंसं येतं." देवीने उत्तर दिले.

यामाकीने डासाला मारताना करावा तसा हात केला. "काही हरकत नाही. त्यानं काही बिघडणार नाही. तू आम्हाला मदत केलीस म्हणजे झालं!" तो हसला. ते हसणे नव्हतेच. सुस्कारा सोडताना आवाज यावा तसा त्या हसण्याचा आवाज होता. खालचे बरेच दात एकमेकांवर दाबून धरून तो तोंडातून विचित्र आवाज काढत होता. त्याच्याकडे बघून देवीदयाळला ज्यूडो शिक्षक टोमंगाची आठवण झाली. सर्व जपानी लोकांचे हसणे एकाच धर्तीचे असते असे लक्षात येऊन त्याला आश्चर्य वाटले.

"कसली मदत?" देवीने प्रश्न केला.

"तू जे पूर्वी करत होतास तेच आताही करायचं."

"तसं असेल तर ठीक आहे." देवी अधीरतेने म्हणाला. "ब्रिटिशांच्या तावडीतून तुमच्या देशाला सोडवावं, अशी जपानची इच्छा आहे. तुलाही तसंच वाटतं ना?"

"यात काय संशय?"

"मलाया आणि ब्रह्मदेशाच्या लोकांना आम्ही ब्रिटिशांच्या पंजातून मुक्त केलं

आहे... इंडोचायनाही आम्ही सोडवलं आहे.'' स्वत:चे तपकिरी रंगाचे दात दाखवत तो त्याच्या विचित्र पद्धतीने हसला.

''आणि अंदमानलाही...'' देवीने त्याला आठवण करून दिली.

''होय की! अंदमानलाही आम्हीच सोडवलं आहे. इतके देश आम्ही स्वतंत्र केले आहेत की, त्यांची नावेदेखील आठवत नाहीत.''

''आशिया खंड आपलं आहे. आपण एकत्र काम करू आणि वैभव मिळवू. आता हिंदुस्थानलाही स्वतंत्र करायचं आहे.'' देवीने सांगितले.

''हिंदुस्थानच का? सिलोन आणि ऑस्ट्रेलियाही!'' यामाकीने सांगितले.

''पण हिंदुस्थान पहिल्या प्रथम! आम्हाला हिंदुस्थान फार फार आवडतो. त्यानं स्वतंत्र व्हायलाच हवं. त्याचा मान पहिला. हिंदुस्थानच्या स्वातंत्र्यासाठी जपानी सैनिक प्राणार्पण करण्यास सिद्ध आहेत. हिंदी लोकांना आम्ही चाहतो. आता तर आमच्या सैन्यात हिंदी लोकांनाही प्रवेश आहे.'' यामाकी म्हणाला.

''तू-देखील सैन्यात दाखल हो आणि स्वदेशाची सेवा कर... आम्ही इंडियन नॅशनल आर्मीची स्थापना केलेली आहे. इंडियन नॅशनल आर्मीत किती इंडियन आहेत बरं?'' यामाकीने खुर्चीला पाठ टेकून थोडा वेळ विचार केला.

''गेल्या महिन्यात सिंगापूरला साठ-सत्तर हजार लोक सामील झाले. अजूनही येतील. बर्मामध्ये खूप युद्धकैदी मिळाले आहेत. ते सारे ब्रिटिशांनी शिकवून तयार केलेले सैनिक आहेत. तेही सामील होतील. आणखी पन्नास-साठ हजार तरी मिळतीलच. तो उभा राहिला आणि त्याने जोराने पाय आपटला. हे सर्व आमचे भाईबंदच आहेत. तू सुभाष बोसचं नाव ऐकलं आहेस का?''

''वा!... ऐकलं नसणं कसं शक्य आहे? ते आमचे सर्वश्रेष्ठ नेते आहेत... आम्ही त्यांना 'नेताजी' म्हणतो.''

''हं, बरोबर! सुभाष बोसच सैन्याचे मुख्य राहातील आणि ते सैन्य दिल्लीवर हल्ला करील. तुम्ही आणि आम्ही दोघं मिळून दिल्लीचा ताबा घेऊ. तू आमच्या सैन्यात सामील हो.'' यामाकी खुर्चीत ताठ बसत म्हणाला.

''मी सैन्यामध्ये येईनच. मला तेच हवं आहे; पण मला लष्करी शिक्षण मुळीच मिळालेलं नाही. मला ते शिक्षण प्रथम घ्यावं लागेल.''

यामाकीने डोळे मिटले आणि तो खुर्चीत रेलून बसला. ''त्याचं काही विशेष नाही. सैनिकांपेक्षाही तुमच्यासारख्यांचा जास्त उपयोग असतो. तू पूर्वी हिंदुस्थानात जसे काम करत होतास तसं केलंस तरी पुरे होईल. तुला गुप्तपणे काम करावं लागेल.'' त्याने डोळे उघडले आणि देवीकडे टक लावून बघितले.

देवीच्या मनात आशा अंकुरली. ''गुप्त काम कुठे करायचं? हिंदुस्थानात ना?'' यामाकीने मान हलविली. ''शत्रूच्या सैन्यामागे गुप्तपणे काम करीत राहायचं... पूल

उडवणं... बोटी बुडवणं... विमान जाळणं अशा तऱ्हेची कित्येक कार्ये आहेत. तू पूर्वी तसली कामं केली आहेसच.''

देवीचे मन एकदम थरारले. सैन्यामध्ये राहून ब्रिटिशांच्या विध्वंसाचे काम करण्याची त्याची फार इच्छा होती. आता योग्य ती वेळ आली होती.

यामाकी सांगत होता, ''ब्रिटिश अंदमानातून पळाले त्याचप्रमाणे ते लवकरच हिंदुस्थान सोडतील; पण त्यासाठी चळवळीचा बडगा हवा. गांधी-नेहरूंच्या हातून काहीही होणार नाही. ब्रिटिशांना असहकार किंवा सत्याग्रह समजत नाहीत. त्यांना चौदावं रत्नच हवं... गांधींनी वीस वर्षे चळवळ केली. काय मिळालं? एक इंच जमीन तरी ब्रिटिशांनी सोडली का? नाही ना?... आमच्याकडे पाहा. फक्त दोनच महिन्यांत आम्ही किती देश पादाक्रांत केले हे तुला माहीत आहेच!''

''परंतु ब्रिटिश सैन्याच्या पिछाडीला हिंदुस्थानात मी कसा पोहोचणार?'' देवीने मुख्य मुद्द्याला हात घातला. ''तिथे पोहोचणे शक्य आहे का?''

यामाकीने त्याच्या बोलण्यावर जपानी पद्धतीचे विवक्षित हास्य केले. त्याने खुर्चीला पायाने दूर ढकलले आणि तो म्हणाला, ''ते सोपं आहे. आमची 'केम्पी टाय' संघटना फार कर्तबगार आहे. ते नक्कीच हे काम करतील. तुला ते प्रथम आसामच्या हद्दीपर्यंत नेऊन सोडतील. हजारो निर्वासित सध्या हिंदुस्थानात परत जात आहेत. तू त्यांच्यामध्ये मिसळून तिकडे जाऊ शकशील. मग तू मुंबईला किंवा कलकत्त्याला जाऊन शफी उस्मानसारख्या तुझ्या जुन्या मित्रांना भेटू शकशील.''

तो बोलता बोलता एकदम थांबला. मागील बाजूच्या दरवाजाकडे दृष्टिक्षेप टाकत तो म्हणाला, ''अर्थातच याबद्दल मला जास्त काही माहिती नाही आणि मी ते सांगणंही बरोबर नाही.''

देवीदयाळचे हातपाय थरथरले. आता या जन्मात शफीची भेट होणे शक्यच नाही असे तो धरून चालला होता; पण यामाकीच्या बोलण्यावरून लवकरच त्यांची समोरासमोर भेट होण्याचा संभव त्याला वाटू लागला.

''तुला तिथल्या जनरलसमोर नेण्यात येईल. नंतर जनरल तुला सर्व काही सांगेल.'' असे म्हणून त्याने टाळी वाजवली. हिरवे जाकीट घातलेला एक बुटका जपानी सैनिक मद्याच्या दोन बाटल्या घेऊन आत आला. तो जणू बोलावण्याची वाट पाहतच बाहेर उभा असावा असे देवीला वाटले.

मग जपानी सम्राटाचे व नेताजी सुभाषचंद्र बोसांचे इष्टचिंतन करून त्यांनी मद्य प्राशन केले आणि नंतर बराच वेळ ते बोलत बसले.

२३

आगगाडीत खिडकीपाशी बसून ग्यान सिगारेट ओढत होता आणि आसपासच्या देखाव्याकडे पाहत होता. लहानपणापासून त्याने तो निसर्ग पाहिलेला होता. त्याला फारच मौज वाटत होती. डोक्यात मात्र निरनिराळे विचार घुमत होते. गेल्या पाच-सात आठवड्यांतील आयुष्याचा चित्रपट त्याच्या डोळ्यांपुढे उलगडत होता.

त्याने खाकी विजार आणि पांढरा शर्ट घातला होता. गळ्यात अजून अंदमानच्या तुरुंगातील लोखंडी साखळी होती. ती दडविण्यासाठी त्याने शर्टाची बटणे थेट गळ्यापर्यंत लावली होती. खरे तर तुरुंगवासाची निदर्शक अशी ती साखळी त्याने काढून टाकायला हवी होती. तशी त्याला अनेक वेळा संधीही मिळाली होती; पण पूर्ण विचारांती ती साखळी गळ्यात तशीच राहू देणे श्रेयस्कर आहे असे त्याने ठरवले होते. अंदमानातून पळून तो मद्रासला आला तेव्हा हजारो-लाखो माणसांच्या समुदायात त्याचा वेगळेपणा टिकवून धरणारी खूण म्हणजे ती साखळीच होती. तिच्याशिवाय त्याची त्यालाही खूण पटणे शक्य नव्हते.

मद्रासला पोहोचल्यावर थोड्या दिवसांतच एखादी नोकरी मिळवणे आवश्यक होते. नोकरीअभावी त्याची उपासमार झाली असती. उपासमार टाळण्याचे शेवटचे साधन म्हणून ती साखळी उपयोगी पडली असती. कुठेच नोकरी मिळाली नसती तर ती साखळी दाखवून तुरुंगात दाखल होता आले असते.

तो एप्रिल महिना होता. मद्रासला आल्यापासून पाच आठवडे झाले होते. त्याला नाव नव्हते, गाव नव्हते. मानवी देहाशिवाय दुसरे काहीच त्याच्याजवळ नव्हते. आनंदाची गोष्ट एवढीच की, शहर अवाढव्य होते आणि तेथील दारिद्र्य, बकालपणा आणि उष्णताही भयंकर होती. दुकानाच्या कठड्यावर आणि फूटपाथवर एक उघडाबोडका माणूस झोपत होता. त्याच्याकडे कुणाचे लक्ष जाण्याचेही काही कारण नव्हते. त्या शहरात हजारोंनी त्याच्यासारखे अर्धनग्न भिकारी होते.

मद्रासमध्ये पहिले दोन आठवडे वणवण भटकण्यात गेले. इतक्या वर्षांच्या तुरुंगवासानंतर स्वातंत्र्य अंगवळणी पडणेही कठीणच होते. घसीटा रामोशाजवळची सोन्याची नाणी त्याने हस्तगत केली होती म्हणूनच तो जगू शकत होता.

त्या नाण्यांचे पैसे करणे सोपे नव्हते. खिशात नाणी ठेवून सोन्या-चांदीच्या दुकानांवरून तो अनेक वेळा नुसताच हिंडला होता; परंतु कोणत्याही दुकानात जाण्याचा त्याला धीर झाला नव्हता. एकंदर दहा नाणी होती. खऱ्या दराने त्याला त्यांचे पाचशे ऐंशी रुपये मिळायला हवे होते; परंतु सराफाच्या दुकानात जाऊन ती नाणी दाखवणे हे काम मांजराच्या गळ्यात घंटा बांधण्यासारखे होते.

शेवटी त्याने एक दुकान हेरले. इतर दुकानांपासून ते काहीसे लांब अंतरावर होते. बाहेरून तरी ते दरिद्री दिसत होते. त्याच दुकानात जाण्याचे ठरवून त्याने त्या रस्त्यावरून दोन-चार फेऱ्या मारल्या. संध्याकाळ संपली. रात्र झाली आणि आसपासची दुकाने बंद व्हायला लागली. गेल्या दोन-चार दिवसांत त्याच्या पोटात अन्न नव्हते. आता भिऊन उपयोग नव्हता. आणखी एक रात्र उपाशीपोटी तळमळत काढण्याची त्याची तयारी नव्हती.

शेवटी त्याने त्या रस्त्यावरून आणखी एक फेरी मारली आणि तो दुकानासमोर येऊन थांबला. एक थुलथुलीत, लठ्ठ माणूस काम संपवून बैठकीवरून उठत होता. त्याने ग्यानला पाहिल्यावर पुन्हा बैठक मारली आणि कपाळाला आठ्या घालत विचारले, "काय रे बुवा! आज का आलास? आज काही पहिली तारीख नाही!" ग्यानला त्याच्या म्हणण्याचा अर्थच कळला नाही. खिशातले सॉव्हरीन चाचपत धडधडत्या छातीने तो तसाच उभा राहिला. दुकानदाराला स्वत:ची चूक लगेच लक्षात आली. चेहऱ्यावरच्या आठ्या नाहीशा झाल्या आणि तिथे हास्य विलसले. "अरेच्चा! मीच चुकलो. तुम्ही काही कामासाठी आलेले दिसता. माफ करा हं. मला वाटलं, तुम्ही पोलीसच आहात आणि महिन्याचा हप्ता मागायला आलेले आहात... आत या ना."

ग्यानने आता स्वत:ला नीट सावरले होते. अंगावरच्या अंदमानातील कपड्यांमुळे आपण पोलिसासारखे दिसलो, हे त्याने ओळखले. छाती काढून तो वर चढला आणि एक नाणे पुढे करून म्हणाला, "मला हे सॉव्हरीन विकायचे आहे." सराफाने ग्यानकडे नीट निरखून पाहिले आणि त्याच्या हातातील नाणे स्वत:च्या हातात घेतले. त्याने हातानेच ते तोलल्यासारखे केले आणि म्हटले, "याचे तीस रुपये होतील." ग्यानने नकारदर्शक मान हलवली. बरीच वर्षे त्याने गुन्हेगारांच्या सान्निध्यात काढली होती; त्यामुळे सराफ लोकांशी कसे वागावे हे त्याला चांगले माहीत होते. "छे! छे! तिसाने नाही भागायचं." मग खुर्चीवर ऐसपैस बसत तो म्हणाला, "तिथे बोर्डावर तर सोन्याचा भाव अठ्ठावन्न रुपये लिहिलेला आहे."

"ए बाबा!... तुला ते तीस रुपयांना द्यायचं असलं तर दे. नाहीतर चालता हो. मी निदान तुझ्याशी बोललो तरी!... इतर सराफ बोलणारही नाहीत. सरळ पोलिसांना बोलावणं पाठवतील."

ग्यानने क्षणभर त्याच्याकडे निरखून पाहिले. मग नारळ सोलायचा मोठा कोयता उघडून त्याने सराफाला दिसेल असा टेबलावर ठेवला. "मग बोलवा की पोलिसाला!... सॉव्हरीनला तीस रुपये देऊ केलेत असं मीच त्याला सांगेन."

सराफाने सॉव्हरीन पुन्हा हाताने चाचपल्यासारखे केले आणि म्हटले, "ठीक आहे. देतो पन्नास!"

"माझ्याकडे दहा सॉव्हरीन आहेत."

त्या थुलथुलीत माणसाने ग्यानकडे नि टेबलावरच्या चाकूकडे आळीपाळीने पाहिले आणि मुंडी हलवली. ग्यानने बाकीचे नऊ सॉव्हरीन काढून त्याच्या हातात दिले. त्याने त्यांची नीट चळत केली आणि टेबलावर ठेवली आणि गादीखालून शंभराच्या नोटांचे पुडके काढले.

"मला दहा दहाच्या नोटा हव्यात." ग्यानने सांगितले.

सराफाने त्याच्याकडे बघितलेही नाही. शंभराचे पुडके गादीखाली ठेवून त्याने तेथूनच दहादहाच्या नोटांचे दुसरे बंडल काढले आणि पन्नास नोटा मोजून त्या ग्यानच्या हातात दिल्या. "पुन्हा कधी असं काम लागलं तर जरूर या. दुकान आपलंच आहे." तो हसत म्हणाला.

"हो!... नक्कीच. मी इथेच येईन." ग्यानने सांगितले आणि नोटा खिशात घातल्या. टेबलावरचा कोयता कमरेला लटकवून तो बाहेर पडला.

त्यानंतर त्याची उपासमार संपली. दररोज दोन्ही वेळा जेवण मिळू लागले. त्याने स्वत:करता एक छोटीशी ट्रंक आणि कपडेही खरेदी केले. त्याच्याजवळ पैसे होते; तरीही बरेच दिवस तो फूटपाथवरच झोपत होता. मग धीर करून त्याने मद्रासमधील एका अगदी स्वस्त अशा हॉटेलाचा आश्रय घेतला. हॉटेलात राहायचं तर स्वत:साठी एखादे नाव घेण्याची त्याला जरुरी भासली. खूप विचार करून त्याने मारुतीराव हे खोटे नाव धारण केले.

दक्षिण भारतात शेकडो नव्हे हजारो राव असतात; त्यांत आपले मारुतीराव हे नाव सहज खपून जाईल असा त्याचा कयास होता. थोड्याच दिवसांत त्याला स्वत:ची चूक समजून आली. कोणत्याही उत्तर भारतीयाला मद्रासमध्ये खोट्या नावाने लपून राहणे शक्य नाही हे त्याच्या लक्षात आले. त्याची भाषा निराळी होती. चेहरामोहराही वेगळा होता. मारुतीराव म्हणवून घेतले तरीही मद्रासमधील समाजाशी एकरूप होणे त्याला शक्य नव्हते. त्याचे पैसे संपत आले होते. गेले कित्येक आठवडे तो नोकरी मिळवण्याच्या खटपटीत होता. त्या दिवसांत मद्रासमध्ये

दारूगोळ्याचे कारखाने निघत होते. तिथे माणसांची जरुरी होती; परंतु योग्य त्या ओळखपत्राशिवाय मजुराचे काम मिळणेदेखील शक्य नव्हते... ग्यानसिंग बोलूनचालून खोट्या नावाने राहत होता. त्याला नोकरी मिळणे दुरापास्तच होते.

त्याने खूप विचार केला आणि मद्रास सोडण्याचे निश्चित केले. एके दिवशी सकाळी त्याने मद्रासचे हॉटेल सोडले आणि तो सरळ सेंट्रल स्टेशनवर गेला. तेथे त्याने दर्याबादचे तिसऱ्या वर्गाचे तिकीट खरेदी केले. तिकीट काढल्यावर त्याच्याजवळ फक्त एकशे एकाहत्तर रुपये उरले.

दर्याबादच्या मार्गावर कोणशेट होते. नाहीतर तो तिकडे कधीही गेला नसता. दर्याबादला जाताना पाचवड जंक्शनवर गाडी थांबली आणि तो भयंकर अस्वस्थ झाला. आपल्याला कुणीतरी ओळखेल या भयाने तो बाकाखाली लपून बसला. परंतु गाडीने शिट्टी मारली आणि पाचवड स्टेशन सोडले तेव्हा त्याला राहवले नाही. घरी जाण्याच्या तीव्र ओढीने त्याचे मन पेटले आणि त्याने स्वत:च्या नकळतच फलाटावर उडी मारली.

स्टेशनच्या बाहेर पडताना त्याला तीन वर्षांपूर्वीची आठवण झाली. त्या वेळी तो विद्यार्थी होता आणि सुटीत घरी चालला होता. त्या वेळी त्याच्या मनात देवीदयाळच्या बहिणीबद्दल, बिर्चीबागेतील ट्रिपच्या वेळी भेटलेल्या लोकांबद्दल आणि कॉलेजच्या पुढील वर्षाच्या अभ्यासाबद्दलचे विचार होते. कॉलेजमधील मुले ज्या तऱ्हेचे विचार करतात तसल्याच विचारांनी त्याचे मन भारलेले होते. आता सगळेच बदलले होते... तीन वर्षांपूर्वीचे दिवस स्वप्नासारखे वाटत होते.

संध्याकाळ होईपर्यंत त्याने स्टेशनमागच्या टेकडीवरच वेळ काढला. त्याने एका झाडाखाली पत्र्याची पेटी लपवून ठेवली आणि तेथून दहा मैलांवर असलेल्या स्वत:च्या जन्मभूमीकडे निघाला. वाटेत कुठेच काही बदल झालेला नव्हता. आसपासचे जंगलही तसेच होते. गेल्या वेळी हरीच्या बरोबर हसत-खिदळत तो त्याच रस्त्याने गावी गेला होता. नुकताच खटला जिंकला होता आणि पूजा कशी दणक्यात करायची याविषयी सारा रस्ताभर त्यांचे मनसुबे चालले होते. राजा आणि सर्जा या बैलांच्या पायाला त्रास होऊ नये म्हणून हरी आणि तो गाडीत न बसता पायी चालत होते. राजा आणि सर्जाची आठवण होऊन त्याचे मन गलबलले. त्यांना स्वत:च्या हाताने त्यानेच खाटकाला विकले होते.

अंधारातच त्याला मोठे घर दिसले. वरच्या मजल्यावरील खिडकीतून दिव्याचा प्रकाश बाहेर पडला होता... मोठ्या घरात आता कोण राहत असेल याविषयी त्याला तर्कदेखील करता येईना. त्या मोठ्या घराच्या खिडकीतून एकच एक दिवा लुकलुकत होता. अवतीभोवती सर्वत्र अंधार होता आणि मोठे घर भुताटकीने भारल्यासारखे दिसत होते... विष्णुदत्त आता मेलाच होता. दोन्ही घरांचे एकमेव वारस आपणच

आहोत असे ग्यानच्या लक्षात आले. त्याने त्या घराकडे निराळ्या दृष्टीने पाहिले आणि तो पुढे सटकला.

त्याच रस्त्याने तो स्वत:च्या घराकडे निघाला. रस्त्यावरची मातीदेखील पायांना ओळखीची वाटत होती. सगळीकडे अंधार होता. शेतकऱ्यांच्या झोपड्यांतून कुत्री भुंकत होती... भूतकाळात वावरणाऱ्या भूताप्रमाणे तो स्वत:च्या जन्मगावातील रस्त्यावरून चालला होता. कोपऱ्यावर पिंपळाचे झाड दिसले. अंधूकशा चांदण्यात त्याची पाने चमचमत होती. पिंपळाखालून जाताना त्याच्या जुन्या आठवणी जाग्या झाल्या. तिथेच उभा राहून त्याला ऐकू जाईल अशा आवाजात विष्णुदत्त हरीबद्दल कुत्सितपणाने बोलला होता. आता तिथे कोणीही नव्हते. वाऱ्याच्या झुळुकीबरोबर झाडाची पाने सळसळताना ऐकू येत होती. लांब कुठेतरी कुत्री भुंकत होती. तो धाकट्या घरासमोर येऊन उभा राहिला. हरी असताना ते घर जसे नीटनेटके दिसे तसेच त्या वेळीही दिसत होते. क्षणभर तो मधला काळच विसरला. त्याला वाटले, घरात आजी त्याची वाट पाहत आहे. दार उघडून आत गेल्यावर त्याला ओवाळण्यासाठी ती हातातल्या तबकात निरांजन घेऊन उभी आहे. काही वेळ तो त्या भावचित्रातच रंगला. मग त्याने स्वत:चे मन सावरले. अशा तऱ्हेने वेळ घालवणे बरे नव्हे. काम उरकून लगेच तिथून निघायला हवे. तिथे येणे हाच मूर्खपणा होता.

गावात कुणी ओळखले असते तर फार मोठी पंचाईत झाली असती. बाहेरच्या बाजूला हरीची खोली होती. तो तिकडे गेला. एका खिडकीला वर झडप होती. ती उचलून घरात शिरण्याचे त्याने ठरवले.

घरात सगळीकडे धूळच धूळ होती. सगळ्या खोल्या आणि दोन्ही बाजूचे कोपरे अगदी मोकळे होते. तिथे काहीही नव्हते. फर्निचर तर नव्हतेच; पण साधी गादी किंवा टेबल-खुर्चीही नव्हती. स्वयंपाकघरातही एकसुद्धा भांडे नव्हते. पाणी तापवायचा मोठा हंडा आणि शेतीची अवजारेही गायब झाली होती.

सरकारने घरावर जप्ती आणून सर्व सामान नेले असले पाहिजे हे त्याच्या लक्षात आले. आजीच्या मृत्यूनंतर शेतसारा थकल्यामुळे घरावर जप्ती आली हे त्याने ओळखले... तहसीलदाराच्या कचेरीतील चार लोक घरातील सामान जप्त करत असतानाचा देखावा त्याच्या डोळ्यांसमोर उभा राहिला.

विमनस्क होऊन तो तिथेच जमिनीवर बसला. दादांनी आणि हरीने ते घर उभे करण्यासाठी रक्ताचे पाणी केले होते. दोन पिढ्या त्यांनी त्यासाठी अविरत श्रम घेतले होते... ती वास्तू आज नेस्तनाबूत झाली होती. मग त्याला स्वत:च्या आयुष्याचाच संताप आला. जपान्यांची स्वारी आली म्हणून हे सर्व बघायचा प्रसंग आला असे त्याला वाटले. अंदमानात तो खरोखरच सुखात होता. ब्रिटिश कंपनीत त्याला दर महिन्याला साठ रुपये मिळत होते. तिथे सर्व ठीक होते. अंधारात बसल्या

बसल्या त्याला अंदमानचे जीवन खुणवायला लागले. तिथे त्याने प्रामाणिकपणे कष्ट करून स्वत:साठी स्थान निर्माण केले होते. तिथून पळायला लागल्यामुळे तो या खाईत येऊन पडला होता.

प्रथम त्याला अंदमानचे आकर्षण वाटले; पण मग त्याच्या मनाने पलटी खाल्ली. अंदमानला त्याचे नाव किती बदनाम झाले होते ते आठवले. गुरख्याला लोळवून देवीदयाळ पळून जात होता तेव्हा ग्यानने शिट्टी वाजवली होती. त्या शिट्टीच्या आवाजाने भयभीत झालेला देवीचा चेहरा त्याला आठवला. तिकाटण्यावर बांधलेल्या अवस्थेत देवी फटके खात होता आणि त्याच्या उघड्या शरीरातून रक्ताच्या चिळकांड्या उडत होत्या. ते दृश्य त्याच्या नजरेसमोर पुन्हा तरळले.

तो उभा राहिला. आता अंदमानबद्दल विचार करण्यात काही अर्थ नव्हता. तिथेही त्याला स्थान नव्हते. जपान्यांनी देवीदयाळला आणि इतर कैद्यांना कसे वागवले असेल याविषयी कल्पना करण्यात त्याचे मन चूर झाले. तेवढ्यात त्याला घसीटा रामोशाचे खांबावर लोंबणारे मृत शरीर आठवले... तुरुंगातल्या सगळ्या कैद्यांना जपान्यांनी असेच मारून टाकले असेल का?

स्वत:चे मन भ्रमले आहे हे त्याने ओळखले. खूप प्रयत्न करून त्याने ते ताब्यात आणले.... धाकट्या घरात काहीही नव्हते. तिथे थांबण्यात अर्थ नव्हता. मग त्याला वाटले की, देवघरात जावे आणि कुलदैवताचे दर्शन घेऊन बाहेर पडावे. स्वयंपाकघर मागे टाकले की, देवघर होते. तिथे तो गेला. टॉर्चचा प्रकाश टाकल्यावर त्याला आश्चर्य वाटले. शिवमूर्ती अजूनही देवघरात तशीच होती. शिवाला हात लावायचे धैर्य सरकारी अमलदारांनाही झाले नसावे; त्यामुळेच ती देवता देवघरात अजूनही उभी होती. त्या मूर्तीकडे बघून त्याचे मन एकदम शांत झाले. धाकट्या घरची सर्वांत मौल्यवान वस्तू अजूनही तशीच होती. इतर वस्तू गेल्या तरी विशेष अशी फिकीर नव्हती. ग्यानने पुढे होऊन मूर्ती उचलली. त्याच्या कल्पनेपेक्षा ती कमी वजनदार होती. मूर्ती घेऊन तो बाहेर आला आणि त्याने खिडकीची झडप पहिल्यासारखी लावून टाकली. दोन्ही हातांनी मूर्ती हृदयाशी घट्ट धरून तो चालायला लागला.

ऑफिसचा हॉल खूप मोठा ऐटबाज आणि वातानुकूलित होता. खाली जमिनीवर गडद लाल रंगाचे पर्शियन कार्पेट घातलेले होते. खिडकीपाशी गुबगुबीत सोफा होता आणि त्याच्या शेजारी दोन खुर्च्या होत्या. शेजारीच छोटेसे टी-पॉय होते. त्यावर पुष्पगुच्छ होता. समोरच्या खिडकीवर नवीनच बांधलेल्या कालिंदीच्या पुलाचे तैलरंगातले चित्र होते. चकचकीत रंगाच्या डेस्कपलीकडच्या भिंतीवर केसात फुले माळलेल्या एका युवतीचे चित्र होते. ग्यानने पाहिल्याबरोबर ते सुंदरीच्या आईचे तरुणपणाचे चित्र असावे हे ओळखले. डेस्कवर चांदीच्या फोटो फ्रेममध्ये सुंदरीचे

आणि देवीदयाळचे फोटो होते. डेस्कमागच्या उंच पाठीच्या खुर्चीवर दिवाणबहादूर टेकचंद बसले होते.

टेकचंदांनी समोरच्या खुर्चीवर बसलेल्या तरुणाकडे आणि जमिनीवर ठेवलेल्या शिवमूर्तीकडे आळीपाळीने पाहिले. मग ते खुर्चीवरून उठले आणि मूर्तीजवळ जाऊन तिच्याकडे निरखून पाहू लागले. मूर्तीच्या अंगावरून त्यांनी आपली सराईत बोटे फिरवली आणि नखाने वाजवून पाहिले.

त्यांनी मग ग्यानला शिवमूर्ती शेल्फवर ठेवण्यास सांगितले आणि त्याला विचारले, "ही मूर्ती माझ्याकडेच का आणलीस?"

पूर्वी ग्यानसिंग टेकचंदांकडे गेला होता तेव्हा त्याने त्यांच्या म्यूझिअममधील मूर्ती बघितल्या होत्या. त्यांना निरनिराळ्या तऱ्हेच्या मूर्ती जमविण्याचा छंद आहे हे त्याला माहीत होते. तो म्हणाला, "तुमच्याजवळ उत्तमोत्तम मूर्ती आहेत, असे मी ऐकले होते. लाहोरच्या म्यूझिअमपेक्षाही तुमच्या घरची म्यूझिअम समृद्ध आहे, असे लोक म्हणतात."

टेकचंदांनी त्याच्याकडे एकदा आपादमस्तक बघितले आणि मूर्तीवर एक दृष्टीक्षेप टाकून ते म्हणाले, "माफ करा हं! पण तुम्ही ही असली मूर्ती विकायला निघाला आहात त्यावरून मला वाटतं, तुम्ही सध्या फार अडचणीत आहात. खरं का? काय नाव तुमचं?"

"तलवार... ग्यानने सांगितले. ग्यान तलवार माझं नाव." आता खरे सांगायचे असे त्याने ठरविले होते.

"हं! तलवार नाव काय तुमचं? मी म्हणतो ते खरं ना?"

"मी सध्या फार अडचणीत आहे हे खरंच आहे; पण तुमच्या ध्यानात ते येईल असं नव्हतं वाटलं."

"हिंदू लोक स्वतःच्या घरातले देव सहसा विकत नाहीत. या मूर्तीवर तर आजही चंदनाचे गंध दिसते आहे. अगदी परवा-परवापर्यंत तिची पूजा होत असली पाहिजे."

"खरं सांगायचं म्हणजे मला काही माहीत नाही बुवा! मी धर्मबिर्म मानत नाही. माझ्या दृष्टीने जगात फारच थोड्या गोष्टी पवित्र असतात."

"तुम्हाला असं वाटायचंच. हे वयच असं असतं. काय वय आहे तुमचं?"

"तेवीस."

टेकचंदांनी त्याच्याकडे खोल नजरेने पाहिले. ग्यानच्या शरीराला अतिश्रमामुळे कठिणाई आलेली होती. हात कडक होते आणि दोन्ही खांदे रुंदावले होते. टेकचंदांच्या कपाळावर आठ्या पडल्या आणि पुढच्याच क्षणी त्या विरल्या.

"तेवीसच वय आहे ना? या वयात माणूस असंच बोलतो. तुमच्या दृष्टीने

जगात फार थोड्या गोष्टी पवित्र असतील; पण तरीही घरातले देव तुम्ही विकायला निघालात याचं आश्चर्य वाटतं. तुमच्या आई-वडिलांनी पूजलेले देव.''

त्यांची नजर चुकवीत ग्यान म्हणाला, ''मला हल्ली नोकरी नाही. मी बेरोजगार आहे.''

''तेही कारण खरं दिसत नाही. तू हुशार आहेस, सुशिक्षित आहेस; तुला काम करण्याची सवयही असावी असं वाटतं. छे! छे! तुला हजार नोकऱ्या मिळतील.'' त्यांनी टेबलावरचा पांढऱ्या रंगाचा टेलिफोन उचलला आणि पलीकडच्या कुणाला तरी म्हटले, ''हं - एक मिनिटात पाठवा त्याला. मला हे सारं प्रकरण लवकर संपवायचं आहे.'' रिसीव्हर खाली ठेवून त्यांनी ग्यानकडे पाहिले.

टेकचंद टेलिफोन करीत असताना त्यांना स्वत:बद्दल सगळे खरे खरे सांगून टाकावे, अशी ग्यानच्या मनात तीव्र इच्छा निर्माण झाली. टेकचंदांना संशय आला आहे हे उघड दिसत होते. काय करावे याचा विचार करत तो उभा होता. या ठिकाणी नारळ सोलण्याच्या कोयत्याचा काहीच उपयोग नव्हता.

''तुम्ही असं करा, ही मूर्ती तुम्हाला काही वेळ इथं ठेवावी लागेल. मी आणखी काही जाणत्यांना ती दाखवेन. मग किंमत सांगेन.'' टेकचंद म्हणाले.

ग्यान चाचरत म्हणाला, ''हा काही चोरीचा माल नाही. माझ्या मालकीचीच ही मूर्ती आहे.''

''ते खरं आहे हो; पण खरेदी करण्यापूर्वी मला खात्री करून घ्यायला नको का? मूर्ती फारच उत्तम आहे. किंमत ठरवण्याआधी दुसऱ्या कुणाला तरी ती दाखवायला हवी.''

''दुसऱ्या कुणाला कशाला दाखवता? तुम्ही म्हणाल ती किंमत मला मान्य आहे.''

''ही मूर्ती थोडा वेळ इथं ठेवायला तुमची हरकत आहे का?''

''छे! छे! तसं काही नाही. पण...''

दिवाणबहादूर खुर्चीवरून उठले आणि मूर्तीजवळ गेले. मूर्तीकडे लक्षपूर्वक पाहत ते म्हणाले, ''खांद्याजवळ खोचा आहे. लोखंडी हत्याराने खूप जोरात कुणीतरी तिच्यावर आघात केलेला दिसतो. पंचधातूची मूर्ती आहे ही. साध्यासुध्या आघातानं फुटणं शक्य नाही. आपण असं करू - मूर्ती इथंच ठेवा. उद्या माझ्या घरी या. कितीला याल?''

''संध्याकाळी पाचला?''

''हं! पाचला चालेल. चार वाजता मला एक मीटिंग आहे. पाचपर्यंत ती संपेल. याल ना?''

''हो! येईन की.'' खुर्चीवरून उठत ग्यान म्हणाला.

''केरवाड ॲव्हेन्यूत माझा बंगला आहे.''

''मला माहीत आहे.''

"ठीक!... मग या उद्या पाचला. मी घरी नसलो तर थोडा वेळ थांबा म्हणजे झालं." टेकचंद क्षणभर थांबले आणि पुढे म्हणाले, "तुम्हाला काही ॲडव्हान्स देऊ का?... शंभर चालतील?"

"छे! छे!... तशी काही जरुरी नाही." ग्यान म्हणाला आणि चालू लागला. तो गेल्याबरोबर लगेच टेकचंदांनी टेलिफोन उचलला आणि लाहोर म्यूझिअमच्या क्युरेटरशी बोलू लागले. त्यांचे बोलणे बराच वेळ चालले होते.

२४

दिवाणबहादूर टेकचंदांच्या बंगल्यापुढे ग्यान थोडा वेळ उभा राहिला. त्याचे नशीब आज ठरणार होते. आपण लवकर आलो आहोत किंवा काय याबद्दल त्याला भीती वाटली. त्याच्याजवळ घड्याळ नव्हते; त्यामुळेच नक्की वेळ समजणे अवघड होते.

गड्याने त्याला जिन्याजवळच्या खोलीत बसवले. पूर्वी तो तिथे आला होता. त्या आठवणी त्याच्या मनात भुतासारख्या पिंगा घालत होत्या. काही वेळ तसाच गेला आणि मग पलीकडच्या बाजूने पावलांचा आवाज आला. चॉकलेटी रंगाचे एक कुत्रे त्याच्याजवळ आले आणि हुंगायला लागले.

ग्यानला कुत्र्यांची भीती वाटे; त्यामुळे त्याने अंग चोरून घेतले.

कुत्रे भुंकायला लागले. त्याने त्याला थोपटण्याचा प्रयत्न केला; पण काही उपयोग झाला नाही.

"ए गया! कुणावर एवढा गुरगुरतो आहेस!" वरूनच लाडिकपणे कुत्र्याला दटावलेले ऐकू आले. आता पावलांचा आवाज अगदी जवळ आला. ती जवळजवळ धावतच आत आली. ती पूर्वीपेक्षा जास्त उंचनिच आणि सुंदर झाली आहे असे त्याला वाटले. त्याने उठून खाली मान घालून नमस्कार केला. तिच्याकडे बघण्याचेही धैर्य त्याला झाले नाही.

सुंदरीने त्याला पाहिले आणि ती एकदम थबकली. चाचरत हिंदीमध्ये म्हणाली, "माफ करा हं. इथे कुणी आहे हे मला मुळीच माहीत नव्हतं." तिथे कुणी आले आहे हे तिला माहीत असणे शक्यच नव्हते.

ग्यान पायीच आला होता; त्यामुळे तो आला तेव्हा पोर्चमध्ये मोटार वाजली नव्हती... पायी येणाऱ्याची दखल या बंगल्यात कधीच घेतली जात नव्हती.

हलक्या आवाजात त्याने सांगितले, "दिवाणरावांनी मला थांबायला सांगितले आहे."

"अरे हो! ...तुमच्याकडून ते मूर्ती विकत घेणार आहेत ना? दुपारी जेवताना त्याबद्दल ते म्हणत होते. स्पिंडलने तुम्हाला काही त्रास तर नाही दिला?..."

"छे! छे!... अहो, माझी नि त्याची तर आता दोस्ती झाली आहे."

ती खूप हसली. ग्यानचा स्वत:वरचा ताबा सुटला. तो तिच्याकडे बघत राहिला. गेल्या कित्येक वर्षांत सुंदर स्त्रीचे मनमोकळे हास्य त्याने पाहिलेच नव्हते. ती खाली वाकली आणि तिने स्पिंडलला कवेत घेतले. "आबाजी एवढ्यात येतीलच. स्पिंडलने तुम्हाला खरंच नाही ना त्रास दिला?" ती जिन्याकडे वळली आणि थांबली. मागे वळून पाहत तिने विचारले, "मला वाटतं, तुम्हाला मी पूर्वी कुठेतरी बघितलं आहे." ग्यानचे हृदय धडधडले. "बाप रे!... तिने ओळखले असेल तर सर्वच खेळ खलास होणार..." पण इतक्या वर्षांनी आपल्याला तिने ओळखले याचे त्याला मनातल्या मनात थोडे बरेही वाटत होते.

"हं! आता आठवलं. देवीबरोबर तुम्ही इथे आला होतात... आपण चहा घेतला आणि मग बिर्चीबागेत पिकनिकला गेलो. तुम्ही त्या दिवशी सर्व नदी पोहून गेलात... आठवतं आहे ना?"

थोडा वेळ शांतता पसरली. दोघेही एकमेकांकडे बघत राहिले. बाहेरच्या बाजूस एक मोटार हलकेच थांबली आणि दार उघडले गेले. कुणीतरी येत असल्याचा आवाज कानावर आला. ग्यानला तिच्या भेटीची झिंग चढलेली होती. झपाटल्यासारखा तो नुसताच उभा राहिला.

"अरे वा!... आलात का?" टेकचंद घड्याळाकडे पाहत उद्गारले, "फार वेळ नाही ना झाला?... यांचं नाव तलवार आहे बरं का गंऽ?" त्यांनी सुंदरीला सांगितले "आणि ही माझी मुलगी- सौ. चंडीदार!"

ग्यानने हात जोडून नमस्कार केला. सुंदरीने हसून त्याचा स्वीकार केला आणि ती आत निघून गेली.

"चला, आपण वरच बसू." टेकचंद जिना चढत म्हणाले. ग्यान त्यांच्या मागोमाग गेला. पूर्वीदेखील तो त्याच जिन्याने वर गेला होता. त्या वेळचे सर्व त्याला आठवले. जिना चढून ते मागच्या बाजूच्या म्यूझिअममध्ये गेले. तिथे जिकडे-तिकडे विविध मूर्ती होत्या. शंकर, विष्णू, ब्रह्मा, गणपती, नरसिंह आणि लक्ष्मी- या साऱ्या देवतांच्या अनेकविध मूर्ती तिथे होत्या. एका उंच आसनावर धाकट्या घरची शिवमूर्ती ठेवलेली होती. शिवाच्या पलीकडे हिऱ्यामोत्यांच्या दागिन्यांनी झगमगणारी स्वरूपसुंदर अशी आई - राधा उभी होती.

"यांचं नाव तलवार." टेकचंदांनी ओळख करून दिली. "आणि ही माझी बायको."

"गाडीचा आवाज ऐकला आणि मी चहा इथेच आणायला सांगितला." सौ. टेकचंदांनी सांगितले.

पूर्वीप्रमाणे त्यांचे वागणे होते. कशातच काही बदल नव्हता. पांढऱ्याशुभ्र गणवेषातील नोकर ट्रे घेऊन आत येत होते. त्या ट्रेमध्ये केक, सँडविचेस आणि पकोडे ठेवलेले होते. चहाच्या कपबशा आणि चमचे सर्वच नाजूक आणि सुंदर होते. टेकचंद सोफ्यावर बसले आणि तो समोरच्या खुर्चीत बसला. आपल्या हातून एखादा कप फुटेल अशी सारखी त्याला भीती वाटत होती. वेटर हातात ट्रे घेऊन खोलीत जा-ये करत होते. त्यांच्याकडे बघत राहावेसे त्याला वाटत होते.

"सुंदरी कुठे आहे?" टेकचंद बाईंनी विचारले, "तिला चहा घ्यायचा नाही का?"

"कुत्र्याला घेऊन ती खाली गेली असावी." टेकचंदांनी सांगितले. "मी तिला दरवाजात पाहिली."

"मोहन, खाली जा आणि सुंदरीला चहासाठी इथे बोलावलं आहे म्हणून सांग." सौ. टेकचंदांनी एका नोकराला सांगितले.

खाणे झाल्यावर टेकचंद उठले. टेबलाच्या खणातून मॅग्निफाइंग ग्लास काढून ते मूर्तीजवळ गेले. त्यांनी त्या शिवमूर्तीचे पुन्हा निरीक्षण करण्यास सुरुवात केली.

सुंदरी स्पिंडलला घेऊन आत आली. ग्यान हातातली कपबशी सांभाळत उभा राहिला. "आलीस का गं?" सौ. टेकचंद म्हणाल्या, "यांची ओळख करून देते. हे ग्यानसिंग तलवार!"

"आम्ही पूर्वी भेटलो होतो." सुंदरी खुर्चीवर बसत म्हणाली.

"भेटला होतात?" चहा ओतण्याचे थांबत तिच्या आईने विचारले.

"मी दिवाणबहादूरांची वाट पाहात खाली बसलो होतो ना, तेव्हा आमची भेट झाली." ग्यानने सांगितले.

दुपारचा चहापान समारंभ ठरीव पद्धतीने चालला होता. युद्धाबद्दल, उन्हाळ्याबद्दल आणि स्वातंत्र्य चळवळीबद्दल त्यांच्या गप्पा झाल्या. मग दोघी स्त्रिया निघून गेल्या आणि नोकरांनी टेबलं साफ केली. एका नोकराने चांदीच्या पेटीतील उंची सिगारेट पुढे केली. त्याने ती पेटवली आणि झुरका मारला. अंदमानला जाताना बोटीत त्याने चोरून सिगारेटचे थोटूक ओढण्याचा प्रयत्न केला होता तेव्हा बलबहादूरने त्याच्या हातावर जबरदस्त तडाखा दिला होता. त्याची त्याला त्या वेळी आठवण झाली.

मग टेकचंदांनी बोलण्यास सुरुवात केली. "मी ही मूर्ती विकत घ्यायचं ठरवलं आहे. आता मी जी किंमत सांगणार आहे, ती तुम्हाला योग्य वाटेल अशी मला खात्री आहे." ते बोलतानाही मॅग्निफाइंग ग्लासमधून शिवमूर्तीकडे बघत होते. ग्यानसिंग शांतपणे सिगारेट ओढत राहिला. मनात योजलेला बेत सिद्धीस जाणार

याबद्दल त्याला खात्री वाटू लागली. शिवमूर्ती विकणे हे नुसते नाटक होते. दिवाणबहादूरांचा दुसऱ्या तऱ्हेने उपयोग करून घेण्याचा त्याचा बेत होता. दिवाणबहादूरांशी ओळख करून घेण्याचे ते नुसते साधन होते.

''लाहोरच्या म्यूझिअमचा क्यूरेटर आज इथे जेवायला आला होता. आम्ही दोघांनीही बसून मूर्तीची परीक्षा केली. ही मूर्ती सहाव्या शतकाच्या पूर्वीची आहे हे नक्की! तंजावरच्या कुमारप्पांच्या मुलानं ती बनवली आहे. प्रथम मला वाटलं की, ती खुद्द कुमारप्पांच्या हातचीच आहे; पण तसं नाही तेच बरं आहे.''

''का बरं?''

''कारण मग शिवमूर्तीची किंमत इतकी जास्त झाली असती की, ती मला परवडली नसती.''

''मग तर बरंच झालं. ती तुम्हीच घ्यावी अशी माझी इच्छा आहे.''

टेकचंदांनी मॅग्निफाइंग ग्लास ड्रॉवरमध्ये ठेवून दिला आणि मग ते म्हणाले, ''ही मूर्ती कुमारप्पांनी केलेली नाही. साहजिकच तिचं महत्त्व थोडं कमी झालं आहे; परंतु कुमारप्पांची दोन्ही मुलंही उत्तम शिल्पकार होती हे लक्षात घ्यायला हवं. अर्थात वडिलांच्या हाताची सर त्यांना कशी येणार? त्यांनी बऱ्याच मूर्ती केल्या. शिवाच्या तर अशा शंभर मूर्ती आजपर्यंत विकल्या गेल्या आहेत; त्यामुळे अर्थातच त्यांची किंमत कमी होते.''

ते थोडा वेळ थांबले आणि पुढे म्हणाले, ''माझ्या मते त्या दोघांची कला खूपच श्रेष्ठ दर्जाची आहे. महेश्वरी किंवा नित्यानंद यांच्यापेक्षादेखील ती उजवी आहे. तिच्यात अजंठा पद्धतीचा रोमॅंटिझम नाही किंवा खजुराहोच्या चित्रांमध्ये आढळणारा लैंगिक भडकपणा नाही; पण काहीतरी वेगळं आहे. त्यांच्या कलेतून आदिमानव प्रतीत होतो.''

''याची काय किंमत येईल?'' ग्यानने विचारले. शिवमूर्ती विकून मिळणाऱ्या पैशांबद्दल त्याला विशेष उत्सुकता नव्हती. ती तो टेकचंदांना नजर करण्यासही तयार झाला असता; परंतु त्यांनाच ते आवडले नसते. शिवाबद्दल त्याला फारशी पर्वा नव्हती. त्याच्या दृष्टीने शिवापेक्षाही टेकचंद जास्त महत्त्वाचे होते.

''याची तशी किंमत करणं कठीण आहे.'' टेकचंद म्हणाले. ''जर ती विकत घ्यायची तर मी दोन हजारांना घेईन - फारतर पंचवीसशे देईन. कुमारप्पांच्या मुलांनी असल्या एकंदर दोन मूर्ती केल्या. त्यांतली एक लाहोरच्या म्यूझिअममध्ये आहे. तिलाही त्यांनी तितकेच पैसे दिले आहेत.''

आकडा ऐकून ग्यान हादरलाच. त्या शिवमूर्तीचे इतके पैसे येतील असे त्याला वाटले नव्हते. ''महेश्वरी हा शिल्पकार तुम्हाला माहीत असेलच. तो कुमारप्पांचा समकालीन होता. त्यानं बनवलेली एक मूर्ती मजजवळ आहे. तुम्ही ही मूर्ती जर

मला दिलीत तर दोन्ही मूर्ती मी जिन्याच्या दरवाजापाशी समोरासमोर ठेवीन.''

''वाह वा! हे काय बोलणं झालं! मूर्ती तुम्हालाच द्यायची आहे हे नक्की! दोन हजार रुपयांना मी तुम्हाला मूर्ती दिली असं समजा.''

''छे! छे! दोन हजारच काय म्हणून?''

''खरंच सांगतो, तिची इतकी किंमत येईल असं मला कधीच वाटलं नव्हतं.''

''ही मूर्ती कुमारप्पांच्या हातची असती तर तिला कमीतकमी पंधरा हजार रुपये तरी आले असते... दोन वर्षांपूर्वी एका अमेरिकनानं तर पंचवीस हजार दिल्याचं मी ऐकलं आहे.''

''तसं जरी असलं तरीही ही मूर्ती मी तुम्हालाच विकली असती.'' ग्यान म्हणाला. ''तुम्ही म्हणाल तेवढ्या किंमतीला मी ती दिली असती.''

टेकचंदांनी प्रश्नार्थक नजरेने त्याच्याकडे पाहिले आणि विचारले, ''माझ्याकडून तुमची आणखी काही अपेक्षा आहे का?'' ग्यानची छाती धडधडली. जो बेत त्याने मनात ठरवला होता, त्याचा शेवट आता दृष्टीपथात आला होता. ''होय! मला नोकरी पाहिजे आहे.''

''नोकरी? कसली नोकरी?''

''कसलीही. तुमची इतकी कामं चालली आहेत, तिथे कारकुनाची किंवा सुपरवायझरची नोकरी दिलीत तरी चालेल. मजुरीकाम करायलादेखील मी तयार आहे. कष्टाची मला सवय आहे.''

टेकचंद अस्वस्थ झाले. त्यांचा संशय बळावला. त्यांना वाटले, हा तरुण एखादा क्रांतिकारक असेल का? मिलिटरीची अनेक बांधकामे त्यांनी घेतली होती. त्याला तिथेच नोकरी का हवी असेल? चांगला शिकलेला असूनसुद्धा हा मजुराचे काम करायला का तयार असावा!

''आणखी काही सांगायचं आहे?''

''होय! नोकरीचं ठिकाण येथून खूप लांब असावं आणि...''

''हं! तुम्ही माझ्यापासून काहीतरी लपवत आहात असं वाटतं... खरं ना?''

''खरं आहे. मी सध्या परागंदा अवस्थेत आहे. मला एका ठिकाणी स्थायिक व्हायचं आहे.''

''ही शिवमूर्ती कुठून तरी चोरून आणलेली दिसते.''

''नाही. तसं नाही.''

''तुमच्या हातात ती कशी आली? मी अर्थातच चौकशी केलेली आहे. ती चोरलेली नाही. कारण, अशी मूर्ती चोरीला गेली असती तर क्युरेटरला पत्ता लागला असता... परंतु या सर्व प्रकारांत काहीतरी गूढ आहे.''

''ते सर्व सांगायलाच हवं का?''

"जो माणूस अशा तऱ्हेच्या वस्तू विकत घेतो त्याला सर्व इतिहास कळणं जरुरीचं असतं. या माझ्या म्यूझिअममध्ये इतक्या मूर्ती आहेत, त्या प्रत्येकीखाली मूर्तीबद्दल संपूर्ण माहिती असलेलं कार्ड आहे. प्रत्येक माणसाला जसं नाव असतं, तसं अशा तऱ्हेच्या प्रत्येक वस्तूला इतिहासही असतोच."

"मला जे माहीत आहे ते सर्व मी सांगतो." ग्यान म्हणाला. "मला तसं फार माहीत नाही. माझे आजोबा शेतामध्ये खणत होते तेव्हा त्यांना ती सापडली. त्यांची कुदळच प्रथम मूर्तीच्या खांद्याला लागली; त्यामुळेच तिथे टवका उडाल्याची खूण आहे."

"हे शेत कुठे आहे?"

"सोनारवाडी जिल्ह्यात पिपलोड येथे शेत आहे."

"मला वाटतं, ते येथून उत्तरेच्या बाजूला आहे. नाही का?"

"हो ना... हिमाचलमध्ये ते गाव आहे."

"आश्चर्य आहे. कुमारप्पांचं वास्तव्य तर दक्षिण भारतात होतं. तेथून ते ठिकाण कमीतकमी दोन हजार मैल असेल. ब्रिटिशांनी हिंदुस्थान एकत्र केला म्हणतात; पण त्यापूर्वीही कित्येक शतकं हिंदु धर्मामुळे तो एकच होता... हे साधारण कोणत्या वर्षी घडलं?"

"ही मूर्ती माझ्या आजोबांना एकोणीसशे आठ किंवा नऊ या वर्षी सापडली असावी."

"आणखी काही माहिती?"

"त्यानंतर त्यांनी घरातल्या देवघरामध्ये त्या मूर्तीची स्थापना केली."

"ते दररोज पूजा करीत होते का?"

"होय!"

"आणि तुम्ही म्हणता की, मी नास्तिक आहे."

"मी नास्तिकच आहे."

"तुम्हाला इतकंच माहीत आहे?"

"मूर्तीबद्दल मला इतकंच माहीत आहे."

दोन-चार मिनिटे टेकचंद मूर्तीकडे डोळे भरून बघत राहिले. नंतर ग्यानकडे वळून ते म्हणाले, "मूर्तीला चांगली किंमत यावी असा तुमचा हेतू आहे आणि तुम्हाला नोकरीही हवी आहे."

"होय. नोकरी मिळावी म्हणून तर मी तुमच्याकडे आलो."

"येथून कुठेतरी दूर अशी नोकरी तुम्हाला पाहिजे."

"होय!"

"तुम्हाला नोकरीची इतकी जरुरी का आहे, हेच कळत नाही. आजकाल

नोकऱ्यांना तोटा नाही. तुम्ही तर चांगले शिकलेले दिसता आणि मजुरी करायलासुद्धा तयार आहात हे ऐकून आश्चर्य वाटतं.''

''तुम्ही आत्ताच म्हणालात- प्रत्येक माणसाला नाव हवं, गाव हवं. त्याची ओळख पटायला हवी... मला तेच हवं.''

टेकचंदांनी त्याच्याकडे निरखून पाहिले. ''तुमचं मला जास्तच आश्चर्य वाटतं! तुमचं नाव ग्यान तलवार आहे... सोनारवाडी जिल्ह्यात तुमचं गाव आहे. तुम्ही तिथे शाळेत गेलेले असणार... त्या रेकॉर्डवरून तुमची ओळख सहज पटेल. तुम्ही कुठेतरी नोकरीही केलेली दिसते. या माहितीवर तुम्ही नोकरी का मागत नाही? काही घोटाळा आहे की काय?''

''तेच तर तुम्हाला सांगतो आहे.'' ग्यान हलक्या आवाजात म्हणाला आणि त्याने कॉलरवरची शर्टची गुंडी सोडली. अंदमानचा 'डी' बिल्ला दाखवत तो म्हणाला, ''हा घोटाळा आहे.''

त्यांच्या झोपण्याच्या खोलीच्या मागच्या बाजूला मोठी गच्ची होती. तिथे टेकचंद अस्वस्थपणे फेऱ्या घालत होते. त्यांनी अंगात कुडता आणि पायजमा घातला होता. पिवळसर रंगाच्या त्यांच्या चपलांचा खालच्या संगमरवरी फरशीवर चालताना आवाज येत होता. टेकचंदबाई तिथेच खुर्चीवर अवघडल्यासारख्या बसल्या होत्या.

''छे! मला काही हे पसंत नाही.'' टेकचंद जोराने उद्‍गारले. ''मुळीच पसंत नाही.'' हे एकच वाक्य त्यांनी त्या दिवशी कितीतरी वेळा उच्चारले होते.

''पण काहीच न करून कसं चालेल?'' सौ. टेकचंद म्हणाल्या. ''देवीनं त्याला आपल्याकडे पाठवलं आहे. देवीला काही किंमत आहे की नाही?''

''तुला कळत कसं नाही?- हे सगळंच चमत्कारिक आहे. माझ्यासारख्यानं असं वागणं बरोबर नाही.''

टेकचंदांची समाजातली प्रतिष्ठा सौ. टेकचंदांना माहिती नव्हती, असे मुळीच नव्हते. ते दिवाणबहादूर होते. देवीने घातपाती चळवळींत भाग घेण्याचा मूर्खपणा केला नसता तर ते एव्हाना 'सर'ही झाले असते. त्या आकांक्षा आता संपल्या होत्या हे खरे; पण युद्धप्रयत्नांत मदत करून आणि निरनिराळ्या संस्थांवर देणग्यांची खैरात करून त्यांनी स्वतःचे महत्त्व अजूनही अबाधित ठेवले होते. सरकारच्या मनातले किल्मिश आता मावळले होते. त्यांची आता पुन्हा चढती कमान सुरू झाली होती. युद्ध संपल्यावर लगेच त्यांना 'सर' ही पदवी मिळणार हे आता ठरल्यासारखे होते. थोड्याच दिवसांत ते 'सर टेकचंद केरवाड' होणार होते आणि सौ. टेकचंद अर्थातच 'लेडी केरवाड' होणार होत्या.

''छे! यात फार मोठा धोका आहे.'' टेकचंद स्वतःशीच पुटपुटले, ''युद्धात

सर्व प्रतिकूल घडतं आहे आणि आपण अंदमानातून पळून आलेल्या एका खुनी व्यक्तीला नोकरीवर ठेवायचं! - हे भयंकर आहे.''

''त्यात कसला धोका आहे?'' सौ. टेकचंदांनी विचारले.

फेऱ्या घालता घालता ते थांबले आणि त्यांच्याकडे बघत म्हणाले, ''यामुळे काय वाटेल ते होईल. तो घातपाती चळवळींशी संबंधित नाही हे तरी आपल्याला कसं समजणार? देवीचा तो मित्र आहे. असल्या चळवळींत तो असणारच. समजा, तो आता अगदी सुधारला असला तरी त्याला इथं आलेला पाहिल्यावर ती सर्व मंडळी त्याच्याभोवती गोळा होणारच. माझी अनेक मिलिटरी कंत्राटे चालू आहेत. त्यांत त्याच्यामुळे घोटाळा नाही का होणार?... त्या सर्व व्यापारात माझे लक्षावधी रुपये गुंतले आहेत एवढं लक्षात असू दे.''

''काही वेडंवाकडं करणार नाही असं त्याच्याकडून कबूल करून घ्यावं म्हणजे झालं. ''

''हं!... कबूल करून घ्यावं म्हणे! ...कुणाकडून एका खुन्याकडून?''

''असं का म्हणता हो? तो चांगला दिसतो... सुंदरीदेखील तसं म्हणाली.''

टेकचंदांनी पुन्हा फेऱ्या घालण्यास सुरुवात केली. त्यांच्या कपाळावरच्या आठ्या दाट झाल्या होत्या.

''तिथून तो कसा सुटला हे तरी त्यानं सांगितलं का?''

''सांगितलं ना!... तो तिथे स्वतंत्रपणे राहत होता. दुसऱ्या एका माणसाशी संगनमत करून त्यांनी एक बोट ठरवली... कुणाच्यातरी घशाच्या खोबणीत सोन्याची नाणी सापडली... सगळ्या गप्पा!... देवीलादेखील बरोबर चलण्याविषयी त्याने सुचवलं होतं म्हणे! पण तो नाही म्हणाला. त्यानं बरोबरच केलं म्हणा! असं पळून जायचं म्हणजे किती धोका आहे याची त्याला कल्पना आहे.''

''धोक्याचं काय सांगता!... माझा मुलगा आहे तो. कशालाही घाबरणार नाही.'' टेकचंदबाई नाटकीपणाने म्हणाल्या.

ते आरामखुर्चीत बसले आणि म्हणाले, ''तुला वाईट वाटेल, म्हणून मी बोललो नाही. हा माणूस सांगतो की, देवीला संकटाची भीती वाटत नाही सर... पण ...पण त्याला परत यायची किंवा आपल्या कुणाला भेटायचीच इच्छा नाही. आपण पाठवलेली पत्रंदेखील तो फोडून वाचत नाही... इतकं जर आहे तर देवीने या माणसाला आपल्याकडे तरी का पाठवावं?...हा सांगतो त्यावर विश्वास तरी कसा ठेवायचा?''

''का पाठवावं म्हणजे काय?... आपल्यावर त्याचा हक्क नाही का? ते तिथून कसे सटकले? ते दोघं होते ना?... एका बोटीतून आले. ब्रह्मदेशच्या किनाऱ्यावर उतरले. जपानी लोकांनी ब्रह्मदेश जिंकण्याच्या अगोदर एक आठवडा ते तिथे

पोहोचले. नंतर सर्व गोंधळ माजला. नाहीतर ते तिथे पकडले गेले असते. ब्रह्मदेशात शासनच खिळखिळं झालं होतं. त्याचा फायदा त्यांना मिळाला. निर्वासितांचे लोंढे तेव्हा हिंदुस्थानात येत होते. त्यांत ते सहजच सामावले गेले. दुसरं काय?...''

सौ. टेकचंदाचे डोळे डबडबले. ''देवीनं त्यांच्याबरोबर यायचं मनात आणलं असतं तर तोही आज इथे असता.''

''तो इथं आल्यानं भागलं नसतं. पोलिसांकडे आपल्याला त्याचा 'रिपोर्ट' करावाच लागला असता.''

''मी तुम्हाला मुळीच तसं करू दिलं नसतं.'' त्या रागाने म्हणाल्या आणि साडीच्या पदराने डोळे पुसत राहिल्या. दोघेही थोडा वेळ गप्पच होती. ही भांडणापूर्वीची शांतता आहे असे टेकचंदांना वाटले.

''अंदमानात आता जपान्यांचं राज्य आहे. देवीचं तिथं कसं चाललं असेल असं तुम्हाला वाटतं?'' त्यांनी विचारलं.

टेकचंदांनी निःश्वास सोडला. भांडणाची भीती गेली होती. ''तसं कसं सांगणार?'' ते म्हणाले. ''सिमल्यामध्येही त्याबद्दल कुणाला नक्की माहिती नाही. ब्रिटिशांप्रमाणेच जपानी लोकही त्यांच्याशी समजूतदारपणाने वागतील असं वाटतं. जपान्यांच्या अत्याचारांची अतिरंजित वर्णने नेहमी पेपरमध्ये येतात. माझा त्यांच्यावर विश्वास नाही; पण तलवारला त्याबद्दल काही माहिती नाही. जपानी लोक येण्यापूर्वीच तो तिथून निसटला. तोपर्यंत तरी तिथे गुन्हेगारांना वाईट वागणूक दिली जात नव्हती. हिंदुस्थानातल्या तुरुंगापेक्षा तिकडे खूप बरं होतं असं तो म्हणत होता.''

''निदान देवीकरता तरी आपण या माणसाला मदत करायला हवी. पुढे केव्हा जर नशिबानं तो परत आला तर आपण त्याला काय सांगायचं?'' त्यांनी डोळे पुसले आणि गदगदलेल्या आवाजात म्हटले, ''ठाण्याला असताना त्यानं तुम्हाला भेटायचं नाकारलं, तेव्हा तुम्हाला किती वाईट वाटलं होतं याची आठवण आहे ना? मुलांच्या आनंदापेक्षा या जगात आपल्याला दुसरं काही महत्त्वाचं आहे का?''

त्यांच्या बोलण्यात खोच होती, हे टेकचंदांच्या लक्षात आले. त्यांना देवीचीच काळजी नव्हती, सुंदरीचीही होती. ठरल्या वेळेपेक्षा दोन महिने अगोदरच सुंदरी मुंबईहून आली होती. त्या वेळी तिने सहजच येत असल्याचे कळविले होते; पण नंतर आपण परत नवऱ्याकडे जाणार नसल्याचे सांगून टाकले होते. सुंदरीवरील प्रेमात टेकचंदांचा काही दोष नाही हे सौ. टेकचंदही मान्य करीत होत्या. तिने परत आपल्या नवऱ्याकडे जावे अशी दोघांचीही इच्छा होती.

टेकचंद खुर्चीवरून उठले आणि बाल्कनीच्या कठड्यापाशी गेले. लांबून नदी वाहताना दिसत होती. उन्हाळ्यामुळे तिचे पात्र आटले होते. आणखी महिनाभर ते तसेच राहणार होते. त्यानंतर पावसाळा सुरू होणार होता आणि नदीचे पात्र दुथडी

भरून वाहू लागणार होते... एक सायकलस्वार रस्त्याने चालला होता. हवेत उष्मा भयंकर होता. टेकचंदांच्या मनात विचार भ्रमण करीत होते.

काय वाटेल ते झाले तरी सुंदरीने परत जायला हवे, असे त्यांना वाटत होते. तिच्या वैवाहिक जीवनाचा बोजवारा उडू नये अशी त्यांची इच्छा होती. डोळे मिटून विचार करता करता त्यांना स्वत:चीच कीव आली. दोनच मुले; पण दोघेही स्वयंभू वृत्तीची होती. इकडचे जग तिकडे झाले तरीही स्वत:चा हेका त्यांनी सोडला नसता. सौ. टेकचंद काहीतरी म्हणत होत्या...

त्यांनी डोळे उघडले आणि त्यांच्याकडे बघून विचारले, "काय म्हणालीस?"

"सुंदरी परत जायला तयार आहे." सौ. टेकचंदांनी सांगितले.

त्यांना बरे वाटले. बायकोच्या कर्तृत्वाबद्दलचा त्यांचा आदर एकदम दुणावला. सुंदरीची समजूत घालणे आपल्याला कधीच शक्य झाले नसते याची जाणीव त्यांना झाली.

"ती परत जाणार म्हणजे काय? त्या दोघांचं भांडण मिटलं का? त्याच्याशी नीट वागायचं तिनं ठरवलं का?" त्यांनी विचारले.

"ते मला माहीत नाही; पण ती अशी इकडे आली तर त्यामुळे किती गैरसमज पसरतील हे तिच्या लक्षात आलं आहे. आपणच वाईट आहोत म्हणून नवऱ्याने टाकली असंच लोक बोलणार... खरं तर सुंदरीनं त्याला सोडलं आहे; पण लोक उलटच बोलणार!"

"ती तिकडे जाऊन काय करणार? ती त्यांच्या घरात राहील... पण नुसतीच राहील... दुसरं काही करणार नाही."

"पण असं का?" त्यांनी रागाने विचारले. "नवरा-बायकोसारखं राहिलं तर काय बिघडेल?"

"अहो, पण गोपाळ मुळी तिथे नाहीच. तो त्याच्या रेजिमेंटबरोबर आहे. केव्हाही त्याला आघाडीवर जावं लागेल. ही जाईल तेव्हा तो मुंबईत असेल."

"त्यांच्यात नेमकं बिघडलंय तरी काय?... ती काही सांगत नाही. एक गोष्ट नक्की आहे त्याच्याबरोबर तिला राहायचं नाही! मग ती जातेच कशाला?"

"याच वेळी जाणं बरोबर आहे हे मी तिला पटवून दिलं आहे. लोकांच्या तोंडाला तरी कुलूप बसेल आणि त्याचा काय नेम?... कदाचित त्याचं नि तिचं सूत पुन्हा जुळेलही. ती जायला तयार झाली हेच विशेष!"

"छे! आपण काय पाप केलं आहे कुणास ठाऊक! दोन्ही मुलांना सुखी करू शकलो नाही. परमेश्वरच साक्ष आहे. आपण त्यांच्यासाठी किती आणि काय केलं हे तोच जाणतो."

"आपण तरी काय करणार? त्यांच्या हितासाठी झटणं एवढंच आपलं काम."

ती दोघे बराच वेळ गप्प बसली. बऱ्याच दिवसांनी ती दोघे इतकी एक झाली होती.

मग सौ. टेकचंद म्हणाल्या, "देवीनं त्या माणसाला मुद्दाम तुमच्याकडे पाठवलं आहे. आपण त्याच्यासाठी काहीतरी केलं पाहिजे."

त्यांना बायकोच्या भावना समजल्या आणि तिची दया आली. देवी त्यांच्यापासून लांब राहिला होता हे आश्चर्य नव्हते; पण आईने त्याच्यावर प्रेमाचा वर्षाव करूनदेखील तो त्यांच्यापासूनही लांबच होता. सुंदरीचे आणि देवीचे त्या घरात एक निराळेच जग होते. आई-वडिलांना त्या जगात मुळीच प्रवेश नव्हता.

"त्या दुसऱ्या माणसाचं काय झालं हो?" त्यांनी विचारले.

"कोणता दुसरा माणूस?" टेकचंद स्वतःच्या विचारातून एकदम जागे झाले आणि त्यांनी विचारले.

"तो हो! या माणसाबरोबर जो पळून आला, तो! मला त्याच्याबद्दल विचारायचं सुचलंच नाही."

"आता त्याबद्दल विचार नको. तो देवीचा मित्र आहे. त्याला मदत करणं, हेच आपलं कर्तव्य आहे. तो काही नुसताच मित्र नाही. देवी सुटून येण्यासाठी तो मदतही करणार होता. असं तो म्हणतो आहे खरं! आणि त्यात धोका तरी काय आहे?... समजा, पुढेमागे अगदी कुणाला कळलं तरी काय होणार आहे?"

"हे काय विचारतेस?... कुणाला त्याच्याविषयी कळलं तर सरकार त्याला लगेच तुरुंगात पाठवील. मी त्याला जाणूनबुजून मदत केली आहे असं कुणाला सिद्ध करता यायचं नाही हे खरं; पण माझ्याबद्दल जिकडेतिकडे संशयाचं वातावरण पसरेल... मग काय होईल ते तुला सांगायला नकोच; पण मला व्यवसायवाढीसाठी सरकारी कंत्राटेसुद्धा मिळणार नाहीत."

"पैशाचं काय इतकं मोठंसं? काही गोष्टी पैशापेक्षा किंवा पदवीपेक्षा जास्त महत्त्वाच्या असतात."

टेकचंदांना स्वतःला पैशाबद्दल तितकंसं महत्त्व वाटत नव्हतं; पण स्वतःचा मानसन्मान आणि व्यवसायातील प्रामाणिकपणा या गोष्टींना ते फार जपत. त्यांच्या मुलांना आणि पत्नीला त्या गोष्टींचीही पर्वा नव्हती.

त्यांनी बायकोकडे आश्चर्याने पाहिले. पैशाविषयीची तिची आसक्ती त्यांना माहीत होती. टेकचंदांच्या मनात तर स्वतःच्या बायकोचे रूप साक्षात देवी लक्ष्मीसारखे होते. रविवर्म्याने लक्ष्मीचे काढलेले एक प्रसिद्ध चित्र आहे. त्या चित्रातील लक्ष्मीचे सौंदर्य स्वतःच्या पत्नीच्या ठायी ते साऱ्या आयुष्यभर बघत आले होते. तीच बायको आता वर तोंड करून धनदौलतीच्या व्यर्थतेबद्दल भाष्य करीत होती! खुद्द लक्ष्मीनेच धनराशीकडे पाठ फिरवावी तसे हे होते.

२५

केरवाड कन्स्ट्रक्शन कंपनीच्या मुंबई बंदरातील बोटीवर सुपरवायझर म्हणून ग्यानसिंगाची नियुक्ती झाली. इंग्लंडहून कंपनीच्या कामासाठी जी यंत्रे मागविण्यात येत, ती मुंबईत येऊन पोहोचली म्हणजे शक्य तितक्या लवकर ती कंपनीच्या कार्यालयाकडे पाठविण्याचे काम त्याच्याकडे होते.

त्याला चारशे रुपये पगार होता. मुंबईत ग्यानची कुणाशीही ओळख नव्हती आणि कामही भरपूर होते; त्यामुळे वेळ चांगला जाई. प्रचंड गर्दीमध्ये लाभणारा एकाकीपणा त्याला फार सुखद वाटत होता. त्याच्याजवळ आता 'ओळखपत्र'ही होते. ते दाखवून डॉकमध्ये त्याला कुठेही फिरता येत होते.

कार्डावरचे त्याचे नाव ग्यान जोशी असे होते. याचा अर्थ त्याचे अर्धे व्यक्तिमत्त्व अजून शाबूत होते नि अर्धे विसरले होते. अजूनही तो ग्यानच होता; पण ग्यान तलवार - कोनशेट गावचा ग्यान तलवार मात्र नव्हता. आता तो ग्यान जोशी होता. त्याला नोकरी होती. बँकबुक होते. 'यलो गेट'समोर दोन खोल्यांचा ब्लॉकही होता.

स्वत:च्या जीवनावर तो खूश होता. त्याला सर्वच मिळाले होते. तो स्वतंत्र होता. राहायला जागा होती. थोडीफार प्रतिष्ठा होती. मुंबईत हजारो जोशी होते आणि डॉकवर हजारो माणसे काम करत होती. तो त्यांच्यापैकीच एक होता... अंदमानचा बिल्ला त्याने केव्हाच काढून टाकला होता.

अंदमानमधल्या एकाकीपणावर तो जणू आता सूड घेत होता. गर्दीवर त्याचे फार प्रेम होते. संध्याकाळच्या वेळी चौपाटीपासून मरीन ड्राइव्हपर्यंत तो भटकायला जात असे. हजारो माणसांच्या समुद्रात बुडून जाणे त्याला आवडे. रात्रीच्या एकांतात मात्र त्याला जुन्या आठवणी येत. अंदमानला असताना स्त्रियांबद्दलचे विचार त्याच्या मनात नेहमी धुमाकूळ घालत; परंतु आश्चर्य असे की, मुंबईत त्याच्या लैंगिक भावना अगदीच लोपल्या होत्या. फक्त सुंदरीबद्दलच त्याच्या मनात तशा भावना

होत्या; परंतु त्यात काही अर्थ नाही हे त्यालाही कळत होते. तिचे लग्न झाले होते. तसेच ती त्याच्या कक्षेच्या खूपच बाहेर होती. त्याने तिचे छायाचित्र स्वत:च्या कंबरपट्ट्यात बरेच दिवस बाळगले होते. आपले तिच्यावर प्रेम आहे का? असा प्रश्न तो स्वत:लाच करत असे. त्याने तिला फक्त दोनदाच बघितले होते. बोलणे तर फारच जुजबी झाले होते. व्हिक्टोरियन कादंबऱ्यांतून प्लेटॉनिक लव्हची वर्णने असतात त्याच जातीचे आपले प्रेम आहे किंवा काय असा प्रश्न त्याचा त्यालाच पडत असे.

पन्नास टन वजनाचे क्रेन हलकेहलके खाली येत होते. त्याचा आवाज आसमंतात घुमत होता. ग्यान त्याच्याकडे बघत उभा होता. क्रेनमधील मोठमोठे लोखंडी गर्डर्स योग्य जागी उतरवले जात होते.

त्याच्या पाठीला कुणीतरी स्पर्श केला. वर्षापूर्वी असल्या स्पर्शाची त्याला भीती वाटली असती; पण आता भिण्याचे काहीच कारण नव्हते. त्याने वळून पाहिले. एक माणूस त्याच्याशी काहीतरी बोलत होता. क्रेनच्या आवाजापुढे त्याचे बोलणे धड ऐकूही येत नव्हते.

''काय म्हणतोस?'' त्याने विचारले.

''कुणीतरी बाई तुम्हाला भेटायला आली आहे बाहेर. तेलाच्या टाक्यापाशी ती उभी आहे.

''बाई आणि मला भेटायला? तुझा काही घोटाळा तर होत नाही?''

त्याने मान हलवली. तिने तुमचेच नाव सांगितले. काहीशा आश्चर्यानेच तो तेलाच्या टाक्याकडे गेला. एका पत्र्याच्या शेडमध्ये उभी असलेली ती त्याला दिसली. तिने निळी साडी परिधान केली होती.

ती सुंदरी होती.

त्याला चमत्कारिक वाटले. तिने भेटायला येणे म्हणजे जुन्या जखमा पुन्हा रक्ताळण्यासारखे होते. त्याचे जीवन संथ चालले होते. त्यात त्याला खळबळ माजायला नको होती. स्वत:च्या जुन्या आयुष्याची त्याला आठवणही नको होती.

''तुमचा चेहरा असा का दिसतो आहे? मला भेटण्याची इच्छा नाही का?'' सुंदरीने विचारले.

''छे! छे! तसं नाही हं!'' अपराधी स्वरात तो म्हणाला. ''मी क्रेन उतरवून घेण्याच्या गडबडीत होतो इतकंच! मला कुणीतरी भेटायला येईल अशी मला अपेक्षा नव्हती.''

''मी त्याचीच चौकशी करायला आले आहे. आबांचा मघाशीच फोन आला होता. गर्डर्स अजून तिथे पोहोचले नाहीत; म्हणून ते काळजीत पडले आहेत.

त्याबद्दल चौकशी करायलाच त्यांनी मला पाठवलं आहे.''

त्याला एकदम हलके वाटले. ''त्यांना म्हणावं मुळीच काळजी करू नका. काल रात्री बोट आली. पाच-सहा दिवसांत गर्डर्स तिकडे पोहोचतील. आता बोटीतून माल अनलोड केला जात आहे. त्यावरच देखरेख करत मी उभा होतो.''

''अनलोडिंगच्या वेळी तुम्ही तिथं उभं असणं जरुरीचं असतं का?''

''सगळं नीट बघावंच लागतं; नाहीतर ते वॅगनमध्ये भरताना घोटाळा होतो.''

''आबांना तुमचं काम बघून फार बरं वाटेल. आपण दोघंही तिथंच थोडा वेळ उभे राहू या. कामाकडे बघताबघता आपल्याला गप्पा मारता येतील. जहाजातून माल कसा उतरवतात तेही मला एकदा बघायचं आहे.''

त्याला आश्चर्य वाटले. तिला काय बोलायचे असेल तेच त्याच्या लक्षात येईना.

त्याच्या पहिल्या जागेकडे ती दोघेही गेली. कामाची गडबड चालली होती. ती दोघे शेजारी शेजारी उभी होती.

...माल उतरवण्याचे काम बराच वेळ चालले. दुपारचे अकरा वाजून गेले. काही विचार करून त्याने विचारले, ''चहा वगैरे प्यायला कुठे जायचं आहे का?''

तिने होकार दिला. तो म्हणाला, ''मी टॅक्सी मागवतो.''

''कशाला? माझी गाडी आहे ना!''

डॉकयार्डमध्ये इतस्तत: पसरलेल्या सामानातून मार्ग काढत ती दोघे बाहेर पडली. दोन सीटरची फोर्ड गाडी बाहेर उभी होती. गाडीत बसल्यावर यलो गेट उघडण्याची वाट पाहताना त्याने एका इमारतीकडे बोट दाखविले आणि म्हटले, ''ते माझं घर.''

''ती विटांची जुनी बिल्डिंग आहे, ते?'' तिने विचारले. त्याला स्वत:चीच लाज वाटली.

''फारच घाणेरडं आहे, नाही!'' त्याने विचारले.

''छे! छे! माझा हेतू तसा नव्हता; पण तुम्ही अशा ठिकाणी का राहता? केवढ्या मोठ्यानं आवाज चालला आहे?''

''खरं सांगू? मला गोंगाट आवडतो.'' त्याने सांगितले. ''मी दुसरी चांगली जागा का घेत नाही, असा प्रश्न तुमच्या मनात असणार. त्याचं उत्तर असं की, मला लवकरात लवकर शक्य तितके जास्त पैसे साठवायला हवेत.''

''ते कशासाठी?''

''म्हणजे मला ही नोकरी सोडता येईल. मला कुणाच्याही उपकारांच्या ओझ्याखाली राहायचं नाही.''

''तुम्ही असं का म्हणता? उपकार कसले? तुम्ही स्वत: कष्ट करून मिळवता आणि शिवाय देवीला पळून येण्यासाठी तुम्ही मदत करायला तयार होतातच.''

डॉकयार्डमधली छोटी रेल्वेगाडी धूर फुंकत पलीकडे गेली आणि फाटक उघडले. रस्ता पुन्हा सुरू झाला. तिने मोटार चालू करत विचारले, "कुठं जायचं?"

"कुठं जावं, हे मलाच कळत नाही. मी आजपर्यंत चहा पिण्यासाठी कोणत्याही हॉटेलात गेलेलो नाही आणि शिवाय..."

"आणखी काय?" तिने भुवया उंचावत विचारले.

"हो आणि शिवाय माझे कपडेही चांगले नाहीत. मोठ्या हॉटेलात ते माझ्यासारख्याला येऊही देणार नाहीत."

"छे! काहीतरीच बोलता. कपडे चांगले आहेत की! आपण ताजमध्येच जाऊ. तिथे मी एकाला भेटायला बोलावलं आहे. कपड्यांकडे तरी कुणाचं लक्ष नसतं तिथे." तिचे म्हणणे अगदी खरे होते. ताजमहालमध्ये तळमजल्यावरच्या मोठ्या चहाच्या हॉलमध्ये खूप माणसे होती; पण एकाचेही त्याच्या कपड्यांकडे लक्ष गेले नाही. थंड पेय पीत ती दोघे समोरासमोर बसली.

मला एक विचारायचं आहे... "तुम्ही आबाजींना भेटायला आलात, तेव्हा स्वत:ची ओळख का दिली नाहीत?" तिने विचारले.

तिला सत्य सांगायचे त्याने ठरवले होते. "मला नोकरी मिळवायलाच हवी होती; पण पोलिसांनी रेकॉर्ड तपासल्याशिवाय युद्धाच्या काळामध्ये कुणालाही नोकरी मिळत नाही."

ती थोडा वेळ थांबली. मग तिने विचारले, "पळून येण्यासाठी तुम्ही देवीला मदत करायला तयार होतात असं म्हणता, ते खरं आहे का?"

"थोडंसं खरं आहे." त्याने सांगितले. "त्याला विचारले होते. तो नाही म्हणाला."

"मला माहीत आहे. त्याला आमचा फार राग आहे." थोडा वेळ मग कुणीच काही बोललं नाही. मग तिने विचारले, "तुम्ही संध्याकाळी करता तरी काय? तुम्हाला मित्रबित्र कुणीच नसणार!"

"मी अगदी एकटा आहे. संध्याकाळी मी चौपाटीवर हिंडायला जातो. मग कुठेतरी जेवण घेतो."

"आणि मग?"

"मग खोलीवर परत येतो. मला हे कसं आवडतं असं तुम्ही म्हणाल; पण भयंकर दिवस काढले आहेत. त्यापेक्षा हे खूप बरं..."

"तुम्ही कधीकधी माझ्याकडे आलात तर बरं होईल. आपण देवीबद्दल बोलू. मला तुम्हाला बऱ्याच गोष्टी विचारायच्या आहेत. तुम्हाला माहीतच असेल की, आमच्या घरात माझं नि त्याचंच खरंखरं नातं होतं. मी त्याच्यासाठी वाटेल ते करीन. तुमच्यासारखा जिवाभावाचा मित्र त्याच्याबरोबर अंदमानात होता, हे ऐकूनच मला बरं वाटलं."

त्याने हातात ग्लास धरला होता; त्यावरील पकड ढिली झाली आणि तिचे बोलणे ऐकताऐकता बोटांची नखे पांढरी पडली. देवी पळून जात असताना आपण शिट्टी वाजवून त्याला पकडून दिले. आपल्यामुळेच त्याला फटक्यांची शिक्षा झाली वगैरे खऱ्या गोष्टी कळल्या तर तिला काय वाटेल असे विचार त्याच्या मनात आले. लांब दूरवर समुद्रात - गेट वे ऑफ इंडियाच्या कमानीखाली एक लढाऊ जहाज नांगरलेले दिसत होते. त्याच्याभोवती दहा-बारा छोट्या बोटींचा गराडा होता आणि त्यांची शिडे लांबून अंदमानच्या तुरुंगातील फटके मारण्याच्या वेळी असणाऱ्या तिकाटण्यासारखी दिसत होती.

"केव्हा याल?" तिने विचारले.

"तसं सांगता यायचं नाही. तुमच्या वडिलांना ते आवडायचं नाही."

"आबाजींचं राहू द्या. त्यांना कोणतीच गोष्ट चांगली दिसत नाही."

"आणि पुन्हा चंडीदारनाही ते पटणार नाही... मी कोण आहे हे त्यांना कळलं म्हणजे ते रागावतील..."

"त्यांना ते कळायचं नाही."

"पळून आलेल्या कैद्याचं नाव निघालं की, बऱ्याच लोकांच्या अंगावर काटा येतो. अशा माणसानं स्वत: घरी यावं हे त्यांना कसं पटेल?"

सुंदरी हसली. "त्याची काळजी करू नका. माझा नवरा सैन्याबरोबर इजिप्तमध्ये आहे; पण जरी तो इथे असता तरीही काही बिघडलं नसतं. आमचं लग्न झालेलं असलं तरीही एकमेकांनी जुन्या मित्र-मैत्रिणींशी संबंध ठेवण्यास हरकत नाही असं ठरवलं आहे."

"मित्र?" त्याने मनातल्या मनात स्वत:शीच तो शब्द उच्चारला. फटक्यांचे तिकाटणे त्याच्या मन:चक्षूंपुढे उभेच होते. वळवळणाऱ्या वेताचे फटके देवीच्या उघड्या पार्श्वभागावर जोराने बसत होते. त्याची पाठ रक्ताळली होती. मरताना सापाने शरीराची आकडी करावी तसे देवीचे शरीर झाले होते.

काहीतरी बोलायलाच हवे होते. त्याशिवाय मन भूतकाळातून वर्तमानात जाणार नव्हते.

"हे मात्र चांगले आहे." तो म्हणाला. "कथा-कादंबऱ्यांतून आपण सुखी जीवनाची चित्रे पाहातो आणि कथा वाचतो, तसाच तुमचा संसार असावा."

थोडा वेळ ती गप्प राहिली. मग म्हणाली, "होय! कथा-कादंबऱ्यांत रेखाटल्यासारखाच आमचा संसार आहे खरा!"

ती दु:खी दिसत होती म्हणूनच तिचे सौंदर्य उजळले होते. तो तिच्याकडे बघत राहिला. "तुम्ही, तुमचं घर आणि तेथील मंडळी सगळीच मला कादंबरीतल्या पात्राप्रमाणे वाटता. तुम्ही मला ओळखाल असं वाटलं नव्हतं."

"वा! ओळख कशी विसरेन? त्या दिवशी बेदिंग सूटमध्ये तुम्ही किती छान दिसत होतात."

"जानव्याबद्दल आम्ही हसलो तेव्हा तुम्ही किती लाजत होतात. पोहत तुम्ही पलीकडे गेलात. परत आलात तेव्हा तुमच्या गळ्यात जानव नव्हतं. तुम्ही कुणाशी बोललाही नाहीत. फारच गंभीर होतात." ती बोलताना थांबली आणि पलीकडे पाहात म्हणाली, "अरे वा! ते बघा... तिकडे प्रिन्स आहेत." दरवाजातून एक स्थूल गृहस्थ आत येत होता. त्याने डोळ्याला काळा चश्मा लावला होता. हात उंचावून तो सुंदरीला प्रतिसाद देत होता.

"पुशेलीचे महाराज!" प्रिन्स त्यांच्याकडे येत असताना तिने सांगितले. प्रिन्स जवळ आल्यावर सेंटचा भपकारा आला.

"काय हे!... किती वाट बघायची तुझी?" प्रिन्सने तिचा गोंडस लुसलुशीत हात हातात घेतला आणि त्याचे चुंबन घेतले तसेच वेटरला एक खुर्ची आणण्यास सांगितले.

"हे मिस्टर जोशी." सुंदरीने ओळख करून देत म्हटले, "आणि हे पुशेलीचे महाराज." महाराजांनी ग्यानशी हस्तांदोलन केले.

लगेच तिच्याकडे बघून ते म्हणाले, "बारा वाजून गेले बरं का!"

"छे! बारा कुठले? अजून अवकाश आहे." ग्यान म्हणाला.

"आपण निघायचं का? उगीच खोळंबा नको." ते उठून उभे राहिले. "पुन्हा केव्हातरी भेटू." सुंदरी ग्यानला म्हणाली, "नुसता टेलिफोन करा आणि येत असल्याचं कळवा. डिरेक्टरीत माझं नाव आहे." ती उठली आणि प्रिन्सनी तिची खुर्ची मागे सारली.

"तुम्हाला डॉकपर्यंत पोहोचवू का?" तिने ग्यानला विचारले...

"नको! मी जातो टॅक्सीनं."

प्रिन्स आणि ती निघून गेली. ग्यान त्यांच्याकडे बराच वेळ बघत उभा राहिला. ती कृशांगी आणि नाजूक होती. प्रिन्स लठ्ठ आणि ओबडधोबड होते. त्यांच्या अंगाला लावलेल्या सेंटचा वास अजूनही तिथे दरवळत होता. डॉकयार्डमधील घाण तिच्या पांढऱ्याशुभ्र सुबक बांधणीच्या चपलांना लागली होती. 'ग्यान जसा तिच्या सहवासात विशोभित दिसत होता तसाच प्रिन्सही होता.' वडिलांचा निरोप घेऊन ती आली होती. आता ती महाराजांबरोबर पार्टीला चालली होती. तिच्या चपलांना लागलेली घाण मात्र महाराजांना दिसत नव्हती.

तिने त्याला घरी बोलावले होते. देवीदयाळबद्दल तिला त्याच्याशी बोलायचे होते; पण देवीबद्दल काहीही बोलायची ग्यानची इच्छा नव्हती. तिने त्याला जुना मित्र म्हटले होते. मग प्रिन्स कोण होता?... तोही मित्रच होता का?

त्याने बिल दिले आणि तो उठला. तो बाहेर रस्त्यावर आला. सुंदरीची लाल रंगाची टू सीटर फोर्ड गाडी मोठ्या दिमाखाने 'गेट वे ऑफ इंडिया'कडे जात असताना त्याला दिसली.

तिच्याविषयीच्या विचारांनी त्याचे मन ग्रासले. पुढचे आठ दिवस तो खूप झगडला; पण त्याला यश आले नाही. मग त्याने डायल फिरवली आणि रविवारी येत असल्याचे तिला सांगितले.

रविवारी तो आगगाडी आणि टॅक्सीने जुहूला गेला. पुशेलीच्या महाराजांच्या अंगात होता तसाच बुशशर्ट आणि पँट त्याने परिधान केली होती. त्यांच्याप्रमाणेच त्याने डोळ्यांवर गॉगल आणि पायांत पांढऱ्या रंगाच्या चपला घातल्या होत्या. त्याला फारच मौज वाटत होती. सिनेमातल्या किंवा नाटकातल्या नायकाप्रमाणे आपण आपल्या प्रेमिकेला भेटायला जात आहोत असे त्याला वाटत होते.

त्याला बघितल्यावर सुंदरीला फार आनंद झाला. मागच्या बाजूच्या व्हरांड्यात चहा पीत असताना समुद्राकडे बघतबघत त्या दोघांनी दर्याबादच्या आणि अंदमानच्या आठवणी काढल्या. ती त्याच्याशी खरोखरच एखाद्या बालमित्राप्रमाणे वागली. त्याला मात्र स्वप्नात असल्यासारखे वाटत होते.

"आज पोहायला जायला हवं होतं." ग्यान सहज म्हणाला.

"अरे!... मग फोन केलास तेव्हाच का नाही सुचवलंस?" सुंदरी घड्याळाकडे दृष्टी टाकत म्हणाली. "सर्व दिवस किनाऱ्यावरच घालवला असता. महाराज यायची वेळ झाली आहे. केव्हाही येतील. आज मात्र त्यांना टाळणं शक्य नाही. त्यांना पोहणं किंवा हिंडणं मानवत नाही. दर रविवारी ते पार्टी देतात. त्या वेळी जर कुणी गेलं नाही तर मात्र ते फार अस्वस्थ होतात."

"मी सहज म्हणालो," त्याने सांगितले. "पामची झाडं आणि किनारा बघितला आणि विचार डोक्यात आला.

"पुन्हा येशील तेव्हा नक्की जाऊ पोहायला. केव्हा येशील बरं?"

"मला रविवारीच जमणार."

"पुढच्या रविवारी ये; पोहण्याचा पोशाखही आण. आपण जाऊ पोहायला. संध्याकाळी जेवायलाही तू इथेच राहा."

"आणखी कुणाला बोलावू का?..."

"नको. एकटाच ये."

"पण... पण रविवारी महाराजांची पार्टी असते ना? तिचं काय?"

"मी सांगेन त्यांना. त्यांच्या पार्टीचं काय मोठंसं?... फार कंटाळा येतो. तिथल्या बायकांना तर मी नकोशीच असते."

पुढच्या रविवारी तो जुहूला गेला आणि त्यांनी बहुतेक सर्व दिवस किनाऱ्यावरच

घालवला. पाम वृक्षांच्या छायेत बियरचे ग्लास रिकामे करत त्यांनी सर्व वेळ काढला. सूर्यास्त झाल्यावर ती परत आली आणि त्यांनी स्वच्छ अंघोळी केल्या. नंतर व्हरांड्यात ग्रामोफोनच्या रेकॉर्ड ऐकतऐकत जेवण केले. ग्यान कित्येक दिवस निर्वासित होता. त्या दिवशी त्याला प्रथम घर मिळाले.

नंतर काही आठवड्यांनी तो परत तिकडे गेला. मग दर रविवारी पोहायला जाण्याचा कार्यक्रम ठरला. त्या दोघांची मने जुळत चालली होती; पण कोणत्याही तऱ्हेच्या भावनांचा उद्रेक होऊ द्यायचा नाही असे त्याने ठरविले होते.

२६

त्याला भारतात पाठवण्याचे नक्की झाले होते. पहिले काही दिवस जपानी अधिकाऱ्यांच्या मनात नक्की खरे-खोटे काय आहे हे कळत नव्हते. त्यांनी सर्वच गोष्टी अज्ञात ठेवल्या होत्या; परंतु शेवटी त्यांनी त्याला भारतात पाठविण्याचे जाहीर करून रंगून येथील वेस्टएण्ड हॉटेलमध्ये राहण्यास जागा दिली. त्याची खोली थंड आणि खूपच प्रशस्त होती. दारे आणि खिडक्या बांबूच्या साहाय्याने उघड्या ठेवण्यात आल्या होत्या. आतले फर्निचर छानच होते. ते सर्व ब्रिटिश लोकांनी स्वत:च्या उपयोगासाठी खास तयार करून घेतले होते.

एखाद्या बिऱ्हाडकरूने बदली झाल्यावर जागा सोडावी त्याप्रमाणे ब्रिटिशांनी ब्रह्मदेश सोडला होता. तेथून जाताना त्यांनी आपल्या सर्व वस्तूंचा नाश करण्याचे धोरण अंगीकारले होते. आपण गेल्यावर प्रजेचे काय होईल याचा त्यांनी मुळीच विचार केला नव्हता; परंतु त्यांच्या धोरणात फारशी शिस्त नव्हती. सगळीच घाई आणि गोंधळ होता. 'ऑईल रिफायनरी'चा त्यांनी संपूर्ण नाश केला होता हे खरे; पण रंगून बंदरातील सारे डॉक्स जसेच्या तसे होते. इलेक्ट्रिक रेल्वे स्टेशनदेखील नेहमीप्रमाणे काम करू शकत होते.

जपान्यांशी जास्त संबंध आल्यावर देवीचा खूपच अपेक्षाभंग झाला. त्यांच्या तावडीतून सुटून हिंदुस्थानात पळून जावे अशीही त्याला इच्छा होई; परंतु ते तितकेसे सोपे नव्हते. जपान्यांनी पादाक्रांत केलेल्या देशांत भारतीयाला लपून राहता येईल असे एकही शहर नव्हते. त्यांवर त्यांचा सक्त पहारा असे. एखादा संगीनधारी जपानी सैनिक नेहमीच पहाऱ्यावर असे. काही वेळा तो स्वत:ची निर्भर्त्सना करीत असे. मुलिगन पळून गेला; आपण का गेलो नाही असा स्वत:लाच प्रश्न करी.

पॅट्रिक मुलिगन पळाल्यामुळे अंदमानभर खळबळ माजली होती. तो पळून गेल्याची बातमी बरेच दिवस तेथील अधिकाऱ्यांनी दाबून ठेवली होती; परंतु शेवटी

ती बाहेर फुटलीच. त्याला पकडून देण्यासाठी मग यासाकीने एक बक्षीसही जाहीर केले; पण काही उपयोग झाला नाही.

मुलिंगन हातात सापडल्यावर जपान्यांना आकाश ठेंगणे झाले होते. त्याला फाशी देतील अशी सर्वांची कल्पना होती; परंतु जपान्यांनी त्याला इतर कैद्यांबरोबर सामान्य मजुराचे काम करायला लावून त्याची पुरती शोभा केली. अंदमान बाजारचौकात अनवाणी अवस्थेत खाली मान घालून ओझी उचलताना मुलिंगन सर्वांना दिसे.

असेच काही दिवस गेले आणि मग एकदम मुलिंगन पळून गेल्याची बातमी जिकडेतिकडे पसरली. डोंगरातल्या रस्त्यावर काम करताना पहारेकऱ्यांचा डोळा चुकवून मुलिंगनने अचानक जंगलाकडे धाव घेतली होती. त्याच्या मागोमाग गोळ्यांचा वर्षाव झाला; पण तो गेलाच. त्याचे नखसुद्धा दृष्टीस पडले नाही.

मुलिंगनचे काय झाले असावे याचा विचार देवीच्या मनात नेहमी येत असे. जपान्यांच्या हातावर तुरी देऊन मुलिंगन निसटला होता. नरमांसभक्षक जपान्यांना त्याने जुमानले नव्हते. याबद्दल देवीला सुप्त आदर वाटत होता.

देवीला तुरुंगवास असा नव्हताच. त्याच्यावर फक्त जपान्यांची पाळत होती इतकेच! त्याला सर्व तऱ्हेची सुखे मिळत होती; परंतु जपान्यांबद्दल त्याच्या मनात कधीही प्रेम किंवा आपुलकी निर्माण झाली नाही. ते वागणुकीने कडक होते आणि ब्रिटिशांपेक्षा कितीतरी पटीने जास्त क्रूर होते. त्याला स्वत:ला ते आदराने वागवीत; परंतु अंदमानातील इतर कैद्यांबद्दल किंवा ब्रह्मी लोकांबद्दल त्यांचा तिरस्कार लपून राहात नसे. थोड्याशा चुकीकरिता मजुरांना त्यांनी वाटेल तसे फटके मारल्याचे तसेच जपानी पोलिसांनी बुटांनी तुडवल्याचे त्याने पाहिले होते. समाजातल्या प्रतिष्ठित स्त्री-पुरुषांना रस्ते झाडण्याचे आणि मुताऱ्या साफ करण्याचे काम देण्यास त्यांनी मागेपुढे पाहिले नव्हते. मुलिंगनच्या कुत्र्याने एका जपान्यावर भुंकण्याचा गुन्हा केला होता म्हणून त्याचा खालचा जबडा काढून टाकण्यात आला होता. एखाद्या सैनिकाला मांस खाण्याची तल्लफ आली की, तो सरळ बैलाच्या अंगावरच्या मांसाचा लचका तोडी. बैलाचा उपयोग होत असे म्हणून त्याला ठार मारण्यापेक्षा मांसाचे लचके तोडलेल्या रक्तबंबाळ बैलांच्या रांगा जेव्हा त्याच्या दृष्टीस पडल्या तेव्हा त्याला जवळजवळ मूर्च्छाच आली.

ब्रिटिश लोक मनुष्यांपेक्षा प्राण्यांवर जास्त प्रेम करीत. ब्रिटिशांचा कितीही द्वेष वाटत असला तरी त्यांचे काही गुण मान्य करावेच लागत; त्या गुणांमुळे जपान्यांपेक्षा ते जास्त चांगले ठरत असत. मात्र, लष्करी ताकदीच्या दृष्टीने ते अगदीच कमकुवत ठरले होते. जिथेजिथे त्यांची जपान्यांशी गाठ पडली होती तिथेतिथे त्यांनी पळ काढला होता. कित्येक ठिकाणी लढाई न करताच त्यांनी सरळ माघार घेतली होती; त्यामुळेच त्यांच्याबद्दल त्याच्या मनातही किंतू निर्माण झाला होता. डोक्यावर

टक्कल असलेला बुटक्या शरीरयष्टीचा एक हिंदी अधिकारी देवीला मुद्दाम भेटायला आला होता. तो घामाने नुसता निथळत होता. त्याच्या अंगात गणवेश होता. त्यावर जपानी ब्रिगेडियरचे बिल्ले होते.

"मी तरी हा मान समजतो." तो बोलत होता. "जपान्यांबरोबरीने आपल्याला ब्रिटिशांशी लढायला मिळणे ही काही साधी गोष्ट नाही. जपानी आपले रक्षणकर्ते आहेत. आपल्याला तेच स्वतंत्र करतील." त्याच्या अंगावर गणवेश नीट बसत नव्हता. तो फार घट्ट होत होता; त्यामुळेच विजारीचे बक्कल ढिले करीत तो म्हणाला, "तुम्हाला काय वाटतं?"

आपले खरे मत काढून घेण्यासाठी जपान्यांनी हा हेर पाठवला आहे, असे प्रथम देवीला वाटले. हिंदी अधिकाऱ्याला त्याच्याकडून उत्तराची अपेक्षा नव्हती. "आता माझंच पाहा. ब्रिटिशांच्या सैन्यामध्ये मी साधा कॅप्टन होतो. आम्हाला त्यांनी यामध्ये धाडलं."

"तुम्ही इन्फंट्रीत होतात वाटतं?"

"छे, छे! मी 'सप्लाय कोअर'मध्ये होतो आणि आम्हाला त्यांनी मलायात धाडलं. कशासाठी?... तर ब्रिटिश साम्राज्याचा एक तुकडा तिकडे होता तो वाचवण्यासाठी!... ब्रिटिशांचा मलाया वाचवायला आम्हाला धाडलं!... इतक्या दूर; बायका-मुलांपासून ताटातूट करून त्यांनी आम्हाला मलायाला धाडलं..."

"आणि तिथे काय झालं?" त्याने खिशातून हातरुमाल काढला आणि घामाने डबडबलेली मनगटे पुसली.

"काय झालं?" देवीने विचारले.

"आमचा संपूर्ण पराभव झाला. दुसरं काय? बरेच लोक किडा-मुंग्यांसारखे मेले; काही पकडले गेले. त्यांना जपान्यांनी कैद केले; पण आता ते कैदी नाहीत. आता त्यांनी आमच्यातूनच सैन्य निर्माण केले आहे. थोडे-थोडके नाहीत! ऐंशी हजार सुसज्ज हिंदी सैनिकांचं जपान्यांनी उभारलेलं सैन्य!... स्वातंत्र्यासाठी लढणारं सैन्य!... मी आता ब्रिगेडियर आहे. हिंदी... वयाच्या केवळ तिसाव्या वर्षी ब्रिगेडियर! ब्रिटिशांनी कोणत्याही हिंदी माणसाला कधी ब्रिगेडियर केलं होतं का? ब्रिगेडियर राहू दे, मेजरच्या पलीकडे कुणी हिंदी नाही... जपानी आणि ब्रिटिश! दोघांमध्ये केवढा फरक आहे."

"आपले हिंदी लोक ब्रिटिशांच्या सैन्यातही आहेत. त्यांची आणि तुमची गाठ पडली तर तुम्ही त्यांच्याबरोबर का?" देवीने विचारले.

"हे काय विचारता?... नक्कीच लढू. स्वातंत्र्याच्या मार्गात जे कोणी येतील त्यांच्याशी लढणं हे प्रत्येक हिंदी देशभक्ताचं कर्तव्य आहे. इतर हिंदी लोकांचं तर दूरच! पण प्रत्यक्ष आई-बाप जरी विरुद्ध उभे ठाकले तरी हिंदी स्वातंत्र्यासाठी

त्यांच्याशीही लढावं लागेल. 'चलो दिल्ली' ही आपली घोषणा आहे. दिल्ली आणि आपण यामध्ये जो कोणी आडवा येईल, त्याला कापून काढावं लागेल.''

इतक्या वेळात घामाचे ओघळ त्याच्या डोक्यावरून निघून नाकाच्या शेंड्यापर्यंत आले होते. त्याने पुन्हा एकदा ते हातरुमालाने पुसले.

टोकिओ रेडिओवरून ज्या तऱ्हेचा प्रचार सारखा चालू असे, त्याच तऱ्हेचे ते बोलणे होते. यासाकी असेच बोलत असे. त्याच्या पुढ्यातला हिंदी अधिकारी संपूर्ण जपानी झाला होता. पुढच्या क्षणी तो दात विचकेल आणि तोंडातून यासाकीसारखाच शीळ घातल्याप्रमाणे आवाज काढील असे देवीला वाटले.

पण तो यासाकीसारखा नाही असे देवीला स्वत:लाच वाटले. तो थुलथुलीत आणि लठ्ठ होता. त्याच्या अंगातून एकसारखा घाम गळत होता. यासाकी एखाद्या कळकाच्या बांबूप्रमाणे कडक होता. तो आदर्श सैनिक होता. त्या माणसाला तिसाव्या वर्षी ब्रिगेडियर होण्याचेच कौतुक होते. थोड्याच दिवसांपूर्वी हाच ब्रिगेडियर ब्रिटिशांच्या नोकरीत होता आणि त्यांच्या बाजूने इतक्याच जोरात बोलत होता. हिंदी माणसाच्या लाचारीचा आणि दास्यवृत्तीचा तो समोरचा ब्रिगेडियर म्हणजे उत्तम नमुना होता. मुघल, ब्रिटिश आणि जपानी सर्व त्याला सारखेच होते. भारत असल्या लाचार कमअस्सल माणसांनी समृद्ध आहे याची देवीला जाणीव झाली.

''चर्चिललाही असंच वागावं लागलं!'' तो बोलत होता. देवीला त्याच्या बोलण्यातला संदर्भच कळला नाही. ''चर्चिलला काय करावं लागलं?'' त्याने विचारले.

''जर्मनीनं रशियावर हल्ला केला तेव्हा त्यांनी लगेच रशियाला पाठिंबा जाहीर केला. नाझीचा शत्रू तो ब्रिटनचा मित्र अशी त्यांची भूमिका होती. आपणही तेच धोरण ठेवायला हवे. ब्रिटिशांना नेस्तनाबूत करण्याचा जे कोणी प्रयत्न करतील ते जर्मन असोत किंवा जपानी असोत ते आपले मित्र समजले पाहिजेत. त्यांच्या बाजूने आपण लढलं पाहिजे. सर्व देशभक्तांचं ते कर्तव्य आहे. होय ना...''

''तुम्ही म्हणाल ते खरंच!'' काहीतरी बोलायचे म्हणून तो म्हणाला.

खोलीबाहेर पहाऱ्यावर दुसरा जपानी सैनिक आला आणि ते दोन सैनिक जपानी भाषेत एकमेकांशी बोललेले ऐकू यायला लागले. ''आपल्या दोघांचं नशीब चांगलं आहे. जपान्यांनी आपल्यावर फार मोठा विश्वास टाकला आहे. खुद्द नेताजीही तुला भेटले असते; पण ते सध्या फार कार्यमग्न आहेत. वेळ थोडा अन् कामे फार अशी अवस्था आहे. तुला आता ते परत पाठवणार आहेत. त्याआधी तुझ्याशी बोलणी करण्यास मुद्दाम मला पाठवले आहे. एक गोष्ट ध्यानात धर, कार्यावर पूर्णपणे निष्ठा हवी. आपल्या वागणुकीत ती दिसायला हवी. नेताजींची हीच शिकवण आहे. खरंच सांगतो, मला मात्र तुझा हेवा वाटतो. मी तुझ्या जागी असतो तर बरं झालं असतं.''

तसं झालं असतं तर तू भारतात जाऊन लगेच बाजू बदलली असतीस आणि ब्रिटिशांच्या बाजूने उभा राहिला असतास!... देवी त्याला उद्देशून स्वत:शीच म्हणाला. त्याला त्या माणसाची किळस आली.

ब्रिगेडियरचे चऱ्हाट चाललेच होते. राजे लोकांच्या जनानखान्यावर देखरेख करण्यासाठी कंचुकी असत. त्या लोकांप्रमाणेच त्याचा आवाज गिळगिळीत आहे, असे देवीला वाटले. त्याने त्या माणसाकडे निरखून पाहिले. ना धड पुरुष ना स्त्री अशा तृतीय पुरुषी कंचुकीसारखा त्याचा अवतार होता. अशा माणसावर ब्रिटिश किंवा जपानी कसे विश्वास ठेवू शकतात हेच त्याला कळत नव्हते...

ब्रिगेडियर उठून उभा राहिला आणि त्याने पुढे आलेल्या स्वत:च्या पोटावरून पट्टा आवळला. जपानी बिल्ले असलेली टोपी डोक्यावर चढवली आणि हात पुढे करत म्हणाला, "तुमच्यासारख्या देशभक्ताबरोबर ओळख झाली हा मी माझा सन्मान समजतो."

त्याचा गुबगुबीत हात देवीने हातात घेतला. तो त्याला शिळ्या पावासारखा वाटला. त्यातून घाम निथळत होता आणि स्पर्श केल्यावर तो घाणेरडा आहे हे लक्षात येत होते. भारतात जेवढे कमअस्सल आहे, त्याज्य आहे किंवा हिणकस आहे; त्या सर्वांचे प्रतीक म्हणजे ब्रिगेडियरसारखे लोक आहेत असे त्याला वाटले. त्याने स्वत:च्या नकळतच आपले हात रुमालाने पुसून काढले.

"तुम्ही हिंदुस्थानात जिथे जाल, तिथे सर्व ठिकाणी तुमच्यावर आमची सक्त नजर राहील एवढं मात्र लक्षात असू द्या. आमचे हेर सगळीकडे आहेत. तुम्ही जर नीट वागला नाहीत... तर... काय होईल, हे तुम्हाला सांगण्याची जरुरी नाही... पूर्व बंगालमधील नद्यांतून चालणाऱ्या छोट्या बोटी उद्ध्वस्त करणं हे मुख्य काम... तिथला सगळा व्यवहार आगबोटीवर अवलंबून आहे." ब्रिगेडियर थोडा वेळ थांबला आणि पुढे म्हणाला, "तुम्ही तर धोका देऊच शकणार नाही. तुमचं काम नीट नाही असं आढळून आलं तर लगेच हिंदुस्थानातील पोलिसांकडे तुम्ही कोण आहात आणि काय काम करीत आहात याबद्दलचे सविस्तर पत्र पाठविण्याची व्यवस्था करण्यात येईल. तसे पत्र पाठवणे सोपे आहे हे तुम्हाला सांगायला नकोच!"

"होय! माझ्या सगळं नीट लक्षात आलं आहे."

"ठीक! मग गुड बाय!" ब्रिगेडियर म्हणाला आणि कमरेत वाकून त्याने जपानी पद्धतीने अभिवादन केले - "सायोनारा." त्याच्या थुलथुलीत पोटामुळे त्याचे कमरेत वाकणे अगदीच चमत्कारिक दिसत होते. देवीदयाळ उभा राहिला आणि कमरेत वाकून म्हणाला, "सायोनारा!"

"चलो दिल्ली; चलो दिल्ली."

तो किळसवाणा प्रकार संपल्यावर त्याला बरे वाटले. त्याला ब्रिगेडियरचा

सहवास अगदी नकोसा झाला होता. मुलिंगन किंवा यासाकी हेही क्रूर होते; पण त्यांना काहीतरी कणा होता. कसलीतरी निष्ठा होती. शफीमध्येसुद्धा ती निष्ठा होती; पण ब्रिगेडियरमध्ये तिचा लवलेशही नव्हता!

काही दिवसांनी त्याला विरुद्ध बाजूने धक्का बसला. जपानी आणि इंग्रज यांच्यात काळे-गोरे कोण निवडणे कठीण आहे, हे लक्षात आले. गौरवर्ण ब्रिटिशांइतकेच पिवळ्या जपान्यांचे अंतरंग काळे होते.

माणसांची दु:खे बघितली की, त्याचा जीव तळमळे. उपासमार, रोगराई, घाणेरडेपणा, आप्पलपोटेपणा यांचे दर्शन त्याला दुस्सह होई. ब्रह्मदेशात पळणाऱ्या निर्वासितांच्या लोंढ्याबरोबर भारतात येताना रस्त्यावर अनेक दृश्ये दिसली आणि त्याचे अंतरंग ढवळून निघाले. ब्रह्मदेशातून माघार घेताना ब्रिटिशांनी जे वर्णद्वेषाचे उघडेनागडे प्रदर्शन केले होते त्याला तोड नव्हती. जालियनवाला बागेतील हत्याकांडापेक्षाही त्यांचे त्या वेळचे वर्तन भयंकर होते. एका उर्मट, कठोर आणि बिनडोक अधिकाऱ्याने जमावावर सरसकट गोळीबार करण्याचा हुकूम दिला आणि जालियनवाला बागेत हजारो लोकांच्या रक्ताच्या नद्या वाहिल्या; पण त्यापेक्षाही अमानुष वर्तन त्यांनी ब्रह्मदेशात केले. तिथे त्यांचे राज्य होते. मात्र, रणांगणावर पराभव झाल्यावर पळतानादेखील गोऱ्या-काळ्यात भेद करून त्यांनी आपली लायकी दाखवून दिली.

तुमचं रक्षण होणार किंवा नाही हे तुमच्या कातडीच्या रंगावर अवलंबून आहे. अनेक निर्वासितांनी देवीला कडवटपणाने सांगितले होते- ''प्रथम गोऱ्यांना वाचवा! हे फक्त ब्रिटिशांचं म्हणणं नाही तर फक्त गोऱ्यांनाच वाचवा, असा त्यांचा आदेश आहे. काळ्यांना जपान्यांनी ठार मारलं, तर त्याचं ब्रिटिशांना काडीइतकंही सोयरसुतक नाही.''

निर्वासितांच्या गोष्टी ऐकून देवी मनातल्या मनात ब्रिटिशांचा द्वेष करी; पण त्याच्या मनात कुठेतरी लोकशाही परंपरेबद्दल आदर होता. ब्रह्मदेशातून माघार घेताना ब्रिटिशांच्या वर्तनामुळे देवीला स्वत:चीच लाज वाटली

रंगूनचा पाडाव होण्यापूर्वी मोठमोठ्या व्यापारी कंपन्यांनी फक्त युरोपीय लोकांच्या बायका-मुलांना सुरक्षित स्थळी हलविण्यास सुरुवात केली होती. त्यानंतर थोड्याच दिवसांनी ब्रह्मदेशाचे सरकारही जागे झाले आणि त्यांनीही ब्रह्मी अधिकाऱ्यांच्या कुटुंबीयांना हलविण्यास सुरुवात केली.

भारतीयांना मात्र कोणीही त्राता नव्हता. त्यांचे काय होईल याविषयी कुणालाच पर्वा नव्हती. त्यांनी पाहिजे तर स्वत:ची स्वत:च व्यवस्था करावी आणि जीव वाचवावे, असे सांगण्यात आले. ब्रिटिश ज्याप्रमाणे ब्रह्मदेशात उपरे होते त्याप्रमाणेच भारतीयही उपरेच होते. गोऱ्या धन्यांच्या मागोमाग, युनियन जॅकच्या आधारावर गरीब

भारतीय तिकडे गेले होते; परंतु ब्रिटिशांपेक्षाही ब्रह्मी लोक भारतीयांचा द्वेष करीत. ब्रिटिश निघून गेल्यावर तिथले भारतीय आणि त्यांची सर्व मालमत्ता तसेच ते गुंडगिरीला बळी पडणे अगदी स्वाभाविकच होते. ब्रह्मदेशाची आकाशवाणी लोकांना धीर न सोडण्यास आणि शांत राहण्यास सांगत होती; पण लोक गर्भगळित झाले होते. भारताकडे जाणारे रस्ते निर्वासितांच्या तांड्यांनी दुथडी भरून वाहत होते. त्या मार्गावर निर्वासित किडा-मुंग्यांप्रमाणे मेले. जवळच्या चीजवस्तूंसाठी ब्रह्मदेशच्या लोकांनी त्यांच्यावर ठायीठायी हल्ले केले. कॉलरा, देवी, हगवण आणि मलेरिया या रोगांनीही आपापले काम चोख बजावले. एकही स्त्री सुरक्षित राहिली नाही. गुंडांपैकी ज्याला जी आवडली ती त्याने घेतली आणि उपभोगली. भुकेने त्यापेक्षाही जास्त बळी घेतले. कित्येक लोक अन्नपाण्यासाठी तडफडत; रस्त्याच्या कडेला पडत आणि तेथून ते कधीही उठत नसत. हे सर्व सहन करून जे सरहद्दीपर्यंत पोहोचले, त्यांना एका कॅम्पमध्ये एकत्र केले गेले. त्या निर्वासितांची पुढे कधीही कोणी देखभाल केली नाही. रेल्वे फलाटावर प्रवाशांनी फेकून दिलेल्या निरुपयोगी वस्तूप्रमाणे त्या निर्वासितांची अवस्था झाली. ब्रह्मदेशातील मोठमोठ्या नद्या ओलांडताना त्यांच्यासाठी कोणतीही खास व्यवस्था नव्हती. होड्यांच्या साहाय्याने मुला-बाळांना कमरेला बांधून त्यांनी ते साहस केले. मोठमोठ्या शेतमळ्यांचे गोरे मालक, लाकूड कारखानदार आणि ब्रिटिश अधिकारी मात्र सरकारी साहाय्याने मोठ्या बोटींतून आणि हत्तीवरच्या अंबारीतून बायका-मुलांसह तोच मार्ग आक्रमताना दिसत होते.

ब्रिटिशांबद्दलचा तिरस्कार त्याने जन्मभर मनात वागवला होता. त्याला ही दृश्ये पाहून धार चढली. परकीय राजसत्तेमुळे कसे हाल होतात याचे प्रात्यक्षिक ब्रह्मदेशात घडले; त्यापुढे जपान्यांचा क्रूरपणाही फिका पडत होता. 'हिंदी लोकांच्या उद्धाराची जबाबदारी खुद्द परमेश्वरानेच आमच्यावर टाकली आहे,' असे ब्रिटिश राज्यकर्ते पूर्वी मोठ्या गौरवाने बोलत; पण संकटाची चाहूल लागताच त्यांनी ती जबाबदारी झटकून टाकली आणि फक्त गोऱ्या लोकांनाच वाचवण्याचे प्रयत्न केले.

डोंगराळ मुलखातून भारताकडे परत येताना ब्रिटिशांबद्दल आणि जपान्यांबद्दल नाना तऱ्हेचे विचार त्याच्या मनात घोळत होते. ब्रिटिशांच्या न्यायीपणावर त्याचा विश्वास होता. मात्र, ब्रह्मदेशातून पळ काढताना त्यांनी जे वर्तन केले, त्यामुळे त्या विश्वासालाही तडा गेला. त्या देशातील जनतेच्या संरक्षणाची तिळमात्र काळजी न करता ब्रिटिश लोक स्वत:ची गोरी कातडी बचावून तेथून परत फिरले. देश स्वतंत्र असता तर अशा तऱ्हेची गोष्ट कदापि घडली नसती असे देवीला वाटले. गोऱ्या सरकारी अधिकाऱ्यांनी तर स्वत:च्या जागा सोडून पळ काढला. देश स्वतंत्र असता आणि अधिकारीही तेथेच असते तर ते असे पळाले नसते. त्यांनी इंच-इंच जमीन नक्कीच लढविली असती.

त्याच्या विचारांनी पलटी खाल्ली. देशी अधिकाऱ्यांनी तरी खरोखर प्राणपणाने लढा दिला असता का? असा त्याचा त्यालाच प्रश्न पडला. अंतर्बाह्य जपानी बनलेल्या हिंदी ब्रिगेडियरची त्याला आठवण झाली. तो माणूस थोड्याच महिन्यांपूर्वी अंतर्बाह्य 'साहेब' नव्हता का? ब्रिटिशांच्या सैन्यात तो कॅप्टन होता. जपानी सैन्यात तो ब्रिगेडियर झाला होता. अशा तऱ्हेचा माणूस देशासाठी प्राणपणाने लढेल का? त्याच्या मनात कोणत्याही प्रकारच्या निष्ठेला थोडे तरी स्थान असेल का? की तो नेहमीच बाजू बदलेल आणि ज्याची सरशी होईल त्याच्या बाजूने लढेल? भारतावरचे ब्रिटिशांचे राज्य संपून तेथे जपान्यांचे, जर्मनांचे किंवा चिन्यांचे जरी अधिराज्य स्थापन झाले तरी असल्या नादान माणसाला त्याचे काय सोयरसुतक असणार? त्याला सर्वच सारखे नव्हते का?

भारतीयांबद्दल विचार करताना त्याच्या मनाला संभ्रम पडला. काही कळेनासे झाले. गांधी बरोबर की शफी उस्मान बरोबर? याचा बोधच होईना. हळूहळू त्याला स्वत:ला स्वत:च्या अशा पंगूपणाची जाणीव झाली. आपल्या हातात काहीच घडवण्याचे सामर्थ्य नाही हे त्याला समजले. ब्रिटिश आणि जपानी यांच्यात युद्ध चालू आहे. आपण काहीही केले किंवा कोणाच्याही बाजूने आपले मत दिले तरी रणांगणातील अंतिम विजयाच्या दृष्टीने आपल्याला शून्य किंमत आहे हे त्याला कळले. युद्ध संपल्यावर मगच आपल्याला स्वातंत्र्याची चळवळ करणे सोपे जाईल असे त्याला समजले. भारतात परत जाणे हेच त्याच्या दृष्टीने महत्त्वाचे होते. जपान्यांनी त्याला कोहिमाच्या सरहद्दीपर्यंत नेऊन सोडले. थोडे पुढे चालल्यावर भारतीय निर्वासितांच्या तांड्यात तो मिसळून गेला. रंगूनमध्ये एक हिंदी नोकरी करत असल्याबद्दलचे कागदपत्र त्याच्याजवळ देण्यात आले होते. निर्वासितांप्रमाणे त्याच्याजवळही ओळखपत्र नव्हते; पण त्यांच्या मानाने पैसे मात्र भरपूर होते. दहाच्या आणि शंभराच्या नोटांची निरनिराळी बंडले त्याच्या कमरपट्ट्यात होती. हिंदुस्थानात जाईपर्यंत त्या पैशांना हातही न लावण्याची सक्त ताकीद त्याला देण्यात आली होती. निर्वासितांच्या लोंढ्याबरोबर तो सहज भारतीय हद्दीत पोहोचला आणि मणीपूर रोडवरील एका कॅम्पमध्ये डांबला गेला.

सहा आठवड्यांनंतर तो पुढे निघाला. कमिशनर ऑफ रिफ्यूजी एम्प्लॉयमेंटचे पत्र त्याच्याजवळ होते. त्या पत्रात त्याचे नाव काळूराम म्हणून नमूद करण्यात आले होते. तो ब्रह्मदेशातून आलेला निर्वासित असल्यामुळे त्यास नोकरी द्यावी अशी शिफारसही त्यात होती.

आसामच्या उत्तरेकडील कोपऱ्यात एका चहा कंपनीच्या मालकाने त्याचा इंटरव्ह्यू घेतला आणि त्याला 'सायलेंट हिल' विभागातील चहाच्या मळ्यात

स्टोअरकीपर म्हणून नेमले. पाटीराम नावाचा एक भोळसट, गरीब स्वभावाचा हिंदी माणूस त्याचा वरिष्ठ होता.

तिथले एकान्तात राहणे त्याला आवडले. स्वत:च्या मनाचे त्याला आश्चर्यही वाटले. एखाद्या मोठ्या चळवळीच्या अग्रभागी असावे, जिथे धोका असेल तिथे धावून जावे अशी त्याची मूळ प्रकृती होती; पण ती आता बदललली होती. कोणत्याही प्रकारच्या धकाधकीपासून लांब राहावे अशी त्याच्या मनाची धारणा झाली होती. हे खरोखरच आश्चर्य होते.

परंतु तरीही त्याला हिंदुस्थानातील जागृती बघून आश्चर्य वाटत होते. तो देशाच्या अगदी दूरच्या भागात एका कोपऱ्यात राहात होता; परंतु 'सायलेंट हिल'च्या भागातही कित्येक भिंती, काळ्या अक्षरांनी रंगविलेल्या होत्या. त्यावर लिहिले होते, 'चले जाव... भारत छोडो!'

'चले जाव! भारत छोडो' ही अक्षरे वाचून तो स्वत:शीच हसला. ब्रिटिशांना मलाया किंवा ब्रह्मदेश सोडावा लागला हे खरे होते; पण असल्या निरुपद्रवी वाक्यांना 'भिऊन' त्यांनी ते देश नक्कीच सोडले नव्हते. त्याला दुसरीच कारणे होती. ब्रिटिशांना 'चले जाव' करणारे लोक आज तुरुंगात डांबले गेले होते. धोतर नेसलेल्या आणि पांढरी टोपी घातलेल्या काही हजार लोकांनी सांगितले म्हणून ब्रिटिश लोक भारत नक्कीच सोडून जाणार नव्हते. असल्या घोषणा कीव करण्याजोग्या तर होत्याच; पण ब्रिटिशांच्या दृष्टीने हास्यास्पदही होत्या. सामर्थ्यापुढेच ब्रिटिश नमणार होते. गांधींच्या चळवळीऐवजी जर भारतात अत्याचाराची चळवळ फोफावली असती, तरच या त्यांच्या संकटकाळात त्यांना शेवटचा प्राणघातक ठोका देणे शक्य झाले असते. ब्रिटिश साम्राज्य शेवटचे आचके देत होते हे खरे. मात्र, शेवटच्या धक्क्याचीच फक्त जरुरी होती... आसामातील बऱ्याच लोकांनी आपली बायका-मुले इंग्लंडमध्ये पाठविण्यास सुरुवात केल्याचे त्याने पाहिले होते. भारत सोडण्याची वेळ जवळ आली आहे, असे त्यांनाही वाटत असावे. युद्ध संपेपर्यंत स्वातंत्र्यसंपादनाच्या दृष्टीने देवीला काहीच करता येण्याजोगे नव्हते. काळूराम नावाने आसाममधील चहाच्या मळ्यात स्टोअरकीपर म्हणून नोकरी करीत स्वस्थ राहाण्याशिवाय इलाज नव्हता.

२७

टेबलावर वाकून सुंदरी मापाबरहुकूम चोळीचे कापड फाडत होती. इतक्यात एखादा स्फोट व्हावा, तसा आवाज तिच्या कानावर पडला. एखाद्या राक्षसाने गदागदा हलवाव्यात त्याप्रमाणे बंगल्याच्या चारी भिंती हादरल्या. काचेची तावदाने खळकन फुटली. लांब कुठून तरी बंदुकीच्या फैरी झाडल्याचे आवाज कानी आले.

ती पळत खिडकीजवळ गेली. एप्रिल महिना होता आणि आकाशात सूर्य प्रखरपणे तळपत होता. खिडकीतून निळा समुद्र दिसत होता. तो फारच शांत होता. तिने नीट लक्षपूर्वक पाहिले. सोसाट्याच्या वाऱ्याने हलावेत त्याप्रमाणे किनाऱ्यावरच्या पाम वृक्षांचे शेंडे हलत होते. समुद्राच्या पृष्ठभागावर पांढरीशुभ्र दीपशिखा चकाकली आणि ती सरकत किनाऱ्याकडे आली. खाली रस्त्यावर लोकांच्या बोलण्याचे आणि पळण्याचे आवाज ऐकू येत होते. खिडकीच्या तावदानाच्या आधाराने बाहेर बघत ती उभी होती. किनाऱ्याकडे धावत येणाऱ्या दीपशिखेचा क्षणार्धात अक्राळविक्राळ राक्षस झाला आणि पर्वतप्राय लाटा उसळल्या. एक शिडाची बोट या लाटांच्या पंजात सापडली आणि क्षणार्धात तिचा चेंदामेंदा झाला.

बलदेव बेअरर, नोकराणी आणि माळी धावतपळत खोलीत आले. ते सर्वच भयंकर घाबरले होते. काय बोलत होते हे त्यांचे त्यांनाच कळत नव्हते. समुद्राने आपली नेहमीची मर्यादा ओलांडली होती. पाणी अगदी बंगल्याच्या आवारापर्यंत आले होते.

''काय आहे तरी काय हे?'' सुंदरीने विचारले.

''बॉम्बस्फोट असावा.'' बलदेवने सांगितले. ''मी आवाज ऐकला नि आलो,'' तो म्हणाला. ''नाहीतर धरणीकंप असेल!'' नोकराणी रडत-ओरडत म्हणाली.

''अरे देवा! आता माझं कसं होणार? घरी मुलं-माणसं आहेत.''

जिना उतरून ते खालच्या बागेत आले. आसपासच्या बंगल्यातले लोक बाहेर

आले होते. ते रस्त्याकडे पळत निघाले होते. मलबार हिलवर काळ्या ढगांचे आच्छादन पसरले होते.

"हा धूर आहे." माळ्याने विचारले.

"बॉम्बफेकीत शहर बेचिराख झाले असावे. जपानी आलेले दिसतात." बलदेव म्हणाला. मलबार हिलवरचा ढग मोठा मोठा होत गेला. त्याने सारे शहर व्यापले. सारे आसमंत काळवंडले.

"ही आगच असावी." माळ्याने तर्क केला.

"बाप रे! इतकी मोठी आग साऱ्या जन्मात बघितली नव्हती. जणू सगळं शहर पेटलं आहे. प्रत्येक घर धुमसतं आहे..." बलदेव म्हणाला.

"धूर तरी किती आहे."

"शहरात कुणीच जिवंत राहिलं नसणार!" मोलकरीण ऊर बडवीत म्हणाली. "माझी बहीण नुकतीच बाळंत झाली आहे. तिच्या पोराचं काय झालं असेल हो?"

काहीतरी भयंकर प्रकार घडला असणार याबद्दल सर्वांची खात्री झाली होती; पण नक्की काय झाले आहे, हेच समजत नव्हते. रस्त्यात गर्दी झाली होती. प्रत्येकजण मोठमोठ्याने काहीतरी बोलत होता. आकाशात पसरलेल्या धुराच्या निरनिराळ्या आकृत्या तयार झाल्या होत्या. त्या भयानक दिसत होत्या. डॉकला आग लागली असं म्हणतात. कुणीतरी सायकलस्वार रस्त्याने चालला होता. तो ओरडला, "डॉकमध्ये काही बोटी उभ्या होत्या. त्या समूळ नष्ट झाल्या. त्यांचं काही उरलं नाही."

त्या बोलण्याचा अर्थ सुंदरीच्या प्रथम लक्षात आला नाही. ती बधिर झाली होती; पण मग एकदम कळले. 'डॉकचा संपूर्णपणे विध्वंस झाला!' याचा खरा अर्थ मनाला प्रतीत झाला... ग्यानसिंग डॉकमध्येच काम करीत होता, हे तिला आठवले. अनेक भयानक दृश्ये मनापुढे तरळली. ती स्वतःच्या मोटारीकडे धावली. शक्य तितक्या लवकर डॉककडे पोहोचणे आवश्यक होते.

तिची मोटार सुसाट वेगाने जात होती. आकाशातला धूर आता तांबडा झाला होता. वरळीला तर तिच्या नाका-तोंडात धूर जाऊन तिला ठसका लागला. कुठेकुठे आगडोंबही उसळलेला दिसत होता. रस्त्यावरचे दृश्य फारच भयानक होते.

मोटार चालली होती. डॉकच्या आजूबाजूचे रस्ते गर्दीने खच्चून भरले होते. पुरुष अन् स्त्रिया भयभीत होऊन सैरावैरा पळताना दिसत होत्या. क्रॉफर्ड मार्केटच्या कोपऱ्यात झुंबड उडाली होती. मोटार पुढे जाणे शक्यच नव्हते. शेवटी तिने व्ही.टी. स्टेशनवर गाडी पार्क केली आणि लक्षावधी माणसांच्या गर्दीतून ती डॉककडे निघाली. शिरस्त्राण घातलेल्या एका गोऱ्या सैनिकाने तिला रोखले. पूल नादुरुस्त असल्याचे आणि त्याची पडझड झाल्याचे त्याने तिला सांगितले. तिथून पलीकडे

जाण्याची कुणालाच परवानगी नव्हती.

गोऱ्या सैनिकाकडे भ्रांत चित्ताने बघत ती नुसतीच उभी होती. काय करावे हेच तिला कळत नव्हते. इतक्यात त्यांच्या मागच्या बाजूस दिसणारा पुलाचा विशिष्ट भाग एकदम खाली कोसळला आणि जिकडतिकडे धुळीचे लोट पसरले. त्या सर्व प्रदेशाची संपूर्णपणे वाताहत झाल्यासारखे तिला वाटले. धुराचे लोट तिच्या नाकपुड्यांत शिरले आणि ती बेचैन झाली. आसपासची एकही इमारत धडपणे उभी नव्हती. बऱ्याच इमारती जमिनीवर कोलमडून पडल्या होत्या. बाकीच्या कशाबशा तग धरून उभ्या होत्या. पुलाजवळ रेल्वेची एक वॅगन खाली डोके वर पाय करून पडली होती. त्या ठिकाणापासून रेल्वेमार्ग शंभर यार्डांवर तरी असावा असे तिला वाटले. यलो गेटकडे जाण्यासाठी ती डाव्या बाजूला वळली. धुरांच्या लोटांनी आकाश झाकोळले होते. तिला काहीच दिसत नव्हते. ती पुढे चाललीच होती.

थोडे पुढे गेल्यावर भिंतीपाशी निपचित पडलेल्या एका माणसाच्या अंगावर ती अडखळली. मुंबईत लाखो, कोट्यवधी भणंग फूटपाथवर निर्वासित अवस्थेत पडलेले असतात. तो माणूस तसाच असावा असे तिला वाटले; परंतु नीट निरखून पाहिल्यावर तो गोरा माणूस होता असे तिला आढळले. काही पावले पुढे गेल्यावर तिच्या एकदम ध्यानात आले की, तो मेला असावा.

गर्दीतून लोकांना धक्के मारत बेगुमानपणे ती पुढे चालली होती. ती गर्दीच्या टोकाला आली, तेव्हा आपण अलेक्झांड्रा डॉकच्या मुख्य दरवाजापाशी आलो असल्याचे तिच्या लक्षात आले. ती तशीच पुढे गेली. मोडून पडलेल्या दरवाजापाशी एक गोरा सैनिक उभा होता. तो म्हणाला, "तुम्हाला आत जाता येणार नाही. थोड्याच वेळात इथे प्रचंड आग लागेल असा अंदाज आहे."

"मला जायलाच हवं. एकाला शोधायचं आहे."

"तसा हुकूम नाही. बायको किंवा आई यांच्याखेरीज कोणालाही स्वत:चा माणूस शोधण्यासाठी आत जाता यायचं नाही."

"माझा नवरा इथेच काम करतो." ती म्हणाली. "माझा मुलगाही इथेच..." त्याने हातानेच खूण करून तिला आत जाण्यास सांगितले. "फार वेळ थांबू नका; तुमचं काय नशीब असेल ते खरं!" ती वेगाने पुढे निघाल्यावर तिच्या पायाला जमिनीचे चटके बसले तेव्हा गर्दीत तिच्या चपला हरवल्याचे तिच्या लक्षात आले. आता रस्त्याच्या कडेला बरीचशी प्रेते दिसू लागली. त्यांच्या अंगावर एकही केस नव्हता आणि ते सर्व गोरे भासत होते. त्यांपैकी काहींच्याच अंगावर थोडे फार कपडे होते. त्या प्रेतांकडे बघितल्यावर ते गोरे लोक नव्हते हे तिच्या लक्षात आले. हिंदी लोक भाजल्यामुळे युरोपियन लोकांसारखे गोरे दिसत होते.

मनातल्या मनात देवाचा धावा करीत ती यलो गेटकडे पळाली. रेल्वेचे रुळ

पार उखडले होते. त्यावरचे लाकडी स्लीपर्स ठिकठिकाणी जळत होते. एकही घर उभे नव्हते. लांब कुठेतरी घंटा वाजत होत्या. लाऊड स्पीकरवरून घोगऱ्या, कर्कश आवाजात कुणीतरी लोकांना सूचना देत होते. रेल्वेगेट जवळ आल्यावर इथेच पूर्वी आपण ग्यानसाठी मोटार थांबवली होती हे तिला आठवले. समोरची तीनमजली इमारत अगदी जमीनदोस्त झाली होती. तिची खिडक्या-दारे अजूनही जळत होती. आता घंटा जास्त जोराने वाजू लागल्या. तिच्या अवतीभोवती स्पष्टपणे पावलांचे आवाज ऐकू यायला लागले. लाऊड स्पीकरवरून कुणीतरी इंग्रजीतून आणि हिंदीतून बोलत होते.

ती झपाटल्यासारखी तशीच उभी होती. इतक्यात एक माणूस तिच्याकडे पळत आला. तो काहीतरी बोलण्याचा प्रयत्न करत होता. त्याचे अंग तेलाने आणि धुळीने माखले होते. कपड्यांच्या तर चिंध्या झाल्या होत्या. "इथे काय करते आहेस?" त्याने घोगऱ्या आवाजात विचारले.

"तुम्हाला काय करायचं आहे?" तिने रागाने म्हटले; पण पुढच्याच क्षणी तिच्या लक्षात आले की, त्याचा चेहरामोहरा आपल्या परिचयाचा आहे... तो ग्यान होता! तिने दोन्ही बाहू पसरून त्याला आपल्या हृदयाशी घट्ट धरले.

त्याने तिला बाजूला सारले आणि रुक्षपणाने म्हटले, "चल लवकर! इथे आणखी एक स्फोट होण्याचा संभव आहे." त्याचा आवाज कसातरीच येत होता. कपडे धुळीने माखले होते. खांद्यावरच्या जखमेतून रक्त ठिबकत होते. पळताना तो लंगडत होता. एकमेकांचे हात धरून ते पळू लागले. जो तो 'पळा', 'पळा' म्हणून ओरडत होता. स्फोट होण्याची भीती होती. अखेर ते कस्टमच्या भिंतीजवळ आले. ती फार दमली होती. काहीही बोलणे त्यांना शक्य होत नव्हते. लाऊड स्पीकरवर आवाज सुरूच होते- 'रस्त्याच्या कडेला जमिनीवर पडून राहा!' आणि मग एकदम प्रचंड आवाज ऐकू आला. हजारो गाड्यांची इंजिने वाजावीत तसे वाटले. त्यांच्या पायांखालची जमीन हादरली. ते परत उचलले गेले आणि पुढच्याच क्षणाला चेंडूसारखे लांब फेकले गेले. धुराच्या लोटांनी सारा आसमंत भरून गेला. सुंदरीने डोके वर उचलले. अजूनही पडझड चालूच होती. आगगाडीसारखे आवाज ऐकू येत होते. त्या वेगाने डबे आकाशात वर उंच उडून जमिनीवर जोराने आदळत होते. लाऊड स्पीकरचे आवाज संपूर्णपणे थांबले.

ती दोघेच तिथे उरली होती. आसपास कोणीच नव्हते. "चल." ती ओरडली. "सगळे निघून गेले आहेत." तिच्या बाहुपाशात तो निपचित पडला होता. त्याचे डोळे मिटले होते. तो जिवंत आहे किंवा नाही अशी तिला शंका आली. तिने त्याचा खांदा जोराने हलवला, "चल लवकर... जागा झालास का? सगळे लोक गेले." झोपेतून जागे व्हावे त्याप्रमाणे त्याने डोळे उघडले. तिचा जीव एकदम हलका

झाला. तिने त्याच्या ओठांवर ओठ टेकले आणि म्हणाली, "चल लवकर!"

तो मोठ्या कष्टाने उठून बसला आणि म्हणाला, "हे बघ! सर्वजण निघून गेले आहेत. तूसुद्धा जा. सध्या तरी काही भीती नाही... थोड्या वेळाने आणखी स्फोट होईल. तोपर्यंत तुला निघून जायला हवं."

"पण तुझं काय? तू कुठे जाशील?... तुझं घर तर..."

"मी कुठेही जाईन. आमची काहीतरी व्यवस्था सरकार करीलच. सध्या तरी मी इथेच बसतो आणि विश्रांती घेतो." भिंतीला टेकत तो म्हणाला, "तू मात्र इथून लवकर निघून जा."

"तुला नाही वाटत भीती?" तिने विचारले.

"अगं, मी इथलाच आहे. मला काय होणार आहे?"

"असं नाही चालणार!... तू आता माझ्याबरोबर यायचं आहेस. तू आल्याशिवाय मी हलणार नाही. थोडा प्रयत्न कर... तुला चालता येईल." तिने त्याला हाताला धरून उभे केले आणि बळेच चालायला लावले.

"पायावर भार देऊच नकोस. माझ्या खांद्यावर जोर दे."

तिची गाडी तिथून फक्त पाव मैलावरच होती; पण तिथे पोहोचायला त्यांना तास-दीड तास तरी सहज लागला. त्याच्या पायांतून असह्य कळा येत होत्या आणि चेहरा घामाघूम झाला होता. गाडी सुरू करण्यापूर्वी तिने साडीच्या पदराने त्याचा चेहरा नीट पुसून काढला.

ग्यान समुद्रकाठच्या वाळूत तिच्याशेजारी पडला होता. त्याच्या अंगात रेशमी अंगरखा होता. पांढऱ्या चपलेच्या टोकाने तो वाळूत रेघोट्या ओढत होता. पुढे काय करावे याबद्दल त्यांचा विचार चालू होता. प्रिन्सचे सुंदरीबरोबर संबंध होते तसे वागणे त्याला अशक्य होते. तो स्वत: हिंदू, कर्मठ कुटुंबातला होता. आजीची आणि हरीची शिकवण त्याच्या मनावर बिंबलेली होती. चारित्र्याच्या त्याच्या काही ठाम कल्पना होत्या. सुंदरीबरोबर निकटचे शारीरिक संबंध निर्माण झाले होते. त्याचे आकर्षण जबरदस्त होते. त्यापासून स्वत:ची मुक्तता करून घेणे त्याला शक्य नव्हते. प्रेमाच्या, वासनेच्या बाबतीत ती जरा जादाच होती. तिने त्याचा संपूर्ण ताबा घेतला होता. तिने त्याला स्वत:च्या घरात स्थान दिले होते. आता सुटका नव्हती.

त्या दिवशी आगीच्या कल्लोळात डॉकवर त्याच्यासाठी धावत येण्याचे तिला खरोखर काही कारण नव्हते. त्या भयंकर परिस्थितीत तिची भेट झाल्यावर मात्र कोणत्याही प्रकारचा संयम पाळणे त्याला अशक्य होते. तिने त्याला घरी आणले. अंथरुणावर नीट निजवले आणि डॉक्टरला बोलावणे पाठवले. पायामध्ये गुडघ्याजवळ लोखंडी तुकडा घुसला होता; परंतु त्यापासून गंभीर असा धोका नव्हता. डॉक्टरांनी

जखम धुऊन ड्रेसिंग केले आणि औषध दिले. त्याला लगेच झोप लागली. दुसऱ्या दिवशी सकाळी त्याने तिथून निघून जायला हवे होते; पण तो गेला नाही. तिथेच राहिला. तिचा नवरा सैन्याबरोबर मध्यपूर्वेत गेला आहे आणि ती समुद्रकाठच्या त्या शांत बंगल्यात एकटीच राहते हे माहीत असूनही तो गेला नाही. तिच्या मोहात गुंतूनच राहिला; पण असे फार दिवस चालू देणे शक्य नव्हते. त्याचे तिच्यावर प्रेम होते. नुसतीच शारीरिक वासना नव्हती हे तिला स्पष्ट सांगायचे त्याने ठरवले. पुढे कसे वागायचे हे तिनेच ठरवायचे होते. आयुष्यभर याराची भूमिका घेण्यास तो तयार नव्हता.

त्या दिवशी समुद्र किनाऱ्यावर त्याने स्वत:च्या मनातले तिला सांगितले. तो म्हणाला, "मला हे सारं उघड केलंच पाहिजे. फक्त माझ्यासाठीच नव्हे तर तुझ्यासाठीही! कारण माझं तुझ्यावर फार प्रेम आहे."

त्याच्याजवळ पडून ती स्तब्धपणे ऐकत होती. मग कोपरावर हनुवटी ठेवून तिने त्याच्याकडे बघितले. तो तिच्याकडे बघत नव्हता. समुद्राकडेच पाहत होता. तिच्या अंगात अगदी तंग लालभडक रंगाचा पोहण्याचा पोशाख होता. तिचे बांधेसूद शरीर फार मोहक दिसत होते. चेहरामोहरा स्पॅनिश घाटाचा होता. हनुवटी निमुळती आणि गालाची हाडे उंच होती. देवीदयाळसारखीच ती दिसत होती. तिच्या दृष्टीला दृष्टी भिडवणे त्याला शक्यच नव्हते. "प्रेमाबद्दल म्हणतो आहेस तू!" ती रुक्षपणाने म्हणाली. "खरं सांगू? माणूस प्रेम करू शकत नाही. शाळेतल्या मुला-मुलींच्या बाबतीत किंवा मृत्यू पावलेल्या व्यक्तींच्या बाबतीतच ते शक्य असतं. तू काय वाटेल ते म्हण. मी कवी नाही. कविलोक प्रेम कसं करतात हेही मला माहीत नाही. मला माझ्या स्वत:च्या भावना पूर्णपणे माहिती आहेत. तुझ्या प्रेमानं मला चैतन्य आलं. त्यावरच मी जगतो आहे." तिने हात लांब करून त्याच्या मनगटावर थोपटले. त्याने चमकून तिच्याकडे पाहिले. एखाद्या गोष्टीची गंमत वाटल्यावर माणसे ज्या प्रकाराने हसतात तसे हास्य तिच्या चेहऱ्यावर होते.

"ठीक आहे. तू वाईट वाटून घेऊ नकोस. माझंदेखील तुझ्यावर प्रेम आहे."

तिच्या त्या उद्‌गारांचा अर्थच त्याला कळेना. गेल्या काही दिवसांत त्या दोघांनी लैंगिक सुखोपभोग घेतले होते; त्यालाच ती प्रेम समजत होती का? "तुला कल्पना यायची नाही." तो म्हणाला, "खरंसुद्धा वाटायचं नाही. तुला मी प्रथम पाहिलं त्या क्षणीच माझं तुझ्यावर प्रेम जडलं. साऱ्या आयुष्यात दुसऱ्या कोणत्याही स्त्रीचा विचार मी केलेला नाही. अंदमानातही माझ्या मनात तूच होतीस. त्याने कमरेचा पट्टा ढिला केला आणि फोटोग्राफचे पाकीट काढले. आता तुझा विश्वास बसेल. देवीला तू हे फोटो पाठवलेले आठवतात का?"

सुंदरीने ते फोटो हातात घेतले. त्यांचा रंग उडाला होता. त्यांवर वेड्यावाकड्या

घड्या होत्या. "हे मी देवीला पाठवले होते. ते तुझ्याकडे कसे आले?"

काय सांगायचे हे त्याचे ठरलेलेच होते. मुळीच न चाचरता तो म्हणाला, "तुझे फोटो मला देण्याची मी देवीला गळ घातली. त्याला माझं मन माहिती आहे. आमच्या दोघांत गुप्त काही नाही."

सुंदरीने डोक्यावरची रबराची बेदिंग कॅप काढून बाजूला ठेवली. तिचा केशकलाप कपाळावर रुळायला लागला. खाली स्वच्छ वाळू पसरलेली होती; त्यामुळे तिचे अवयव जास्तच रसरशीत आणि ताजेतवाने दिसत होते. तिच्या त्या रूपाकडे पाहिल्यावर त्याच्या मनात वासनेची चूड पेटली. गेले दोन-तीन दिवस असेच चालले होते. हे थांबवायला पाहिजे असे ग्यानने मनाला बजावले. स्वत:च्या विशुद्ध प्रेमाची जाणीव तिला व्हायलाच हवी असे त्याला वाटले. त्या दृष्टीने तो बोलत राहिला. "प्रेमात लपंडाव नको. तुझे माझे संबंध मनमोकळे, जगाला न जुमानणारे असावेत. कुठल्या तरी अंधाऱ्या कोपऱ्यामध्ये चोरटेपणाने परस्परांशी शारीरिक लगट करणे म्हणजे प्रेम नव्हे. मला तू सर्वस्वी हवीस." तो एकदम पुढे वाकला आणि त्याने तिचे उघडे दंड हातांमध्ये घट्ट धरले. तिचे डोळे पाणावले. भावनातिरेकामुळे तिच्या डोळ्यांत अश्रू उभे होते की निव्वळ हवेतील गारठ्यामुळे ते पाणावले होते, हे त्याला समजले नाही. त्याने तिला सोडले. ती वाळूवर तशीच डोळे मिटून राहिली.

"तुला माझ्याबद्दल काहीच वाटत नाही का? तू अन् मी एकत्र आयुष्य जगावं, असं मला वाटतं. मी म्हणतो तसं प्रेम तुझ्या मनात नाही का?" त्या प्रश्नाचे उत्तर तिचे तिलाच माहीत नव्हते... प्रेम म्हणजे काय किशोरावस्थेत 'रोनाल्ड कोलमन'सारख्या देखण्या तरुणाच्या दृष्टीक्षेपामुळे आणि स्मितहास्यामुळे प्रेम उत्पन्न होते; परंतु मधुचंद्राच्या वेळी नवऱ्याच्या वागण्यामुळे त्या स्वप्नसृष्टीचे तुकडेतुकडे होतात आणि मग एका संध्याकाळी समुद्र किनाऱ्यावर सॅटीनच्या स्विमिंग सूटमध्ये असलेल्या एका वेश्येबरोबर तो 'रोनाल्ड कोलमन' दिसतो आणि प्रेमाला अर्थच राहात नाही इतकेच तिला माहीत होते.

त्यानंतर मात्र तिच्या दृष्टीने प्रेम ही निव्वळ क्रीडा होती. वयाने वाढलेल्या मंडळींचा तो आवडता खेळ होता. सावधपणे ब्रीज किंवा रमीचा डाव खेळावा त्याप्रमाणे प्रेमाचा डाव खेळला जात होता. त्या प्रेमाला फारसा अर्थ नव्हता. त्यामध्ये कोणताही राजा कोणत्याही राणीबरोबर राहात असे. जगात तसेच होते.

मदिरापान करणे हेदेखील माणसाला शिकावे लागते. प्रेमाचेही तसेच आहे. दर्याबादमधील घरंदाज कुटुंबात किंवा अंदमानातील सेल्युलर जेलमध्ये प्रेमाचे खरेखुरे पाठ मिळत नाहीत. समाजातील श्रीमंतवर्गात वावरल्याशिवाय प्रेमाचा अर्थ कळत नाही. एखाद्या संध्याकाळी आकर्षक तरुणीबरोबर डान्सला जाणे आणि तेथून

रात्रीच्या वेळी मोटार काढून लांब कुठेतरी विहाराला जाणे आणि पहाटेपर्यंत न परतणे हेच प्रेम नव्हे का?

पण प्रेम म्हणजे दुसरेही काही असू शकेल. प्रचंड संहाराचे तांडव सुरू असताना मित्राला भेटण्यासाठी त्या ठिकाणी धावून जाणे तसेच धुळीने आणि तेलाने माखलेल्या त्याच्या शरीराला घट्ट कवटाळणे म्हणजेदेखील प्रेम असण्याची शक्यता आहे.

"आणखीही एका गोष्टीचा विचार करायला हवा." तो शांतपणे बोलत होता. "मजजवळ काही इस्टेट नाही; पण तू जर माझी झालीस तर आपण दोघेही सुखात राहू. मी थोडासा पैसा साठवला आहे. एक लहानशी भाड्याची जागा माझ्या नावावर आहे. मध्यमवर्गीय माणसं ज्या पद्धतीनं राहातात तसे आपण नक्की राहू शकू. पुढे मी एखादा व्यवसाय-धंदा करेन. नशीब असेल तर खूप पैसाही मिळवेन. घरात हातावर पाणी घालायलासुद्धा आपण नोकर ठेवू. तू जवळ असलीस म्हणजे अशक्य असं काहीच नाही. तुझ्याशिवाय मात्र हे आयुष्य व्यर्थ आहे. युद्ध संपलं की, मी पुन्हा अंदमानला जाईन."

"अंदमानला?" ती एकदम म्हणाली. "मलासुद्धा तिथे जायला आवडेल. देवी तिथे असेल."

"तू जवळ असलीस म्हणजे मला सर्व सुखं आहेत असं वाटतं. तू नसलीस म्हणजे मात्र अंदमानच बरं!"

"पण माझ्याशिवाय तरी तुम्हाला अंदमानलाच कशाला जायला हवं? इथं नाही का राहता यायचं?"

"मग इथं राहण्यात काय गोडी? मी अंदमानला परत जाईन. तिथे एखादी झोपडी आणि जमीन विकत घेईन. तुला खरंच सांगतो, तुझं आणि माझं प्रेम आहे हे जगात प्रत्येकाला ओरडून सांगण्याची माझी इच्छा आहे."

तिला त्याचेच आश्चर्य वाटले. फार पूर्वी कॉलेजात असताना त्याच्या जानव्याची टर उडाली होती तेव्हा तो रुसला होता. आजही त्याच्या स्वभावात फारसा फरक पडलेला नव्हता. प्रेम आणि वासना या दोन भावनांविषयी त्याच्या मनात गोंधळ उडाला होता. खरे तर त्याने खून केलेला होता. काही काळ जन्मठेपेची शिक्षा भोगली होती; परंतु तरीही समाजातील काही रूढ नीतिनियमांविरुद्ध बंड करण्याचे धैर्य त्याच्यात नव्हते. तिची अवस्था मात्र त्याच्या अगदी उलट होती. नवऱ्याला स्वत:चे अनैतिक संबंध कळले तरी त्याची तिला फिकीर नव्हती. वैवाहिक जीवनातील नीती तिच्या नवऱ्याने सरळसरळ पायदळी तुडवली होती. मग आता तिने तरी त्याला का भ्यावे?

ग्यानला हे सारे विचार कधीच कळणार नाहीत असे तिला वाटले. जे सुख

पुढ्यात आलेले आहे, त्याचा उपभोग घेण्याचे सोडून तो निष्कारण वेगळीच यादी लावत बसला होता आणि स्वत:ला त्रास करून घेत होता.

"मला जे वाटलं ते मी तुला सांगितलं. तू त्याची रेवडी उडवणार नाहीस अशी मला खात्री वाटली म्हणून सांगितलं. हा तुझा बंगला, मोटारगाडी, नोकरांचा ताफा हे सारं सोडून तू तरी माझ्या सामान्य जीवनाला कशी साद देशील? तुझं माझ्यावर प्रेम असलं तरच हे शक्य होईल. डॉकमधून तू मला इथं आणलंस; माझी शुश्रूषा केलीस; आपण परस्परांच्या अगदी निकट आलो. या गोष्टींना तुझ्या दृष्टीने काहीच अर्थ नाही का?"

"आहे तर!" ती म्हणाली, "अर्थ नसून कसं चालेल!"

"तू असंच म्हणावंस अशी माझी इच्छा होती. आता कसं वागायचं ते तूच ठरव. नुसतंच शारीरिक सुखोपभोगाचा धनी म्हणून राहण्याची माझी तयारी नाही. तुला काय वाटतं?"

तिने हलकेच मान डोलवली. इतकी वर्षे झाली. मात्र, त्याच्यात काही बदल झाला नव्हता. तिच्या हातात पिवळसर झालेले दोन फोटो होते. तिला मिठी मारावी आणि तिच्या डोळ्यांतल्या अश्रूंना चुंबावे असे त्याला वाटत होते; पण मोह आवरून तो उठला. प्लॅस्टरमध्ये असलेला पाय वर उचलून त्याने नीट सावरला.

"हा विषय आपण इथेच सोडून देऊ." त्याने सांगितले. "मी तुला पुन्हा कधीही त्रास देणार नाही; पण एक सांगतोच. ती सांगण्याचा माझा अधिकारही आहे. तू जर पुढे कधी काळी माझ्यावर प्रेम केलंस आणि माझ्याशी लग्न करण्याची तुला इच्छा झाली तर मी स्वत:ला धन्य समजेन. तू मला नुसतं बोलावणं पाठव; मी नक्की येईन."

तो वळला आणि चालू लागला. त्याने मागे वळूनदेखील पाहिले नाही.

२८

मुंबईतील स्फोटांचे खरे कारण कोणालाच माहीत नव्हते. वर्तमानपत्रांमध्ये त्या बाबतीत बातम्या किंवा चित्रे छापण्यास परवानगी नव्हती. खरोखर किती लोक मृत्युमुखी पडले हे एक गूढच होते. युद्ध सुरू असताना एखाद्या मोठ्या बंदरात दुर्घटना घडली तर शत्रूला ते कळू नये म्हणून त्या दिवसांमध्ये कसोशीने गुप्तता राखण्याचा प्रयत्न केला जात असे. सरकारने तर त्या घटनेवर जणू पोलादी पडदाच टाकला होता.

परंतु थोड्याच दिवसांत ती गोष्ट देशात सर्वतोमुखी झाल्याशिवाय राहिली नाही. खरी कारणे कोणालाच कळली नाहीत; परंतु अवास्तव आणि अतिरंजित स्वरूपात स्फोटाची प्रसिद्धी झाली. ते काहीही असले तरी प्रत्येकाला हे माहीत होते की, युद्धकाळातील सर्वात मोठी दुर्घटना मुंबईत घडली आहे. स्फोटामुळे बंदर पूर्णपणे बेचिराख झालेले असून सागरी वाहतूक जवळजवळ थांबलेली आहे. खूपशी जहाजे अग्नीच्या भक्ष्यस्थानी पडलेली असून आसपासच्या कित्येक इमारती भुईसपाट झाल्या आहेत.

हजारो हिंदी लोकांना त्या स्फोटामुळे मृत्यू आला; परंतु त्यांच्या देशबांधवांना त्या हानीबद्दल काहीच वाटले नाही. प्रत्येक हिंदी माणूस मनातल्या मनात आनंदला होता. डॉकच्या विध्वंसामुळे ब्रिटिश सत्तेला शेवटचा हादरा बसला होता. एकोणीसशे चाळीसच्या उन्हाळ्यात ब्रिटिशांना हिंदुस्थानामध्ये एकही मित्र राहिला नव्हता. साम्राज्य खिळखिळे झाले होते. पिकलेला आंबा अलगद खाली पडावा त्याप्रमाणे ते साम्राज्य आता विनासायास जपान्यांच्या हातात पडणार होते.

सर्व भारतभर 'चले जाव'चा एकच नारा लागून राहिला होता. भिंती, घरांच्या प्रवेशद्वारावर, रस्त्यावरील झाडांच्या खोडावर आणि मोटारीच्या टपावर सगळीकडे 'चले जाव' ही अक्षरे दिसत होती.

'चले जाव'ची घोषणा देवीदयाळने प्रथम ऐकली तेव्हा ती चळवळच त्याला पोरकट वाटली होती; परंतु थोड्याच दिवसांत त्या चळवळीने उग्र स्वरूप धारण केले आणि साऱ्या देशात तुफान उठवले. देवीदयाळ त्या चळवळीकडे स्तिमित होऊन पाहत होता. चळवळीची गती हिंसाचाराकडे वळणार हे स्पष्ट होते. शफी उस्मानचे भविष्य खरे ठरू पाहत होते... 'अहिंसेच्या पोटात हिंसेचा गर्भ वाढत आहे.' शफी म्हणाला होता. त्याच्या म्हणण्याचा हाच अर्थ होता का? चळवळीचे बदलते रूप पाहून देवीदयाळ खरोखरच भयचकित झाला. सायलेंट हिलच्या वाचनालयात बसून तो सर्व वर्तमानपत्रे वाचत असे आणि बातम्यांचे विश्लेषण करून भेटेल त्या प्रत्येक माणसाबरोबर चळवळीबद्दल चर्चा करत असे.

पुढाऱ्यांना पकडल्यामुळे लोक भयंकर चिडले होते. जपानी सैन्य अगदी वेशीपाशी उभे ठाकल्यामुळे त्यांना एक निराळाच विश्वास आला होता. अहिंसेचे व्रत झुगारून देण्यास त्यांनी सुरुवात केली होती. सरकारी अधिकाऱ्यांनी काही ठिकाणी दडपशाही केल्यामुळे तर आगीत तेल ओतल्यासारखे झाले होते. महात्मा गांधी आणि नेहरूंना शिक्षा देऊन ब्रिटिशांनी त्यांचा नेहमीचा सुज्ञपणा सोडला होता. भारतात 'डाबर'शाही निर्माण करण्याची त्यांची तयारी चालली होती. मुंबईतील रस्त्यावर सत्याग्रह करणाऱ्या अबलांवर गोऱ्या सोजिरांनी अत्याचार केले होते. प्रत्येक सभेवर लाठीहल्ला होतच होता. जालियनवाला बागेत जनरल डायरने जे तंत्र वापरले होते तेच हुबेहूब सरकार आता वापरत होते. उत्तर प्रदेशातील बाली गावामध्ये जमाव पांगवण्यासाठी मशीनगनचा उपयोग करण्यात आला होता. राजद्रोही कारवायांबद्दल बनारस हिंदू विश्वविद्यालय बंद करण्यात येऊन त्याच्या इमारती लष्कराच्या उपयोगासाठी घेण्यात आल्या होत्या. कित्येक काँग्रेस कमिट्यांच्या कचेऱ्या सरकारी हुकुमान्वये जाळण्यात आल्या आणि अनेक खेड्यांमध्ये सामुदायिक दंड बसवण्यात आला.

या दडपशाहीमुळे लोकांनी हिंसेचा आश्रय घेतला. शेकडो रेल्वे स्टेशने, पोस्ट ऑफिसेस आणि पोलीस चौक्या लोकांनी जाळून टाकल्या. टेलिफोनच्या आणि टेलिग्राफच्या तारांची मोडतोड केली. एके ठिकाणी तर एका पोलिसाला जिवंत जाळले. ज्या पुढाऱ्यांचे लोकांवर वजन होते, त्यांना सरकारने तुरुंगात डांबले होते; त्यामुळे चेकाळलेल्या समाजाला सांगता-सवरता कोणीच नव्हता.

देशातले तुरुंग कैद्यांनी भरून वाहत होते. एकोणीसशे बेचाळीसच्या शेवटी शेवटी दोन-चार महिन्यांतच साठ हजार लोकांना सरकारने तुरुंगात टाकले होते. त्यानंतर चळवळीचे तुफान माजले; परंतु कैद्यांचा नक्की आकडा सरकारने वर्तमानपत्रात कधीच जाहीर होऊ दिला नाही. चळवळीची बदनामी करण्याकरिता ब्रिटिश सरकार मुद्दामच तिला हिंसेचे वळण लावत होते.

देवीदयाळला मात्र स्वत:चे स्वप्न सत्यसृष्टीत उतरल्यासारखे वाटले. आता योग्य संधी आली आहे, असे त्याचे मत होते. जिकडेतिकडे ब्रिटिशांचा पराभव होत होता. त्यांची शेकडो जहाजे जाणूनबुजून बुडवली जात होती. हिंदुस्थानात प्रत्येकाच्या मनात ब्रिटिशांबद्दल चीड उत्पन्न झाली होती. अठराशे सत्तावननंतर स्वातंत्र्य इतके जवळ कधीच आले नव्हते. जपान्यांचे विश्वविजयी सैन्य सरहद्दीपाशी येऊन ठेपले होते. ब्रह्मदेशाने जपान्यांचे स्वागत केले; तसेच भारतही करण्यास उत्सुक होता.

मुंबईत डॉकमध्ये स्फोट झाल्याची बातमी ऐकताच ते कृत्य क्रांतिकारकांनीच केले असल्याची देवीदयाळची खात्री झाली. त्याला क्रांतिकारकांच्या तयारीचे, अचूक योजनेचे आणि हुशारीचे कौतुक वाटले. शेकडो लोकांनी गुप्तपणे महिनोन्‌महिने काम करायचे आणि योग्य संधी मिळताच स्वत:च्या प्राणांची बाजी लावून डॉक उडवून द्यायचे हे काम तसे फार अवघड होते. अर्थात भारताचे भविष्य अशाच हुतात्म्यांच्या हातात होते.

स्वत:च्या निष्क्रियतेबद्दल त्याची त्यालाच खंत वाटली. हिंदुस्थानात येऊन आता त्याला दोन वर्षे होऊन गेली होती. त्याच्याजवळ खूप पैसा होता. जपान्यांचे हुकूम पाळणे हे त्याचे काम होते. ब्रिटिशांचा उद्दामपणा पाहून तो विटला होता. बाहेर चळवळीचा डोंब उसळलेला असताना आपण मात्र आसाममधील चहाच्या मळ्यात निष्क्रियतेत दिवस काढत आहोत याचे त्याला वाईट वाटत होते. त्याच्या देशबांधवांच्या भित्रेपणाबद्दल पूर्वी तो त्यांची निर्भर्त्सना करी; पण आज त्यांनीच हाती शस्त्र धरले होते आणि देवीने मात्र अहिंसेचे व्रत धारण केले होते. तो जपान्यांचा हस्तक म्हणून वावरत होता. जपानी फौजा दिल्लीच्या रोखाने येत होत्या. त्यांचे स्वागत करण्यासाठी तो 'चलो दिल्ली'ची घोषणा करत होता.

भारतात जपानी राज्य आले तर कोणाचा फायदा होणार होता? लाल किल्ल्यावर जपानी निशाण फडकले तर भारतीयांचा कोणता लाभ होणार होता? जपान्यांनी ब्रह्मदेशाला किंवा अंदमानला ज्या तऱ्हेचे स्वातंत्र्य दिले तसेच स्वातंत्र्य ते भारतास देणार, हे उघड होते. अशा परिस्थितीमध्ये तो स्वत:ची मान ताठ ठेवू शकला असता का?

त्याच्या मनात फार गोंधळ उडाला होता. एकोणीसशे चव्वेचाळीसच्या शेवटी तो पाटीराम नावाच्या स्टॉकमनच्या हाताखाली काम करत होता. पाटीरामला एकदम असिस्टंट मॅनेजरची जागा मिळाली आणि देवीदयाळला स्टॉकमन होतोस का म्हणून विचारले गेले. खोट्या नावाने अज्ञात अवस्थेत वावरण्याची त्याला इतकी सवय झाली होती की, या बढतीच्या कल्पनेनेच त्याला धक्का बसला. मात्र, आपण त्या जागी फार काळ राहणार नाही हे त्याला माहीत होते; तरीही त्याने ती जागा पत्करली.

थोड्याच दिवसांत घड्याळाचा लंबक विरुद्ध बाजूला सरकला. वर्षापूर्वी जपानी सैन्य अजिंक्य वाटत होते; परंतु आता त्यालाच ब्रिटिश आणि अमेरिकनांनी ठिकठिकाणी खडे चारले. युरोपमध्ये दुसरी आघाडी उघडली जाईल असे कोणाच्या स्वप्नातही नव्हते; पण ती उघडली गेली आणि दोस्तांच्या सेना जर्मनीला चारी बाजूंनी ठोकू लागल्या. आता जर्मनीचा पराभव अटळ होता. जर्मनी मोडून पडल्यावर केवळ जपान्यांनाच अँग्लो-अमेरिकनांच्या माऱ्याला तोंड देणे भाग होते.

देवीदयाळचे मन बदलले होते. आधी तो जपान्यांच्या फार निकट गेला होता. मात्र, आता अँग्लो-अमेरिकनांपेक्षा जपान्यांचा विजय होणे भारताला घातक आहे असे त्याच्या मनाने ठाम घेतले होते.

जपानी प्राणपणाने लढत होते; त्यामुळे युद्ध बराच काळ रेंगाळणार होते. युद्ध संपल्यानंतरच स्वातंत्र्यासाठी मोठ्या प्रमाणात चळवळ करण्याची आवश्यकता होती आणि त्यानंतर थोड्याच दिवसांत हिरोशिमा आणि नागासकी येथे अणुबॉम्बचे स्फोट झाले. आता मात्र काहीतरी निर्णय घेऊन ठामपणे पाऊल उचलणे भागच होते. ज्या दिवशी युद्ध संपले त्याच दिवशी त्याने 'सायलेंट हिल' सोडली. युद्धाच्या विजयोत्सवासाठी बाजारपेठेत मजुरांना फुकट 'रम' वाटली जात होती; त्यांच्या घोळक्यात तोसुद्धा मिसळून गेला.

२१

कलकत्त्यामधील टाल कटोरा विभागात दोन खोल्या होत्या. तेथे पुरुष, कुत्री, मांजरे आणि जनावरे पिढ्यान्‌पिढ्या वास्तव्य करत होती. एक स्वयंपाकघर होते. तिथेच अंघोळीसाठी तसेच भांडी आणि कपडे धुण्यासाठी नळ होता. झोपायला आणि बसा-उठायला दुसरी खोली होती.

बसूच्या बायकोने चहाचे कप आणि संदेशच्या बशा बाहेर आणल्या. पडदानशीन स्त्रीप्रमाणे तिने साडीचा घुंगट ओढला होता. दोन लहान मुले दोन्ही खोल्यांतून आत-बाहेर करत होती. बंगाली आणि हिंदी भाषेत त्यांचे बडबडणे ऐकू येत होते.

"तुझा अगदी आग्रहच आहे म्हणून मी दहा दिवस रजा घेतो." बसू म्हणाला.

"म्हणजे माझाच हट्ट वाटतं?" देवीदयाळने विचारले. "तुला त्याला बघण्याची इच्छा नाही का?"

"सध्या तरी असल्या भानगडीत पडू नये असं वाटतं." तो म्हणाला. काळ्या रंगाची अशक्त, किडकिडीत स्त्री तिथे होती. ती त्याची बायको होती. धूर ओकणाऱ्या चुलीजवळ बसून ती स्वयंपाक करत होती. घरात जिकडेतिकडे दारिद्र्य दिसत होते. मुलांच्या अंगावर धड कपडे नव्हते. नळाखाली खरकटी भांडी पडली होती. आसपासच्या घरांतून निरनिराळे दर्प येत होते.

"मी विचारलं तर तुला वाईट वाटेल. तुला काही पैसे हवेत का?" देवीदयाळने विचारले.

बसू खूप मोठ्याने हसला. "इतकं मनावर घेऊ नकोस. मला तर असल्या गोष्टीचं काहीच वाटत नाही."

"हा काही माझा पैसा नाही." देवीदयाळने सांगितले. "इकडूनतिकडून मिळवलेला पैसा आहे. हजार रुपये देऊ का? पाहिजे तर आणखीसुद्धा देईन. ही माझी अशीच

एक पर्यायी प्राप्ती आहे.''

''दिलेस तर फार उपकार होतील.''

''पैसे मी देतोच; पण त्याचा तू कबूल केलेल्या कामाशी काही संबंध नाही, हे लक्षात असू दे. तू ते काम केलं नाहीस तरीही मी पैसे देईन.''

''असं कसं? मलाही तुझ्याबरोबर यावंसं वाटतंच आहे; पण माझा पायच इथून निघत नाही. मी अगदी अडकून पडलोय.'' त्याने स्वयंपाकघराकडे बघत सांगितले. त्याच्या म्हणण्याचा अर्थ देवीदयाळला कळला नाही. बसूला त्यांच्याबरोबरच पण थोड्या अवधीची शिक्षा झाली होती. त्याला अंदमानात धाडले नव्हते. बारीपद तुरुंगातच तो शिक्षा भोगत होता. सध्या तो पॅरोलवर सुटला होता. त्याने बेकायदेशीर अशा कोणत्याच चळवळीमध्ये गुंतणे बरोबर नव्हते हेही खरे होते. ''पण आपल्याला कुठे हाणामारी करायची नाही.'' देवीदयाळने म्हटले. ''मी त्याच्याबरोबर शक्यतो झगडा करणार नाही; पण आता मला वाटतं की, तू माझ्याबरोबर न आलेलाच बरा!'' बसूने त्याचे दोन्ही हात हातात घेतले. ''मी माझ्या हातात बांगड्याबिगड्या घातल्या आहेत की काय?'' त्याने नाटकीपणाने विचारले. ''का मी अहिंसेचं व्रत घेतलं आहे?... मला तुझ्याबरोबर आलंच पाहिजे. त्याचा सर्व ठावठिकाणा काढायचा मी प्रयत्न केला आहे. फक्त घरच्या कटकटीमुळे गुंतून पडलोय इतकंच.''

''माझ्यासारख्याबरोबर तू संबंध न ठेवलेलाच बरा.''

''छे! छे! असं कसं? मला यायलाच हवं.''

''मग तुझी मर्जी.''

''आणि तुला एकट्याला कुणी आत सोडणार नाही. दरवाजावरचा रखवालदार मला ओळखतो. मी त्याला पूर्वी भरपूर टिप देत असे.''

''नवीन माणसाला आत सोडत नाहीत का?'' देवीदयाळने विचारले. ''पूर्वी कुंटणखान्यामध्ये कुणाच्या तरी ओळखीशिवाय जाता येत नसे तसंच हे आहे.''

''प्रत्येक नवीन माणसाची ते पूर्ण तपासणी करतात. कोणीतरी माहीतगार माणसानं ओळख करून दिल्याशिवाय नव्यांचा शिरकाव होणं कठीण आहे.''

''तो नेहमी तिथेच राहतो का? तिथे राहत नाही असं मला कळलंय. येऊनजाऊन असतो. लाहोरमध्ये असला म्हणजे मात्र तो तिथेच राहतो.''

''आपण आपसात भांडत बसलो आहोत. या वेळी एकजुटीने ब्रिटिशांशी लढायला हवं आहे.'' देवीदयाळ खेदाने उद्गारला. ''ब्रिटिश लोक या देशातून निघून जाण्याच्या मार्गावर आहेत; परंतु जाताना त्यांनी आपल्यात कलागती लावल्या आहेत. हिंदू आणि मुसलमान एकमेकांच्या उरावर बसले आहेत. काय देखावा आहे ना?''

''तुला सुंदर देखावा बघायचा आहे का?'' बसूने जागेवरून उठत विचारले.

"दाखवतोच हं तुला! दिपाली!" त्याने हाक मारली. "दिपाली, इकडे ये. माझ्या मित्राला तुला बघायचं आहे." तो स्वयंपाकघरात जात म्हणाला.

त्याची बायको प्रतिकार करत होती. तरीही त्याने तिला खेचून बाहेर आणले. दोन्ही मुले भेदरलेल्या अवस्थेत त्यांच्या मागोमाग आली.

"बघ! तुला सुंदर देखावा बघायचा आहे ना!" बसूने विचारले. त्याने तिच्या माथ्यावरचा पदर बाजूला सारला आणि चेहरा दाखवत म्हटले, "बघ." तिच्या चेहऱ्याची एक बाजू मोठी जखम होऊन बरी झाल्यासारखी दिसत होती. कातडे आकसलेले होते. एखाद्या जंगली श्वापदाने पंजा मारावा त्याप्रमाणे चेहरा दिसत होता. "ही बंकीमचंद्रांच्या नायिकेप्रमाणे सुंदर होती. आता तिचं काय झालं आहे बघ." बसूने तिला सोडले. चेहरा झाकून ती घरात पळाली.

"मला खरंच वाईट वाटतं आहे; पण हे केलं कुणी?" देवीदयाळ म्हणाला.

"सल्फ्युरिक ॲसिडने भरलेला इलेक्ट्रिक बल्ब कुणीतरी तिच्या तोंडावर फेकून मारला. हिंदु-मुसलमानांच्या दंग्यातलं ते प्रमुख शस्त्र आहे. हिंदुस्थानचा आजचा चेहरा हिच्यासारखाच विद्रूप आहे."

"हे मुसलमानांनी केलं का?"

"दुसरं कोण करणार? हिंदूंच्या घरावर मुसलमानांशिवाय कोण हल्ला करणार?"

"जातीय दंगा सुरू झाला की, खासगी वैमनस्याचा सूड घेण्याची संधी आपोआप मिळते."

"पण हे झालंच कसं? तुझी बायको कुठे बाहेर गेली होती का?"

"ती कुठेच गेली नव्हती. खिडकीतून ती बाहेर बघत होती. दोन्ही बाजूचे गुंड एकमेकांवर हल्ला करीत असल्याचे आकर्षक दृश्य ती पाहत होती. त्याच वेळी कुणीतरी तो बल्ब तिच्याकडे भिरकावला. बहुधा तिच्यावर डोळा असलेल्या कोणातरी मुसलमानाचं हे काम असावं; त्यामुळेच मी हिंदु सभेचा मेंबर झालो. सुटलो असलो तरी महासभेशिवाय मला तरणोपाय नाही. स्वसंरक्षणासाठी हिंदूंनी एकत्र यायलाच हवं. अगदी परवापरवापर्यंत आपण सगळे एकत्र उठत-बसत होतो हे खोटंच वाटतं ना? या देशात असंच घडलं आहे." बसू आवेशाने म्हणाला.

"ब्रिटिशांविरुद्ध जी शस्त्रे वापरायची ती आपल्यावरच उलटली आहेत. परस्परांबद्दल अविश्वास निर्माण झाला आहे ही फार वाईट गोष्ट आहे. कोणताही हिंदू आता मुसलमानांवर विश्वास ठेवू शकणार नाही. कोणताही मुसलमान हिंदूंचा भरवसा धरणार नाही. या देशाची फाळणी व्हायलाच हवी. जिनांना आणि मुसलमानांना तेच हवं आहे. फाळणी होण्यापूर्वी प्रत्येक गाव - प्रत्येक खेडं हे स्वत:पुरतं विभक्त होत आहे. मुसलमानांचं स्वतंत्र राज्य निर्माण झाल्याशिवाय हिंदुस्थानला स्वातंत्र्य मिळू नये अशी त्यांची इच्छा आहे. काँग्रेसची मंत्रिमंडळं असताना त्यांनी मुसलमानांना

अपमानास्पद रीतीने वागवलं असा त्यांचा दावा आहे.''

''या सगळ्यांचा शेवट कशात होईल असं तुला वाटतं?'' देवीने विचारले.

''ते सूर्यप्रकाशाइतकं स्पष्ट आहे. ब्रिटिश निघून गेले की, येथे यादवी माजेल आणि हत्याकांड पेटेल. ज्या ज्या ठिकाणी हिंदू आणि मुसलमान एकत्र राहत आहेत, तेथे युद्ध होईल. दोन्ही पक्षांची जय्यत तयारी सुरू आहे. 'मुस्लीम लीग' आणि 'हिंदू महासभा' या दोन्ही संस्था आता लष्करी झाल्या आहेत; त्यांना जणू युद्धोन्माद चढला आहे.''

''हे सर्व लक्षात घेता असं वाटतं की, यापेक्षा अहिंसा बरी.'' देवी उद्गारला.

''अहिंसा!'' तो तिरस्काराने म्हणाला, ''इतकं आंधळं होऊन चालणार नाही. मनुष्यस्वभाव एका रात्रीत बदलणं शक्य नाही. अहिंसा हा एक आदर्श विचार आहे. तत्त्ववेत्त्यांचं ते एक स्वप्न आहे. थोड्याच दिवसांत ते भंग पावेल. देशात रक्ताचे पाट वाहायला लागल्यावर म. गांधींना काय वाटेल याची कल्पनाही करवत नाही. त्यांना प्रत्यक्ष मृत्यूपूर्वी हजारो वेळा यमयातना सहन कराव्या लागतील. मनुष्यजात अहिंसेचं पालन करण्यास तयार नाही याची जाणीव त्यांना कधी होणार आहे की नाही कोणास ठाऊक! ते हट्टी आणि दुराग्रही आहेत. स्वतःची स्वप्ने सत्यसृष्टीत आणण्यासाठी ते धडपडत राहातील.''

''त्यांचं तत्त्वज्ञान फारतर आपण अमान्य करू.'' देवी म्हणाला, ''परंतु त्यांची निष्ठा मी तरी खोटी समजणार नाही. ते हिंसेचा आश्रय घेणार नाहीत. गांधींनीदेखील याविषयी वेळोवेळी संशय व्यक्त केला आहे. मुसलमानांची तयारी जोरात चालू आहे. हिंदूनींही सज्ज असायला हवं. आपण जर तलवारीशी तलवार भिडवली नाही तर खात्रीने आपला नाश होईल. मुसलमानांच्या अत्याचारांना आपण अहिंसेनं तोंड दिले तर पुन्हा एकदा आपण त्यांचे गुलाम होऊ. दुसरा पक्ष समजूतदार आणि सुसंस्कृत असेल तरच अहिंसेचा उपयोग होतो. एक वेळ ब्रिटिशांविरुद्ध अहिंसा चालेल; पण हिटलरपुढे ती टिकेल का?''

''काही सांगता येणार नाही.'' देवीदयाळ चाचरत म्हणाला. ''पण ज्यूंनी अहिंसक लढा देण्याचा प्रयत्न केला होता.''

''त्याचा काय उपयोग झाला? तू बुचेन वॉल्डची चित्रे पाहिली आहेस का? बेल्सेनबद्दल तुला माहिती आहे का? त्यांना तर हिटलरने खच्ची केले होते... असे म्हणून तो एकदम थांबला.''

त्याच्या बायकोने जेवणाची ताटे भरून बाहेर आणली. एखाद्या तिऱ्हाईत व्यक्तीकडे पाहावे तसे त्याने तिच्याकडे पाहिले. मग तो हसला आणि देवीला म्हणाला, ''चल, जेवून घेऊ. अशा तऱ्हेचा मासा तू पूर्वी खाल्ला आहेस का? हिचं माहेर दोहाझरीला आहे. तिथले खास मासे आहेत हे.'' देवीदयाळ अजूनही विचारातच

गढलेला होता.

"आपली चळवळ जशी मोडून पडली, त्याचप्रमाणे काँग्रेसची चळवळही पराभूत झाली आहे असं तुला वाटतं का? आपल्यापेक्षाही तिचा जास्त पराभव झाला आहे; पण कबूल करतील तर ते काँग्रेसवाले कसले? ब्रिटिश लोक निघून गेल्यावर देशाला स्वातंत्र्य मिळवून दिल्याचे श्रेय मात्र हे उपटतील. महासभेने किंवा लीगने केलेल्या चळवळींना ते अगदी क:पदार्थ समजतील. येथील जनता शेळ्या-मेंढ्यांसारखी बुळी झाली असं शफी म्हणत असे; ते खरं आहे. आमची हिंदु महासभा त्यावरच उपाययोजना करत आहे. खरे तर आमचे कार्य फार उशिरा सुरू झाले. अहिंसेनं आपलं किती वाटोळं केलं आहे हे ब्रिटिश गेल्याबरोबर कळून येईल. जिथे एक हिंदू मेला असता तिथे अहिंसेमुळे पाच हिंदू मरतील. बायकांवर अत्याचार होतील. त्या पळवल्या जातील. मुलांना ठार मारून त्यांची मुंडकी भाल्यांवर नाचवली जातील."

"अन्न गार होते आहे." बायकोने आठवण करून दिली.

"मग गांधी काय करतील? ते उपासाला बसतील." बायकोकडे न पाहताच बसू म्हणाला. "उपासात कदाचित मरतील; पण स्वत:चा पराभव कधी कबूल करतील का? कधीही नाही. या जगात सर्व देश शक्तीची उपासना करीत आहेत. आपणच फक्त अहिंसक राहिलो तर आपलं काय होईल? आपल्या सरहद्दीचं रक्षण आपल्याला करता येईल का? अहिंसेचं व्रत अंगिकारणाऱ्या आपल्या देशाला सैन्य किंवा नाविक दल ठेवता येईल का? ब्रह्मदेश, सिलोन आणि नव्याने जन्मणारे पाकिस्तान हे आपल्या अवतीभोवतीचे देश आहेत. त्यांपैकी एखाद्याने कुरापत काढली तर आपण आपले रक्षण कसे करणार?"

"अन्न गार होतं आहे." बायको पुन्हा म्हणाली. बसूने तिच्याकडे एकटक पाहिले. "माझी बायको, अहिंसेचं प्रतीक आहे."

"गुंडांनी तिचा चेहरा विद्रूप केला. मी तिचा नवरा आहे; पण मी कोणाचाही सूड घेतलेला नाही. मी एक नादान माणूस आहे असं तुला वाटत नाही का? खरं तर तिनं माझा तिरस्कार करायला हवा; पण ती तसं करणार नाही. ती बिचारी आपल्या मातृभूमीसारखीच अहिंसक आहे. मला फार चीड येते. तिला फक्त अन्न निवून जाण्याचीच काळजी आहे. स्वत:च्या विद्रूपतेची नाही."

३०

‘अनारकली’मधल्या दुसऱ्या गल्लीतल्या एका घराच्या अंगणात शफी उस्मान चारपाईवर पहुडला होता. त्याच्या अंगात फक्त एक पॅन्ट होती. बाकी काहीच नव्हते. मुमताज ही तिथल्या कुंटणखान्यातली मुलगी त्याच्या अंगाला चंदनाच्या तेलानं मालीश करत होती. डोळे मिटून शफी नुसताच पडला होता.

अंगणात सावली होती; पण घराच्या भिंती उन्हाच्या झळा ओकत होत्या. दुपार कलली होती. रस्त्यावरील रहदारीचे आवाज कानावर येत होते. आसपासच्या घरांची दारे उघडली जात होती. रस्त्यावर पाणी शिंपडले जात होते. हलवायाच्या दुकानातील मिठाईवर झाकलेले झिरझिरीत कापड दूर केले जात होते. शिखांच्या खानावळी सुरू झाल्या होत्या. हवेमध्ये आंब्याच्या मोहोराचा आणि खसतट्ट्यांचा वास दरवळत होता.

ते घर सैनिकांसाठी सहजासहजी खुले नव्हते. त्यावर out of bounds अशी पाटी होती; त्यामुळेच कदाचित सैनिकांना ते घर सापडणे सोपे जात होते. रस्त्याच्या कडेला दहा-बारा पायऱ्यांवर त्या घराचा लाकडी दिंडी दरवाजा होता. घंटा वाजली की, बाहेरच्या माणसाला न्याहाळण्यासाठी दरवाजालाच एक छोटासा झरोका ठेवलेला होता. ओळख पटल्याशिवाय दरवाजा उघडला जात नसे.

शफी उस्मान आता खूपच बदलला होता. तारुण्य संपले होते आणि जुन्या चुका दुरुस्त कराव्यात असे त्याला वाटत होते. पूर्वीचा राम-रहीम क्लब आणि त्यातील गाईचे, डुकराचे मांस खाणे आता इतिहासजमा झाले होते. पोलिसांनी त्यांच्या क्लबवर पूर्वी छापा घातला आणि अनेकांना पकडले हे बरेच झाले असे शफीला वाटत होते. हिंदू आणि मुसलमान एकत्र नांदणे कधीही शक्य नाही असे त्याचे मत होते. हिंदू, मुसलमान आणि शीख या तिघांनी एकत्र येऊन ब्रिटिशांशी मुकाबला करावा, असे मत मांडणारा माणूस त्याच्या दृष्टीने वेडा आणि मूर्ख होता.

हिंदी लोकांनी आपले खायचे दात दाखवले होते.

हाफीजबरोबर झालेल्या संभाषणाने त्याचे डोळे पुरते उघडले होते. आता तर तो हाफीजबरोबरच काम करत होता. देशातील घटनांकडे तो निराळ्या दृष्टीने पाहात होता. हिंदू आणि मुसलमान यांचे शत्रुत्व फार पुरातन काळापासूनचे होते. त्यांचे एकत्रीकरण शक्य नव्हते. प्रांताचा कारभार चालवताना त्या दोन जमातींमधील विद्वेषाचे भरपूर प्रदर्शन झाले होते. मुसलमानांनी आता आपला स्वत:चा मार्ग चोखाळायला हवा होता. हिंदूंपेक्षा ते जन्मत:च प्रत्येक बाबतीत वरचढ होते. ब्रिटिश येण्यापूर्वी हिंदुस्थानवर त्यांनी शेकडो वर्षे राज्य केले होते. आता यापुढे त्यांनी काँग्रेसच्या गुलामगिरीत राहण्याची कल्पना तर असह्यच होती.

केवळ नशीब म्हणूनच शफी त्या कटाच्या आरोपातून वाचला होता. राम-रहिम क्लबमधील यच्चयावत सर्व हिंदू तुरुंगात डांबले गेले होते. मुंबईत पोलिसांनी मुसलमानांवर अत्याचार केल्याची बातमी हाफीजने सांगितली होती. हिंदू पकडून देऊन त्याने मुंबईच्या पोलिसांचा सूडच घेतला होता. आता तो पूर्णच बदलला होता. त्याने दाढी काढून टाकली होता. त्याबरोबरच फेटा, हातातले कडे आणि कृपाण या शीख धर्माच्या प्रतीकांना रजा दिली होती. हिंदूंपेक्षाही शिखांचा तो द्वेष करीत होता; त्यामुळे त्याला त्या गोष्टींचा फारच उबग आला होता. पहिले काही दिवस त्याने घाबरून काढले होते. ज्या मित्रांशी त्याने बेइमानी केली होती ते वचपा काढतील अशी त्याला भीती वाटत होती; पण थोड्याच दिवसांत तो खूप सावरला आणि गुप्त संघटना बांधण्याचे नेहमीचे काम त्याने सुरू केले. योग्य संधी मिळेपर्यंत गुप्तपणे वावरण्याची जरुरी होती. त्याच्यावरचे पकड वॉरंट अजून रद्द झालेले नव्हते. शिवाय कोणताही धोका पत्करायला तो तयार नव्हता. ब्रिटिश लोक हा देश सोडून जाणार हे नक्की होते. सत्तांतर कसे करायचे एवढाच काय तो प्रश्न होता. हिंदूंना त्यांच्या मनाप्रमाणे सर्व काही मिळणार नाही याची जाणीव 'क्रिप्स मिशन'ने दिली होती. अखिल भारतावर हिंदूंचा एकछत्री अंमल असावा आणि त्याखाली मुसलमानांना दडपून ठेवावे असे काँग्रेसला वाटत होते. मुसलमान पूर्वीचे जेते होते. त्यांना दडपून टाकून पूर्वीच्या पराभवाचा सूड घ्यावा असे हिंदूंना वाटत होते. मुसलमानांची अर्थातच त्याला तयारी नव्हती. हिंदूंच्या जोखडापासून मुक्तीची हमी मिळाल्याशिवाय हिंदुस्थानचे स्वातंत्र्यच त्यांना मान्य नव्हते. जिनांच्या आधिपत्याखाली मुस्लीम लीगने हिंदुस्थानच्या गोटात स्वतंत्र आणि सार्वभौम मुसलमान राज्याची मागणी केली होती. लक्षावधी इतर मुसलमानांबरोबर शफीलाही ती मागणी मान्य होती. सहा वर्षांपूर्वी हाफीजने वेगळ्या मुस्लीम राज्याची योजना त्याला बोलून दाखवली होती तेव्हा ती त्याला मूर्खपणाची वाटली होती; पण आता मुस्लिमांसाठी स्वतंत्र राज्य मिळविणे हेच त्याचे ध्येय होते. ब्रिटिश लोक हा देश सोडून जाण्याच्या

बेतात होते. आता लढाई हिंदूंबरोबर होती. ते धर्मयुद्ध प्राणपणाने लढायला हवे होते.

जिनांनी लढ्याचे मार्गदर्शन केले होते; पण शफी, हाफीज आणि त्यांच्यासारखे इतर अनेक लोक जिनांची शिस्त मानण्यास मुळीच तयार नव्हते. शांततामय मार्गाने चळवळी करून आपले ध्येय लवकर साधणे शक्य नव्हते. एखाद्या दिवाणी दाव्याप्रमाणे ते काम रेंगाळणारे होते. अत्याचारांचा अवलंब केल्याशिवाय हिंदू वठणीवर येणार नाहीत अशी त्याची खात्री होती. रक्तपात आणि जाळपोळ केल्याशिवाय ध्येय साध्य होणार नाही याबद्दल त्यांच्यात दुमत नव्हते.

रावळपिंडी, मुलतान आणि भागलपूर या ठिकाणी त्यांनी दंगे करण्यास केव्हाच सुरुवात केली होती. बऱ्याचशा हिंदूंनी तेथून स्थलांतर केले होते. हिंदुस्थानचा जो भाग मुसलमान देशात जाणार होता तेथे एकही हिंदू असता कामा नये असा त्यांचा कटाक्ष होता. अजून ब्रिटिशांचेच राज्य असल्यामुळे त्यांना कित्येक गोष्टी उघडपणे करता येत नव्हत्या. मात्र, ब्रिटिश गेले की, त्याच क्षणी प्रकट व्हावयाचे आणि सारी भूमी पाक करावयाची असा त्यांचा मनसुबा होता. एकोणीसशे सेहेचाळीसच्या आरंभीचे ते दिवस होते. ब्रिटिशांनी निघून जाण्याची वेळ केव्हा येणार याविषयी शफी फार अधीर झाला होता.

ब्रिटिश केव्हा निघून जातील? केव्हा का जाईनात; पण ते गेले की, हिंदूंबरोबरच्या लढाईला सुरुवात होणार हे नक्की! हिंदूही जोरात तयारी करीत असल्याचे त्याला माहीत होते; पण कसेही असले तरी ते हिंदू होते. त्यांच्या मनात रक्तपाताची भीती होती. वृत्तीने ते शांततावादी होते. त्यांच्यावर निधर्मीपणाचा पगडा होता. महासभावाले नेहमी अखंड हिंदुस्थानबद्दल तावातावाने बोलत असत. मुसलमानांना या देशातून निपटून काढण्याची घोषणा असे. मुसलमानांच्या पाकिस्तानचीच ती प्रतिक्रिया होती. यादवी युद्धात हिंदु महासभेचे लोकसुद्धा मुसलमानांपुढे टिकणार नाहीत याची खात्री होती. महासभा ही मुस्लीम लीगची नक्कल होती इतकेच!

योग्य वेळ येईपर्यंत खूप काम करायला हवे होते. पैशाची जरुरी होती; पण तो सर्व हिंदूंजवळ होता. दिवाणबहादूर टेकचंदांसारखे लक्षाधीश लोक हिंदूंमध्येच होते. लष्करी कंत्राटांमुळे त्यांची तिजोरी प्रत्यही फुगतच चालली होती. शफीने मनातले सर्व विचार बाजूला झटकले. या वेळी तरी निदान जरुरी नव्हती. मुमताज त्याच्या अंगाला मर्दन करीत होती. तिच्याइतकी सुंदर स्त्री जगात नव्हती.

शफी हसला. तो गादीवर नीट झोपला आणि त्याने डोळे मिटून घेतले. आपण स्वत: मुघल बादशहाच आहोत आणि जनान्यातील सुंदर स्त्रिया आपली तत्परतेने सेवा करीत आहेत असा त्याला भास झाला. त्याने डोळे उघडले. मुमताज अंगावर वाकली होती. चोळीतून तिची स्तनमंडळे दिसत होती. तिचा वरचा ओठ घामेजला होता. कपाळावर केसांच्या बटा खेळत होत्या. तिचे मनगटापर्यंतचे हात तेलाने

माखले होते.

'अनारकली'मधील दुकानात स्त्रियांच्या तसबिरी विकावयास ठेवलेल्या असतात. त्यांपैकीच ती एक आहे असे त्याला वाटले. सुंदर, अटकर बांध्याची कृशांगी! या कुंटणखान्यामध्ये तिला कोणी आणून सोडले असेल? तसेच पुरुषांची सेवा करण्याची कला तिला कोणी शिकवली असेल? त्याचे डोळे अंगणभर फिरत होते. घराच्या मागच्या बाजूचा दरवाजा बंद होता. बाहेरच्या जिन्यावर कोणीच नव्हते. त्याने हात लांब केला आणि मुमताजला पकडले. त्याचे मन तिने ओळखले असावे; कारण ती झटकन दूर झाली. मागे सरून ती भिंतीला टेकून उभी राहिली आणि मिश्कीलपणे हसू लागली.

"ये इकडे." शफी ओरडला. मुमताजने मान हलवली, "माझं काम झालं आहे." तिचे तसे वागणे त्याला आवडले नाही. पुरुषांना जास्त आकृष्ट करावे या हेतूने तिला प्रथम नकार देण्यास शिकवले गेले होते का?... की तिला खरोखरच तो आवडत नव्हता?

"काय झालं आहे तुला? ये इकडे." तो रागाने ओरडला. "नाहीतर मीच उठेन आणि तुला पकडून आणेन!'

"काही लाजलज्जा आहे की नाही!" मुमताज म्हणाली. "दिवसाउजेडी!! असं उघड्यावर... पशूदेखील बरे."

"संध्याकाळी तुला दुसरी गिऱ्हाईकं असतात. माझ्या वाटणीला तू येतच नाहीस."

"काय करायचं? पोटासाठी आक्काजी सांगतील त्या कुणाचीही खुशामत करावी लागते."

"त्यांना म्हणावं मसणात जा. माझ्यासाठी तू मोकळी राहात जा."

"असं कसं? मला खूप गिऱ्हाइकं आहेत. आक्काजींना तुम्ही सांगा. तुमचेच पैसे आहेत आणि इतरांचे काय पैसे नाहीत वाटतं?"

"तुलाच सगळे लोक चाहतात हे म्हणणं खोटं आहे!... असूरी आहे... निशा आहे." नापसंती दाखवण्यासाठी तिने तोंड वेडेवाकडे केले. "कुणाला काय आवडेल याचा नेम नाही; पण तुम्हाला सांगते. विकून टाकली तिला. तो जयपूरचा मारवाडी तुम्हाला माहीत आहे ना? आठ हजार रुपये मिळाले... असूरीला... अन् आठ हजार रुपये!... विश्वास बसणार नाही कुणाचा. दोन मुलांची आई आहे ती."

"तुला तिचा हेवा वाटतो आहे दुसरं काय! मारवाड्यानं तिच्याऐवजी तुला विकत घ्यायला हवी होती."

"तेच सांगते ना!... कुणाला काय आवडेल याचा नेम नाही. गोऱ्या कातडीला भाव असतो. तो माणूसही चांगला होता. साठ वर्षांचा होता. शिवाय श्रीमंतही!

असूरीनं नशीब काढलं.''

''पॅरिसमध्ये बायकांना एका ओळीत नागड्या उभ्या करून दाखवतात. तसं तुला करायला हवं होतं. म्हणजे तुझी निवड झाली असती.''

''छी! या घरात असं कसं बोलता? इथं पदरसुद्धा ढळलेला चालत नाही.'' तो कुंटणखाना होता; पण घरंदाजपणाची ऐट तिथे मिरवली जायची याचीच त्याला मजा वाटत होती. ''गप्पा मारू नकोस. संध्याकाळी तू कशी नटतेस?''

''तसा पोशाख करावा असं शहा आलम यांच्या वेळेपासूनच ठरलेलं आहे... पण चला, वेळ घालवून उपयोगी नाही. सूर्य मावळला आहे. अंघोळ करून कपडे घालून तयार व्हायला हवं.''

ती त्याच्या अंगावरून जात असताना त्याने झटकन तिला पकडले आणि स्वत:च्या शेजारी अंथरुणावर आणले. तिने सुटण्याची खूप धडपड केली. ''आज संध्याकाळी तू माझ्यासाठी मोकळी राहा.'' त्याने बजावले अन् तिचे हात सोडले.

''अहो, पण तुम्ही अक्काजीबरोबर हे सगळं का नाही ठरवत!'' तिचा श्वास जोरात चालला होता आणि कपडे चुरगाळले होते. ''मलाच का त्रास देता?''

''अक्काजी! ती बुढ्ढी सारखी पैशाच्या मागे असते.''

''शू!'' तिने त्याला दटावले. ''अहो, त्या बयेला सगळं ऐकू जातं. तिचा काय बोलूनचालून धंदाच आहे. तिला पैसे नकोत का मिळायला?''

''पैसा... पैसा... पैसा!'' तो रागाने ओरडला.

''पैसा फक्त हिंदूंजवळ आहे का? हे ढेरपोटे मारवाडी आणि बनिये!... दिवसभर दुकानात बसतात आणि संध्याकाळी इथं येऊन गुरंढोरं विकत घ्यावी तशा पोरी खरेदी करतात!''

''तुमचं आपलं काहीतरीच. आम्ही इथे राहतो ते कशासाठी असं तुम्हाला वाटतं?'' मुमताजने विचारले. ''या घरात जन्म काढावा म्हणून? आम्ही म्हाताऱ्या झालो म्हणजे आम्हाला कोणी गिऱ्हाईक मिळेल का?''

''एके दिवशी मी खूप पैसे घेऊन येईन आणि तुला विकत घेईन.''

''तुम्ही!'' तिने हसत विचारले. ''तुमच्यानं ते कधी व्हायचं नाही. एखाद्या वेळी यायचं आणि पैसे देऊन मालीश करून घ्यायचं एवढंच तुमचं काम. समजा, तुमची स्वत:चीच बायको असती तर तुम्ही काय केलं असतं? पैसे खर्च केले असतेच की नाही? आक्काजी तुम्हाला या घरामध्ये फुकट कशा राहू देतात हेच मला कळत नाही.''

त्याच्या बाबतीत पैशाचीच तेवढी कमतरता होती. थोड्याच दिवसांत ती नाहीशी होणार होती.

'अनारकली'च्या गल्लीत वळताना बसू म्हणाला, "तू काय कबूल केलं आहेस हे लक्षात असू दे. तो किती धोकेबाज आहे हे तुला माहीत आहेच."

"तू काळजी करू नकोस. मी सगळं बघतो." देवीने सांगितले. "आणि काही झटापट व्हायची वेळ आली तर लगेच बाहेर पळ. डब्बी बाजारमध्ये मच्छीरामचं दुकान तुला माहीत आहेच. त्या दुकानाच्या समोर आपण भेटू."

"मला माहीत आहे की, तू शफीसारख्या तिघांना एकाच वेळी लोळवशील; पण आपल्याला दंगा करायचा नाही. निदान या वेळी तरी मी तसं वागणार नाही." देवीने आश्वासन दिले.

"शफीवर अजूनही पोलिसांचा डोळा आहे. ते त्याच्या तपासात आहेत; त्यामुळेच तो दंगा करायचा नाही. आम्हाला तुझ्याविषयी सर्व काही कळलं आहे एवढंच मी त्याला सांगेन. मग बघू तो काय म्हणतो ते! तूर्त मी इतकंच सांगतो. पुढं कसं वागायचं हे मी ठरवीन."

"आपण घाई करता कामा नये." बसू विचारपूर्वक म्हणाला. "थोडं थांबलं पाहिजे. ब्रिटिशांनी हा देश सोडला म्हणजे आपल्याला कुणाची भीती नाही." देवीदयाळ काहीच बोलला नाही. त्याने नुसतीच मान हलवली.

"ते बघ!" बसूने दाखविले. "मी आता दार वाजवतो. ते मला ओळखतात-निदान पूर्वीतरी ओळखत होते."

आक्काजी घाईघाईने खोलीत शिरल्या. त्यांनी दारही वाजवले नाही.

"बाहेर दोघे आले आहेत. तुम्हाला भेटायचं आहे असं म्हणताहेत." त्यांनी सांगितले.

"कोण आलं आहे बुवा!" सावधपणाने तो बोलला.

"छे! छे! ते पोलीस वगैरे दिसत नाहीत. अक्काजीने तोंडाचे बोळके पसरले. घराच्या मागच्या बाजूला कोणाची पाळत नाही. घरावर छापा घालताना पोलीस मागच्या दरवाजावर पहारा बसवतात आणि पुढच्या दाराने आत येतात."

"त्यांनी काही नावबिव सांगितलं का?"

"या घरात कोणालाही नाव विचारत नाहीत हे तुम्हाला माहीत नाही का? आणि इथे खरं नाव सांगेल तरी कोण? सगळेच बनावट नावं सांगतात. कुणी म्हणतो मी राम आहे. कुणी म्हणतो मी रहीम आहे."

शफी घाबरून जिन्याकडे बघत होता. तिथून पळून जाता येईल का याचा तो विचार करत होता.

"तुमचं तरी खरं नाव मला कुठे ठाऊक आहे." अक्काजी म्हणाल्या. "आणि तुम्हाला इतकं घाबरायला काय झालं? त्यांना तुमचं नाव माहीत नाही; पण त्यांनी तुमचं वर्णन बरोबर केलं. तुमचे ते जुने मित्र आहेत असं म्हणाले. मी जर त्यांना

आत येऊ दिलं नसतं तर ते पोलिसांकडे गेले असते. मग माझी गत काय झाली असती? मी नेकीनं धंदा करणारी बाई आहे.''

''असले लोक पोलिसांकडे जातात वाटतं?'' शफीने कडवटपणाने विचारले.

''ते स्वत: जात नाहीत एवढं खरं! पण त्यांना फोन करतात किंवा निनावी पत्र पाठवतात.''

''दिसायला ते आहेत तरी कसे?''

''खानदानी दिसत आहेत बाई! एकाजवळ तर खूपच पैसे असावेत. माझ्यासमोरच त्यानं शंभराच्या नोटांचं पुडकं सोडलं. तुम्हाला मदत करायची आहे असं ते म्हणाले.''

शफीने जिन्याकडे नजर टाकली आणि विचारले, ''अंगणातला दरवाजा लावला आहे ना?'' अक्काजीने पुन्हा एकदा बोळके पसरले.

''मी तुम्हाला पुन्हा सांगते, पोलीस नाहीत! सामान्य माणसं आहेत. आपली गिऱ्हाईकं मुलींना बघतात. त्या खोलीत बसून तुम्ही पडद्याच्या आडून त्यांना एकदा बघत का नाही? त्यांचा काय नेम? ते तुम्हाला खरंच मदत करायला आले असतीलही.''

''ठीक आहे.'' शफी म्हणाला. ''मी पडद्याआडून त्यांना पाहतो.'' असे म्हणून तो उठून उभा राहिला.

''शफी इतकी मैत्री दाखवेल असं वाटलंच नव्हतं.'' देवीदयाळ म्हणाला. ''थोड्याच वेळात त्याने आपल्याला जेवायला आणि राहण्याबद्दलही सुचवलं. मात्र, आपल्याशी तो इतका वाईट वागला आहे की, आपण जेवायला राहू असं त्याला वाटलं तरी कसं?''

''आपला माग काढत ते येतील; पण आज रात्रीच येतील असे वाटत नाही.'' बसू खांदे घुसळत म्हणाला, ''काय घडतं आहे ते बघायचं.''

''इथून सहगल लॉजसमोरचा सगळा रस्ता दिसतो आहे. त्या जिन्यावर रस्त्यावरच्या दिव्यांचा उजेड पडला आहे... त्या माणसाचा मला तरी फारसा द्वेष वाटत नाही.'' देवी म्हणाला. ''हिंदुस्थानात आज प्रत्येक माणूस या ना त्या पक्षाचा आहे; तसंच त्याचं आहे. त्यात विशेष काही नाही. त्याला खरोखर पश्चात्ताप झाल्यासारखं मला तरी वाटतं...''

''शाब्बास! अहो, हा पश्चात्ताप नाही. साखर पेरून आपली सर्व माहिती काढण्याचा डाव आहे. आपलं राहण्याचं ठिकाण तो सारखं विचारत होता. तू काहीही म्हण. मला त्याचंही काही वाटत नाही.''

''तरी आपण त्याचा पत्ता काढलाच की नाही? मग त्यानं आपला काढू नये!

अशा घाणेरड्या जागी तो राहतो तरी कसा याचंच आश्चर्य वाटतं. त्या घराबद्दल लोक चांगलं बोलत नाहीत.'' देवी म्हणाला.

बसू खूप हसला. अंदमानात शिक्षा भोगूनसुद्धा देवीदयाळच्या बऱ्या-वाईटाबद्दलच्या कल्पना सूक्ष्म असाव्यात याचे त्याला नवल वाटले. त्याचं बरोबर आहे. त्या म्हातारीला तो खूप दिवस ओळखत असावा. कदाचित ती त्याची नातेवाईकही असावी. तिथे तो कायम नक्कीच राहत नसणार. जाऊन-येऊन असेल आणि असले हे कुंटणखाने लपायला चांगले. ते नेहमी पोलिसांच्या संरक्षणाखाली असतात. एकदा पोलिसांना त्यांचा हप्ता मिळाला की, मग ते काही विचारत नाहीत.

''आपण त्याला शोधून काढलं, हेच त्याला आवडलं नाही. बाकी तो चांगला वागला.''

''त्याचं वागणं तिरपागडं होतं असं मला तरी वाटतं. आपल्याबरोबर आपल्या राहण्याच्या ठिकाणापर्यंत यायचा हट्ट त्यानं का धरला असावा? एकदा ठिकाण कळले की, अंदमानातून पळून आलेला एक कैदी आणि पॅरोलवर आलेला क्रांतिकारक सहगल लॉजमध्ये उतरले असल्याची बातमी निनावी पत्राने पोलिसांना द्यायचा त्याचा बेत असावा.''

''तो असं करेल असे मला वाटत नाही. त्याने फक्त हिंदूच नावे का दिली याचं कारण सांगितलंच आहे. पोलिसांना आपली नावे अगोदरच ठाऊक होती.''

''गेल्या सहा वर्षांत हा देश किती बदलला आहे याची तुला कल्पना नाही.'' मान हलवीत बसू बोलला. ''तुझ्या बाबतीत तरी घड्याळाचे काटे सहा वर्षांपूर्वी जिथे होते तिथेच आहेत. हिंदू आणि मुसलमान परस्परांचा द्वेष करीत नाहीत असंच तू अजूनही समजतोस.''

''घड्याळाचे काटे माझ्या बाबतीत थांबलेच होते.'' देवी म्हणाला. ''परंतु जपान्यांनी ते सुरू केले. आपण ज्याला पूर्वी इतका मान देत होतो त्याचाच आज मनापासून द्वेष करीत आहोत हे चमत्कारिक वाटते. आपल्यामधील तो विचारवंत होता. त्याच्या बोलण्यामुळे आपली नस आणि नस जागी होई. आपण त्याला जे समजत होतो तसाच तो अजूनही आहे. त्याने फक्त आपलं ध्येय पालटलं आहे. ध्येयसिद्धीच्या मार्गात कोणीही आला तरी तो खपवून घेणार नाही.''

''मला वाटतं, त्या पोरीवर तो लट्टू आहे.''

''मुमताजवर ना! त्याबद्दल त्याला दोष देण्यात अर्थ नाही. तिला तिथून बाहेर काढायचा त्याचा बेत आहे; पण ते सारं त्याला जमणार कसं?'' देवीने विचारले. ''त्याच्याजवळ फारसा पैसा असेल असं वाटत नाही. मुलीला तिथून सोडवायची म्हणजे कमीतकमी आठ हजार रुपये तरी लागतील असं तो म्हणत होता. मुलीला इतकी रक्कम कोण देणार!''

"बनिया लोक! दुसरं कोण?" बसूने सांगितले. "पूर्वी मुघल सरदार मुली विकत घेत असत. आता ते दरिद्री झाले आहेत आणि हिंदूंनी त्यांची जागा घेतली आहे. सगळा पैसा हिंदूंजवळ आहे. त्या बिचाऱ्यांची लग्ने तर पाळण्यातच होतात. असल्या मुलींना जास्तीतजास्त भाव देऊन ते विकत घेतात आणि स्वत:जवळ ठेवतात. त्यांच्या बायकांचीही याला संमती असते असं म्हणतात."

देवीदयाळने तोंड वेडेवाकडे केले. एका रांडेसाठी इतका खटाटोप! आपल्या अपरोक्ष वाढलेल्या मुलीवर माणसं इतकं प्रेम कसं करू शकतात कुणास ठाऊक! आणि त्या पोरीचंही आश्चर्य वाटतं. पैसे मोजणाऱ्या कुणाबरोबरही त्या राहतात तरी कशा! तसल्या पोरींना प्रेमाबिमाची काही कल्पना नसते. त्यांना गायला आणि नाचायला येतं म्हणून लोक खूश असतात. त्यांच्या लडिवाळ वागण्यालाच ते प्रेम समजतात. पैसेवाला कोणीही असला की, त्याच्याबरोबर जायला त्या तयार असतात. त्यांना स्वत:ला घर पाहिजे असतं इतकंच! त्यांपैकी काही राजे लोकांच्या जनानखान्यात जातात. काहीजणींना घाणेरड्या बुढ्ढ्यांबरोबरही राहावं लागतं. तारुण्य ओसरल्यावर काहीजणींना तर थेट बावनखणीत दुकाने थाटावी लागतात. हे जरी खरं असलं तरी बऱ्याचजणी श्रीमंत व्यापाऱ्यांच्या रखेल्या बनतात आणि मजेत जन्म काढतात. त्यांच्या कुटुंबातील माणसांप्रमाणेच त्या होतात.

याचा अर्थ शफीला पैशाची जरुरी आहे. होय ना! तीच त्याची काळजी आहे. मुमताजला त्याच्याबरोबर जायची इच्छा आहे की नाही हा प्रश्नच नाही.

एक तास असाच संपला. 'अनारकली'मधली गजबज खूपच शांत झाली. जिकडतिकडे निजानीज झाली. देवीदयाळही जांभया द्यायला लागला; पण बसू मात्र सावधपणे टेहळणी करत राहिला. तो जणू कुणाची तरी वाट पाहत होता. त्याला कसली तरी भीती वाटत होती. लहान मुले चोर-शिपायाचा खेळ खेळतात तसाच खेळ आपण खेळत आहोत असेही त्याला वाटत होते.

शेरगील रस्त्यावर जिकडेतिकडे शांतता होती. बसू खिडकीतून बाहेर पाहत होता. त्याने एकदम डोळे किलकिले केले आणि देवीदयाळला ढोसून म्हटले, "बाप रे! ते आलेले दिसतात."

देवीदयाळ जागा झाला आणि त्याने बाहेर पाहिले. बसूच्या चेहऱ्यावर प्रेतकळा आली होती.

पंजाबी पोशाख केलेला एक माणूस समोरच्या सहगल लॉजचा जिना चढत होता. प्रत्येक पायरीवर थांबून तो अंदाज घेत होता. मग पुढचे पाऊल टाकत होता. इतक्या लांबूनही साध्या वेषातला तो पंजाबी पोलीस आहे हे सहज ओळखता येत होते. त्याच्या पायांत मात्र पोलिसी चपलाच होत्या. जिना चढताना त्याची सावली पुढे-मागे होत होती. तो निम्मा जिना चढून गेल्यावर गणवेशातला दुसरा पोलीस

खाली आला आणि दरवाजाजवळ सज्ज उभा राहिला. पहिला माणूस त्यांच्या पूर्वीच्या खोलीजवळ गेला आणि त्याने दार वाजवले.

मग मात्र विलक्षण वेगाने घटना घडल्या. शिट्ट्या वाजल्या. पोलिसांच्या काळ्या गाड्या गल्लीच्या दोन्ही टोकांना येऊन उभ्या राहिल्या. सहगल लॉजच्या सर्व बाजूंना पोलिसांच्या तुकड्या दिसू लागल्या. बसूने देवीदयाळकडे पाहिले.

"असं होईल हे मी तुला सांगितलं होतं."

"होय. तुझं म्हणणं बरोबर होतं."

"माझं म्हणणं बरोबर होतं याचं मला वाईट वाटतं."

"मलाही वाईट वाटतं; पण आता सगळा उलगडा झाला."

जे काही घडत होते ते फक्त त्यांच्या बाबतीत होते असे नाही. सर्व हिंदुस्थानभर तेच चालले होते. जेथे जेथे हिंदू आणि मुसलमान एकत्र राहत होते, तेथे अशीच दगाबाजी होत होती. बराच वेळ एकही शब्द न बोलता ते अंधारात बसले होते. पूर्वी विमान जाळायच्या वेळेला देवी आणि शफी असेच अंधारात बसले होते याची त्याला आठवण झाली.

तो उठून उभा राहिला आणि बसूला म्हणाला, "आपण निघून जाऊ या. आपण लाहोर सोडायचं का?"

"छे! तसं काही करायचं नाही. आपण त्या कुंटणखान्यात जाऊ." बसूने त्याच्या खांद्यावर हात ठेवला आणि म्हणाला. "वेडा आहेस की काय! आपण त्यांचा सूड घेऊ; पण त्याला अजून अवकाश आहे. आपण पोलिसांना पत्र लिहू आणि त्याचा ठावठिकाणा कळवू. मग योग्य वेळी लाहोरमधून पळून जाऊ."

देवीदयाळने नकारदर्शक मान हलविली. "माझी सूड घेण्याची पद्धत अशी नाही. शिवाय आत्ता आपण तिथे गेलो तर तो नक्कीच सापडेल. आपण पोलिसांच्या हाती लागलो नाही हे कळल्यावर तो पळून जाईल. तो फार हुशार आहे. आपणही काही कमी नाही म्हणा! आपण नाही का लगेच 'सहगल लॉज' सोडून त्याला फसवलं? शफीला वाटत होतं की, आपण सहगल लॉजमध्येच सापडू."

"पण तो त्या मुलीसाठी तरी नक्कीच परत जाईल. तिचं त्याला किती वेड आहे, हे तुला माहीत आहेच." बसू म्हणाला.

देवीदयाळ तुच्छतेने आपल्याकडे बघून हसतो आहे असे बसूला वाटले.

"मग तुझा विचार तरी काय आहे?... त्याला ठार मारायचं का?" बसूने विचारले.

देवीदयाळने नकारार्थी मान हलवली. त्याच्या चेहऱ्यावर अजूनही तसेच हास्य होते. "मला मुळीच तसं वाटत नाही. त्याचं तोंडही बघायची इच्छा नाही माझी."

"मग तिथं जायचं तरी कशाला? तिथं जाऊन काय करायचं? त्यात धोका

नाही का?'' बसू म्हणाला.

''आता या वेळी तीच जागा आपल्या दृष्टीने सगळ्यात जास्त सुरक्षित आहे. उद्या म्हणशील तर मात्र ती तशी असणार नाही. ज्यांनी पोलिसांना आपली खबर दिली, ते आज फार तर गप्प बसतील; पण उद्या त्या घरावर नक्की पोलिसांचा पहारा बसेल. पोलिसांची कामाची पद्धत तुला माहीत आहेच. शफीलाही माहीत आहे. त्या कुंटणखान्यातून पोलिसांना जर आपली खबर कळली असती तर नक्की त्यांनी तिथे प्रथम पहारा बसवला असता. यात शफीचा आणि त्या बुढ्ढीचा दोष नाही. तसं व्हायला नकोच आहे... मात्र, मला तरी यात धोका दिसतोय. उगीच तू माझ्याबरोबर येऊ नकोस.'' देवी म्हणाला.

''वा! हीच तू माझी पारख केलीस का?'' बसू रागाने उद्गारला. ''मी आणि शफी सारखेच आहोत असंच तुला म्हणायचं आहे ना?''

''मूर्खासारखं बोलू नकोस. हे माझं स्वत:चं काम आहे. खासगी काम आहे. तू आपली मान यात का गुंतवावीस? तू तुरुंगातून चांगला सुटलेला आहेस - काहीतरी भानगड व्हायची आणि निष्कारण पुन्हा पकडला जायचास. अरे, माझी गोष्ट वेगळी आहे!''

''मी तुला एकदाच सांगतो, माझ्याबद्दल तू असं म्हणणं हाच माझा अपमान आहे. काहीही होवो, मी तुझ्याबरोबर येणारच आणि त्यात धोका तरी कसा काय आहे रे? कुंटणखान्यात गेल्याबद्दल ते मला काही पुन्हा तुरुंगात पाठवणार नाहीत.'' तो क्षणभर थांबला आणि हलक्या आवाजात पुढे म्हणाला, ''हं! आता तू जर त्याला ठारच मारणार असशील तर गोष्टच वेगळी!''

देवीदयाळने त्याच्या खांद्यावर थोपटले आणि म्हणाला, ''काळजी करू नकोस. मी त्याचा खून करणार नाही. तुला मी जे म्हणालो, ते सहज बोलून गेलो. नाहीतर तूच त्याच्या मानेचा मणका-बिणका मोडणार असशील.''

बसू घाईघाईने म्हणाला, ''तुला जपानी डावपेच येतातच.''

''तसं नाही बाबा मी तुला वचन देतो, तिथं काही हाणामारी होणार नाही; पण मला आपलं वाटतं की, तू तिथे येऊ नयेस. मी एकटा पुरे आहे.''

''वा! तसं नाही चालणार. मी येणारच. काय वाट्टेल ते झालं तरी मी येणार. कलकत्याहून इथपर्यंत आलो आहे. आता तुला एकटा सोडून जाऊ होय?''

त्याच्या दृष्टीला दृष्टी भिडवून देवीदयाळ हसला आणि म्हणाला, ''ठीक आहे. मग असं करू : तू बाहेर राहा आणि कोण येत-जात आहे ते बघ. काही धोका दिसला किंवा कोणी टेहळणी करण्यासाठी येतं आहे असं वाटलं तर मला इशारा देण्यापूर्वीच तुला आठवत असेलच दुसरा कोणी भेटल्यावर 'जय रामजीकी' असं ओरडतात तोच परवलीचा शब्द समज. 'जय रामजीकी' हे मला ऐकू येईल अशा

बेतानं ओरड. मग मी तिथून लगेच निघेन आणि तुला इथे भेटेन. आहे कबूल?''

''तुझा हट्टच आहे म्हणून कबूल करायचं एवढंच! मला मात्र आत्ता तुझ्याबरोबर येऊन शफीला भेटायची इच्छा होती.''

''तुला आता किती वेळ लागेल?''

''जास्तीतजास्त दहा मिनिटे!''

''आता मात्र घाई करायला हवी. मी तिथून निघाल्यावर तू काही वेळ तरी तिथेच उभा राहा. शफी माझा पाठलाग करत नाही ना, ते बघ. थोडा वेळ गेल्यावर तू इथे ये आणि माझी वाट पाहत बस.''

प्रत्यक्ष घरात शिरण्यापूर्वी देवीदवाळने त्या घराभोवती दोन-तीन चकरा मारल्या. मग दार ठोठावले आणि पहारेकऱ्याच्या हातात रुपाया सरकवला. पहारकऱ्याने त्याला आत घेतले तसेच अदबीने सलाम केला.

बैठकीची खोली मुसलमानी पद्धतीने सजवलेली होती. दारे-खिडक्यांवर मखमली पडदे सोडलेले होते. बिछायतीवर भिंतीच्या कडेला किनखापी कापडाने आच्छादलेले लोड-तक्के ठेवले होते. तिथे झिरझिरीत पायजमे घातलेल्या तरुण मुली बसल्या होत्या. त्यांच्या शरीराचा वरचा भाग अनावृत्त होता. वक्षस्थळे मात्र रेशमी पट्ट्यांनी झाकलेली होती. खोलीत अगदी मंद प्रकाश होता. सतारीचे हळुवार स्वर वातावणात निनादत होते. अजून फारशी गिऱ्हाईकं तिथे दिसत नव्हती. खूपच शांतता होती.

अक्काजींनी उठून त्याचे स्वागत केले. धनवान तरुणांसाठी खास ठेवणीतले असे त्यांचे एक हास्य होते. ते त्यांच्या चेहऱ्यावर विलसू लागले. अक्काजींनी पोलिसांना खबर दिलेली नसणार याबद्दल देवीच्या मनाची खात्री झाली. म्हणजेच ते घाणेरडे काम करण्यासाठी शफीने दुसऱ्याच कोणाचीतरी योजना केली असणार हे उघड होते.

त्याने एका क्षणातच सगळी खोली न्याहाळली. नाटकी शालीनतेने मुली खाली माना घालून बसल्या होत्या. त्याने मग अक्काजींना खूण केली. मागच्या बाजूला त्यांची खोली होती. देवीला घेऊन त्या गेल्या आणि रुजाम्यावर बसल्या. प्राथमिक - औपचारिक बोलणी संपली. आता धंद्याला सुरुवात करायला हवी होती.

''हं! कोणती मुलगी तुम्हाला हवी आहे?'' अक्काजींनी अदबीने विचारले. ''तुम्ही सगळ्याजणी बघितल्याच आहेत. जी मुलगी आवडेल तिने पान करून द्यायचे आणि सगळ्यांच्या देखत तिला पैसे द्यायचे अशी इथली रीत आहे.'' घराच्या मागच्या बाजूला शयनगृहे होती. पान खाल्ल्यावर त्या मुलीला घेऊन शयनगृहाकडे जायचे असे. ''मी इथे पानबीन नाही खाणार!'' देवीदयाळ म्हणाला. ''मला जन्मभर जी पान देईल अशी मुलगी - मी घरीच घेऊन जाणार आहे.''

"अस्सं!" अक्काजी म्हणाल्या आणि काही वेळ स्वस्थ बसून राहिल्या. त्यांनी त्याच्याकडे नीट न्याहाळून पाहिले. "तुम्हाला सांगायला नकोच म्हणा; पण राहावत नाही म्हणून सांगते- असल्या घरातली मुलगी जन्मभर ठेवायची म्हणजे फार मोठी जबाबदारी आहे. लग्न करून बायको आणण्यापैकीच ते असतं. इथून एकदा ती बाहेर पडली की, तिला इथे परत घेतली जाणार नाही हे नक्की."

देवीदयाळने मान हलवली. त्याला वाटले, हे कावळ्यांसारखेच आहे. कावळ्याने एकदा घरटे सोडले की, त्याला परत तिथे जाता येत नाही. तिथे गेला तर दुसरे कावळे त्याला टोचून टोचून मारतात.

"म्हातारे किंवा प्रौढ लोक या बाबतीत खूप बरे!" अक्काजी गंभीरपणे म्हणाल्या. "त्यांना बायका असतात. ज्या मुलीला ते रखेली म्हणून ठेवतात तिला चांगले पैसे देतात. तुम्ही शिकारी आहात का?"

त्यांच्या म्हणण्याचा अर्थच देवीला कळला नाही. त्याने मान हलवली. "छे! बुवा. मी शिकारी-बिकारी नाही हं!" अक्काजींनी साडीच्या पदराने कपाळावरचा घाम पुसल्यासारखे केले.

"शिकारी लोकांत एक गाणं आहे. एखादा जीव वाचवला तर त्याच्या उदरभरणाची आणि पालन-पोषणाची जबाबदारी तुमच्यावर पडते. असा त्याचा अर्थ आहे. त्यांनी एखादी वाघीण मारली आणि तिला छावे असले तर त्यांनाही ते मारतात. त्यांनी जर त्यांना मारलं नाही तर त्यांना वाढवण्याची जबाबदारी ते घेतात." अक्काजी पुन्हा एकदा मनमोकळेपणे हसल्या.

"इथल्या मुली न्यायला बरेचजण येतात. त्या प्रत्येकाला मी हेच सांगते. एखादे वेळी एखादा पैसेवाला तरुण येतो. एखाद्या मुलीच्या मोहात पडतो आणि तिला घेऊन जातो; पण थोड्याच दिवसांत तो कंटाळतो. त्याच्या घरातली मोठी माणसं त्याचा पैसा बंद करतात. मग तो तिला टाकतो आणि ती बिचारी अगदी रस्त्यावर येते. तिला कोणाचा आधार राहात नाही. तिची फार दैना होते. म्हणून मी नेहमी सांगते की, वाघाच्या बच्चाला ठार मारणंच हितकर असतं. त्याला एकट्याला जंगलात सोडायचं आणि त्यानं स्वत: भक्ष्य मिळवायचं जे फार कठीण असतं."

त्याला बोलत बसायला वेळ नव्हता. त्याने अधीरतेने घड्याळाकडे पाहिले.

"तुम्हाला जायची घाई आहे वाटतं?" अक्काजींनी तीक्ष्ण आवाजात विचारले. "अशा व्यवहारांत घाईगर्दी उपयोगी नाही. अहो, कलकत्त्याहून, मुंबईहून लोक येतात; त्यांनासुद्धा बरेच दिवस इथं राहावं लागतं."

"मला लवकर गेलंच पाहिजे; गाडी पकडायची आहे."

"कोणती मुलगी तुम्हाला हवी आहे? ते तरी कळू द्या."

"मुमताज!"

त्यांनी डोळे विस्फारल्यासारखे केले. "मुमताज! ठीक, ठीक! छान आहे मुलगी... गाते छान! नाचणं तर उत्तमच आहे... पण... पण मी तुम्हाला दुसरीच मुलगी सुचवेन. तुम्ही तिला मघाशी बाहेर बघितलं आहे. कित्येकजण तिच्यावर फिदा बाहेत."

"हे बघा; मी मुमताजसाठी आलोय." तो रागाने म्हणाला. "मला तीच हवी आहे."

"छान! तुमची निवड मात्र चांगली आहे." म्हातारीने नेहमीसारखा चेहरा केला. "पण आत्ताच कसं जमणार?... उद्या चालेल?"

त्याने जोराने मान हलवली. "छे छे! उद्याचं जाऊच द्या; पण आणखी दहा मिनिटे थांबणंदेखील परवडणार नाही."

"आज संध्याकाळी ती दुसऱ्या एकाजवळ राहाणार आहे. आजचीच संध्याकाळ!"

"तसं नाही चालणार. तुम्ही जाऊन तिला घेऊन या." त्याने खिशातून नोटांची बंडले काढली.

म्हातारीने त्यांच्याकडे अधाशीपणाने पाहिले आणि दुसरीकडे डोळे फिरवीत म्हणाली, "असं करून कसं चालेल? ते बरोबर दिसेल का?"

"आश्चर्य आहे!" त्याने पैसे खिशात ठेवले. "आठ हजार रुपये दिले म्हणजे तुम्ही तिला मोकळं कराल असं मला वाटलं होतं. मी तर तुम्हाला दहा हजार रुपये देणार होतो." तो उठून उभा राहिला.

"जमणार नाही असं मी म्हटलं नाही. दहा हजार म्हणालात नाही का तुम्ही?... थांबा जरा."

"मी दहा हजारच म्हणालो; पण थांबायला मात्र वेळ नाही."

"अगदी थोडं थांबा." त्या उठल्या आणि लगबगीने खोलीबाहेर गेल्या.

बाहेर मोठ्या हॉलमध्ये दरवाजावर रेशमी पडदे रुळत होते. सतारीच्या सुराला तबल्याची साथ मिळाली होती. तसेच नाचणाऱ्या मुलींच्या पायांतल्या पैंजणांचा आवाज त्यात मिसळला होता. त्याने स्वत:च्या घड्याळाकडे पाहिले. दहा मिनिटे होऊन गेली होती.

मुमताजला बरोबर घेऊन अक्काजी परत आल्या. "यांना कुर्निसात कर; आजपासून हे तुझे मालक झाले आहेत." त्यांनी सांगितले.

मुमताजने मुघल पद्धतीचा कुर्निसात केला आणि आपल्या धन्याकडे बघण्यासाठी मान वर केली. तिच्या डोळ्यांत अश्रू दिसत होते.

तो खोलीतून बाहेर पडत असताना आक्काजी नोटा मोजत होत्या. त्याच वेळी शफी आत आला. त्याचा चेहरा रागाने लालबुंद झाला. "याचा अर्थ काय?" त्याने अक्काजींना डाफरून विचारले. तेवढ्यात त्याचे लक्ष देवीदयाळकडे गेले. तो थोडा

मागे सरला आणि चिडून म्हणाला, "तू इथे!" देवीदयाळने त्याला अभिवादन केले.

देवीदयाळने कपाळाला आठ्या घालून मुमताजकडे पाहिले आणि तिला सांगितले. "कपडे घाणेरडे आहेत. त्यावरून काहीतरी पांघरायला घे. आपण बाहेर निघालो आहोत."

"म्हणजे काय?" शफी उद्गारला. "आज रात्री तरी ती माझी आहे. तिला कोणी नेऊ शकणार नाही."

"मी आत्ताच तिला नेतो आहे."

"बघतोच कसा नेतोस ते." शफी रागाने काळानिळा झाला होता.

"बडबड बंद करा." म्हातारी ओरडली. "निदान या घरात तरी गडबड नको. नाहीतर मी गुरख्याला सांगून पोलिसाला बोलावेन." शफीने मुमताजचा हात पकडला आणि तिला दरवाजाकडे खेचले.

"तिला हात लावशील तर खबरदार!" देवी ओरडला. "तिला माझ्याबरोबर येऊ दे." बोलताबोलता त्याने स्वतःचा उजवा हात शफीच्या कोपराजवळ नेला. शफीचा हात अलगदपणे त्याच्या हातावर पडला. सर्प-नागाच्या पोटाप्रमाणे त्याचा चेहरा पिवळट पांढरा झाला होता.

"हं! आता ठीक झालं." देवी ओरडला. "पोलीसबिलीसाला बोलवायच्या भानगडीमध्ये पडू नका." त्याने अक्काजींना सांगितले. "मुलीला पांघरायला शाल मात्र द्या."

म्हातारीने त्याच्याकडे भेदरलेल्या नजरेने पाहिले. तिच्या तोंडावरच्या सुरकुत्या भयामुळे थरथर कापत होत्या. हनुवटीवर घामाचे थेंब साचले होते. स्वतःच्या कमरेवर हात ठेवत, खाली वाकत, कण्हत-कुंथत ती खोलीबाहेर गेली. शफी जोराने ओरडला आणि मुमताजला पकडू लागला.

"तसे करशील तर खबरदार!" देवीने सांगितले. "तुला माहीत आहेच. मी एकच ठोसा जर वर्मी मारला तर तुझ्या हाडांचा भुगा होईल. मी तुला ठार मारीन."

"मी तुझा सूड उगवीन."

देवीने त्याच्याकडे पाहून तिरस्काराचे हास्य केले. "तू सूड घेशील!" देवी म्हणाला. "तू स्वतः नाही घेणार! दुसऱ्या कुणालाही पुढे घालशील आणि स्वतः मागे राहशील!"

हातात काश्मिरी शाल घेऊन म्हातारी बाहेर आली आणि तिने ती मुमताजला पांघरली. मुमताजने खाली वाकून तिच्या पायाला स्पर्श केला. घर सोडण्याचा हा सर्व विधी पार पडला.

"बरं का गं! हे तुझे यजमान फार चांगले आहेत. अक्काजी तिच्या खांद्यावर थोपटत म्हणाल्या. तुझा ते नीट सांभाळ करतील. माझा आशीर्वाद आहे."

शफीच्या अंगावरून ती दोघे दरवाजापर्यंत गेली. देवीदयाळ शफीला म्हणाला, ''बसू आणि दोघेजण घरावर टेहळणी करत आहेत. मुरलेले आहेत. जास्त गडबड करू नकोस. वेळप्रसंगी तुला गोळी घालण्याची त्याला सूचना दिली आहे. तुझं प्रेत रस्त्यावर सापडलं तरीही पोलिसांना आनंद होईल हे विसरू नकोस. तुझं प्रेत सापडून देणाऱ्यालादेखील सरकारने बक्षीस लावलेले आहे.''

ते पुढे चालू लागले. डब्बी बझारच्या कोपऱ्यावर ते थांबले. ''तू कुठे जाणार?'' देवीने विचारले.

तिचा चेहरा आश्चर्यचकित झाला. तिने मान हलवली.

''तुझं घर कुठे आहे?''

''भवालपूरमध्ये करीमगंजला- मी तिथली आहे.''

''तू परत गेलीस तर तुला घरात घेतील का?''

तिने मान हलवली. तिचा चेहरा रडवेला झाला होता. डोळ्यांतून अश्रू ओघळतील असे वाटत होते.

''बरं, आजपासून तुला स्वत:लाच आपलं आपलं बघावं लागेल. असल्या लफड्यात पुन्हा गुंतू नकोस. एखादा साधा, सरळमार्गी नवरा शोध आणि त्याच्यासह चारचौघींसारखी राहा.''

''पण... पण... तुम्हाला मी नको आहे का?''

''नको आहेस!'' त्याने मान हलवली.

''मग का मला तिथून बाहेर काढलीत?... तुम्हाला जर मला ठेवायची नव्हती तर?...'' तिच्या आवाजात अविश्वास आणि दु:ख भरलेले आहे असे त्याला वाटले. अरे देवा, तिची अवस्था त्या शिकाऱ्याने जिवंत सोडलेल्या वाघाच्या छाव्यासारखीच झाली नव्हती का?

''मला तुझं स्वातंत्र्य परत देण्यासाठीच फक्त विकत घ्यायचं होतं.'' त्याने सांगितले. ''हे थोडेसे पैसे घे...''

''म्हणजे तुम्ही आपल्या एका लहरीसाठी मला इथे आणलंत म्हणा की! एकटीला असं रस्त्यावर सोडायला.''

त्याने खांदे उडवले. ''बरं! तुला हवं असलं तर तू पुन्हा तिकडे जाऊ शकतेस...''

''आता कशी मी परत जाणार? कोणत्या तोंडानं जाऊ? बाकी सगळेजण काय म्हणतील? तुम्हाला कल्पनाच नाही ते किती वाईट दिसेल.'' ती स्फुंदूनस्फुंदून रडायला लागली.

त्याला एकदम स्वत:चे घरटे सोडलेल्या कावळ्याची आठवण झाली. ''रडू नकोस.'' तो म्हणाला. ''त्या घराइतकी वाईट जागा दुनियेत नसेल.'' तो आणखी

काहीतरी बोलणार होता; परंतु मागे पावलांचा आवाज ऐकू आला.

शफी ओरडत होता, ''तुला तिला घेऊन जायचं आहे ना? जा घेऊन. कर काळं तोंड.''

त्याने तिला वाचवायचा प्रयत्न केला; पण अंधारातून सुमारे दहा फूट अंतरावरून काहीतरी वस्तू तिच्या तोंडावर फेकली गेल्याचे त्याला दिसले. त्याने अजाणताच मध्ये हात घातला. हातावर बल्ब फुटला आणि तो रक्तबंबाळ झाला. भयंकर वेदना झाल्या.

''काढून घे हात! डांबीस कुठला.'' शफी ओरडला आणि बहुधा जातीय युद्धात वापरला जाणारा सल्फ्युरिक ॲसिडचा बल्ब त्याने पुन्हा त्या मुलीच्या तोंडावर फेकला. देवीने तो मधल्यामध्येच झेलला आणि शफीच्या अंगावर भिरकावला. थोड्या अंतरावर तो बल्ब फुटला आणि मोठा स्फोट झाला. त्याला स्वतःच्या शारीरिक वेदनांची जाणीव झाली. हजारो चावऱ्या मुंग्या अंगावर चढाव्यात आणि एकदम चावाव्यात, तसे त्याला झाले. एखाद्या ज्वालेमध्ये हात धरावा तसे त्याला वाटले. ''मी तुझा याबद्दल नक्कीच सूड घेईन.'' देवी अंधारातच ओरडला. त्याची चेतना जवळजवळ नष्ट झाली; तरीही त्याला त्याच्या शत्रूचे हास्य ऐकू आले.

''बघा, तुम्ही काय केलंत ते. माझ्यासाठी केवढं हे अरिष्ट!'' ती मुलगी म्हणत होती. ''मला वाचवण्यासाठी हे सगळं केलंत ना; त्यापेक्षा मीच मेले असते तर!''

''गप्प बस!'' तो रागाने ओरडला. ''चल! आपण निघून जाऊ.''

''काय ही हाताची अवस्था!'' ती रडत म्हणाली.

तिने कळवळा दाखवला याचाच त्याला राग आला. तिला वाचवावे म्हणून काही त्याने हात मध्ये घातला नव्हता. नकळतच ते घडले होते. त्याने हाताकडे पाहिले. जखमा लाल झाल्या होत्या. शरीर घामाने थबथबले होते. डब्बी बाझारमधून ती दोघे घाईघाईने पुढे गेली.

''थोडं खोबरेल तेल विकत घ्या.'' एका छोट्याशा दुकानापुढे थांबत तिने सांगितले. ''डोक्याला लावायला हवं असं म्हणा.''

त्याने तेल विकत आणले आणि स्वतःच्या हातावर ओतले. तिची शाल फाडली. त्या फडक्याने हात बांधला. मग एक शब्दही न बोलता ते पुढे चालू लागले. पंधरा-वीस मिनिटांनी ती 'अनारकली'मधल्या खोलीत आली. बसू अगोदरच तेथे येऊन बसला होता.

''हा आहे! तो लेकाचा मागच्या दारानं पळाला असेल!'' देवीचा हात आता सोलून निघाला होता. ''त्याला मी तसा सोडणार नाही. चांगला लंबा करीन.'' तो म्हणाला.

''पण तू या मुलीची व्यवस्था लाव.''

"पहिल्यांदा तुझ्या हाताचं बघू." बसू मुलीकडे मुळीच न पाहता म्हणाला.

"मला वाचवण्यासाठी यांनी हे ओढवून घेतलं. नाहीतर बल्ब माझ्या तोंडावरच फुटला असता." मुमताज म्हणाली. त्याने देवीच्या हातावर आणखी खोबरेल तेल ओतले आणि तिने शालीच्या फडक्याने जखम बांधली. "भाजल्यावर उपयोगी पडेल असं एखादं मलम आणायला हवं."

ती बसूला म्हणाली, "मी घेऊन येऊ का?"

"नको! मीच जातो." बसू म्हणाला,

"ही अनारकली आहे. रात्रभर उघडं असणारं एखादं तरी केमिस्टचं दुकान असेलच." तो गेल्याचे देवीला ऐकू आले. वेदना थोड्या कमी झाल्या होत्या. कदाचित हात बधिर झाल्यामुळे त्याला तसे वाटत असावे. तो मागच्या बाजूला रेलून बसला आणि त्याने डोळे मिटून घेतले. त्याला एखादी डुलकीही आली असावी. त्याने डोळे उघडले तेव्हा ती त्याला वर्तमानपत्राने वारा घालत होती. तिचे डोळे पाणावले होते.

"तुला परत जायला असं कोणतंच ठिकाण नाही का?" त्याने विचारले.

तिने मान हलवली. "नाही."

"तुझ्या गावी तरी?"

"तिथे फक्त एक काका आहे. मी अगदी लहान होते. आई-बाप दोघंही नव्हते तेव्हा त्यानं मला विकलं. मी अकरा वर्षांची होते. आता एकोणीस वर्षांची आहे. आता मी कुठे जाऊ? आमच्यासारख्यांनी कुठे जावं? ज्यांच्याजवळ आम्हाला विकत घ्यायला पैसा असतो, त्यांच्याकडेच आम्हाला जावं लागतं."

"पण मी तुला नेऊ शकणार नाही." देवीने सांगितले. "मला स्वत:लाच घर नाही."

"तुम्ही राहाल तिथे मी राहीन." तिने सांगितले.

"आपण रस्त्यावरही राहू. मी भीक मागेन. काय वाटेल ते करीन; पण पैसे मिळवेन." त्याने वाघाच्या बच्चाला वाचवले होते. आता त्याची देखभाल करायलाच हवी होती. त्याने नुसतेच जंगलात जाणे बरोबर नव्हते.

"तुम्ही माझ्यासाठी पैसे मोजलेत." ती म्हणाली. "तुम्हाला मी आवडले म्हणूनच ना! मग आता मला का दूर करता?"

"माझ्या स्वत:साठी मी तुला आणलेलं नाही." त्याने सांगितले. "शफीची जिरवावी म्हणून मी तुला आणलं आहे."

ती खूप वेळ मान खाली घालून बसून राहिली. मग म्हणाली "माझ्याबद्दल तुम्हाला काही वाटत नाही हे माहीत आहे. तुम्ही सांगाल तेथे मला जायलाच हवं."

"मला आता झोप येते आहे." देवी उत्तरला. "आता मी झोपतो. काय करायचं

ते उद्या पाहू.''

''माझ्यात काय दोष आहेत, ते तरी सांगा.'' मुमताजने नम्रपणे विचारले.

''माझ्याशी लग्न करा असं मी म्हणत नाही. माझ्यावर प्रेमही करू नका. तुम्हाला वाटत नसेल तर आपण एकत्र निजायलाही नको; पण मला तुमची चाकरी करू द्या. मी स्वयंपाक करीन. गाणं म्हणेन. नाचून करमणूक करीन. तुम्ही दमला असलात तर तुमचे पाय चेपेन. चांगल्या चांगल्या गोष्टीही सांगेन. एखाद्या नोकराप्रमाणे मी तुमच्या घरात राहीन.''

''मला घरही नाही आणि नोकरही नाहीत.''

''तुम्ही सांगाल तसं मी वागेन. जायला सांगितलंत तर जाईन; पण... पण... कुठे जाऊ?'' त्याला गुंगी आली होती. एक तासानंतर मलमाची डबी आणि बँडेजची फडकी घेऊन बसू परत आला तेव्हा देवी गाढ झोपलेला होता.

३१

दुसऱ्या दिवशी सकाळी पहिल्याच मोटारीने त्यांनी लाहोर सोडले. दुपारी ते कर्नालला आले. तेथे एका हॉटेलमध्ये त्यांनी रात्र काढली. दुसऱ्या दिवशी सकाळी घर मिळवण्यासाठी बसू खूप हिंडला. डेअरी फार्मजवळ दोन खोल्यांची एक छोटीशी कॉटेज त्याला मिळाली आणि त्याच संध्याकाळी ते तिथे राहायला गेले. रात्री देवीदयाळ तापाने फणफणला.

देवी फार अशक्त झाला होता. ती नम्रपणाने त्याची सेवाशुश्रूषा करत होती. त्याला मात्र तिचे अस्तित्व सहन होत नव्हते. तो भयंकर रागावला होता; पण त्याचा काही इलाज नव्हता. तिला आपण लाहोरलाच सोडायला पाहिजे होते असे त्याला सारखे वाटत होते. तास-दोन तासांसाठीसुद्धा तिला जवळ राहू देणे ही फार मोठी घोडचूक आहे असे त्याला वाटले. जंगलातल्या एखाद्या जनावरावर माया करण्यापैकी ते होते. एकदा त्याला लळा लागला की, ते कधीच सोडत नाही. तुम्ही त्याला घालवून देऊ शकत नाही.

अंगात ताप फणफणला होता. मन बधिर झाले होते. तिच्याकडून सेवाशुश्रूषा करून घेण्याशिवाय दुसरा मार्गच नव्हता. खरे तर मुमताजशिवाय त्यांचे चालणे शक्य नव्हते. स्वयंपाक-धुणे-पाणी तीच करत होती. हाताला बँडेज बांधायलाही ती शिकली होती. तिला घालवून देणे दिवसेंदिवस अशक्यच होत चालले होते. कैदी पळून जाऊ नये म्हणून अंदमानमध्ये त्याच्या हातापायांत लोखंडी बेड्या अडकवीत. तिच्या सहवासाचेही तसेच होते. तिच्यापासून मुक्तता मिळणे कठीण होते.

बसूदेखील तिच्यावर जास्त जास्तच अवलंबून राहायला लागला. ती जन्माने मुसलमान होती; तरीही त्याला त्याचे काही वाटत नव्हते. मूळ जन्माने त्या मुसलमानच असत; पण पुढे अशा मारवाडी व गुजराथी लोकांकडून त्या ठेवल्या जात. कलकत्त्याला परत जाताना तर देवी तिच्याबद्दल पुन:पुन्हा सांगत होता.

"ती हुशार आहे. कर्तव्यदक्ष आहे." तो म्हणाला, "तिच्याशिवाय आपलं कसं झालं असतं याची कल्पनाही करवत नाही. तुझ्या अशा परिस्थितीत तुला एकट्याला टाकून जाणं मला शक्यच नव्हतं; पण जायला हवंच होतं. तुला अजूनही ताप आहे; पण तिच्या आधारावर तुला सोडून मी नि:शंकपणे जात आहे."

"मी हिंडाफिरायला लागलो म्हणजे तिला जावंच लागेल."

"ती मुसलमान आहे याचं काही वाटून घेऊ नकोस. या मुलींना एका दृष्टीने निधर्मीपणाचे शिक्षण मिळत असते. कोणताच धर्म त्या पाळत नाहीत. मारवाडी लोक इतके कर्मठ की, ते तुझ्या-माझ्या पंगतीला जेवायलादेखील बसणार नाहीत; पण या मुसलमान मुलींना मात्र रखेल्या म्हणून ठेवतात."

"मला तिला तशी ठेवायची नाही. ती माझं काम चांगलं करते. मग हिंदू असो किंवा मुसलमान असो."

"एवढंच?"

नंतरचा एक महिना हात सुजलेलाच होता. मग सूज कमी झाली; पण हाताची बोटे महारोग्याच्या बोटांप्रमाणे लाल ती लालच राहिली. मग जखमा भरत गेल्या काही महिने लोटले. हाताला पूर्वीचा आकार आला. त्वचेचा रंगही पूर्वीसारखा दिसू लागला. मधले बोट मात्र अजून ताठच होते. ते वाकत नव्हते; पण त्याने हळूहळू मेहनत घेऊन ते वळविण्याचा सराव केला.

तो मुमताजवर फारच अवलंबून होता. शफीला आपला ठावठिकाणा सापडेल अशी त्याला भीती वाटत होती. आसपासच्या लोकांना ती दोघे नवरा-बायकोच वाटत होती. "मीच फुटक्या नशिबाची आहे." मुमताज म्हणत असे "मीच नसते तर तुमच्या हाताला दुखापत झालीच नसती."

आपल्या हाताऐवजी तिच्या चेहऱ्यावर ॲसिडचा बल्ब फुटला असता तर त्याचे काय झाले असते याची त्याला कल्पना होती. बसूच्या बायकोच्या तोंडासारखेच तिचे तोंड विद्रूप झाले असते; पण तिचे म्हणणेही खरे होते.

वयाच्या तेराव्या वर्षापासून निरनिराळ्या प्रकारचे व्यायाम घेऊन त्याने स्वत:चे हात कळकाप्रमाणे कडक करून घेतले होते. त्यांचा त्याला अभिमान होता; पण तेच आज निर्जीव झाले होते. आणखी दोन महिने गेले. जखमा पूर्णपणे भरल्या. एकदा तर त्याने तिला क्रिकेटचा चेंडू उंच उडवण्यास सांगितले. तो चेंडू त्याने स्वत:च्या हाताने झेलला. हात मुळीच दुखला नाही.

त्या दिवशी संध्याकाळी जेवण झाल्यावर तिने भांडी घासली आणि ती खोलीत आली. "आता तुमचा हात बरा झाला आहे. मी जायला हवं का?" तिने विचारले.

त्याने तिच्याकडे चिडखोरपणाने पाहिले. "कुठं जायचं आहे?"

"मला जायचं नाही. तुम्ही जायला सांगितलं आहे."

"पण तू जाशील कुठे?"

"मी तुम्हाला सांगितलं आहे. मला जायला ठिकाण नाही. अक्काजीकडे गेले तरच! तेवढं एकच घर मला माहीत आहे."

तिने परत कुंटणखान्यात जावे या कल्पनेनेच त्याचे मन थरारले. त्याच्या हाताची जखम भरली होती. अंगात ताकद येत होती. अशा वेळी तिने असले प्रश्न उपस्थित करावेत हे बरोबर नव्हते.

तो बराच वेळ गप्प बसला. त्याचे मन कुठेतरी गुंतले होते. तीन महिन्यांपूर्वी मुमताज नावाच्या मुलीचा विचारदेखील त्याच्या मनात नव्हता. आता मात्र तिला परत पाठवण्याची कल्पना त्याला कशीशीच वाटत होती... हे असेच होत असेल का? माणसाच्या मनात अशा तऱ्हेने प्रेमाचा उगम होत असेल का? दीपालीच्या पाशात बसू असाच गुंतला नाही का?

"तुला जावंसं वाटतं आहे का?" त्याने विचारले.

तिने मान हलवली. "मला इथेच राहावंसं वाटतं आहे. मी तुमची चाकरी करीन. मी तुमची गुलाम होईन. तुमच्यासाठी मी वाटेल ते करीन; पण तुम्हीच जर मला बाहेर लोटलंत तर मात्र दुसरा मार्गच उरणार नाही."

आता त्यालाच निर्णय घ्यायचा होता. दुसऱ्या कुणावर जबाबदारी टाकण्याचा प्रश्नच नव्हता...

"मला तू जायला नको आहेस." त्याने सांगितले. तिचा चेहरा एकदम उजळला. "तुम्ही म्हणाल तितके दिवस मी राहीन; तुम्ही सांगाल तेव्हा जाईन."

त्यालाही नकळत बरे वाटले. आता तिच्याशिवाय राहाण्याची कल्पनाच त्याला दुःसह वाटत होती. तिच्यात हावरेपणा नव्हता. तिची मनोवृत्ती कोती नव्हती. दिवसभर ती त्याच्यासाठी काम करत असे; पण त्याच्या आयुष्याबद्दल एक प्रश्नही कधी विचारत नसे. त्याच्याजवळ असणे हेच तिचे सर्वोच्च ध्येय होते. देवीदयाळने तिला तर प्रेमाचा एक शब्दही दिलेला नव्हता. तिने एखाद्या गुलामाप्रमाणे राबायलाच हवे अशी त्याची भावना होती. त्याने स्वतःच्या हाताकडे पाहिले. त्यावर डाग होते. तो वाळकुडा आणि निःसत्त्व होता. तिचा चेहरा मात्र लुसलुशीत आणि सुंदर होता. तो रंगवलेला नसूनही चांगला दिसत होता. डोळे सतेज होते. त्यांत एक प्रकारची उत्सुकता होती. ती निघून गेली तर आपली परिस्थिती फार भयंकर होईल असे एकदम मनात आले.

"तुम्ही मला चेंडू हवेत उंच उडवायला सांगितला. मला तो फार उंच उडवता आला नाही." ती नरमाईने म्हणाली. "पण मला गाता येतं. गाणे म्हणू?"

"निदान आज रात्री तरी नको." तो तिच्याकडे निरखून पाहत म्हणाला. तिच्या निष्पापपणामुळेच त्याच्या डोक्यातील गोंधळ कमी झाला होता. त्याची नजर तिच्या

नजरेला भिडताच ती लाजली आणि तिने नजर खाली वळवली. ती स्वत:च्या खोलीत गेली आणि तो अंथरुणात बराच वेळ जागा राहिला. तिचा लाजरा चेहरा त्याला सारखा आठवत होता. तिला मिठीत घ्यावे अशी सारखी इच्छा होत होती.

हळूहळू त्याच्या लक्षात आले की, तो आता पूर्वीइतका स्वतंत्र राहिलेला नाही. तिच्या बंधनात पडल्याबद्दल त्याचे मन आनंदलेच होते. तिची जबाबदारी त्याच्यावर होती; त्यामुळेच तो तिच्या पाशात गुंतला होता.

एका गोष्टीत एका भिकाऱ्याने उंदरांचा त्रास टाळण्यासाठी म्हणून मांजर पाळले होते; परंतु पुढे त्या मांजरानेच त्या भिकाऱ्याच्या झोपडीचा ताबा घेतला होता. मुमताजच्या बाबतीत तसेच झाले होते. मांजर पाळायचे म्हणजे त्याच्या दुधाची व्यवस्था करायलाच हवी असे गोष्टीचे तात्पर्य होते. दुधासाठी गाय हवी. गायीसाठी नोकर हवा. नोकरासाठी आणखी काही... अशी ती साखळी होती.

संसाराच्या साखळीत तो आता पूर्णपणे गुरफटला गेला होता. जगात इतर अनेक संसारी माणसे छोट्याछोट्या नोकऱ्या करून राहात असतात. आता त्याला त्याप्रमाणेच राहणे भाग होते. संसाराच्या जबाबदाऱ्यांपुढे राजकीय निष्ठाही आता फिक्या ठरणार होत्या.

आणि मग एकदम त्याच्या लक्षात आले की, त्याच्या स्वत:मध्येच फार मोठी क्रांती घडून आलेली आहे. त्याला बायको लाभलेली आहे... होय! बायकोच! मुमताज त्याची बायको आहे ही कल्पना त्याला फार आवडली. प्रथमदर्शनी तुरट, आंबट वाटणारा आंबा नंतर गोड निघावा आणि तो चोखत बसावे त्याप्रमाणे देवी त्या कल्पनेशी खेळत राहिला. त्याला एकदम बरे वाटू लागले.

"हे बघ!" तो ओरडला. "माझा हात चांगला बरा झाला की, आपण माझ्या बहिणीला भेटायला जाऊ."

"तुमची बहीण?" तिच्या आवाजात भीती होती.

"होय! ती मुंबईला असते."

क्षणभर थांबून तिने विचारले, "तुम्ही मला मुंबईला सोडून देणार वाटतं?"

"मी तुला सोडणार नाही!" त्याने सांगितले, "मी तुला माझ्यापाशीच ठेवणार आहे. तू तिला भेटावंस असं मला वाटतं."

"ती तुमच्यासारखीच चांगली आहे का?"

"ती कशी आहे ते तुझं तू ठरव." तो हसत म्हणाला. "मला वाटतं, ती तुला आवडेल."

"ती मला नक्कीच आवडेल."

"मग आपण माझ्या आई-वडिलांना भेटायला जाऊ."

"तुमचे आई-वडील?"

“होय. ते दर्याबादला असतात. त्यांना भेटणं मात्र तितकंसं सोपं नाही. तुझ्यासाठी म्हणून नाही. माझी आणि तुझी भेट होण्यापूर्वी अनेक गोष्टी घडल्या आहेत; त्यामुळे! म्हणूनच म्हणतो की, प्रथम सुंदरीला भेटणं बरं. ती त्यांची समजूत घालील.”

“अहो, पण ते मला भेटतील का? भेटायची इच्छा नाही असंसुद्धा म्हणतील.”

“छे! छे! असं कसं? जी मुलगी आता घरात सून म्हणून येणार तिला त्यांनी भेटलंच पाहिजे.”

त्यानंतर ती काही बोलली नाही. मात्र, तिला झोप लागली नसल्याचे त्याच्या लक्षात आले. थोड्याच वेळाने तिच्या हुंदक्यांचा आवाज ऐकू आला. या वेळी तिने रडून मन मोकळे करणेच चांगले! असे त्याला वाटले. तो काहीच बोलला नाही.

मुमताजसारखी सुंदर बायको नवऱ्यापासून लांब आत स्वयंपाकघरात चारपाईवर एकटीच झोपली आहे हेच त्याला चमत्कारिक वाटले. मग तो स्वतःच्या आई-वडिलांचा आणि बहिणीचा विचार करू लागला.

३२

युद्धाच्या शेवटी शेवटी सुंदरीचा नवरा गोपाळ याची बदली जावामध्ये झाली. डच लोक आपले साम्राज्य स्थिरस्थावर करत होते. आणखी काही महिने गोपाळ बाहेरच राहणार होता. सुंदरीला अर्थातच त्याबद्दल काही वाटत नव्हते. एकोणीसशे पंचेचाळीसचा हिवाळा तिने दर्याबादला आई-वडिलांबरोबर काढला आणि सेहेचाळीसच्या मार्चमध्ये ती मुंबईला परत आली. जावामधील नोकरी संपवून गोपाळला परत यायला त्या वेळी फक्त आठ-पंधरा दिवसांचा अवकाश होता.

युद्धाच्या काळात गोपाळने सर्व तऱ्हेचे मानसन्मान मिळवले होते. टोब्रूकच्या वेढ्यात शौर्य दाखवल्याबद्दल त्याला वीरचक्र देण्यात आले होते. तो मेजरच्या हुद्द्यावर होता आणि लष्करी नोकरी संपवून तो आता परत आला होता. ज्या ब्रिटिश कंपनीमध्ये तो नोकरीला होता त्यांनी त्याचा सत्कार केला आणि त्याला डायरेक्टर म्हणून नियुक्त केले. मित्रांनी विलिंग्डन क्लबमध्ये त्याला थाटाची मेजवानी दिली. लग्नापासून त्याचे नातेवाईक त्याच्याशी तिढ्याने वागत होते; त्यांनाही आता गोपाळबद्दल आदर वाटू लागला.

एकही जखम न होता गोपाळ परत आला होता; पण त्याचे मन मात्र बदलले होते. सुंदरीला त्याच्यातील बदल चांगला जाणवत होता.

परत आल्या दिवसापासून त्याने पूर्वीचा जीवनक्रम सुरू केला. सैनिकी जीवनातील अनुभवांमुळे त्याच्या वागण्यात आता फार धिटाई आली होती. बायकोबरोबर एकांतात राहायला नको याच हेतूने त्याने स्वत:ला रेस आणि पार्ट्यांमध्ये गुंतवून घेतले होते. लग्नबंधने उघडउघड शिथिल होत चालली होती.

त्याला त्याचे काही वाटत नव्हते; पण सुंदरीला मात्र स्वत:चे वैवाहिक जीवन निरर्थक वाटत होते. गोपाळच्या अशा पार्श्वभूमीवर ग्यानसिंग तिच्या मनाला उठून दिसत होता. तो साधासुधा आणि एकनिष्ठ होता. गोपाळमधील नटवेपणा तर

त्याच्यात मुळीच नव्हता.

दिवसेंदिवस गोपाळ आणि मालिनी यांचे संबंध फारच निकट होत चालले होते. सुंदरीची तर ते मुळीच तमा बाळगत नव्हते. तिला काय वाटेल याचा विचार करण्याचेही त्यांनी सोडून दिले होते.

एका संध्याकाळी तर तिची आणि मालिनीची खूप खडाजंगी झाली. सुंदरीच्या दृष्टीने मालिनी अगदीच कमी प्रतीची स्त्री होती. स्वत:मधील लैंगिक आकर्षणाचा उपयोग करून तिने आसपासच्या जगात प्रभुत्व मिळविले होते. सैन्याशी लढाई देऊन तिने तिचा संपूर्णपणे बीमोड केला होता आणि प्रिन्सची मर्जी संपादन केली होती. मानवी देहातील ती एक लांडगी होती. मन-मानेल त्या भक्ष्याला ती उचलत होती. आता तिला प्रिन्सचा कंटाळा आला होता. साहजिकच तिने गोपाळला कच्छपी लावले होते.

भांडण जुंपल्यावर मालिनी मोठ्यांदा म्हणाली, "तुम्ही हे काय सांगता आहात? काचेच्या घरात राहणाऱ्याने दुसऱ्याच्या घरावर दगडफेक करू नये. मी म्हणजे तुम्ही नव्हे. नवरा परदेशात गेला असताना स्वत:च्या घरात दुसऱ्या पुरुषांना बोलावणारी स्त्री मी नव्हे." मालिनीच्या बोलण्यापुढे आपण टिकू शकणार नाही याची सुंदरीला जाणीव झाली.

ती चिडून गोपाळला म्हणाली, "आपण जाऊ या इथून. असल्या बायकांकडून अपमान करून घेण्याची माझी इच्छा नाही."

मालिनीने त्यावर नुसतेच नाक उडवले आणि खांदे घुसळले. गोपाळकडे तिरपा कटाक्ष टाकून सुंदरीवर जय मिळवल्याचे तिने सूचित केले. सुंदरी झपाट्याने तिथून बाहेर पडली. गोपाळ पत्ते खेळत होता. त्याने हातातले पत्ते दुसऱ्याकडे दिले आणि तो तिच्या मागोमाग गेला. गाडीत बसून दोघे घरी निघाली. रस्त्यामध्ये कोणी काही बोलले नाही. पोर्चमध्ये गाडी उभी राहिल्यावर तो म्हणाला, "माझं लक्षच नव्हतं. हे सगळं सुरू तरी कसं झालं? तुला इतका राग येण्याजोगं मालिनी नेमकं काय बोलली?"

"देवी युद्धामध्ये जपान्यांना मदत करत होता असं ती म्हणाली."

"अं! त्यांत काय मोठंसं?" तो म्हणाला. "अगं, सगळेजण तेच म्हणताहेत."

"तुम्हालाच हे बोलणं शोभतं. ती तुमची मैत्रीण आहे म्हणून तुम्ही तिचा कैवार घेता. देवीदयाळ माझा सख्खा भाऊ आहे. त्याच्याबद्दल असं बोललेलं मला कसं चालेल?"

तो म्हणाला, "तुला ती जे म्हणाली त्याच्या आधी तू तिला काय बोलली होतीस?'

"मी तिला रांड म्हटलं! वेश्या म्हटलं; ती आहेच तशी! आणि वर म्हणाली

की, मी तशीच आहे.''

"अगं, पण सगळे लोक तुझ्याबद्दलही तसंच म्हणतात.'' तो शांतपणे म्हणाला. "लोकांच्या तोंडाला कोण हात लावणार? अफवा आणि कंड्या यावरच ते बिचारे जगतात.''

"मालिनीचं आणि माझं काहीतरी सूत आहे, असं तूच नाही का म्हणालीस? त्यातलाच हा प्रकार.''

तिला त्याचा भयंकर राग आला; पण तिने स्वतःला सावरले. "मी तिथे पुन्हा कधीही येणार नाही.'' तिने सांगितले. "तुम्हाला जायचं असेल तर तुम्ही एकट्याने जात जा.''

"मी आत्ताच निघालो.'' मोटारीचे दार उघडत तो म्हणाला. "मी थोड्या वेळासाठीच बॉबजवळ पत्ते दिले आहेत. मी जातो.''

"मग तिथेच का नाही थांबलात? मला घर सापडलं असतं!''

"हो ना. तुला नक्कीच सापडलं असतं; पण रीत म्हणून काही आहे की नाही? ती पाळणं मला भाग आहे. मी तुझ्यासारखा निःसंग नाही.''

तो निघून गेला. ती रागाने बेभान होऊन काही वेळ नुसतीच पडून राहिली. पद्धत! परंपरा! तिच्या विवाहाचा अर्थ तेवढाच होता. तो परंपरेतच गुरफटलेला होता. तो केव्हा परत आला हे तिला कळलेच नाही. दुसऱ्या दिवशी सकाळी तो ऑफिसमध्ये जाईपर्यंत ती उठलीच नाही. दुपारी अकरा वाजून गेल्यावर. तिला कुणीतरी फोनवर बोलावत असल्याचे बलदेवने सांगितले. तिने रिसीव्हर उचलला - तिचे हृदय एकदम थरारले. "देवी!'' तिने उद्‌गार काढला. "अगं, आई देवी! खरंच वाटतं नाही. फोनची घंटा खणखणली नाही.''

शुक्रवारी सकाळी देवीदयाळ आणि मुमताज दोघे मुंबईहून परत निघाले. शनिवारी सुंदरीने ग्यानला फोन केला. "तुम्ही लगेच इकडे या.''

गेल्या वर्षात ग्यानचे आणि तिचे संभाषणही झाले नव्हते. त्या दिवशी समुद्र किनाऱ्यावर त्याने आपले प्रेम तिच्यापाशी प्रकट केले आणि तो निघून गेला होता. त्याला फोन करावा असे तिला खूप वेळा वाटले; पण कमीपणा घेण्याची तिची तयारी नव्हती. देवी भेटून गेल्यावर तिचे डोळे उघडले. शुद्ध प्रेमाशिवाय जगात दुसरी महत्त्वाची गोष्ट नाही हे तिला पटले होते.

तिचे शब्द ऐकल्यावर काहीच न बोलता तो नुसताच थांबला होता. मग चाचरत म्हणाला, "तुम्हाला भेटावं किंवा नाही याचा मी विचार करतो आहे. मला वाटतं, भेटू नये.''

"तुम्ही इथे यायलाच हवं.'' तिने निक्षून सांगितले. "तुम्ही मला कबूल केले आहे.''

"काही महत्त्वाचं सांगायचं असेल तर मी येईन असं तुम्ही म्हणाला होतात." "तसं काही महत्त्वाचं आहे का?"

"हो, आहे. तुम्हाला लगेच भेटलं पाहिजे असं आहे."

"भेटणं बरोबर नाही असं मला वाटतं; त्यामुळे मानसिक त्रासच जास्त होईल. तुमच्याशिवाय राहायला मी आता कुठे शिकतोय."

तिला भावना आवरणे अशक्य झाले, "छे! छे! तसं नाही. तुम्ही याच! काही घोटाळा होणार नाही." ती हसली आणि पुढे म्हणाली, "पोहायलाच या म्हणजे नीट बोलता येईल. मी एकटीच आहे. गोपाळ सहा वाजता येईल. मग आपण तिघेही बोलत बसू."

तो येईल अशी तिची खात्री होती. दोघांनी गोपाळकडे जाऊन आपले परस्परांवर प्रेम आहे, असे निर्भयपणे सांगायची कल्पना त्याचीच होती. ती त्याच्याशी लग्नाला तयार असल्याशिवाय परस्परांना भेटायचे नाही, असे त्याने ठरवले होते. आत्ताच्या तिच्या बोलण्यावरून तिचा मनोदय स्पष्ट होत होता.

"उशीर करू नका." तिने त्याला बजावले. "गोपाळ बरोबर सहा वाजता येतो. त्याआधी आपल्याला थोडं बोलायचं आहे."

"मी निघालोच." ग्यानने सांगितले. "मी तुझ्यावर फार प्रेम करतो."

तिने रिसीव्हर खाली ठेवला तेव्हा स्वत:चा हात थरथरत असल्याचे तिच्या लक्षात आले. गोपाळ क्लबमध्ये गोल्फ खेळण्यासाठी निघाला होता. खोलीबाहेर पडताना त्याने सुंदरीला हाक मारली आणि विचारले, "आत्ता तू बोलत होतीस, तो कोण माणूस होता? तो देवीचा मित्र आहे का?"

"काय झालं?"

"झालं काही नाही; पण मला जरा चमत्कारिक वाटलं. आजपर्यंत तो कधीही इथे आलेला नाही."

"इथे आला होता ना! डॉकमध्ये स्फोट झाला तेव्हा मीच त्याला इथे आणलं! इथे राहत होता. त्याच्याविषयीच तर मालिनी त्या दिवशी बोलत होती."

"तेव्हापासून तो मुंबईतच आहे वाटतं?"

"होय. मात्र, तुम्हाला यायला उशीर नाही ना होणार?"

"नाही. सहा वाजेपर्यंत येतो. कदाचित लवकरही येईन."

"उशीर करू नका."

"मी कधी उशीर करतो का?" त्याचे म्हणणे खरेच होते. तो शिस्तप्रिय माणूस होता; परंतु तरीही तिने त्याला बजावले.

"पण तू हे मुद्दाम का सांगते आहेस?" त्याने विचारले.

"कदाचित संध्याकाळी मी तुम्हाला आश्चर्यचकित करीन."

"काय आहे काय?... आनंदाश्चर्यच ना?"

"होय! तसंच काहीसं."

तो जिन्याच्या पायरीपर्यंत गेला आणि परत आला.

"काय झालं?" त्याने तिच्या डोळ्यांत बघत विचारलं. "तुझं तोंड असं का झालं आहे?" ती दोन पावले पुढे गेली अन् स्वत:चे हात तिने त्याच्या खांद्यावर ठेवले.

तिने त्याच्या डोळ्याशी डोळा भिडवला होता. ओठ क्रूरपणे हसत होते. तो अस्वस्थ झाला आणि त्याने विचारले, "हसायला काय झालं?"

"बऱ्याच वर्षांनी एक आठवण झाली. आमच्या शेजारी एक माणूस होता. त्याच्याजवळ दोन-तीन कुत्र्यांची पिल्ले होती. त्यांतलं एकच जिवंत ठेवून बाकीची त्यानं पाण्यात बुडवून मारली होती. हे पाहून देवी रडायला लागला होता तेव्हा त्यानं आमच्या भित्रेपणाची थट्टा केली होती. मी भित्री नाही हे दर्शविण्यासाठी ती पिल्लं स्वत:च्या हातानं बुडवायला मी तयार झाले."

"तू ती बुडवलीस का?"

"नाही. त्या माणसानं शेवटी आपला विचार बदलला. त्यानं ते कुत्र्याचं पिल्लू देवीला दिलं. तोच आमचा स्पिंडल!"

"आत्ता त्या गोष्टीची आठवण व्हायचं कारण?"

"एखादी गोष्ट करायची असेल तर ती कितीही क्रूरपणाची, अमानुष असली तरी ताबडतोब करून टाकावी. थांबलं म्हणजे मनाला त्रास होतो."

तो सुन्नपणे हसला. "आमच्या मिलिटरी स्टाफ कॉलेजमध्ये असंच शिकवायचे." तो म्हणाला, "हा मनुष्य मी आल्यापासून इथे कधी दिसला कसा नाही?"

"तलवार ना! ते चांगल्या चालीचे गृहस्थ आहेत. तुम्हाला आवडणार नाही, असं त्यांना वाटलं."

"काय मूर्खपणा आहे हा?"

"मीही तेच म्हणाले!"

"काय म्हणालीस?"

"तुम्ही आत्ता जे म्हणालात तेच. काय मूर्खपणा आहे असं. आधुनिक काळातलं लग्न आहे. लग्न झालं म्हणून आपण काही आपल्या जुन्या मित्र-मैत्रिणी सोडलेल्या नाहीत. नाही का डार्लिंग?"

"हे बघ." तो म्हणाला, "मी मालिनीबरोबर गोल्फ खेळायला जातो आहे. तुझी तक्रार नाही ना काही?"

"छे छे! तक्रार कसली?"

"मग तुझं असं टोचूनखोचून का बोलणं चाललंय?"

तिने त्याच्या खांद्यावरचे हात काढले. "माझी काही तक्रार आहे असं तुम्हाला का वाटतं? मी तलवारना काय म्हणाले हेच तुम्हाला सांगत होते."

"पण त्याचं येणं मला आवडणार नाही, असं त्यानं का समजावं? कदाचित त्याचं मन शुद्ध नसेल."

"त्याचं माझ्यावर प्रेम आहे. असं तो म्हणतो."

गोपाळ खूप हसला आणि म्हणाला, "वा! मजा आहे बुवा."

सहा वाजून गेल्यावर थोड्या वेळाने गोपाळ घरी आला. गोल्फ खेळून तो खूप दमला होता. हवेत फार उष्मा होता; साहजिकच त्याचे कपडे घामाने भिजून चिंब झाले होते.

"मेमसाहेब कुठे आहेत?" त्याने बलदेवला विचारले.

"पोहायला गेल्या आहेत."

"एकट्याच?"

"नाही. दुसरे एक साहेब आहेत बरोबर. जोशी नावाचे." गोपाळला वाटले, बलदेवने नावाचा घोटाळा केलेला आहे. त्याचे नाव तलवार असल्याचे तिने त्याला सांगितले होते. "ते जेवायला राहाणार आहेत का?"

"नाही."

"मला वाटलं, ते राहतील. ठीक! मला व्हिस्कीचा एक पेग आण आणि अंघोळीची तयारी कर."

अंघोळीनंतर त्याने लिननचे कपडे घातले. ते जेवायला येणार नाहीत हे ऐकून त्याला बरेच वाटले. थोडा वेळ विश्रांती घेऊन प्रिन्सकडे जावे आणि एखादी गेम टाकावी असा त्याने विचार केला. सुंदरीचा मित्र जेवायला राहाणार असता तर त्याला घरी राहावेच लागले असते. ते पोहून आल्यावर त्यांच्याबरोबर आणखी एकदा बाहेर पडावे असा त्याने विचार केला. ती बैठकीच्या खोलीत आली तेव्हा सूर्य मावळला होता. बलदेवने दिवे लावले होते आणि टेबलावर मदिरापानाचा सरंजाम सिद्ध ठेवला होता. सुंदरीने त्याला सहाला येण्याविषयी बजावले होते आणि ती स्वत: मात्र किनाऱ्यावर बागडत होती; यामुळे तो थोडा त्रासला होता. हातात एक मासिक घेऊन तो व्हरांड्यात गेला आणि समुद्राकडे बघत उभा राहिला. त्याने तेथील सर्व दिवे लावले.

त्याच्या मनाला चमत्कारिक वाटत होते. तो अस्वस्थ होता. उभा असतानाच त्याला खिडकीत ठेवलेला छोटासा काळ्या रंगाचा टेलिस्कोप दिसला. काही वेळ त्याने विचार केला आणि मग तो टेलिस्कोपजवळ जाऊन उभा राहिला. टेलिस्कोपचे तोंड किनाऱ्यावरील नारळी-पोफळीच्या वाडीकडे होते. टेलिस्कोपला त्याने डोळा लावला आणि मग त्याच्या लक्षात आले की, त्याने बघावे म्हणून मुद्दामच तो

टेलिस्कोप तसा ठेवलेला आहे. समोरच्या बाजूस जणू एक नाटक सुरू होते आणि तो स्वत:ही त्यातले एक पात्र होता. त्याच्याशिवाय ते नाटक रंगणार नव्हते. सुंदरी आणि एक माणूस गर्द झाडांच्या छायेत झाडाच्या बुंध्याला टेकून पडले होते. जमिनीवर त्यांनी टॉवेल अंथरले होते. त्या दोघांच्याही अंगावर मुळीच कपडे नव्हते. त्यांनी परस्परांचा पूर्णपणे उपभोग घेतल्यासारखे दिसत होते. तिच्या चेहऱ्यावर समाधानाचे हास्य होते. तिचे केसही पूर्णपणे विस्कटलेले होते. ते एकमेकांशी काहीही बोलत नव्हते. तो माणूस समुद्राकडे बघत पडला होता. ती डोळ्याला हाताचा पंजा लावून घराकडे बघत होती. ती आपल्याकडेच बघते आहे असे गोपाळला वाटले. तो खिडकीतून बाजूला झाला आणि त्याने दिवे मालवले.

पूर्वी तिने स्वत: कुत्र्याची पिल्ले पाण्यात बुडवून मारण्याची इच्छा मनात धरली होती. मरणाऱ्या पिल्लांकडे ज्या शांतपणे तिने बघितले असते, तसेच ती गोपाळकडे बघत होती. पूर्वी मालिनीला आणि त्याला तिने समुद्रकिनाऱ्यावर टेलिस्कोपमधून तसेच बघितले असणार; पण तिने त्याला त्याची ओळख दिली नव्हती. आज मात्र तिने याचा पुरेपूर बदला घेतला होता.

त्याच्या हातातली सिगारेट जळत बोटापर्यंत आली. स्वत:चे लग्न मोडले आहे हे त्याला सांगण्यासाठी तिने सहा वर्षांचा अवधी घेतला होता. तो युद्धावर असतानाच तिच्या मनात त्याच्याविषयी दुरावा निर्माण झाला होता; पण तिने तो उघड केला नव्हता...

व्हरांड्यातले दिवे लागल्यापासून सुंदरी घराकडे बघत होती. तिने तो टेलिस्कोप मुद्दामच तिथे ठेवला होता. दिवे मालवले गेल्यावर तिने ग्यानकडे पाहिले.

बराच वेळ कोणी काही बोलले नव्हते. आपण आयुष्याच्या एका वळणावर उभे आहोत असे ग्यानला वाटले. मागे त्याला कुऱ्हाड सापडली आणि विष्णुदत्ताला मारण्याचा निश्चय त्याने पक्का केला, त्या वेळीही त्याला तसेच वाटले होते. अंदमानहून सुटून तो मद्रासला आला, तेव्हाही तो असाच अस्वस्थ होता. ''मी या क्षणाची सारा जन्मभर वाट पाहतो आहे. तुला कल्पना नाही.''

ती उठून बसली. तिला मिठीत घ्यावे आणि तिच्यावर चुंबनांचा वर्षाव करावा असे त्याला वाटले; पण तिच्या चेहऱ्यावर आता गंभीर छटा आली होती. ''मीही याच क्षणाची वाट पाहत होते.'' ती म्हणाली. ''सारा जन्मभर नव्हे; पण गेली काही वर्षे.'' ती काही वेळ थांबली आणि शांतपणाने म्हणाली, ''मी तुला मुद्दामच इथे बोलावलं... तुझा मला किती तिरस्कार वाटतो हे सांगण्याकरता.''

''तू असं कसं म्हणू शकतेस! हे बरोबर आहे का?''

''नक्कीच बरोबर आहे. माझ्या वडिलांनी तुझ्यावर उपकार केले-तुला नोकरी दिली म्हणून तुला हे दिवस दिसताहेत. देवीदयाळनं तुला त्यांच्याकडे जायला

सांगितलं आहे, असं तू त्यांना खोटंच सांगितलंस. देवी तिथून सुटण्याचा प्रयत्न करत असताना तूच चहाडी केलीस आणि त्याला पकडून दिलंस.''

"बाप रे!'' तो उद्गारला, "हे सगळं खोटं आहे. तुला सांगितलं तरी कुणी?''

"तूच खोटा आहेस. माझ्या भावाला तूच अंदमानमध्ये त्रास दिलास. त्याला तुझ्यामुळेच फटक्यांची शिक्षा मिळाली.''

"नाही. तसं नाही. मी तुला सर्व नीट सांगतो.''

"काही सांगू नकोस. मी स्वत: त्याच्या अंगावर खुणा बघितल्या आहेत.'' थोडा वेळ थांबून तिने श्वास घेतला. "तू हलकट आहेस. प्रेमाच्या नुसत्या गप्पा मारतोस... म्हणे माझं प्रेम एकनिष्ठ आहे... म्हणे... मी तुझे फोटो जन्मभर जवळ बाळगले आहेत... सगळं खोटं; देवीने कधीच ते फोटो तुला दिले नाहीत. तू ते चोरलेस. त्याबरोबर मी पैसे पाठवले होते तेही तूच घेतलेस. देवीबद्दल तू एकच गोष्ट नेहमी केलीस... ती म्हणजे त्याची फसवणूक!''

त्याने मान खाली घातली. त्याच्या डोळ्यांपुढे अंधारी आली. अंग घामाने भिजले. "तू नुसता चोर आणि दरोडेखोर आहेस. इतर कैदीदेखील तुझा तिरस्कार करत होते... आणि तू प्रेमाच्या गप्पा मारतोस! वेळ आली तेव्हा तू पळून गेलास. नाहीतर इतर कैद्यांनी तुझे तुकडेतुकडे केले असते. इथे आल्यावरही तू बदमाषी केलीस. माझ्या भावाच्या नावावर नोकरी मिळवलीस. ज्याने त्याला फटके मारले त्याच्याहीपेक्षा तो तुझा तिरस्कार करतो.''

"मला क्षमा कर.'' तो चाचरत म्हणाला.

"नंतर तू माझ्याकडे आलास. माझे फोटो तू चोरले होतेस; त्याच्या आधारावर प्रेमाची बतावणी केलीस. प्रेम! तुझ्यासारख्या बदमाशाच्या तोंडी फक्त तुलाच ते शब्द शोभून दिसतात. अरे, फोरास रोडवरच्या रांडाही तुझ्यापेक्षा जास्त प्रेम जाणतात... प्रेम! कसलं प्रेम! माझ्या वडिलांच्या पैशाचं? तुला काय वाटलं? देवी परत कधीही इथे येणार नाही?''

तो आता थोडासा सावरला होता. "सगळं बोलून झालं का?''

"अजून एक सांगायचं आहे. मी तुझ्याशी शरीरसंबंध ठेवला याचं मला काही वाटत नाही का? असं मला तू विचारलं होतंस; त्याबद्दलच सांगते- आम्ही हनीमूनहून ज्या दिवशी परत आलो त्याच दिवशी माझा नवरा इथे याच जागी एका घाणेरड्या स्त्रीबरोबर झोपलेला मी पाहिला. त्याला आज सहा वर्षे झाली. त्याचा सूड उगवण्याची मी वाट पाहत होते. आज मी बरोबर संधी पकडली. आपल्या दोघांना त्याने नग्नावस्थेत बघावं अशी व्यवस्था मी केलेली आहे. तू जर आज आला नसतास तर दुसरा कोणीही चालला असता; पण तू आलास म्हणून बरं झालं. कळलं तुझा काय उपयोग आहे तो? तू मी ठेवलेला पुरुष आहेस.''

"देवीनं तुला हे सगळं सांगितलं का?" त्याने चाचरत विचारलं. "तो इथं आला होता वाटतं?"

"होय! तो इथं आला होता आणि त्यानं सगळं सांगितलं. तो सध्या कुठे आहे हे मी तुला सांगणार नाही. ते कळलं की, तू लगेच पोलिसात वर्दी देशील. स्वत:ची शिक्षा कमी व्हावी म्हणून तू त्याला पकडूनसुद्धा देशील. आम्ही तुझा असा काय गुन्हा केला होता?" तिने विचारले.

"तुम्ही गुन्हा केला नव्हतात." तो हलक्या आवाजात म्हणाला. "आता मात्र केला आहे. माझ्या मनात जीवनाविषयीची श्रद्धा निर्माण होत आहे. माणूस हा अपूर्ण आहे. त्याच्यात अनेक दोष आहेत; परंतु त्याच्यामध्ये काहीतरी मौलिकतेचा आणि दिव्यतेचा अंश आहे, असं मला वाटायला लागलं होतं. आज माझी ही श्रद्धा जमीनदोस्त झाली आहे."

तिला त्याच्या बोलण्याचे हसू आले. ती उठून उभी राहिली. स्वत:भोवती तिने टॉवेल गुंडाळला आणि त्याच्याकडे एक दृष्टिक्षेपही न टाकता ती निघून गेली. तिच्या पावलापावलांत त्याच्याविषयीचा तिरस्कार दिसत होता. त्याला फार दु:ख झाले. ती दिसेनाशी होईपर्यंत तो तसाच बसून राहिला. तिच्या पावलांची चाहूल येईनाशी झाली, तेव्हा तो उठला आणि कपडे करू लागला.

३३

स्वतःच्या निजण्याच्या खोलीच्या खिडकीतून टेकचंद बाहेर बघत उभे होते. पहाटेचा अंधूक प्रकाश होता. गावात आगी लागल्या होत्या; त्यांच्या धुराचे ढग आकाशात पसरले होते. सगळीकडे कर्फ्यूचा अंमल होता; त्यामुळे जिकडेतिकडे शांतता होती...

गावात दंगे सुरू होऊन आता आठवडा लोटला होता. सुरुवातीला टेकचंदना त्याविषयी काहीच नवल वाटले नव्हते. गावापासून त्यांचा बंगला खूप दूर होता. तिथे दंग्याची झळ लागण्याचा संभव नव्हता. हिंदु-मुसलमानांच्या दंग्यांची आता लोकांना सवय झाली होती. कोणत्याही धर्माचा सण असला म्हणजे कुठेतरी स्फोट होतच असे. मिरवणुका निघत. घोषणांचे आवाज कानांवर येत. कधीकधी दोन-चार माणसेही मारली जात. मग अधिकारी जागे होत असत. लाठीहल्ला करत किंवा जमावाला पांगवण्यासाठी अश्रुधूर वापरत. ज्या ठिकाणी वातावरण तंग असे तिथे कर्फ्यू जारी होई. हिंदूंचा किंवा मुसलमानांचा तो सण संपला की, मग बराच काळ शांतता पसरत असे.

अलीकडचे दंगे मात्र वेगळे होते. देशाच्या विभाजनासाठी ते दंगे होते. बहुसंख्य मुसलमान प्रदेशाचे पाकिस्तानमध्ये आणि बहुसंख्य हिंदू असलेल्या प्रदेशाचे हिंदुस्थानमध्ये रूपांतर करण्यासाठी ते दंगे होते.

या दंगलीपासून कोणीही मुक्त नव्हते. कोणीही निष्पक्षपाती नव्हते. स्वधर्मीयांवर अत्याचार होत असताना दुसऱ्या धर्माच्या लोकांशी मैत्रीचे संबंध राखणे केवळ अशक्य होते. परस्परांमध्ये द्वेषभावना जागवली गेली होती. शासन, पोलीस, सैन्यदेखील द्वेषामुळे दुभंगले होते. यादवी युद्ध सुरू होते आणि त्यात देशातील प्रत्येक नागरिक या ना त्या कारणाने सहभागी होता. लाखो लोकांना सर्वस्वाचा त्याग करून पळून जावे लागले होते. हिंदुस्थानातून मुसलमान आणि पाकिस्तान म्हटल्या

जाणाऱ्या प्रदेशातून हिंदू परागंदा होत होते. रस्त्यांच्या आणि रेल्वेलाइनीच्या कडेला प्रेतांचे खच पडले होते. एकमेकांच्या विरुद्ध दिशेने दोन मानवी समूह प्रेते तुडवीत पळत होते. हा द्वेष प्रथमपासूनच धगधगत होता. अनेक वर्षे तो सुप्तावस्थेत होता. आता त्याचा एकदम स्फोट झाला होता. एकोणीसशे सत्तेचाळीस ऑगस्ट महिन्यातल्या त्या सकाळी जातीय विद्वेषाचा झालेला तो प्रचंड स्फोट टेकचंद पाहत होते. कोणत्याही शहाण्या माणसाला दिसेल इतका तो स्पष्ट होता. ज्या स्वातंत्र्याचा अनेक वर्षे त्यांनी ध्यास घेतला होता ते उगवायला आता फक्त एक दिवसच बाकी होता. लाखो, कोट्यवधी लोकांना दु:खाच्या खाईत लोटत स्वातंत्र्य जन्माला येत होते. टेकचंदही तेथून निघून जाऊ शकले असते. त्यांच्या बायकोने तशी भुणभुणही त्यांच्यापाशी लावली होती; पण त्यांनी त्या वेळी ते सर्व हसण्यावरी नेले होते. आता त्यांना जावेसे वाटत होते; पण ते तितके सोपे राहिले नव्हते. रस्तोरस्ती दंगेखोरांनी मोठमोठे ओंडके मध्यावर टाकून वाहतूक बंद केली होती. तिथून मोटार जाणे शक्यच नव्हते. लोक चेकाळले होते. मोटार अडवली गेल्यावर ते धावत आले असते आणि टेकचंद कुटुंबीयांची त्यांनी खांडोळी उडवली असती. सर्व मालमत्ताही लुटली असती.

अशा तऱ्हेचा प्रसंग येईल असे टेकचंदांना कधीच वाटले नव्हते. ब्रिटिशांनी शंभर वर्षे या देशात शांतता आणि सुव्यवस्था ठेवली होती. महात्मा गांधींनी तीस वर्षे अहिंसेचा जप केला होता. या देशात रस्तोरस्ती प्रेतांचा खच पडेल असे स्वप्नातही त्यांना वाटणे शक्य नव्हते.

गांधींच्या अहिंसेचे माहात्म्य लोकांना फक्त राजकीय कारणांसाठी पटले होते. एक डावपेच म्हणून त्यांनी ते ब्रिटिश सत्तेविरुद्ध लढताना स्वीकारले होते. ब्रिटिश राज्य खिळखिळे झाल्याबरोबर जनतेमधील पाशवी भावनांचा उद्रेक झाला होता. आपल्याला या गोष्टीची पूर्वीच जाणीव झाली नाही याची टेकचंदना खंत वाटली. बायकोने भुणभुण लावल्यावरदेखील त्यांनी दुर्लक्ष केले होते. "पाहिजे तर तू आणि सुंदरी जा. मी इथेच राहातो, असे त्यांनी तिला सांगितले होते." आपल्याला सोडून त्या कधीही जाणार नाहीत हे त्यांना माहीत होते.

"तशीच वेळ आली तर आपला धनसिंग एका दिवसात दिल्लीला नेऊन पोहोचवील. आहे काय त्यात?" ते हसतहसत म्हणाले होते. त्या गोष्टीला फक्त पंधरा दिवसच लोटले होते; पण परिस्थिती फारच चिघळली होती. आता जाणे तेवढे सोपे राहिले नव्हते. आता धनसिंगही राहिला नव्हता. त्यांनी अजून बायकोला वस्तुस्थिती सांगितली नव्हती. त्यांनी बायकोजवळ धनसिंग ड्यूक गाडी घेऊन पळून गेल्याचा बहाणा केला होता.

धनसिंगाबद्दलचे विचार मनात येताच त्यांना एकदम थकवा आला. धनसिंगचे

बिऱ्हाड जेथे होते, त्या वस्तीतील शीख लोक पळायला लागले होते. स्वत:ची बायका-मुले घेऊन केरवाडांच्या बंगल्यात आश्रयाला यावे असे त्यांनी ठरवले होते. टेकचंदांनीही परवानगी दिली होती. तो चांदपुऱ्यात राहत होता. मात्र, मध्ये मुसलमान वस्ती होती. धनसिंग टेकचंदांच्या घरी पोहोचलाच नव्हता.

तो आणि त्याची बायका-मुले ड्यूक गाडीतून त्यांच्या बंगल्याकडे येत होती तेव्हा वाटेत पुलावर त्यांना अडवण्यात आले. त्याच्या बायकोला आणि दोन मुलांना गुंडांनी गाडीबाहेर खेचून काढले. आई-बापाच्या देखत मुलांना दगडांनी ठेचून ठार मारले होते. मग त्यांनी धनसिंगाच्या दाढीवर तसेच केसांवर पेट्रोल ओतून काडी लावली. जळक्या अवस्थेत धनसिंगाला तेथेच टाकून गुंड त्याच्या बायकोला घेऊन निघून गेले.

गाडी जळक्या स्थितीत पुलावर सापडली. धनसिंगाच्या मारेकऱ्यांना तिचा काहीच उपयोग नव्हता. पोलिसांनी टेकचंदांना गाडी घेऊन जाण्यास सांगितले. एका शिखाने लांबून धनसिंगाला मारताना पाहिले होते. त्याच्याकडूनच सर्व हकिगत त्यांना समजली. घरातल्या गडीमाणसांना ती माहीत होती. केरवाडबाईंना काहीही न सांगण्याविषयी टेकचंदांनी नोकरांना बजावले होते. योग्य वेळी तिथून न निघाल्यामुळे आपल्यावरही तसाच प्रसंग येईल अशी त्यांना भीती वाटत होती.

त्याच वेळी स्पिंडल कुत्र्याला घेऊन सुंदरी परत आली होती याचेच त्यांना फार आश्चर्य वाटत होते. तिने नवऱ्याला कायमचे सोडून दिल्याचे सांगितले होते. तरीही एखाद्या हिंदू तरुण स्त्रीने त्या दिवसांत पश्चिम पंजाबमध्ये येण्याचे धाडस करणे हा मूर्खपणा होता. प्रत्येक स्त्री तिथून बाहेर पडत होती आणि सुंदरी मात्र परत आली होती. त्यांच्या आतल्या मनाला सुंदरी स्वत:जवळ असल्याबद्दल बरे वाटत होते. त्या भयानक दिवसांत सुंदरीचे चित्त स्थिर असल्याचे पाहून त्यांना नवल वाटले. त्यांनी स्वत:ला कोपऱ्यातल्या आरामखुर्चीमध्ये झोकून दिले आणि ते विचारात गढून गेले.

रात्र नुकतीच संपली होती. शहरात कोणीच झोपले नव्हते. खोलीच्या खिडकीतून आकाशात सूर्यास्ताच्या वेळी दिसावा तसा लाल उजेड दिसत होता... घरे जळत होती. त्यांचा तो प्रकाश होता. लांबून कुठूनतरी लोकांच्या आरडाओरड्याचे आवाज ऐकू येत होते. बंदुकांच्या फैरी झडत होत्या. रात्री कोण असावे हे समजण्यास मार्ग नव्हता. फरशीवर सपाता वाजल्या. त्यांची बायको खुर्चीजवळ येऊन उभी राहिली. हलक्या आवाजात तिने सांगितले, ''नोकर निघून गेले.'' टेकचंदांनी बायकोकडे टक लावून पाहिले. त्यांचा चेहरा मेणाच्या पुतळ्यासारखा दिसत होता. ''घरात आपण फक्त तिघेच आहोत. नोकरांपैकी कोणीही नाही.'' तिने सांगितले.

ते खुर्चीतून ताडकन उठून उभे राहिले. खाली जाऊन त्यांनी मोठमोठ्याने हाका

मारल्या, "कमरुद्दीन!... ए किसन! नथानी... अरे तुम्ही गेलात तरी कुठे? हमीद! ए हमीद!..." ते थांबले. आपण मूर्खासारखे वागत आहोत असे त्यांना वाटले. सर्वजण निघून गेले होते. आचारी, मालीश करणारा, त्यांच्या अंगावर कपडे चढवणारा, त्यांचा खास बेअरर... सगळेचजण गेले होते. आयुष्यात कधीच ते नोकरांशिवाय राहिले नव्हते. "ते कुठे गेले असतील? काय करत असतील? त्यांचा सांभाळ कोण करत असेल?"

मग त्यांना एकदम बरे वाटले. नोकर गेल्यामुळेच आपण आपला विचार करण्यासाठी मोकळे झालो आहोत, असे त्यांना वाटले. इतके दिवस त्यांच्या पालनपोषणाची आणि संरक्षणाची जबाबदारी टेकचंदांवर होती. त्यांपैकी बहुतेक सर्वजण मुसलमान होते. जातीय दंगलीच्या दिवसांमध्ये त्या नोकरांनी तरी टेकचंदांकडे राहणे कसे शक्य होते?

ते सुंदरीच्या खोलीत गेले. ती उठली होती आणि तिने पोशाख केला होता. स्पिंडल कुत्रा बागडत त्यांच्या अंगावर आला.

"सुंदर!" तिला भीती वाटू नये म्हणून त्यांनी आवाजात कंप येऊ दिला नव्हता. "बेटा, तू आमच्याच खोलीत येऊन बस. सगळे नोकर पळून गेले आहेत. दंगा थांबला की, ते परत येतील. त्यांना कुणाचीही भीती बाळगण्याचे कारण नाही. या खोलीत तू अगदी एकाकी पडतेस असं मला वाटतं. तू आपली तिकडेच चल."

"मी येतेच ना!" सुंदरी म्हणाली, "पण आधी मी तुम्हाला काहीतरी खायला आणते. घरामध्ये मुळीच दूध नाही. दुधाशिवाय चहा बरा की कॉफी चालेल? "मला वाटतं, कॉफीच ठीक होईल... काय भयंकर गोष्ट केली आहे त्या गुंडांनी!"

"हिंदू गवळ्यांच्या गाई होत्या, म्हणून त्यांनी सगळ्या गाई मारून टाकल्या. आता हिंदूंनाही दूध नाही नि मुसलमानांनाही नाही. कंडेन्स्ड मिल्कचा एक डबा आहे; पण मला वाटतं, तो तसाच राहू द्यावा. प्रवासात उपयोगी पडेल." सुंदरी म्हणाली. सुंदरी शहाणपणाने बोलत होती याचेच टेकचंदांना वाईट वाटले.

"सुंदर, कपडे इतके चांगले कशाला घातलेस?" फाटके-तुटके, मळलेले घातलेस तर बरं आणि चेहऱ्यालाही जरासं काजळ फास. म्हणजे कुरूप दिसशील."

ती हसली. "तुम्हाला झालं आहे तरी काय? घाबरू नका. मला कोणी पळवून नेत नाही. आई असताना तर मला कोणीच नेणार नाही. तिलाच तुम्ही सांगा. म्हणावं, इतकी चांगली दिसू नकोस."

त्यांनी मान हलवली. "होय, तिलाही सांगायला हवं." ते गंभीरपणाने म्हणाले. "आणि बरं का गं हातातल्या बांगड्या वगैरे काढून ठेव. सोनं अंगावर असणं धोक्याचं आहे."

"तुम्ही सगळं जडजवाहीर-दागिने बँकेत ठेवणार आहात ना?"

“बँक!” त्यांनी मान हलवली. “कोणतीच बँक चालू नाही. आपण दागिने एका पेटीत घालू आणि ती बरोबर ठेवू. जालंधरला सुखरूप पोहोचलो की एक मोठी मेजवानी करू; तेव्हा तुम्हा दोघींनाही दागिने लागतील.”

सुंदरीने प्रेमभराने त्यांच्या खांद्यावर थोपटले. “हे मात्र चांगलं आहे. तिथे पोहोचल्यावर काय करायचं याचा विचार करणं बरं. इथल्या गोष्टीसाठी रडत बसण्यात अर्थ नाही. आपल्या मोटारींचा एक काफिलाच निघणार आहे. सरहद्दीपर्यंत लष्कराचं संरक्षण आहे. मग घाबरायचं काय कारण?”

“सरहद्दीवर जे सैन्य आहे त्यांच्यात अजून जातीय भावना नाहीत. म्हणूनच घाबरायचं कारण नाही.”

तिचे मन आशावादी होते; पण टेकचंद हादरले होते. ते म्हणाले, “भीती वाटणारच. आजकालच्या दिवसांत कोणावरच विश्वास ठेवता येत नाही. मला मात्र फार वाईट वाटतं. माझ्यामुळेच तुमच्यावर ही आपत्ती आली. इथून पळून जावं असं महिन्यापूर्वीच तुझी आई म्हणत होती. दोन आठवड्यांपूर्वी जरी निघालो असतो तरी सहज अंगावर ओरखडाही न उठता गेलो असतो. कामावरचे सगळे ट्रक्स इथे आणले असते आणि सगळं सामान वाहून नेलं असतं. तुझ्या आईनं एकटीनं जावं असं मी म्हणालो होतो; पण ती गेली नाही. मग तू आलीस.”

“तुम्हाला आणि आईला दोघांना इथे ठेवून मी जर लांब राहिले असते तर ते बरं दिसलं नसतं.”

“आता मात्र सर्वच परिस्थिती बदलली आहे. पोलिसांच्या मदतीने एक काफिला भारताकडे जाणार आहे. तो निघेपर्यंत वाट बघावी लागणार. दोन दिवसांपूर्वीच तो निघणार होता. तसं झालं असतं तर आपण एव्हाना तिकडे पोहोचलोही असतो. अजून तरी त्याचं निघायचं लक्षण दिसत नाही.”

“अहो, पोलिसांनासुद्धा कितीतरी कामे असतील; नाही का? आपलं काम, आपण म्हणून त्या वेळी आणि नीटनेटकंच झालं पाहिजे अशी तुमची सवय आहे. ते आता कसं चालणार?” सुंदरी म्हणाली. “आबा, तुम्ही आईच्या तिथे बसा. मी काहीतरी खायला आणते. थोडं खाल्लं की, मग बरं वाटेल.”

ते सुंदरीकडे बघतच राहिले. मग त्यांनी विचारले, “तुला काय वाटतं, आपण सगळ्यांनी खालच्या मजल्यावरच राहायला जावं का?”

“ते कशासाठी?” तिने विचारले. “समजा, त्यांनी घराला आग लावली तर खालचा मजला काय अन् वरचा मजला काय? दोन्ही सारखेच!”

“असं तुला बोलवतं तरी कसं? एवढं घर!”

“अहो, तुमच्या मनात तेच विचार होते ना? मी फक्त बोलले इतकंच.”

“काय वेळ आली आहे पाहा! या घरात जन्म काढला. इथेच मोठा झालो.

कुटुंबाची पाळंमुळं इथे खोल रुजली. माझ्या वडिलांच्या नावाचा इथे रस्ता आहे. माझ्या नावाचं वाचनालय आहे. एका सूतिकागृहाला आणि मुलींच्या शाळेला तुझ्या आईचं नाव दिलेलं आहे. हे माझं गाव आहे.

"इथं अब्बासी किंवा हुसेन ही घरंदाज मुसलमान कुटुंबं आहेत. त्यांचा जेवढा या शहरावर हक्क आहे, तेवढाच माझाही आहे. हे शहर संपन्न करण्यासाठी तसेच सुंदर करण्यासाठी आपल्या कुटुंबाने प्रयत्नांची पराकाष्ठा केली आहे. आज काय चाललं आहे? ते आपलं घर जाळायला निघाले आहेत आणि आपण काय करीत आहोत? इथले लोक आपल्याला मारायला टपलेले आहेत. आपण पोलीस संरक्षणाची याचना करीत आहोत." ते फार बोलताहेत असे तिला वाटले.

ती म्हणाली, "आबाजी, असं बोलू नका बरं."

"छट! कोणाजवळ तरी मला हे बोलायलाच हवं होतं... बोललो नाही तर माझ्या डोक्याच्या चिंधड्या उडतील. तुझ्या आईची भित्रेपणाबद्दल मी थट्टा केली. हे सर्व आपले भाऊ आहेत असं मी तिला सांगितलं. तिचं मी का ऐकलं नाही? इथं जे आयुष्यभर कमावलं ते स्वत:साठी राखून ठेवण्याचा मी अट्टाहास केला. हे आपलं घर! सगळ्या गावात याच्याइतकं सुंदर घर नाही. प्रांतभर मला लोक मानतात. सर्व देशांत ब्राँझचा उत्कृष्ट संग्रह माझ्यापाशी आहे; एकदम कुणीतरी उठतो आणि ठरवतो की, ही जी माझी भूमी आहे ती पुढच्याच क्षणापासून मला 'परदेश' व्हावी. काय हे! काही गुंडांनी ठरवलं की, इथल्या हिंदूंची सरसकट कत्तल करायची किंवा त्यांना इथून हाकलून द्यायचं. त्या गुंडांच्या इच्छेमुळे मला माझं सगळं सोडावं लागतं आहे. माझं 'मीपण'च गेलं."

"तुम्ही इतरांपेक्षा नशीबवान आहात हे विसरू नका." धीर देत ती म्हणाली. "तुमच्याजवळ निदान खूप पैसा तरी आहे. राहायला निदान जागा तरी आहे. हजारो, लाखो निर्वासितांसारखं तुमचं नाही."

"पैसा! ते त्राग्याने म्हणाले. तुला काय वाटतं, जगातली सगळी संपत्ती एकत्र केली तरी माझी हानी भरून येईल का! हे पुतळे... मी यांच्याकडे तासन्‌तास बघत बसतो आणि माझ्या मनाला शांती लाभते. ही हजारो वर्षांची कला आहे; पण ती अजूनही सजीव आणि सचेतन आहे."

ते एकदम थांबले. त्यांनी शुष्क आणि नीरस हास्य केले. "होय बेटा, तुझं म्हणणं बरोबर आहे. मी नशीबवान आहे. इतर लोकांसारखं मला पुन्हा पहिल्यापासून काम करण्याची जरुरी नाही. आपल्याला काहीच कमी पडणार नाही. दिल्लीत किंवा मुंबईत आपण इतक्याच थाटात राहू शकू. मी नशीबवान आहे."

"चला, मी काहीतरी खायला आणते तोपर्यंत तुम्ही पोलिसांना फोन करा आणि काफिला केव्हा निघणार आहे याची चौकशी करा." तिने त्यांना हाताला धरून

बाहेर आणले. स्पिंडल कुत्रा पुढे चालला होता.

"दिवस चांगला वर आला की, मी पोलिसांना फोन करतो." त्यांनी सांगितले. "इतक्या लवकर फोन करणं बरोबर नाही."

सुंदरीने त्यांना सोडले आणि ती बैठकीच्या खोलीकडे वळली. तिथेच आता स्वयंपाकघर केले होते. त्यांचे चित्त जणू भ्रमले होते. सुंदरी गेली त्या बाजूच्या दरवाजाकडे बघत ते नुसतेच उभे राहिले. मग काही विचार करून ते म्यूझिअमकडे वळले. आत गेल्याबरोबर यांत्रिकपणे त्यांनी खिडक्या उघडल्या आणि पडदे बाजूला केले. सकाळचा प्रकाश एकदम पुतळ्यांवर पडला. त्याकडे बघत ते उभे राहिले.

ब्रह्मा, विष्णू आणि शिव यांच्या नानाविध मूर्ती उभ्या होत्या. तिथे गणपती होते. विठोबा होते आणि हनुमानही होते. राधा होत्या आणि अप्सराही होत्या. हत्तीचे तोंड असलेल्या, माकडाचे तोंड असलेल्या तसेच दहा हातांच्या - दोन डोक्यांच्या चार मस्तकांच्या अशा अनेक आकृत्या तिथे होत्या. त्यांपैकी कोणी नाचत होत्या, कुणी झोपलेल्या होत्या तर कोणी नमस्कार करत होत्या. कुणी आणखी आणखी काही करीत होत्या.

त्यांच्या दृष्टीने त्या साऱ्या मूर्ती सजीव होत्या. त्या प्रत्येकीला काही विशिष्ट अर्थ होता. प्रत्येकीला काही सांगायचं होतं... त्या मूर्ती गंभीरपणाने उभ्या होत्या. त्या जणू जीवनातील अंतिम सत्याचा शोध घेत होत्या. त्यांच्यापुढे त्यांनी मस्तक झुकवले आणि ते स्वस्थ उभे राहिले. आपल्या बायकोला आणि मुलीला काफिल्याबरोबर पुढे पाठवावे आणि आपण याच मूर्तींच्या सहवासात उर्वरित आयुष्य व्यतीत करावे असे त्यांना क्षणभर वाटले. मूर्तींबरोबर राहणे त्यांना फार आवडले असते. ही भूमी त्यांची होती. गाव त्यांचे होते. लोक त्यांचे होते. जातीय विद्वेषाची ही लाट ओसरली की, लोक शहाणे होतील आणि आपल्याला सामावून घेतील.

मात्र, राधा मला सोडून राहाणार नाही, असे त्यांना एकदम वाटले. भावनांच्या उद्रेकामुळे त्यांना कसनुसे झाले. बायको आणि मुलगी यांच्याबाबत त्यांचे काही कर्तव्य होते. त्यांचे संरक्षण करण्यासाठी कुणीतरी पुरुष माणूस हवा होता आणि ते घरात एकटेच होते. देवीदयाळ जर घरी असता तर त्यांनी मागे राहाण्याचा नक्की विचार केला असता. देवीने परिस्थिती नक्की चांगली हाताळली असती.

मूर्तींकडे शेवटचे बघून घ्यावे असे त्यांना वाटले; पण त्यांनी मुद्दामच डोळे मिटून घेतले. ते तसेच दरवाजाकडे चालत गेले. बाहेर येऊन त्यांनी दरवाजा लावून घेतला आणि ते टेलिफोनकडे गेले.

"आम्ही तुम्हाला पूर्वीच सांगितले आहे. जेव्हा सर्व तयारी होईल तेव्हा तुम्हाला..." पोलीस इन्स्पेक्टर तिकडून म्हणाला.

टेकचंदानी म्हणाले, "कळवू, असे म्हणालात; पण केव्हा? गेले तीन दिवस

आम्ही तयारी करून बसलो आहोत.''

''हिंदुस्थानचे सरकार कसे वागते यावर सगळे अवलंबून आहे. दिल्लीहून मुसलमानांचा जथा इकडे येण्यासाठी निघाल्याची बातमी अजून आली नाही.''

''याचा अर्थ काय? आम्ही तुमचे ओलीसच झालो म्हणा की! तिकडून लोक सुरक्षितपणे इकडे आले, तरच तुम्ही आम्हाला तिकडे पाठवणार का?''

बराच वेळ तिकडून काही आवाजच आला नाही. मग पोलीस इन्स्पेक्टर म्हणाला, ''तुम्ही काय वाटेल ते समजा. आमचे लोक तिकडून येण्याची आम्ही वाट पाहात आहोत...''

''अरे बाप रे! ते लोक येण्याची तुम्ही वाट बघणार आणि आम्ही पोहोचण्याची ते वाट बघणार! याचा अर्थ आम्ही इथेच लोंबकळत राहणार.''

''त्याला इलाज नाही आणि हे पाहा– तुमची भाषा, तुमचं बोलणं जरा नीट करा.''

''मला क्षमा करा.'' टेकचंद लगेच उत्तरले. ''तुम्हाला दुखावण्याची माझी इच्छा नाही; पण आज तरी आम्हाला निघता येईल का?''

''ते मी कसं सांगणार?'' ऑफिसर उद्धटपणाने म्हणाला. त्याने टेकचंदांना क्षमा केली नव्हती हे उघड होते.

''ते लोक कसं वागतात यावर सगळं अवलंबून आहे. पतियाळाला एका गाडीवर शिखांनी हल्ला केला आहे. एका मुसलमानांच्या जथ्यातील लोकांचे अमृतसरला तुकडेतुकडे झाले. हे असंच चालू राहिलं तर आम्ही इथल्या शिखांना तरी कसं वाचवणार?

''मला तुमचं म्हणणं पटतंय.''

''आमच्या लोकांनी तुमच्यावर हल्ले केले तर त्यांना दोष देता येणार नाही!''

''त्यांना दोष कसा देता येईल?'' टेकचंद नम्रपणाने म्हणाले, ''मी मघाशी बोललो ते विसरून जा. तुम्हाला दुखावण्याची माझी इच्छा नव्हती.''

आता लहानसहान अधिकाऱ्यांनी अशा तऱ्हेने केलेले अपमान सहन करण्याची सवय व्हायला हवी. टेकचंदांच्या विविध नोकरांमध्ये तीन सेवानिवृत्त बडे पोलीस ऑफिसर होते; पण या क्षणी त्यांना स्वत:ला एका पोलीस इन्स्पेक्टरच्या नाकदुऱ्या काढाव्या लागत होत्या.

स्वत:च्या मनाला स्वत:च समजावीत ते बैठकीच्या खोलीत आले. सुंदरी शेगडीवर वाकून टोस्ट भाजत होती. तिच्या चेहऱ्यावरील आविर्भावावरून त्यांचे इन्स्पेक्टरशी झालेले बोलणे तिने ऐकले असणार हे उघड होते. ते खाली बसले आणि ब्रेकफास्टची वाट पाहू लागले.

खोलीच्या एका कोपऱ्यात पाण्याचे मोठे पिंप होते आणि त्याच्याच शेजारी

आट्याचे पोते होते. सोफ्यावर आणि खुर्च्यांवर साखरेच्या पिशव्या, मुरांब्यांचे डबे ठेवलेले होते. खाली जमिनीवर लाकडे, कोळसे होते.

संकटकाळात उपयोगी पडावे म्हणून ती योजना होती. सौ. टेकचंद यांनी बैठकीच्या खोलीचे स्वयंपाकघर बनवले होते. आचारी जवळ राहाणारा होता; परंतु आता आचारीही पळाला होता आणि शेगडीवर सुंदरी पाकसिद्धी करीत होती.

अन्न, पाणी आणि विस्तव याच तीन गोष्टी आता महत्त्वाच्या होत्या. अजून दोन आठवडे पुरेल एवढा साठा त्यांच्याजवळ होता. घरातले उंची गालिचे आता गुंडाळले गेले होते. त्यांचे वडील आणि आजोबांपासून ते गालिचे परंपरेने त्यांच्याकडे चालत आले होते. गेल्या वीस-पंचवीस वर्षांत त्यांनीही हजारो रुपये खर्चून कित्येक गालिचे विकत घेण्याचा शौक केला होता. आता त्यांचा काहीच उपयोग नव्हता. ज्या ज्या गोष्टींबद्दल टेकचंदांना अभिमान वाटत होता त्या सर्व आता कःपदार्थ झाल्या होत्या. स्पेनमधून आणलेल्या मेणबत्त्या, चहाचे सेट, डिनर सेट आणि गुलाबी रंगाचे डायनिंग टेबल! आता सर्व वस्तूंचेच महत्त्व सरले होते.

तळमजल्यावर गॅरेज होते; तिथे फोर्डची व्ही ८ ही नवी कोरी गाडी उभी होती. त्या प्रकारच्या काही थोड्याच गाड्या हिंदुस्थानात आल्या होत्या. सरकारातील वजनामुळे टेकचंदना ती गाडी मिळाली होती. त्याच गाडीने आता भारतात जायचे होते. मोठ्या प्रवासासाठी ती गाडी तयार होऊन गॅरेजमध्ये उभी होती. फर्निचरपेक्षा पुतळ्यापेक्षा किंवा खुद्द घरापेक्षाही त्या गाडीची किंमत आज अधिक होती.

''कॉफी तयार आहे.'' सुंदरी म्हणाली. ''टोस्टही आहे. बरोबर लोणचं काढलंय... तुम्हाला टोस्टबरोबर उकडलेलं अंड आवडतं तेही आहे. आता ते घरात ठेवून उपयोग नाही. आई अंघोळीला गेली आहे. तुम्ही खायला लागा.'' कॉफीचा वास दरवळला आणि त्यांची भूक प्रज्वलित झाली. ते खायला लागणार इतक्यात फोनची घंटा खणखणली. त्यांचे हृदय धडधडले. काफिल्याबाबत पोलिसांचा तो फोन असणार हे उघड होते. मुलीकडे बघून ते हसले आणि फोन घ्यायला धावले. त्यांच्या डोक्यात इतके आवाज घुमत होते की, फोनवरचे बोलणेच त्यांना कळत नव्हते. मात्र, तो पोलीस इन्स्पेक्टरचा फोन नव्हता.

मग स्पष्ट आवाज ऐकू आला. सरदार अवतारसिंगचा. तो टेकचंदांना स्वतःच्या घरी राहायला बोलावत होता. त्यांचा तो मित्र होता.

''आम्ही इथे जवळजवळ पन्नासजण आहोत. बारा तरी पुरुष आहेत.'' अवतारसिंग सांगत होता. ''आमच्या जवळ तीन शॉटगन्स आहेत. एक पिस्तूल आहे. वेळ पडलीच तर त्यांचा उपयोग करता येईल. पुरुष रात्रं-दिवस गस्त घालत आहेत.''

''आम्हाला यायला आवडेल; पण हे इतकं कशासाठी?''

''तुम्ही कितीजण आहात?''

"आम्ही तिघेच आहोत... मी, माझी बायको अन् मुलगी... आणि कुत्रासुद्धा आहे."

"कुत्रा?" थोडा वेळ अवतारसिंग काही बोलला नाही. "काय करावं? आम्हाला पुरुष पाहिजेत. सगळ्या पुरुषांना इथे जमवायचं ठरलं आहे."

टेकचंद किंचित थट्टेने म्हणाले, "तुम्ही तिथे बाराजण आहात... बारा शीख इतर कित्येकांना भारी आहेत."

अवतारसिंग हसले नाहीत. "बारा शीख शंभर लोकांना भारी असतील," ते गंभीरपणे म्हणाले. "पण आपल्यावर पाचशे... की पाच हजार लोक हल्ला करण्याचा संभव आहे. त्याचं काय? शक्य तितक्या लवकर पिस्तूल, रायफली आणि जे असेल ते घेऊन या. तुमच्याजवळ दारूगोळा आहे का?"

"दारूगोळा? नाही बुवा!"

"ठीक आहे. मग जेवढं धान्यधुन्य असेल ते घेऊन या. प्रत्येक गोष्टीचा उपयोग आहेच. पन्नास माणसांना इथे जेवायला घालायचं आहे. त्यांपैकी बारा तर मुलंच आहेत आणि हे बघा, कुत्र्याला तिथेच सोडून नाही का येऊ शकणार?"

"छे! छे! तसं कसं करता येईल? तो फार म्हणजे फारच लहान आहे."

"आम्ही इतरांना सांगितलं आहे की, पाळीव प्राणी आणायचा की नाही हे तुमचं तुम्ही काय ते ठरवा. मात्र, धान्य घेऊन या."

"धान्य मजजवळ भरपूर आहे." टेकचंदांनी सांगितले. मग त्यांना इन्स्पेक्टरचे बोलणे आठवले. "आणि हे बघा. मी मघाशीच पोलिसांना फोन केला होता. तुम्हाला घाबरवायचं म्हणून सांगत नाही; पण इन्स्पेक्टर म्हणाला की, शहरातले लोक शिखांविरुद्ध फार खवळलेत. पतियाळा नि अमृतसरला काही गडबड झाली आहे. त्याचा त्यांना बदला घ्यायचा आहे."

"बाप रे!" अवतार उद्‌गारले. "ते आधीच आमचा द्वेष करतात. हे बघा, तुम्ही इकडे नाही आलात तरी चालेल. आता या वेळी इकडे न येणंच बरं."

"काहीतरी बोलू नका." टेकचंद म्हणाले. "आम्ही येतोच. तुम्ही जास्त काळजी घ्यावी. म्हणून मी बोललो."

"ठीक आहे. मी तुमची वाट पाहतो. धान्याचा उपयोग आहेच; पण हत्यारे असती तर जास्त चांगलं झालं असतं."

टेकचंदनी अधाशीपणाने कॉफी आणि सँडविच खाल्ले. त्यांची बायको अंघोळ करून आली आणि तिने कपडे घातले. जन्मात पहिल्यांदाच आज तिच्या अंगावर दागदागिने नव्हते. "आपल्याला आता अवतार सिंगकडे जायचं आहे." टेकचंद म्हणाले. "काफिल्याची आपण तेथेच वाट पाहू." सर्वांनाच बरे वाटले. हा विचार अगोदरच मनात यायला हवा होता. त्यांचा बंगला गावापासून खूप दूर होता.

आसपास अर्ध्या मैलात कोणीही नव्हते.

तेथे गुंडांचा हल्ला होणे अगदी शक्य होते. अवतार सिंगकडे गेल्यावर त्यांना सोबत मिळणार होती. तिथे बारा-पंधरा हत्यारी पुरुष संरक्षणास सज्ज होते.

"आणखी थोडी कॉफी घेणार का?" सुंदरीने विचारले. "हो. घाल की."

तेवढ्यात फोन खणखणला. त्यांनी खुर्ची मागे लोटली आणि ते ताडकन उठले. कॉफी अंगावरच सांडली. ते फोनजवळ गेले आणि ओरडले.

"हॅलो!" अवतार सिंगचा आवाज आता घाबरलेला होता. "ते आले आहेत..."

शेकडो... हजारो... फोनमधूनही शेकडो लोकांचा गोंगाट आणि गोळ्यांचे आवाज टेकचंदांना ऐकू येत होते.

"बाप रे!" अवतार म्हणत होते; "ते घराला आग लावताहेत."

"हॅलो... हॅलो! अवतार..." टेकचंद फोनवर ओरडतच राहिले. दोन-तीन सेकंदांनी त्यांच्या लक्षात आले की, फोनची लाइन तोडलेली आहे.

"त्यांनी आपल्याला सूचना दिली हे बरंच केलं." ते बायकोला म्हणाले.

"किती भयंकर वेळ आहे. त्यांच्यावर हल्ला झाला आहे. ते आता पुरुषांना बाहेर ओढतील आणि अंगावर पेट्रोल ओतून घर जाळलं तसं जाळून टाकतील.

"शिखांना ते तसंच मारतात." टेकचंदबाई बोलल्या.

टेकचंदांनी त्यांच्याकडे बघण्याचे टाळले. धनसिंग का मेला हे शेवटी त्यांना कळले होते तर! नोकरांनीच त्यांना सर्व सांगितले असणार.

सुंदरी वडिलांकडे बघत होती. त्यांचे सर्व वैरभाव गळून गेले आहेत हे तिने ओळखले. ते फार केविलवाणे दिसत होते. डोळ्यांत भीतीची एक स्थिर छटा आली होती. मान हलत होती. दोन्ही हातांची बोटे वळत होती. काय करावे हे तिला समजेना. याच वेळी देवीदयाळबद्दल त्यांना सांगितले तर त्यांच्या मनाला कदाचित बरे वाटेल हे तिच्या लक्षात आले.

देवी हिंदुस्थानात परत आलेला आहे आणि ब्रिटिश लोक भारत सोडून जात असल्यामुळे आता त्याला कसलीही भीती उरलेली नाही. ही बातमी जर आई-वडिलांना सांगितली तर त्यांना किती आनंद होईल याची तिला कल्पना होती; परंतु देवी सुटून कसा आला हे सांगायचे आणि त्याच्या लग्नाबद्दलची बातमी मात्र गुप्त ठेवायची, हे कसे शक्य आहे हा प्रश्न तिच्या मनाला पडला.

देवीबरोबर ती काही दिवस मुंबईत आणि नंतर कर्नालमध्ये राहिली होती. कसे वागायचे हे त्यांनी आपसात ठरवले होते. प्रथम सुंदरीने दर्याबादला जायचे आणि मुमताजचा सून म्हणून स्वीकार करण्यासाठी आई-वडिलांना तयार करायचे असा बेत होता. तिच्या मागोमाग देवी आणि मुमताज चार दिवसांनी येणार होते.

त्या वेळीसुद्धा मुमताजविषयी टेकचंदांचे मन तयार करणे किती अवघड आहे

हे तिच्या लक्षात आले. पंजाबमध्ये जातीय दंगलीच्या ज्वाला भडकल्यावर तर तिचे स्वत:चे मनही साशंक झाले. वातावरणात परस्परांविषयी द्वेषभावना भरून राहिल्या होत्या. तिच्या आई-वडिलांनी मुमताजला आपले कधीच म्हटले नसते. मुमताजला देवीने कुंटणखान्यातून आणले होते ही फारशी महत्त्वाची गोष्ट नव्हती; पण ती मुसलमान असणे हेच भयंकर होते. मागे देवी अत्याचारी चळवळीत पकडला गेला तेव्हा त्यांच्या मनाला जसा धक्का बसला होता त्यापेक्षाही जास्त हादरा त्याने मुसलमान मुलीशी लग्न करण्याने बसला असता.

प्रथम काही दिवस संधीची वाट पाहत ती मुद्दामच थांबली होती. त्या विषयावर शांतपणे बोलण्याची परिस्थितीच उरली नाही. ठिकठिकाणी प्रचंड दंगे पेटले होते. ती आल्यानंतर दोन दिवसांनी पाकिस्तानातून येणाऱ्या आगगाडीवर जमावाने हल्ला केला होता आणि फार मोठी मोडतोड केली होती. त्यानंतर सरकारने सर्व रेल्वे वाहतूकच बंद केली होती. देवी दर्याबादला येणे जवळजवळ अशक्य होते. आता इकडूनच लोक तिकडे पळून चालले होते.

टेकचंद बराच वेळ खुर्चीत निश्चल बसून होते. नंतर ते उठले आणि बाल्कनीत जाऊन बसले. सुंदरी आणि तिच्या आईचे काम नेहमीप्रमाणे चालले होते. सुंदरीला त्यांच्याविषयी काळजी वाटत होती; पण तसे दर्शवणे शक्य नव्हते. "तुम्ही खाली पार्किंगमध्ये जा. मोटार नीट आहे की नाही पाहून या." ती टेकचंदांना म्हणाली. "म्हणजे सूचना मिळाली की लगेच निघता येईल."

त्यांना ते पटले आणि ते गॅरेजकडे गेले. गॅरेजमध्ये फोर्ड गाडी चकाकत उभी होती. तिच्या दिलेल्या नव्या पेंटचा वास अजूनही येत होता. दुसरे गॅरेज मात्र मोकळे होते. तिथली ब्यूक गाडी आता गेली होती; पण त्या गाडीबद्दल किंवा शोफरबद्दल विचार करण्याची ती वेळ नव्हती. ते गाडीत चढले आणि त्यांनी स्टार्टर दाबला. इंजिन छान सुरू झाले. थोडा वेळ त्यांनी ते तसेच चालू दिले आणि नंतर बंद केले. मग गाडीचे दरवाजे बंद करून त्यांनी गॅरेजला कुलूप लावले.

खिडकीत उभे राहून शहराकडे बघण्यात आणि टेलिफोन चालू आहे की नाही हे पाहण्यात सकाळचा वेळ गेला. "फोन तर बंदच पडले आहेत." सुंदरी म्हणाली. "काफिल्यासाठी सगळ्यांनी कुठे जमायचे हे कसे कळणार?"

त्यांच्याही मनात बहुधा तोच विचार असावा. "अगं, पोलीस येतील नि आपल्याला घेऊन जातील." ते म्हणाले, "त्यांना काय, आपण बक्षिसी देऊच आणि कदाचित थोड्या वेळात टेलिफोनही सुरू होतील."

"आपण असं करायचं का? शेजारच्या खानसाहेबांच्या घरातून किंवा मलिकांच्या घरातून फोन करायचा का?" तिने विचारले.

"काहीच कळत नाही. त्यांचे फोन तरी चालू आहेत किंवा नाही हे कसं

कळणार? आणि जाणार तरी कोण?''

सगळी मुसलमानांची घरे अगदी घट्ट बंद केली होती. त्यांपैकी कोणीही एखाद्या हिंदूला आश्रय दिला असता तर त्याला पंचमस्तंभी समजून लोकांनी नाहीसेच केले असते. मुसलमान शेजाऱ्यांकडून मदत मिळवण्याचा प्रयत्न करणे हेच चूक होते; त्यामुळे त्यांना निष्कारण त्रास झाला असता.

''का? मीदेखील जाईन.'' सुंदरी म्हणाली... टेकचंदांनी मान हलवली. सगळ्यात जवळचा बंगला चारशे यार्डांवर होता.

''दुपारपर्यंत फोन चालू झाले नाहीत तर मीच जाईन.'' टेकचंद म्हणाले.

''आपण आपल्याविषयीच बोलतो आहोत. अवतार सिंगांच्या घरी काय घडलं असेल, तिथलं कुणी जगलं-वाचलं असेल किंवा नाही याचा विचारसुद्धा आपल्या मनात येत नाही. हे सारं किती भयंकर आहे, नाही?'' सौ. टेकचंद म्हणाल्या.

त्यांचे म्हणणे खरेच होते. अवतारसिंगांचा आणि इतर शिखांचा विचार करणेही त्यांच्या मनाने सोडून दिले होते. स्वत:ला वाचवणे एवढेच आता शिल्लक होते. टेकचंद अंघोळीसाठी बाथरूममध्ये गेले; पण त्यांचे मन अनेक विचारांनी व्यापलेले राहिले. स्वत:मधील कमतरतेची त्यांना एकदम जाणीव झाली. पंजाबमध्ये त्यांनी मोठमोठे उद्योगधंदे काढले होते आणि ते यशस्वीपणाने चालवले होते हे खरे होते; पण अशा तऱ्हेच्या संकटाला तोंड देण्याचे सामर्थ्य त्यांच्यात तिळमात्रही नव्हते. आपल्या स्वत:पेक्षा सुंदरी खूप बरी असे त्यांना वाटले. लगेच मनात विचार आला की, बायकांना कधी संकटाच्या भयानकतेची जाणीव होते का? या वेळी देवी असता तर... त्याने संकटावर नक्कीच मात केली असती. थंड पाण्याने अंघोळ करून त्यांनी खाकी शर्ट आणि हाफ पँट घातली आणि ते बाहेर आले. कामावर तपासणीसाठी जाताना ते नेहमी तसाच पोशाख करीत.

बैठकीच्या मागच्या व्हरांड्यात सौ. टेकचंद चुलीवर चपात्या भाजत होत्या. चुलीतून लाकडाचा धूर येत होता. बैठकीची खोली धुराने खराब होऊ नये म्हणून अजूनही त्या जपत होत्या. धुरामुळे पाणावलेले त्यांचे डोळे पाहून टेकचंदांना कसेसेच वाटले. घराच्या बाहेरच्या व्हरांड्यात सुंदरी उभी होती; तिकडे ते गेले.

म्यूझिअमकडे बोट दाखवीत ते सुंदरीला म्हणाले, ''आज सकाळी मी त्या खोलीत होतो. मला वाटलं, हा सारा झगडा चालला आहे तरी कशासाठी? ही नियतीची इच्छा आहे असे समजून आपण आपला पराभव मान्य का करत नाही? जीवनात मी सर्व तऱ्हेची सुखं उपभोगली. अजूनही यातच लडबडत राहणं बरोबर नाही- हिंदू तत्त्वज्ञानाप्रमाणे तर नाहीच नाही. माझ्या वयाच्या माणसानं संसारापासून दूर तसेच सर्व तऱ्हेच्या सुखभोगापासून निवृत्त व्हायला पाहिजे. अर्थात हे सारं बोलणं सोपं आहे. अमलात आणणं कठीण आहे. आपल्यावर अवलंबून असलेल्यांकरिता

माणसाला शेवटपर्यंत झगडावंच लागतं. तुझी आई आहे... तू आहेस!''

''आणि तुमचा मुलगाही आहे. तिच्या तोंडातून वाक्य सुटले. होय, तुमचा मुलगाही आहे.''

त्यांच्या भकास दृष्टीत काहीच बदल झाला नाही. त्यांनी मान हलवली. ''माझा मुलगा... तो जिवंत आहे किंवा नाही हेसुद्धा आपल्याला माहीत नाही. आता आठ वर्षे उलटून गेली. कधीकधी मला वाटतं की, मीच त्याला आपल्या हातांनी ठार मारलं... तर मी तुला काय सांगत होतो! संसारचक्रापासून सुटका करून घेण्याचा माणसानं कितीही प्रयत्न केला तरी त्याची खरीखुरी मुक्तता होत नाहीच. प्रेमाचे बंध असतात. तेच त्याला धरून ठेवतात.''

त्यांच्या बोलण्याचीच सुंदरीला भीती वाटली. ''मी तुम्हाला आधी सांगितलं नाही.'' ती म्हणाली. ''पण आता सांगते- देवी परत आला आहे.'' तिच्या डोळ्यांत बघत ते हसले. ते जास्तच दुःखी वाटले. ''तू शहाणी मुलगी आहेस. मला बरं वाटावं म्हणून तू हे बोलते आहेस.''

''छे! तसं नाही. हे खरंच खरं आहे. मुंबईत तो मला भेटायला आला होता. ती एक मोठी कादंबरीच आहे. जपान्यांनी त्याला त्यांचं काम करण्यासाठी हिंदुस्थानात पाठवलं; पण त्यानं त्यांना मुळीच मदत केली नाही. युद्ध संपेपर्यंत तो आसामात गुप्तपणे राहिला. कारण उघडपणे राहणं शक्यच नव्हतं. जपान्यांनी मग पोलिसांना कळवलं असतं.''

''काय म्हणतेस! तू स्वतः त्याला बघितलंस?''

''होय. मी स्वतः त्याला पाहिलं. माझ्या घरी त्यानं फोन केला होता. आम्ही बरोबर जेवलो. मग आम्ही हिंडायला गेलो. ते दोघं ओशन हॉटेलमध्ये उतरले होते. तिथं जाऊन मी त्यांना भेटले.''

''ती दोघं? तो आणि त्याची बायको त्याचं... त्याचं लग्न झालं?''

एकदा सांगायला लागल्यावर सगळेच सांगून टाकायचे तिने ठरवले. ''कुणाला तरी भेटण्यासाठी देवी लाहोरला गेला होता. तिथे ही मुलगी त्याला भेटली. छान मुलगी आहे!... तुम्हाला नक्कीच आवडेल... एकच थोडीशी गोम आहे- ती आपल्यासारख्या घराण्यातली नाही.''

तिच्या बोलण्याकडे टेकचंदांचे लक्षच नव्हते. ते विचारत होते, ''मला सांग, तो कसा दिसत होता? चांगला आहे ना? इतका भयंकर तुरुंगवास त्यानं काढला!''

सुंदरीचा चेहरा विचारमग्न झाला. ''हो, छान आहे. पूर्वीसारखाच सुरेख दिसतो. पण... पण... त्याच्या उजव्या हाताला काहीतरी झालं आहे. कसल्यातरी जखमेची मोठी खूण आहे. एक बोट वाकडं झालं आहे.''

''सध्या तरी तुझ्या आईला काही सांगायचं नाही.'' ते म्हणाले. ''हे असं कशानं

झालं? अंदमानलाच ना?''

''तिथे नाही. लाहोरला. त्याच्या बायकोच्या अंगावर कुणीतरी ॲसिडने भरलेला बल्ब फेकून मारला. तो त्यानं मधल्यामध्ये अडवला...''

''असं काम देवीच करणार.'' ते अभिमानाने म्हणाले. ''पण... पण त्याचा हात फार वाईट दिसतो का?''

''वाईट नाही दिसत. आता जखम भरलेली आहे. त्याच्या बायकोनं फार शुश्रूषा केली.''

''मग तो इथे का नाही आला? तू त्याला येताना घेऊन का नाही आलीस?''

''त्याच्या लग्नाविषयी मी प्रथम तुम्हाला सांगायचं आणि मग त्याला लिहायचं असं ठरलं होतं. मग तो येणार होता. सध्या तो कर्नालला आहे. इथून फक्त एक दिवसाचा प्रवास!''

त्यांनी पुढे काहीच औत्सुक्य दाखवले नाही हे तिला एका परीने बरे वाटले. सगळे सांगून झाले होते; पण महत्त्वाचे तेवढे सांगायचे राहिले होते. मुमताज मुसलमान होती तसेच ती कुंटणखान्यातून आली होती. या दोन गोष्टी सांगायचा धीर मात्र तिला झाला नाही.

''आता तर काय त्याला पत्र किंवा निरोप पाठवणं शक्यच नाही.'' ते म्हणाले. ''तुम्ही दोघंही मूर्ख आहात. तू त्याला बरोबर घेऊनच यायला हवं होतंस. आम्ही काही म्हणालो नसतो.''

सगळे सांगून टाकल्यामुळे तिला खूप हलके वाटले. जर तिने हे आईला सांगितले असते तर तिने आणखी चौकशा केल्या असत्या. वडिलांवर मात्र त्या बातमीचा चांगला परिणाम झाला. त्यांचा चेहरा पुन्हा उजळला. मस्तकातले गरगरणे थांबले. ''तुझ्या आईला हे माहीत आहे का?'' त्यांनी विचारले. सुंदरीने नकारार्थी मान हलवली.

''आबाजी, आता तुम्हीच तिला सांगा. आत्ता सांगा.'' गेली आठ वर्षे त्यांनी मनावर एक विलक्षण ओझे बाळगले होते. ते आता एकदम हलके झाले. मरणाचे आणि विरक्तीचे विचार कुठल्या कुठे पळून गेले. भविष्याला काही विशेष अर्थ निर्माण झाला होता.

''होय. मीच सांगतो तिला. तिला फार बरं वाटेल.'' ते लगबगीने निघाले.

''थोडं थांबा, आबाजी.''

''का, काय झालं?''

''सायकलवरून कुणीतरी येतं आहे. रस्त्याकडे बघा.''

तिचे म्हणणे खरेच होते. संबंध दिवस रस्त्यावर त्यांनी जिवंत मनुष्यप्राणी बघितला नव्हता. तो त्यांना दिसला.

"कदाचित तो मलिकांकडे जात असेल."

"नाही. तो इकडे वळलादेखील; आपल्याकडेच येतो आहे."

"कोण असेल बुवा!"

"अहो बाबा, मला वाटतं... मला वाटतं. तो ग्यान तलवार आहे."

प्रथम त्यांनी ओळखले नाही; पण सायकलवाला जेव्हा घराजवळ आला तेव्हा त्यांनी त्याला पाहिले. त्याच माणसाने त्यांना शिवमूर्ती विकली होती आणि नोकरी मिळवली होती. देवी परत आल्याची बातमी त्यांना नुकतीच कळली होती; त्यामुळे ग्यानला पाहून त्यांना बरे वाटले. "तो कशासाठी आला असेल?..."

"थांबा हं, मी खाली जाते आणि पाहते. तोवर तुम्ही आईला देवीबद्दल सांगा. तो ठीक आहे म्हणून सांगा... पण... त्याच्या हाताबद्दल मात्र काही बोलू नका."

"नाही सांगणार!"

"लग्नाबद्दलसुद्धा बोलू नका... एवढंच सांगा की, देवी परत आला आहे."

"आपण भारतात जाऊ तेव्हा तो आपल्याला भेटणार आहे. या वेळी इतर गोष्टी सांगून तिला त्रास द्यायला नको."

"होय, तुझं म्हणणं खरंच आहे."

"आणि तिला म्हणावं, ब्रिटिश आता निघून जात आहेत. आता तो पुन्हा तुरुंगात जायची भीती नाही."

"हं! यामुळे तिला नक्की आनंद होईल."

टेकचंद दरवाजापर्यंत गेले आणि पुन्हा थांबून म्हणाले, "सुंदर, तुला काय वाटतं, तो विश्वासू आहे ना?"

"कोण? तलवार? ते मी बघते. तुम्ही काही काळजी करू नका."

कुत्रा जोरजोराने भुंकत होता. ग्यानने स्टँडला सायकल लावली. सुंदरी पळतच खाली गेली आणि तिने दार उघडले. तो धापा टाकत होता. त्याचे अंग घामाने निथळत होते.

"काय पाहिजे?" सुंदरीने विचारले.

"माझे वडील आता कुणाला भेटणार नाहीत." ग्यानने हातरुमालाने तोंड पुसले आणि तो म्हणाला, "मी इथे राहायला आलोय राहायला!"

"काय म्हणताय काय तुम्ही?"

तो अजूनही पोर्चमध्ये उभा राहून धापा टाकत होता. "मी इथेच राहणार आहे. काफिला निघेपर्यंत मी तुमच्याजवळ असणार आहे. पाहिजे तर मी इथे पायरीवर बसून राहातो."

"अस्सं! म्हणजे तुम्हाला आमच्याबरोबर काफिल्यात यायचं आहे तर!" ती रागाने म्हणाली.

"तुमचा उपयोग करून घेऊन मला काफिल्यात वगैरे यायचं नाही. तुम्ही येथून निघालात की, मी जाईन आणि तुम्हाला सांगतो, अशा दरवाजात उभ्या राहू नका. झाडामागे कोणी लपला असेल. तो तुम्हाला सहज गोळी घालेल. मला वाटतं, मला आत येऊ द्या नाहीतर तुम्ही तरी आत जा आणि दार लावून घ्या. आपण ओरडून एकमेकांशी बोलू; पण मला घालवून देण्याचा प्रयत्न करू नका."

तिने दरवाजा सताड उघडला आणि ती आत गेली. काहीच न बोलता ग्यानने सायकल उचलली आणि पायऱ्यांवरून आत आणली. सुंदरीने दरवाजा लावून घेतला. तो आत आला. भिंतीवरचे घड्याळ बंद होते. त्यामध्ये आठ वाजायला नऊ मिनिटे कमी होती...

"मी इथे बसतो. तुम्हाला पाहिजे तर तुम्ही कुलूप लावून घ्या." ती त्याच्या मागोमाग खोलीत आली अन् म्हणाली, "आम्हाला मदत करायची इतकी उत्कंठा?"

"तुमचा विश्वास बसणार नाही; पण मी सांगतो ते खरं आहे- स्फोटाच्या दिवशीची मालिका तुम्हाला सांगता येईल का? माझंही आज तसंच झालंय. आता मी आलो. यायला एक आठवडा लागला. ज्या काही घटना घडत आहेत, त्या आई-वडिलांच्या दृष्टीने चांगल्या नाहीत. तुम्ही अजूनही इथे आहात हे काल रात्री मला कळले. तुम्हाला मदत करण्यासाठी मी इथे आलो आहे."

"मिस्टर तलवार, तुम्हाला मी ओळखत नाही, असं वाटतं का? स्वार्थाशिवाय तुम्हाला दुसरी गोष्ट माहीत आहे का? माझ्यावर तुम्ही प्रेम केलंत तेही पैशासाठीच. माझ्या भावाचा विश्वासघात करून तुरुंगात सवलती मिळवल्यात तुम्ही..."

"हे सगळं तुम्ही पूर्वीच बोलला आहात."

"तरी मला तुम्ही परत बोलायला लावता आहात."

"त्यासाठी काही मी इथे आलो नाही. मी स्वार्थी आहे, माझा अध:पात झालेला आहे हे सर्व खरं आहे; पण प्रत्येक माणसात काहीतरी सत्वगुणही असतो. माझ्यातही तो आहे हे सिद्ध करण्यासाठी मी आलो आहे. माझ्याबद्दलही तुम्हाला तसंच वाटत असावं. त्या दिवशी तुम्ही डॉकमध्ये आलात ते प्रेमामुळेही असेल."

"तुम्ही खूप बोललात. आता जा. मी आज इथे आहे हे बरंच झालं; नाहीतर तुम्ही बाबांना केव्हाच फसवलं असतं."

तो सोफ्यावर बसला अन् तिच्याकडे बघत म्हणाला, "मी जाणार नाही!"

"मी बाबांना सांगेन." तिने धमकी दिली. "तुम्हाला आमच्याशिवाय काफिल्यामध्ये जागा मिळणार नाही म्हणून तुमची ही युक्ती आहे. तुम्ही या बाजूला अडकलेले आहात..."

"तुम्ही तुमच्या वडिलांना काय वाटेल ते सांगा; पण मी जाणार नाही आणि हे ध्यानात घ्या, मी इकडे अडकून पडलेलो नाही. मी मुद्दाम आलो आहे."

सुंदरीला संताप आला. ‘‘होय ना! घरात खूप मौल्यवान वस्तू आहेत. तुमचा त्यांच्यावर डोळा आहे.’’ तो उठून उभा राहिला आणि मग पुन्हा खाली बसला. ‘‘तुमचा हेतू साध्य होत होता.’’

तो हसला. ‘‘त्यामुळेच खरे तर मी परत जाणार होतो.’’

‘‘मग का नाही गेलात?’’

‘‘कारण तू एक मूर्ख आणि बिघडलेली मुलगी आहेस. म्हणूनच मी जात नाही.’’ सुंदरी रागाने वर निघून गेली.

‘‘त्याला काय पाहिजे? ते विचार.’’ सौ. टेकचंद म्हणाल्या.

‘‘आपल्याला सोबत करण्यासाठी आलाय असं तो म्हणतो आणि तेवढ्यासाठी तो दिल्लीहून आला आहे, म्हणे.’’

‘‘चमत्कारिक माणूस दिसतोय. त्याच्या डोक्यात बिघाड झाल्यासारखं वाटतं.’’ सुंदरी म्हणाली, ‘‘तो खाली वेटिंग रूममध्ये बसला आहे.’’

‘‘एका दृष्टीने ते बरंच आहे.’’ सौ. टेकचंद आत येत म्हणाल्या. ‘‘अशा अवेळी तो आला आहे... देवीचा मित्र आहे... त्याला गाडी चालवता येते ना गं? मला वाटतं येते. त्याच्याजवळ मुंबईत एक छोटी गाडी होती.’’

‘‘त्याला वर का नाही बोलावत? इथेच जेवू दे. सगळ्यांना पुरतील इतक्या पोळ्या मी केल्या आहेत.’’

‘‘आई, तूच त्याला सांग.’’ सुंदरी म्हणाली, ‘‘मला त्या माणसाबद्दल काही वाटत नाही.’’

‘‘मीच जातो.’’ टेकचंद म्हणाले.

‘‘हे चांगलंच आहे.’’ सौ. टेकचंद रागाने म्हणाल्या.

‘‘त्यानं तुझं काय केलं आहे? तो चांगला आपल्याला मदत करायला आला आहे आणि ही म्हणे, मला त्याच्याबद्दल काही वाटत नाही.’’

३४

गाडी सुरू झाली. ती आगगाडी नेहमीप्रमाणे नव्हती. रेल्वेच्या नोकरांना ज्या मिळाल्या त्या वॅगन्स त्यांनी एकत्र केल्या होत्या. माणसांचे डबे, मालगाड्यांचे मोठमोठे उघडे डबे, प्राण्यांना नेण्यासाठी वापरण्यात येणारे बंद डबे असे निरनिराळ्या प्रकारचे डबे एकत्र करून गाडी तयार केली होती. हत्यारी मद्रासी सैनिक जमावापासून तिचे संरक्षण करत होते.

प्रचंड वाताहतीनंतर जे लोक जिवंत राहिले होते, त्यांनी गाडी गच्च भरलेली होती. स्त्रिया, पुरुष, लहान लहान मुले सगळेचजण त्यात होते. कित्येकजण तर खिडक्यांना लोंबकळत होते. आगगाडीचा टपही माणसांनी फुलला होता.

प्लॅटफॉर्मवर ती गाडी कित्येक तास थांबली होती. एखादा प्रचंड मोठा, मेलेला सर्पराज जमिनीवर पडलेला असावा. त्याच्या अंगाला असंख्य मुंग्या लागलेल्या असाव्यात तशी ती गाडी दिसत होती. ती केव्हा सुरू होणार हेही कुणालाच माहीत नव्हते. तरी कोणालाच खाली उतरण्याचा धीर होत नव्हता. गाडी पुढे गेली तर आपण एकटेच मागे राहू अशी धास्ती प्रत्येकाच्या मनात होती.

एक आठवड्यापूर्वी ते सर्व लोक हिंदुस्थानचे नागरिक होते. अपार कष्टांनंतर आणि दीर्घ कालावधीनंतर स्वातंत्र्य मिळाले याबद्दल ते आनंदोत्सव करत होते; पण आज मात्र तो उल्हास उरला नव्हता. ते सर्व मुसलमान होते आणि तिकडच्या बाजूला अडकलेल्या हिंदू आणि शिखांच्या बदल्यात ते पाकिस्तानकडे चालले होते. अजून दोन देशांच्या सीमाही नीट आखलेल्या नव्हत्या; परंतु त्यांना तिकडे जाणे भाग होते. आज त्यांना मायभूमीच नव्हती. ज्या भूमीत ते वाढले, तिथून ते हुसकले गेले. त्यांचे जीवन उद्ध्वस्त झाले होते. याआधी हा त्यांचा देश होता आणि एका क्षणात निर्वासित बनून ते दुसरीकडे चालले होते. त्यांची मालमत्ता मागे राहिली. घरे-दारे, जमिनी, दागिने हे काहीच उरले नव्हते. स्वातंत्र्याच्या लढाईत त्यांच्यापैकी

हजारोंनी बलिदान केले होते. त्यांच्या स्मृतीही गेल्या अन् असे कोणी होते त्यांची यांनी पर्वा केली नव्हती. आगगाडीतून जाताना जे रस्त्याच्या कडेला पडले होते, त्यांना तसेच टाकून ते निघाले होते.

सैनिकांच्या बंदुकांना संगिनी लावलेल्या होत्या. वटारलेल्या डोळ्यांनी ते उतारूंकडे पाहत होते. ते सर्व दमले-भागलेले होते. त्यांच्यापैकी बरेचसे आजारी आणि जखमी होते. खायला प्यायला तर कोणालाच मिळाले नव्हते. त्यांच्यावर अधूनमधून हल्ले होत होते; पण प्रतिकार करण्याचे सामर्थ्य त्यांच्यात मुळीच नव्हते. बारा ऑगस्ट एकोणीसशे सत्तेचाळीसचा तो दिवस होता. देश स्वतंत्र व्हायला आता फक्त तीनच दिवस बाकी होते. गेली दीडशे वर्षे पारतंत्र्याचा काळोख होता. आता मात्र स्वातंत्र्यसूर्य उगवणार होता. लक्षावधी माणसे मरतील... अहिंसेच्या पोटात हिंसा दडलेली आहे असे शफी बोलला होता; त्याचा प्रत्यय देवीला येत होता.

खरोखरच हजारो-लाखो माणसे मरत होती; पण त्याला काही इलाज नव्हता. अहिंसेचे व्रत घेतले नसते आणि अत्याचारी मार्गाने स्वातंत्र्य मिळवण्याचा प्रयत्न केला असता तर हिंदू-मुसलमानांची मैत्री अभंग राहिली असती का? बहुधा नसती; पण त्या वेळी केलेला त्याग जाणीवपूर्वक झाला असता. शूरासारखे मरण तरी प्राप्त झाले असते. आताप्रमाणे शेळ्या-मेंढ्यांसारखी माणसे मेली नसती.

हे असे कसे झाले? पिढ्यान्‌पिढ्या भावाभावांप्रमाणे नांदल्यावर एकदम एकमेकांचा इतका द्वेष कसा वाटू लागला... आणि यात जय तरी कोणाचा झाला? गांधींचा? की ब्रिटिश सरकारचा? ब्रिटिशांनी निदान या सर्व संहाराची कल्पना तरी केली असेल... का कुणालाच त्याची कल्पना नव्हती? मनुष्यमात्रांमधील कमतरतेची जाणीव गांधींना आणि ब्रिटिशांना दोघांनाही नव्हती का? स्वातंत्र्य संपादनासाठी इतक्या यातना सहन कराव्या लागतील, द्वेष-मत्सराच्या इतक्या प्रचंड ज्वाला भडकतील याची कल्पना गांधींना होती का? हजारो-लाखो लोकांना आपली भूमी सोडून दुसरीकडे जावे लागेल आणि इतिहासात अभूतपूर्व असे स्थलांतर घडून येईल याची कल्पना तरी त्यांनी केली होती का?

मुमताज आणि देवी. आता दोघेही निर्वासित होते. माणसांच्या लोंढ्याबरोबर तेही आता वाहात चालले होते.

देवीच्या बाबतीत प्रश्नच नव्हता. धोका असेल तिकडे उडी घेण्याचा त्याचा स्वभाव होता; पण मुमताजने त्याच्याबरोबर का राहावे! ती कर्नालला एकटी राहू शकली असती. ते हिंदुस्थानात होते आणि एका तरुण मुसलमान मुलीला एकटीने राहाणे अर्थातच कठीण होते. गुंडांच्या टोळ्या घराघरांत हिंडून मुसलमानांचा शोध घेत होत्या. मुमताज त्यांना नक्कीच सापडली असती आणि त्यांनी तिची विटंबना

केली असती.

सध्याच्या प्रवासातल्या भयंकर संकटापेक्षा कर्नालला राहणे बरे होते; पण त्या बाबतीत तिने ऐकलेच नव्हते. तो तिला खूप रागावला होता. नंतर तिची समजूत घालण्याचाही त्याने प्रयत्न केला होता. एका रात्री तिला झोप लागली आहे असे समजून तो गुपचूप निघूनही चालला होता; पण तिला झोप लागली नव्हती. तिचं सामान बांधून तीही त्याच्या मागोमाग आली आणि म्हणाली, ''मला तुमच्याशिवाय राहणं शक्य नाही.''

त्याला तिची चाहूल लागली होती; पण तो थांबला नाही. त्याने मागे वळूनही पाहिले नाही; पण तिने त्याला शेवटी गाठलेच. ''मला सोडून जाऊ नका.'' ती कापऱ्या आवाजात बोलली. तो काहीच बोलला नाही.

''मला एकटीला राहायची भीती वाटते, असं नाही; पण तुमच्याशिवाय राहणं मला शक्य नाही.'' तिने सांगितले.

''इतकी वर्षे मी कुठे होतो तुझ्याजवळ?''

''त्यामुळेच मला तुमचं जाणं कठीण वाटतं. इतकी वर्षे मी जगले; पण कशी जगले? कुणीतरी म्हातारा श्रीमंत मनुष्य येईल आणि मला घेऊन जाईल या आशेवर जगले. तो फार कुरूप नसावा किंवा त्याला कसली व्याधी नसावी एवढीच माझी देवाजवळ प्रार्थना होती. तुमच्यासारखा एखादा माणूस मला मिळेल असं स्वप्नातदेखील मला वाटलं नव्हतं आणि मग एका संध्याकाळी तुम्ही मला दिसलात... मला परमेश्वरच भेटला. माझं नशीब इतकं चांगलं असेल यावर माझा विश्वासच बसला नाही. खरंच सांगते, तुम्हाला बघितलं आणि मी वेडी झाले. तुमच्यामुळे माझ्या जगण्याला अर्थ आला. तुम्ही माझं सर्वस्व आहात.''

वाघाचा बच्चा त्यानं मारला नव्हता. पाळला होता; त्यामुळेच हा सगळा घोटाळा झाला होता. त्याचे पालनपोषण करणे भागच होते. तिची त्याच्याविषयीची आपुलकी म्हणजे एखाद्या पाळीव जनावराने मालकाला दाखवावी तशी होती का? त्याने खूप विचार केला... तशी ती नव्हती असे त्याला वाटले. तिच्या भावना त्यापेक्षाही फार सखोल होत्या... तिचे त्याच्यावर खरेखरे प्रेम होते. तीन दिवसांपूर्वीच हे सारे घडले होते. ती दोघे आता गाडीत बसली होती. गाडी सुरू होण्याची वाट पाहात होती. तिला खूप बरे वाटत होते. त्याच्या अंगावर रेलून बसल्याबसल्याच ती झोप घेत होती.

त्याला फार वाईट वाटत होते. ती त्याची बायको होती आणि तो अशा तऱ्हेने तिला लग्नाची देणगी देत होता. ज्या मालगाडीच्या डब्यातून फक्त मोठमोठे लोखंडी सामान नेले जात असे त्याच डब्यात ते नवविवाहित जोडपे निर्वासितांच्या प्रचंड गर्दीत एकमेकांच्या अंगावर रेलून बसले होते. दोन-चार आठवड्यांपूर्वी

परिस्थिती तितकीशी चिघळलेली नव्हती. त्याने आई-वडिलांकडे जाण्याचे ठरवले होते. नवविवाहित तरुण स्त्रीला ज्या गोष्टींची आवड असते- ज्यांच्यापासून तिला सुख मिळते त्या सर्व गोष्टी मुमताजला सहज मिळणार याबद्दल त्याला खात्री होती.मोटार गाडी, उंची कपडे, दागदागिने, स्वतःचे प्रशस्त घर, नोकरांचा ताफा! सगळेच तिला मिळणार होते. आता तर ब्रिटिशही निघून जाण्याच्या तयारीत होते. लपून राहण्याचे काहीच कारण नव्हते.

नवोदित स्वातंत्र्याच्या आगमनाप्रीत्यर्थ होणाऱ्या जल्लोषात पहिला पंधरवडा साऱ्या देशभर साजरा झाला आणि मग लगेच यादवी युद्धाचे थैमान सुरू झाले. ब्रिटिश निघून गेले मात्र आणि लगेच सर्व राज्यव्यवस्था खिळखिळी झाली आणि साऱ्या देशांत गोंधळ माजला.

सर्व दिवसभर ते गाडीतच बसून होते. गाडीने केवळ सहा मैल अंतरच कापले होते. दर्याबाद दोनशे मैल दूर होते. या वेगाने गाडी तिथे कधी पोहोचणार होती कुणास ठाऊक! खरे तर तो फक्त एका रात्रीचा प्रवास होता. रात्री फ्रंटियर मेलमध्ये बसायचे आणि सकाळ फटफटली की, दर्याबादला पोहोचायचे.

दहा दिवसांपूर्वी सुंदरी एकटीच तिकडे गेली होती. आताच्या घडीस एकट्या बाईने प्रवास करणे कल्पनेच्याही पलीकडचे होते. तेव्हा ती रेल्वेच्या एअरकंडिशन्ड डब्यातून गेली होती. कुत्रा न्यायला परवानगी नव्हती; पण तरीही रेल्वे कंडक्टरने ती परवानगी दिली होती. मी आणि मुमताज चार दिवसांनी निघतो. तू बाबांना कल्पना देऊन ठेव, असे त्याने सांगितले होते.

त्याच्या लग्नाची हकिगत ऐकून आई-वडिलांना फार दुःख होणार हे त्याला माहीत होते. त्याच्यासारख्या खानदानी घराण्यात कोणी कधीही मुसलमान मुलीशी लग्न करत नाहीत आणि त्यातूनही कुंटणखान्यात वाढलेल्या मुलीशी तर नाहीच नाही. सुंदरी आई-वडिलांना नीट समजावून सांगेल आणि ते मुमताजला सून म्हणून स्वीकारतील याबद्दल त्याला खात्री होती. सुंदरीवर त्याचा लहानपणापासूनच विश्वास होता. सुंदरी निघून गेल्यावर तो जेव्हा तिकिटे काढायला गेला त्या वेळी सर्व आगगाड्या बंद असल्याचे त्याला सांगण्यात आले. आणखी दोन दिवस तो थांबून राहिला; पण गाड्या सुरू झाल्याच नाहीत.

मग जातीय दंग्यांचे वादळ सुरू झाले. मुसलमान रेल्वे कर्मचारी पाकिस्तानात पळून गेले आणि तिकडचे इकडे आले. हिंदू नोकरही भीतीमुळे कामावर येतच नव्हते. सरकारने दक्षिण भारतातून थोडेफार नोकर आणले होते. मात्र, त्यांना इकडील प्रदेशाची काहीच माहिती नव्हती; भाषाही त्यांना समजत नव्हती. निर्वासितांचे लोंढे दोन्ही बाजूंनी येत-जात होते. तिकिटाशिवाय प्रवास करणेच भाग होते.

आगगाड्यांच्या जायच्या-यायच्या वेळा समजून घेण्यासाठी मुमताज आणि

देवी कित्येक वेळा स्टेशनवर जाऊन आले; पण कोणालाच काही माहीत नव्हते. शेवटी ते निर्वासितांच्या तांड्यात मिसळले आणि फलाटावरच जाऊन राहिले. मग एका मध्यरात्री एकदाची गाडी आली. ती अगोदरच खच्चून भरलेली होती. स्टेशनवर दिवे नव्हते. अंधारातच सर्वांनी डब्याकडे धाव घेतली. मुमताजने त्याच्या हाताला घट्ट धरले होते आणि तो कसाबसा गर्दीतून मार्ग काढत होता. शेवटी त्यांना मोठ्या प्रयत्नाने मालगाडीचा उघडा डबा मिळाला. अजूनही लोक येत होते आणि आतले लोक डब्यातून त्यांना बाहेर ढकलत होते. गाडी चालू झाली. खाली राहिलेले लोक कर्कश स्वरात, तावातावाने ओरडत होते. त्यात गाडीची घंटा किंवा शिटी ऐकू येणेही अवघड होते. शेकडो लोकांनी चालत्या गाडीत चढण्याचाही प्रयत्न केला. त्यातले काही आत आले; पण बरेचसे बाहेरच कोसळले. वीस-पंचवीस माणसे तर गाडीच्या चाकाखाली पार चिरडली गेली. त्यांनी मारलेल्या किंकाळ्या ही देवीदयाळची भारताबद्दलची शेवटची आठवण होती.

रात्रीच्या अंधारात गाडी हळूहळू चालली होती. ती मध्येमध्ये सारखी थांबत होती. 'गाडीवर हल्ला करण्यासाठी ठिकठिकाणी प्रचंड जमाव जमला आहे.' असे कुणीतरी सांगितले. आदल्याच रात्री एका गाडीवर जमावाने हल्ला केला होता आणि त्यातल्या सर्व निर्वासितांचे तुकडेतुकडे केले होते.

सकाळ झाली. दोन्ही बाजूंचा भूप्रदेश स्पष्ट दिसू लागला. निरनिराळी इतर दृश्येही दिसली. एके ठिकाणी अनेक भग्न संसारांचे अवशेष दिसत होते. अंथरुणे, ट्रंका, उन्हाच्या प्रकाशात चमकणारी पितळेची भांडी, निरनिराळ्या आकाराच्या सुरया! मात्र, तिथे मनुष्यप्राणी नव्हता! कदाचित कोणी निर्वासित त्या ठिकाणी येऊन राहिले असतील. त्यांचे काय झाले असेल? सर्व वस्तू मागे टाकून ते गाडी पकडण्यासाठी असेच धावत गेले असतील का? की खवळलेल्या जमावाला घाबरून ते नुसतेच कुठेतरी भरकटले असतील? गाडी काही मैल पुढे गेल्यावर लांब अंतरावर त्यांना एक शेत दिसले. त्यावर तांबडे वस्त्र अंथरलेले होते... रंगवलेले कापड उन्हात वाळत घालावे तसे लांबून वाटत होते. आगगाडी जसजशी जवळ गेली तसतसे त्यांना कळले की, तो त्यांचा दृष्टिभ्रम होता. कुणी वस्त्र वाळत टाकले नव्हते. तिथे प्रचंड हत्या झाली होती आणि लांबून नुसतेच लाल लाल दिसत होते. गिधाडे, कुत्री आणि कोल्हे नरमांसावर ताव मारत होते. आधीच्या रात्री ज्या ठिकाणी आगगाडीवर हल्ला झाला ही ती जागा असावी.

त्यांच्या पलीकडे काळी दाढी असलेला एक माणूस बसला होता. त्याने वाकून प्रार्थना म्हणण्यास सुरुवात केली. देवीदयाळला कसेसेच वाटत होते. हाच तो जगप्रसिद्ध, पाच नद्यांनी सुफलित केलेला पंजाब! त्याने सर्वकाळ सर्व परिस्थितीत पंजाबवर प्रेमच केले होते. पंजाबचा कडक उन्हाळा त्याला जितका प्रिय होता

तितकीच थंडीही त्याची आवडती होती. त्याने अनेक परिस्थितीत पंजाब बघितला होता; पण आजची परिस्थिती मात्र अगदीच भयंकर होती. दोन्ही बाजूंची वाताहत झालेली दिसत होती. शत्रूच्या सैन्याने देश पादाक्रांत करावा आणि भयंकर लूटमार करावी तसा हा देखावा होता. आसपासची खेडेगावे निर्मनुष्य होती. त्याच्या बाहेरच्या रस्त्यावर मोडलेल्या बैलगाड्या आणि जळलेल्या लॉऱ्या दिसत होत्या. गुरांना मालक उरले नव्हते. ती चारा-पाण्यासाठी रानोमाळ भटकत होती.

रात्र झाली आणि गाडी एका स्टेशनात थांबली. तिथला प्लॅटफॉर्म बंदिस्त होता. घाईगर्दी मुळीच नव्हती. स्टेशन अगदी मोकळे होते. कंटाळवाण्या चेहऱ्याचे नेहमीचे मद्रासी रखवालदारही काढून टाकण्यात आले होते. तासन्तास गाडी उभी होती. ती तिथे का थांबली आहे हे कुणाला माहीत नव्हते आणि पुढे केव्हा जाणार आहे याचाही पत्ता नव्हता. अमृतसर मागे पडले; त्यामुळे आपण सरहद्दीजवळ आल्याचे देवीदयाळने ओळखले होते. निर्वासितांची तिकडून येणारी गाडी तिथे पोहोचेपर्यंत ही गाडी सुटणार नव्हती हे उघड होते. सरहद्दीवर कसोशीने निर्वासितांची अदलाबदल होई. तिकडून जितकी माणसे येत तितकीच इकडूनही पाठवली जात असत. आगगाडीचे ड्रायव्हर्स आणि गाडीच्या संरक्षणार्थ असलेले अन्य सैनिक यांचीही सरहद्दीवरच देवघेव होई.

स्टेशनवरची शांतता भयानक होती. इतका प्रवास केला पण त्यांना स्वत:ला तशी भीती नव्हती. हल्ला करणारे जमाव हिंदूंचे होते. आपण हिंदू असल्याचे आणि मुमताज बायको असल्याचे सांगितले असते तर त्याला काहीच झाले नसते; पण आता मात्र कठीण परिस्थिती होती. आता तो स्वत:च मुद्दाम मुसलमान बनला होता. त्याने लालसर रंगाची फर कॅप घातली होती आणि अंगात पायघोळ शर्ट होता. मुमताज त्याला 'करीम' म्हणत होती. इतके जरी असले तरी जमावातल्या लोकांना फसवणे तसे सोपे नव्हते. ते प्रत्येक पुरुषाला नग्न करून तो हिंदू किंवा मुसलमान आहे, हे ठरवीत होते.

आगगाडीतला समाज भारतातील सर्व प्रांतांतून आलेला होता. प्रत्येकाचा पोशाख, चेहरा आणि वर्ण सर्वच भिन्नभिन्न होते. त्याला हिंदू म्हणून ओळखणे मुळीच शक्य नव्हते. गाडीत कित्येक मुसलमान होते. त्यांना पंजाबी भाषाही बोलता येत नव्हती आणि ती तर त्यांची मातृभाषा होती. आपण सहज निसटून पलीकडे जाऊ असे त्याला वाटत होते. गाडीमध्ये इतर मुसलमान होते ते त्या वेळेपर्यंत शेळ्यांसारखे दीन होते. सरहद्द ओलांडल्यावर लगेच त्यांचे वाघामध्ये रूपांतर होणार हे त्याला माहीत होते.

डब्यात अंधार होता आणि तो शेजारच्या प्रवाशांकडे बघत होता. त्याच्या मागच्या बाजूला बसलेले लोक भुतांप्रमाणे दिसत होते. त्यांच्या माना खाली

वाकलेल्या होत्या. त्याच्या एकदम लक्षात आले की, एक काळी अचकन घातलेला आणि तुकतुकीत दाढीचा माणूस सारखा त्याच्याकडे बघतो आहे. त्याला त्याचा संशय आला होता का? दिवसातून पाच वेळा पश्चिमेकडे तोंड करून नमाज पढण्याची आणि दिवसभर कुराण वाचण्याची दक्षता देवीदयाळने घेतली होती. आपण कर्मठ मुसलमान दिसावे असा त्याचा प्रयत्न होता. त्याने त्या माणसाची दृष्टी चुकवली आणि तो दुसरीकडेच बघत राहिला. तरीही मनात पाल चुकचुकतच राहिली. त्या माणसापासून आपण दूर राहायला पाहिजे असे त्याने ठरविले. त्याच्याजवळच काळा बुरखा घेतलेली एक बाई बसलेली होती. ती त्या माणसाची बायको असावी. बुरख्याच्या जाळीतून तीही देवीकडे टक लावून पाहात होती. तिने तर स्वत:चा बुरखा कधीही वर केला नव्हता. त्याला एकदम चमत्कारिक वाटले. त्याचा चेहरा खरोखरच हिंदूसारखा दिसत होता का? पलीकडे बसलेला कालचा दाढीवाला मुल्ला आणि बुरख्यातील त्याची तरुण बायको या दोघांनाही त्याचा संशय आला होता का?

अमुक माणूस हिंदू आहे की मुसलमान आहे हे आपण नुसत्या चेहऱ्यावरून ओळखू शकतो असा कित्येकांचा दावा असतो. त्याला स्वत:ला मात्र हिंदू आणि मुसलमान यांच्या चेहऱ्यांमधला फरक कळत नसे. त्याने आता किंचित खाली वळवलेल्या मुसलमानी पद्धतीच्या मिशा ठेवल्या होत्या आणि गेले चार-पाच दिवस दाढीही वाढवली होती. इतर कोणी आपल्याला ओळखणे अशक्य आहे अशी त्याची खात्री होती.

समोरच्या बाजूने आगगाडीचा आवाज आला आणि नंतर निर्वासितांच्या आरडाओरड्यात ती गाडी हिंदूंच्या सुरक्षित प्रदेशात शिरली. त्यांच्या बाजूने गाडी पुढे जात असताना 'जय हिंद'चे आणि 'महात्मा गांधी की जय'चे आवाज वातावरणात घुमले.

आता देवीदयाळच्या गाडीतल्या उतारूंची उत्सुकता वाढली. पश्चिम पंजाबातून हिंदू निर्वासितांनी भरलेली गाडी इकडे आली होती. आता तेवढ्याच लोकांना पलीकडे जाण्यास परवानगी मिळणार होती. थोड्याच वेळात ते सैनिकांच्या डब्यात बसले. जिनने घंटा वाजवली आणि गाडी सुरू झाली. आता एकच तास उरला होता. त्यानंतर तेही संकटाच्या पलीकडे जाणार होते.

'पाकिस्तान झिंदाबाद! पाकिस्तान झिंदाबाद', सरहद्दीवरून पलीकडे जाताना त्यांनी गगनभेदी आरोळ्या ठोकल्या. आता गाडी पश्चिम पंजाबात आली होती. इतर लोकांप्रमाणेच देवीदयाळनेही मोठ्या हिरिरीने त्या घोषणा केल्या होत्या. रात्रीच्या अंधारात माणसाच्या चालीने गाडी पुढे चालली होती. आता भीती संपली होती. या वेगानेही दुपारपर्यंत दर्याबादला पोहोचू असा देवीदयाळला विश्वास होता. पंधरा

ऑगस्टच्या दुपारी ते तिथे पोहोचणार होते. पंधरा ऑगस्ट!

त्याच्या एकदम लक्षात आले की, काही तासांपूर्वी हिंदू आणि मुसलमान दोघेही स्वतंत्र झाले होते. दोन्ही देशांवर स्वातंत्र्यसूर्याची प्रभा उगवली होती. गाडी थांबली. पाकिस्तानात शिरल्यानंतर प्रथमच ती थांबली होती. पहाटेचे चार वाजले होते. पूर्व दिशा थोडी थोडी उजळत होती. थोड्याच वेळात प्रखर सूर्यप्रकाशाने सारी सृष्टी न्हाऊन निघणार होती. त्याला फार बरे वाटले. मुमताज अजूनही झोपलेलीच होती. त्याचे हृदय एकदम धडधडले. लांबून फार मोठा आवाज येत होता. समुद्राने गर्जना कराव्यात तसा तो होता. जमावाच्या युद्धघोषणांचे ते आवाज होते. त्याला वाटले, हिंदू आणि मुसलमान - दोघेही एकच! दोघांच्याही घोषणा सारख्याच आहेत. आता मुमताजही जागी झाली आणि ऐकायला लागली.

आवाज जवळ आला. जवळच कुठेतरी मोठा गलका चालला होता. मग बंदुकीच्या फैरी झाडल्याचे ऐकू आले.

"बाई गं!" मुमताज पुटपुटली आणि तिने देवीचे हात दाबले.

"आपल्याला काळजी करायचं कारण नाही."

कुणीतरी ओरडत होते. ते आपले भाऊ आहेत. ते काही करणार नाहीत. गलका एकदम थांबला. बराच वेळ कुणालाही त्याचे कारण कळले नाही. मग पावलांचे आवाज ऐकू आले. शिस्तबद्ध पावले टाकत सैनिक आले आणि ते आगगाडीच्या दोन्ही बाजूला उभे राहिले. त्यांच्यामागून कुणीतरी आले आणि हुकूम द्यायला लागले.

"तो कॅप्टन असणार." कुणीतरी म्हणाले. "पण हे चाललंय तरी काय? ते काय म्हणत आहेत?" प्रत्येकजण दुसऱ्याला विचारत होता.

"गाडीवर हल्ला होण्याची भीती आहे." कुणीतरी म्हणाले. "गाडीच्या रक्षणासाठी लष्कर आणलेलं आहे."

"हल्ला! कोण करणार? इथेतर सगळे आपले भाईबंदच आहेत." आता अंधार कमी झाला होता आणि पूर्व दिशेला सूर्यप्रकाश पसरला होता. आसपासच्या प्रदेशात बंदुकींना बायनेट लावून सैनिक उभे असलेले स्पष्ट दिसत होते. सर्व गाडीत एकदम गडबड सुरू झाली. "आपल्याला इथे का अडवलं आहे... हल्ला कोण करणार आहे?" ते सैनिकांना विचारू लागले. "आपण तर आता आपल्या भूमीत आहोत. हल्ला करायला कुणाची माय व्याली आहे?" देवीच्या शेजारचा दाढीवाला पुटपुटला आणि त्याने नमाज पढण्यास सुरुवात केली.

"ते नेहमी रात्रीच हल्ला करतात." एकजण सांगत होता. "ते चोर-दरोडेखोर आहेत. रात्री गाड्यांवर हल्ले करतात. मग आपण हिंदूंना मारतो आहोत की मुसलमानांना लुटतो आहोत याची त्यांना मुळीच पर्वा नसते."

“आता उजाडलं आहे. देवच पावला म्हणायचा! दिवसा ते हल्ला करायचे नाहीत आणि गरज पडलीच तर आपले सैनिक त्यांना चोख प्रतिउत्तर देतील.”

“पाकिस्तान चिरायू होवो.”

“पाकिस्तान झिंदाबाद.”

“झिंदाबाद! झिंदाबाद! झिंदाबाद!”

“खामोश!... शांत राहा.”

“ऐका. कुणीतरी बोलतं आहे.”

“मला वाटतं, तो कॅप्टन आहे. बोलू नका! खामोश!”

“ते काय म्हणताहेत!”

मग एकदम शांतता पसरली. मागच्या बाजूने आवाज आला. “ऐका! इकडे लक्ष द्या.” त्यांनी आपल्या माना तिकडे वळवल्या.

“ऐका! येथून एक मैलावर गडबड झाली आहे. जमावाने रूळ उखडले होते; पण आता त्यांना पांगवले आहे. अंधाराचा फायदा घेऊन जमाव गाडीवर हल्ला करील अशी भीती होती. म्हणून सैन्य आलं आहे. गाडी पुढे जाऊ शकणार नाही. ती मागे जाईल. तुम्हा सगळ्यांना खाली उतरून चालत पुढे जावं लागेल. आणखी दोन मैल पुढे गेलात की दुसऱ्या गाडीनं पुढे नेण्याची व्यवस्था केली जाईल. सगळ्यांना कळले का?”

“होय!” प्रत्येकाला त्या बोलण्यातून अंदाज आला होता. ते सर्व स्वतःच्या राज्यात - पाकिस्तानात येऊन पोहोचले होते; परंतु त्यांना खाली उतरून चालायला सांगण्यात आले होते. दोन मैलांवर म्हणे दुसरी गाडी मिळणार होती! प्रत्येकालाच त्या हवेतल्या गप्पा वाटत होत्या. त्या दिवसांत इतक्या गाड्या होत्या कुठे?

“ऐका!” तोच आवाज बोलत होता. “खामोश! आता दिवस उगवला आहे. मी सैन्याला मागे घेतो आहे. रात्रभर त्यांनी इथे पहारा केला आहे. आता त्यांना सुटी द्यायलाच हवी. तुम्ही चालायला लागा. इथे दिवसभर जरी राहिलात तरी काही उपयोग होणार नाही... चालायला लागा.”

“कृपा करून सैन्य काढून घेऊ नका. आमचं रक्षण करा.” गाडीतले लोक ओरडायला लागले, “सैन्याशिवाय आमचं कसं होईल?”

“अजून अर्ध्या तासात सूर्य चांगला वर येईल. दिवसा हल्ला व्हायचा नाही. तुम्ही घाबरू नका.”

नंतर सैनिकांना हुकूम दिल्याचा आवाज ऐकू आला. त्यांनी बायनेट काढली आणि बंदूक खांद्यावर लटकावून ते चालायला लागले. मग लोक गाडीतून नाइलाजाने खाली उतरले.

सकाळच्या प्रकाशात समोरच्या टेकड्या स्पष्ट दिसत होत्या. त्यांच्या पलीकडे

दर्याबाद होते. पहाटेचा गार वारा अंगाला झोंबत होता. थंडीने हुडहुडी भरली होती.

दोन-दोन, चार-चार लोकांचे जमाव ठिकठिकाणी उभे असलेले त्यांना दिसले. समोरचा भूभाग मुळीच ओळखीचा वाटत नव्हता. या प्रदेशातून गाडी नेहमी रात्रीच जात असे. तीच गाडी आता निपचित उभी होती.

आकाशाला निळा रंग आला होता आणि चांदण्या लोपल्या होत्या. समोरची माणसे आता स्पष्ट दिसू लागली. ती आपापसांत काहीच बोलत नव्हती. ती त्यांच्याकडेच येत होती. त्यांचे चेहरे कठोर होते. बहुतेकांच्या हातांत लाठ्या किंवा कुऱ्हाडी होत्या. काहीजणांजवळ तर बंदुका आणि तलवारीही होत्या.

ते जवळ आले; तरीही काहीच बोलले नाहीत. मग निर्वासितांनीच प्रश्न विचारण्यास सुरुवात केली. ''इथं पाणी कुठं मिळेल हो? जवळपास धान्याचे दुकान आहे का? आम्हाला थोडा आटा आणि तांदूळ घ्यायचे आहेत. या गावाचं नाव काय आहे?''

इतके प्रश्न विचारले तरीही ते लोक काहीच उत्तर देत नव्हते. भुकेलेल्या लांडग्यांनी भक्ष्यांकडे पाहावे त्याप्रमाणे ते त्यांच्याकडे बघत होते. आपआपसांत काहीतरी पुटपुटत होते.

मग चिंचोळ्या चेहऱ्याचा, गरुड नावाचा माणूस पुढे आला. त्याच्या खांद्यावर बंदूक होती आणि कमरेला काडतुसे होती. ''तुमच्यापैकी कोण कोण हिंदू आहेत बोला!'' तो ओरडला, ''सांगा लवकर. आम्हाला वेळ नाही.''

''कोणीच हिंदू नाही; आम्ही सर्व मुसलमानच आहोत.'' काळ्या दाढीचा माणूस म्हणाला.

त्या माणसाने नाक फेंदारले. ''असं कसं होईल. प्रत्येक गाडीत हिंदू असतातच. मुसलमान म्हणून लपून ते इथे येतात. मागच्या गाडीत आम्ही पन्नास धरले; पन्नास कशानं? चांगले शंभराच्यावर होते.'' मागून एकजण ओरडला.

आता अधिकाधिक लोक निर्वासितांभोवती कोंडाळं करून प्रश्न विचारू लागले. लवकर बोला, ''नाहीतरी आम्ही शोधून काढूच; पण तुम्ही सांगाल तर बरं. मागच्या गाडीत तर बायकाही होत्या; प्रथम बायकाच बघू.''

''इथे कोणी हिंदू नाही. आम्ही सर्व मुसलमान आहोत. पाकिस्तान झिंदाबाद! पाकिस्तान झिंदाबाद!'' देवीदयाळ ओरडला.

''झिंदाबाद! झिंदाबाद!''

मग एकदम आवाज आला, ''होय! इथे एक हिंदू आहे. मी त्याला लुधियानापासून ओळखतो.''

''कुठे आहे?''

एकदम गडबड झाली. पंधरा-वीस माणसे अचकन घातलेल्या दाढीवाल्याच्या

अंगावर धावून गेली. "मी मुसलमान आहे." शपथेवर सांगतो.

"आम्ही बघतोच ना! आणा त्याला इकडे."

"नको नको." तो ओरडला.

बारा-पंधराजणांनी त्या दाढीवाल्याचे कपडे फाडले आणि त्याला नग्न केले.

"अरेच्चा! हा तर हिंदू आहे."

"मला वाचवा. मला माफ करा. माझी मुलगी तिकडे अडकली आहे. तिला बघायला मी जातो आहे." त्याचा आवाज मधल्यामध्येच दाबला गेला. कुणीतरी त्याच्या डोक्यावर लाठी हाणली. त्याला खाली पाडले.

"ठार मारा लेकाच्याला." लोक ओरडले. "हा हेर आहे. मुसलमान म्हणून इथे आला आहे. गुप्त बातम्या काढतो आहे. त्याला पहिल्यांदा मुसलमान करा- त्याची --- कापा. आपल्या माणसांना तिकडे कसं वागवलं जातं माहीत आहे ना? राणीवाटपाच्या मशिदीचं तर त्यांनी भदं केलं. पहिल्यांदा त्याची सुन्ता करा."

तलवार घेतलेला एक माणूस त्या खाली पडलेल्या माणसावर धावला. इतरांनी त्याला घट्ट धरून ठेवले. त्याच्या किंकाळ्यांनी आणि जमावाच्या घोषणांनी आसमंत भरून गेले. गुंडांनी बुरख्यातल्या बाईला दुसरीकडे ओढले. ती छाती पिटून मोठमोठ्याने रडत होती. कुणीतरी तिचा बुरखा ओढला आणि बाकीच्यांनी तिला नग्न केले. तिला कोणी न्यावे याबद्दल थोडी बोलाचाली झाली. दोघांनी तिला उचलले आणि दूर घेऊन गेले. बाकीचे मग परत आले. आणखीही एक असाच मनुष्य आहे...

"काफीर! हिंदू आमच्यात आलाच कसा?"

"आणि इथे तर एक बुरख्यातला पुरुष आहे. मला त्याच्याबद्दल पहिल्यापासूनच शंका होती."

वेषांतर करून कितीतरी हिंदू त्या दिवसांमध्ये पाकिस्तानात चालले होते; लोकांनी त्यांच्यापैकी पुरुषांची प्रथम सुन्ता केली आणि मग त्यांना ठार मारून टाकले. बायकांना गुंड घेऊन गेले.

मुमताज आणि देवी हातात हात घालून उभे होते. त्यांना हलण्याचीदेखील ताकद नव्हती. गाडीतल्या जवळजवळ वीस लोकांना ठार मारले होते. बायका पळवल्या गेल्या होत्या. मुलांना उंच फेकून भाल्याच्या टोकावर झेलणे चालले होते. हिंदूंना जमावाने कसे बिनचूक ओळखले हेच आश्चर्य होते. आपण मुसलमान आहोत असे प्रत्येकाने तारस्वरात सांगितले होते; पण त्यांपैकी कोणीच मुसलमान नव्हते. कोणावरही दया दाखवण्यात आली नव्हती. नुसत्या भयानेच हिंदू मरून गेले. त्यांच्या मृतदेहांवरच जमावाच्या लाठ्या आणि सुरे चालले. आणखी एक आहे. देवीकडे बोट दाखवत एकजण ओरडला, "हा नक्कीच हिंदू आहे."

"होय! याचं वागणंही चमत्कारिक आहे. काफीरांना मारत असताना याला मुळीच आनंद झाला नाही. इतर लोक आनंदाने नाचत होते. हा मात्र निमूटपणे उभा होता. मी बघतो आहे सारं."

"हा माझा नवरा आहे." मुमताज जोराने म्हणाली. "याचं नाव करीमखान आहे." तोपर्यंत जमावाने त्यांना घेरले होते. "तो मुसलमान असेल तर त्याने तसं सिद्ध करावं."

"तसं नक्कीच दाखवता येईल; पण तुमच्या धर्माचा एक माणूस आणि त्याचा तुम्ही असा अपमान करणार?"

लोकांची दंगल वाढली आणि त्यांनी दोघांना एकमेकांपासून दूर केले. देवीदयाळ खाली पडला. एखाद्या हिंस्र पक्ष्याच्या पंजाप्रमाणे असलेल्या हातांनी त्याचे कपडे फाडले. "हा हिंदू आहे... एकच आवाज उठला. काफीर!"

गलका भयंकर वाढला. त्यातच त्याला मुमताजच्या किंकाळ्या स्पष्टपणे ऐकू आल्या. ती "नको नको! नको!" असे ओरडत होती. जमावाच्या हातातून ती एकदम सुटली आणि किंकाळ्या फोडत तिने त्याला मिठी मारली.

तिच्या मिठीचा घट्टपणा त्याला जाणवला. ते तिला दूर ओढत होते. तिचे कपडे फाडत होते. तिच्याबद्दल घाणेरडे बोलत होते आणि मग एकदम त्यांनी तिला दूर ओढले. तिला ते लांब कुठेतरी घेऊन गेल्याची देवीला जाणीव झाली. तिच्या किंकाळ्या त्याला ऐकू येतच होत्या.

जमावाच्या पलीकडे सूर्य चांगलाच वर आलेला त्याला दिसला. तेच त्याने बघितलेले शेवटचे दृश्य असावे. पंचनद्यांच्या भूमीत स्वातंत्र्यदिनाच्या दिवशी उगवलेला सूर्य! पुढच्याच क्षणाला त्याच्या डोळ्यांपुढे अंधारी आली आणि सर्वांगातून फार मोठी कळ आली. एखादा बॉम्ब उडावा आणि सर्व अवयव छिन्नभिन्न व्हावेत तसे त्याला झाले.

"देवी! देवी! मी तुझ्याशिवाय जगू शकणार नाही... मी तुझ्याबरोबर येतेऽरे..." त्याच्या प्रिय पत्नीने- मुमताजने उच्चारलेले शब्द त्याच्या कानावर पडले. तेच त्याने ऐकलेले शेवटचे शब्द!

३५

दिवस वर येत चालला. ते सर्व बैठकीच्या खोलीत बसले होते. हातातली मासिके चाळत होते. स्वत:ची भीती परस्परांपासून लपवण्याचा प्रयत्न करीत होते. अजूनही टेलिफोन सुरू झाला नव्हता. एक वाजता ग्यानने कपडे केले आणि म्हणाला, "मीच स्वत: जाऊन काफिल्याचं काय झालं ते बघतो. त्याशिवाय जमायचं नाही."

"तसं नको." सुंदरीची आई म्हणाली, "अगदी जायलाच पाहिजे का?"

"जायला हवं. नाहीतर इतर लोक केव्हा निघणार, हे आपल्याला कळायचं नाही."

"पण हिंदूंन सायकलवर गावात जाणं धोक्याचं आहे. मला ते जमेल." ग्यानने आश्वासन दिले व सुंदरीकडे पाहत म्हटले, "मी जातो. तुम्ही माझ्या मागोमाग येऊन दार मात्र घट्ट लावून घ्या." सुंदरी काहीच न बोलता त्याच्या मागोमाग गेली. ती ग्यानशी अक्षरही बोलली नव्हती.

ग्यान जाऊन जवळजवळ दोन तास झाले. टेकचंद अस्वस्थपणे वर-खाली फेऱ्या मारीत होते. हातातल्या घड्याळाकडे बघत दरवाजाकडे लक्ष ठेवत होते. सुंदरी आरामखुर्चीत बसली होती. तिची पाठ दरवाजाकडे होती. टेकचंदांना लांबून सायकलवर येणारा माणूस दिसला आणि त्यांना बरे वाटले. "तो आला गं!" ते म्हणाले, "खाली जाऊन दार उघड." ग्यान सुखरूप परत आला याबद्दल सुंदरीच्याही मनाला नकळतच समाधान वाटले, पण ती बोलली नाही. ग्यानने सायकल खाली लावली व तो पळतच वर आला..

त्याने सांगितले, "अजून कुणालाच काही कल्पना नाही. त्या बाजूची बातमी अजून आली नाही. तिची वाट पाहत आहेत. संध्याकाळी मी पुन्हा जाईन. टेलिफोनबद्दलही मी चौकशी केली बरेच दिवस तो आता दुरुस्त होईल असे वाटत नाही. खूप

ठिकाणच्या तारा तोडल्या आहेत आणि खांब उखडले आहेत. टेलिफोन कंपनीचे बरेचसे हिंदू नोकर पळून गेले आहेत, नाहीतर लपून राहिले आहेत. मुसलमान लूटमारीत दंग आहेत.''

''टेलिफोन कुणाचेच चालू नाहीत का?'' टेकचंदनी विचारले.

''कुणाचेही नाहीत. मलाच सायकलवर जाऊन पाहून यावं लागेल. काफिला आज रात्री निघेल अशी बोलवा आहे, पण इन्स्पेक्टरनं मला एका शब्दानंही सांगितलं नाही. संध्याकाळी पुन्हा जाऊन विचारीन.''

''पण इतकी गुप्तता का?'' टेकचंदांनी तक्रारीच्या सुरात म्हटले, ''आम्ही तीन मैल लांब राहतो, त्यांनी सांगितल्याशिवाय कळायचं कसं? आपल्या बऱ्यासाठीच ती गुप्तता असावी.'' टेकचंदबाई म्हणाल्या, ''काफिल्यामधे सगळे हिंदू एका ठिकाणी जमणार. बातमी बाहेर फुटली तर हल्ला होण्याचा धोका अधिक आहे.''

''पोलीसच जर असे पक्षपाती निघाले तर विश्वास तरी कुणावर ठेवायचा? भवालपूरला एका गाडीवर मिलिटरीनंच हल्ला केला. सगळेच्या सगळे मारले गेले असं म्हणतात.''

''मूर्खच आहेस!'' टेकचंद ओरडले, ''सगळ्या गप्पा आहेत झालं!'' ''पण जी खरी परिस्थिती आहे, ती तुम्ही मान्य का नाही करत? परिस्थिती जास्त चांगली आहे, असा मनाचा खोटा समज का करून घेता?'' टेकचंदबाईनी विचारले. ''कंडेन्स्ड मिल्कचे दोन डबे मी आणलेत.'' ग्यानने आतून ते बाहेर काढत म्हटले. ''तुम्ही इथे आहात हे किती चांगलं आहे. दोन तासच तुम्ही नव्हता तर माझ्या जिवात जीव आला नव्हता.''

''मला वाटतं, तुम्ही दोघं दुसऱ्या खोलीत जाऊन जरा पडा. विसावा घ्या.'' ग्यानने सुचविले, ''सगळ्यांनीच इथं ताटकळत बसण्याचं कारण नाही. आज रात्री कदाचित आपल्याला निघावं लागेल.''

''तुम्ही गावात केव्हा जाऊन येणार आहात?'' टेकचंदांनी विचारले. ''संध्याकाळी सातच्या सुमाराला जाईन, तोपर्यंत काय ते नक्की कळेल.''

''मला वाटतं, आज रात्री आपण निघू.'' टेकचंद म्हणाले, ''एक एक दिवस जात आहे. तितकी जास्त संकटं वाढताहेत.''

''ठीक'' ग्यान सुंदरीकडे पाहत म्हणाला, ''आता फक्त थोडाच वेळ बाकी आहे. दोन-चार तासांनी आपण निघालेले असू. जवळजवळ पन्नास मोटारी आहेत. पोलिसांच्या जीपचे आणि मिलिटरीच्या ट्रक्सचे संरक्षण आहे. सरहद्द ओलांडायची म्हणजे फार तर एक दिवसाचा प्रवास आहे.''

''स्वत:ची गाडी असली तर एक दिवसाचा प्रवास!'' टेकचंद म्हणाले, ''रस्त्यात

खूप अडथळे असणार! ते ओलांडून काफिला पोहोचायला आठवडा लागेल.''

खाली काळोखात सायकलची घंटा वाजली. सुंदरी एकदम दरवाजात गेली. पोर्चमधील दिव्याच्या उजेडात ग्यान धापा टाकीत उभा होता. काहीतरी भयंकर घडले आहे हे त्याच्या चेहऱ्यावरूनच कळत होते.

पायऱ्यांवरून पळत तो वर आला. ''फारच भयंकर आहे.'' त्याने सांगितले, आज संध्याकाळी काफिला तयार झाला आणि एक तासापूर्वी तो निघूनही गेला. काय बोलावे हे त्या दोघांनाही कळेना. त्यांची वाचाशक्तीच लुळी झाली. जंगलामध्ये लांब दूरवरचा बंदुकीचा आवाज ऐकल्यावर जनावरांनी एकमेकांकडे पहावे त्याप्रमाणे त्यांनी परस्परांकडे पाहिले. मग तिने एक नि:श्वास सोडला व म्हणाली, ''हे सारं आबाजींना सांगायचं तरी कसं? मी परत येताना त्याचाच विचार करत होतो. काय करावं हेच समजत नाही. आता आणखी कुणी मिळून जाणारे असतील असं दिसत नाही. अशीच इथं वाट पाहत बसण्यापेक्षा मरण बरं.''

''तुम्हाला काय वाटतं? आपल्याला त्यांनी मुद्दामच काफिल्याची बातमी दिली नसेल का?'' सुंदरीने विचारले. ''तसंच दिसतंय. मी तिथे तीनला गेलो होतो. तेव्हा बाहेरच्या माणसानं सांगितलं की, ते संध्याकाळी निघणार आहेत, पण इन्स्पेक्टरनं पुन:पुन्हा त्याला मोडून काढलं. सात वाजता यायला त्यानंच मला सांगितलं. त्याला सर्व माहित असणारच!''

''पण आता करायचं काय?''

''मला वाटतं, आपण काफिल्याच्या मागोमाग जाऊन त्याला गाठण्याचा प्रयत्न करावा. ते फार तर दहा मैल गेले असतील.''

''तुम्हाला खरंच असं वाटतं का?''

''सध्यातरी तसं वागणंच शहाणपणाचं ठरेल, पण त्यातही धोका आहेच. काफिल्याला गाठायच्या आधीच जर आपण पकडले गेलो...'' त्याने वाक्य अर्धेच सोडले.

''समजा, आपण मुसलमानच आहोत असा बहाणा केला तर? आपण मुसलमानी नाव घेऊ आणि तसाच पोशाख केला तर?''त्याने मान हलवली,

''ते प्रत्येक पुरुषाला नागवं करतात आणि त्याची सुन्ता झालीय का ते पाहतात. पण तसं केलं नाही तरीही एक म्हणजे आपण भारताच्या बाजूला निघालोय. तुझ्या वडिलांना आणि मला ओळखणं तर अगदी सहज शक्य आहे. आमचे दोघांचेही कान टोचलेले आहेत. आम्ही हिंदू आहोत हे कोणीही सांगेल,''

''मग काय? तुम्ही म्हणता तोच धोका घ्यायचा? मला तसंच वाटतं. त्यात धोका आहे, पण इथे बसून राहण्यात जास्त धोका आहे.''

"चला, आपण वर जाऊ. तुम्ही म्हणता तसंच करायला हवं." तिने हात धरला आणि ती दोघे जिना चढून वर गेली. "काहीही धोका नाही असं तुम्ही सांगा. तुम्ही म्हणाल तसं आबाजी वागतील... समजलं ना?"

तो पायऱ्यांवरच थांबला होता. त्याने तिला न बोलण्याची खूण केली. हलक्या आवाजात तो पुटपुटला, "आवाज कसला येतोय?" रस्त्यावरून मोटारीचा आवाज ऐकू येत होता..

"बापरे!" ती पुटपुटली, "म्हणजे संपलंच सारं."

त्याने मान हलवली. "गुंड लोक मोटारीतून येत नाहीत. ते मोर्चा घेऊन येतात. कदाचित तुझा भाऊही असेल."

"मला नाही तसं वाटत. देवीजवळ गाडी नाही. पण त्यानं एखादी मिळवली असेल..." पण गाडी आत आलीच! "सगळे दिवे बंद कर... लवकर! घाबरू नको... काळजीचं काही कारण नसेल." सुंदरीने दिवे मालवले. जिन्याच्या पायथ्याशी ग्यानचे मनगट धरून अंधारात ती उभी राहिली. तिच्या शरीराचा थरकाप तिला कळत होता. तिची बोटे काल्या सारखी थंडगार झाली होती.

खाली कुत्रा भुंकायला लागला. दरवाजाशी पाय वाजले. मग दार खडखडले. "कोण आहे म्हणून विचार." ग्यानने हलक्या आवाजात सुचवले.

"कोण आहे?" सुंदरीने विचारले. "दार उघडा. आम्ही तुमचे मित्र आहोत. तुम्हाला काफिल्यापर्यंत पोहोचवायला आलो आहोत."

"नाव विचार." ग्यानने सांगितले.

"तुमचं नाव काय?"

"दार उघडा मग नाव सांगतो." बाहेरून आवाज आला आणि दारावर जोरजोराने ठोके पडायला लागले. ग्यान तिला अगदी चिकटून उभा राहिला. "मी कुठेतरी लपून बसतो." त्याने सांगितले, "कदाचित ते खरेच कुणीतरी मित्र असतील. तू एकटीच आहेस असं त्यांना वाटू दे. नम्रतेनं वाग."

"मी, माझी आई नि वडील एवढेच घरात आहोत." सुंदरीने सांगितले, "तुम्हाला कुणी पाठवलं आहे? काफिला किती लांब गेलाय?"

"सुंदर, काय चाललंय ग?" जीपमधून आता कोण आलं?" वरून टेकचंदांचा आवाज आला. "आणि तू अंधारात काय करते आहेस?"

"ते कोण आहेत हे मी पाहतेय. तुम्ही वर आईजवळ बसा... एक शब्दही बोलू नका... धोका आहे." सुंदरीने घाबरलेल्या आवाजात सांगितले.

दरवाजा जोरजोराने खडखडतच होता. सगळीकडे शांतता होती. बाहेरच्या बोलण्याचे आवाज कानाला कसेतरीच वाटत होते. "मी पोर्चमधला दिवा लावतो." ग्यानने सुंदरीला सांगितले, "तू खिडकीतून बाहेर डोकाव, आणि ओळखीचं कुणी

दिसतंय का पहा, बटण कुठे आहे?''

तिने त्याचा हात बटणापर्यंत नेला. आणि ती खिडकीपाशी जाऊन उभी राहिली. त्याने दिवा लावला. आणि लगेच मालवला व तिच्याजवळ जाऊन उभा राहिला. तिचे सर्वांग थरथरत होते.

''कोण?''

तिने त्याचे दोन्ही हात हातात घेऊन सांगितले, ''शफी!''

ते दोघे वर गेले. टेकचंद आणि सुंदरीची आई वरच्या पायरीवर उभे होते. ते भयंकर भ्यायले होते.

''इथे आणखी कुणी पुरुष माणूस आहे हे मुळीच कळू देऊ नका.'' ग्यानने बजावले, मी खाली लपून बसतो. अगदीच जरूर पडली तर येईन. त्यांना पैसे दिले तर ते काही करणारही नाहीत.''

बाहेरचा दरवाजा फोडण्याचा आवाज ऐकू येत होता. ''ते एकंदर किती जण आहेत?'' ग्यानने सुंदरीला विचारले.

''जीपच्या बाहेर तिघं आहेत. एकजण व्हीलपाशी आहे... बाई ग ऽ! एकूण चौघेजण आहेत.'' दारावरचे धक्के आता जोरात बसायला लागले. सुंदरीच्या आईने हात जोडले, ''जगदंबे, यातून वाचव ग बाई.''

''काही गडबड करू नका.'' शफी खालून ओरडला, ''आमच्या जवळ पिस्तुलं आहेत. जो कोणी विरोध करेल त्याला ठार मारू.''

''तुम्ही पुतळे ठेवले आहेत त्या खोलीत जाऊन लपा.'' ग्यान पुटपुटला. ''आणखी दोन चार मिनिटांतच ते दरवाजा उघडतील. मलाही खाली जाऊन सायकल लपवली पाहिजे.''

खालच्या अंधारात तो धावत गेला. इतर तिथे म्यूझिअमच्या खोलीत कसे बसे पोहोचले आणि त्यांनी दाराला कडी लावली. तोच बाहेरचा दरवाजा धाडदिशी मोडून पडल्याचा आवाज आला.

ती माणसे घरात आल्याची चाहूल लागली... जिना चढून वर आली... म्यूझिअमच्या दरवाज्याजवळ आली. स्पिंडल कुत्रा सुंदरीच्या पायाजवळ होता. तो गुरगुरला. दार जोराने खडखडले. मग आवाज आला, ''दरवाजा उघडा.'' ते दरवाजाकडे बघत होते. दारावर मोठमोठ्या धडका बसायला लागल्या ... प्रत्येक धक्क्याबरोबर दरवाजा खिळखिळा व्हायला लागला.

''तुम्हाला काय पाहिजे?'' सुंदरीने जोराने विचारले. एक क्षणभर धडका थांबल्या, ''मला तु पाहिजेस.'' बाहेरचा आवाज बोलला. मागून हसण्याचा आवाज ऐकू आला.

''हलकट लेकाचे.'' टेकचंद रागाने पुटपुटले, ''ही बोलण्याची रीत नाही.

दारावर धडका देणं थांबवा.'' ते ओरडले. मग दाराजवळ जाऊन त्यांनी दार उघडले.

शफी उस्मान व आणखी दोघे बाहेर उभे होते. शफीच्या हातात रिव्हॉल्व्हर होते आणि डाव्या खांद्यावर काडतुसे लटकत होती. इतर दोघांच्या हातात दारं फोडण्याची हत्यारे होती.

''मी तुम्हाला हजार रुपये देतो.'' टेकचंद म्हणाले, तुम्ही जर घर सोडून जात असाल...''

शफीने त्यांच्याकडे बघितले देखील नाही. त्यांना ढकलून तो आत आला आणि त्याची नजर सुंदरीवर खिळली. ''हमीद, दिवे लाव.'' सुंदरीकडे बघत असतानाच त्याने हुकूम दिला, ''इनूस!... तू दरवाजावर रहा.''

''काय चाललाय काय हा तमाशा?'' टेकचंद जोराने ओरडले. ते आणखीही काही बोलणार होते, इतक्यात दाराकडे निघालेल्या माणसाने त्यांच्या तोंडावर जोराचा तडाखा मारला. सुंदरीची आई किंचाळली. ''त्यांना मारू नका... मी पाहिजे तर तुम्हाला अंगठी देते, गळ्यातलं देते... सर्व काही देते.''

शफी हसला. एखाद्या गोरिलाने खोकावे त्याप्रमाणे त्याचे हास्य होते. ''त्या बाईला गप्प करा.'' त्याने हुकुम दिला. हमीदला स्वीच सापडला आणि खोलीतील पुतळे एकदम सजीव झाले. सुंदरीकडे बघत शफी तिच्या जवळ गेला.

''मला हात लावू नकोस. मी तुला ठार मारीन... काही करू नकोस.'' ती किंचाळली. स्पिंडलने हमीदच्या अंगावर उडी घेतली. हमीदने हातोडीच्या एका ठोक्यात त्याला ठार मारले. काही वेळ सुंदरीच्या पायाशी स्पिंडलने प्राणांतिक तडफड केली आणि तो निपचित पडला.

''हरामखोर!'' सुंदरी हमीदकडे धावली. पण शफीने तिला मधल्यामधे धरले. त्याने तिला एक क्षणभर छातीशी घट्ट कवटाळले. आणि जोराने दूर ढकलले. खालच्या गालिच्यावर ती कडमडली. ती पुन्हा उठली. तिच्या चेहऱ्यावर भयंकर तिरस्कार दिसत होता. ''हे बघा...काफीर लोकांचे देव!'' दरवाजावरचा मनुष्य म्हणाला. ''मी तुला ठार मारते.'' सुंदरी हमीदला म्हणाली. हमीद तिच्याकडे सरकला. पण शफीने त्याला थांबवले व सांगितले, ''या पोरीला हात लावू नकोस तू दुसरीला घे.'' सुंदरीच्या आईने एक हुंदका दिला. ''परमेश्वर तुला याबद्दल शिक्षा करील.'' ती म्हणाली, ''तुमच्या देवालाही असं वागणं आवडणार नाही.''

शफी टेकचंदकडे वळून म्हणाला, ''तुझ्या मुलानं माझी पोरगी पळवली. मी काय केलं माहीत आहे?... तिच्या तोंडावर ॲसिड फेकून तिला विद्रुप केलं. ....चांगली जन्माची अद्दल घडवली. पण तेवढ्यानं माझं समाधान होणार नाही. मला तिच्या बदल्यात दुसरी मुलगी हवी आहे.'' त्याने पिस्तुलाचे तोंड सुंदरीकडे वळवले, ''हिला मी घेणार.''

"वल्गना करू नकोस." सुंदरी म्हणाली. "त्या मुलीचा चेहरा विद्रूप झाला नाही. आणि मीही तुला मिळणार नाही."

"हे बघ, मी तुला एक लाख रुपये देतो." टेकचंद म्हणाले. त्यांच्या खालच्या ओठातून रक्त ठिबकत होते. "एक लाख रुपये देतो... जर... लाखच!..."

"बस्स!... इतकेच." शफीने टोमणा मारला. "हमीद, ऐकलंस का रे? बायकोची आणि मुलीची किंमत यांच्या दृष्टीनं फक्त लाख रुपये आहे."

"आबाजी, तुम्ही या जनावराशी बोलूदेखील नका!" सुंदरी म्हणाली.

"जनावर काय!" शफी गुरगुरला, "कसल्या प्रकारचं जनावर आहे हे कळेलच आता..."

"अरे शफी...हमीद या मूर्ती बघा... या लोकांचे देव घाणेरडे आहेत." इनूस ओरडला.

त्या मूर्तीकडे शफी टवकारून बघायला लागला. त्यांचे अस्तित्व त्याला जणू आताच कळत होते. तो पुढे सरला. त्याने एक मूर्ती हातात घेतली. व ती दुसरी वर आपटली. मग तो वेड्यासारखा खोलीत त्या मूर्तीवर ठोके मारीत आणि त्यांना विद्रूप करत सगळीकडे हिंडला.

"काय हे!" टेकचंद ओरडला, "या मूर्ती पवित्र आहेत. तुम्हाला जसे तुमचे देव पूज्य वाटतात, तसेच आम्हाला आमचे आहेत. ही माझी बायको आणि मुलगी आहे. त्या तुला आयाबहिणींसारख्या वाटायला पाहिजेत. मी तुला खुद्द महंमद पैगंबराची शपथ घालतो. त्यांना हात लावू नकोस."

"अरे वा रे वा!... त्या आमच्या बहिणी आहेत काय?" शफी ओरडला, "तुमच्या हिंदूंनी आमच्या बायकांना अगदी आयाबहिणींसारखंच वागवलं, नाही! नाम्याला, पतियाळात त्यांनी घरच्या माणसांच्या देखत मुसलमान बायकांच्यावर बलात्कार केले. दिल्लीलाही तेच झालं. त्या त्यांच्या बहिणी नव्हत्या का?"

सुंदरीच्या आईने एक अस्पष्टशी किंकाळी फोडली आणि ती खालच्या कार्पेटवर कोसळली. तिला सावरण्यासाठी टेकचंद तिकडे धावले. परंतु हमीदने त्यांना मागे ढकलले.

"कुणालाही हलू देऊ नका.' शफी ओरडला.

"कुणी हललाच तर त्याला ठोकून काढा."

"अहाहा!... काय छान थानं आहेत..." इनूस स्वत:च्या जागेवरूनच म्हणाला, "पिकलेल्या आंब्यासारखी! बघा तरी... तोबा! तोबा! हे काय आहे?..."

त्या सर्वांनी दरवाज्याकडे पाहिले. खालून आवाज येत होते. मग किंकाळी ऐकू आली. शफीने हातातले पिस्तूल उंचावले. "इनूसचं काय झालंय बघा बरं."

जिन्यावरून इनूस खाली गेल्याचा आवाज आला. मग खालून कुणीतरी वर

येऊ लागले. जिन्याच्या मध्यावर इनूसची किंकाळी ऐकू आली. "हाय... तोबा तोबा!..." घरात आणखी कुणी तरी आहे. मग एकदम आवाज बंद झाला.

अंधारातून ग्यान बाहेर आला होता. त्याच्या हातात शिवाची मूर्ती होती. त्या मूर्तीनेच त्याने इनूसच्या डोक्यावर प्रहार केला होता.

"ही हलकट रांड आहे. घरात दुसरं कुणी नाही असं हिनंच खोटं सांगितलं." शफी म्हणाला. त्याने पिस्तुलाचे तोंड दरवाजाकडे वळवले होते.

"ग्यान! आत येऊ नकोस!" सुंदरी ओरडली, "पिस्तुल आहे." पण तिच्या बोलण्याचा काही उपयोग झाला नाही. ग्यान दरवाजात येऊन उभा राहिला. त्याच्या हातात त्याच्या कुलदेवतेची मूर्ती होती. शफीने पिस्तुलचा घोडा दाबला तेव्हा त्यानं त्या मूर्तीचा ढालीसारखा उपयोग केला. गोळी मूर्तीवर आदळली आणि टप्पा घेऊन परत फिरली. ग्यान अजूनही दरवाजात उभा होता. तो गंभीर दिसत होता. "तुम्हाला जमलं तर पळून आणि झाडाझुडुपात लपा." शफीवरची रोखलेली नजर मुळीचही न ढळता म्हणाला, "आता खाली कोणीही नाही. त्या पोरीला जाऊ देऊ नका. कुणालाही हलू देऊ नका." शफी हमीदला ओरडून म्हणाला. त्याच्या हातातले पिस्तूल ग्यानवर रोखलेले होते. "मी ह्याच्याकडे पाहतो..." त्या बाईकडे पाहा. अरेच्चा!... हलकट साली!"

सुंदरीच्या आईजवळ एक मूर्ती होती. उठून बसून तिने ती हातात घेतली. हमीद तिच्याकडे यायला लागला तेव्हा तिने पाच फूट अंतरावरून ती मूर्ती त्याच्या पायावर भिरकावली. हमीदने एक किंकाळी फोडली व तो सोफ्यावर कोसळला.

पुढच्या घटना विद्युत वेगाने झाल्या. "छिनाल!" सुंदरीच्या आईच्या छातीला पिस्तुल लावत शफी ओरडला त्याने गोळी झाडली. तो मागे वळत असतानाच ग्यानने स्वत:च्या जागेवरून शिवमूर्ती त्याच्या अंगावर भिरकावली. त्याला ती लागली. व झीट आल्यासारखे झाले. नंतर ग्यान हमीदकडे वळला. हमीद दरवाज्यातून पळून जात होता. हा त्याच्या मागोमाग धावला. तोपर्यंत सुंदरीने शिवमूर्ती हातात घेतली व ती जोरात शफीच्या अंगावर भिरकावली. पायऱ्यांपर्यंत हमीदचा पाठलाग केल्यावर ग्यान परतला.

खोलीतले दृश्य पाहून तो फार व्यथित झाला. शफी जमिनीवर तडफडत पडला होता. स्वत:चे डोके त्याने घट्ट दाबून धरले होते. धाकट्या घरची शिव मूर्ती हातात घेऊन सुंदरी त्याच्याकडे पाहत उभी होती. ग्यान बघत असतानाच सुंदरीने शफीच्या डोक्यावर मूर्तीने जोरात प्रहार केला. शफी अगदीच निपचित पडला. सुंदरी पुन:पुन्हा प्रहार करीतच राहिली. एखाद्या सापाला ठेवून मारावा त्याप्रमाणे तिने शफीला मारले. त्याच्या मेंदूचा तर चंदामेंदा झाला. ग्यानने तिच्या खांद्यावर हात ठेवला. हातात शिवमूर्ती घेऊन ती त्याच्याकडे वळली. "तुझ्या आईकडे बघ." बोट

दाखवीत ग्यान म्हणाला. एक सेकंदभर ती बेभान होऊन त्याच्याकडे बघतच राहिली. मग तिने शिव मूर्ती खाली टाकली व ती आईकडे पळाली. टेकचंदांनी तिचे डोके मांडीवर घेतले होते. ती अजूनही जिवंत होती. परंतु पाच-दहा मिनिटांतच तिची ज्योत मालवणार हे स्पष्ट होते. तिच्या तोंडावर लाल रंगाच्या रक्ताचा बुल होता. तिच्या कण्हण्याचा आवाज दर मिनिटाला क्षीण होत चालला होता. ‘‘घाबरू नकोस!... मी आहे .. सुंदरी पण आहे.’’ टेकचंद तिला म्हणत होते. ‘‘राधा, ओळखलंस का?’’

‘‘मला इथे सोडून जाऊ नका. मला तुमच्या बरोबर न्या.’’ सुंदरीची आई तुटक तुटक बोलत होती. टेकचंदांनी तिच्या ओठावरचे रक्त हाताने पुसले व आपले ओठ तिच्या ओठावर टेकवले. ‘‘भिऊ नकोस हं! मी तुला सोडून कुठेही जाणार नाही. अगदी शांत रहा.’’

ग्यानने नजर दुसरीकडे वळवली. त्या नवराबायकोच्या एकान्तात आपल्या सारख्या तिन्हाईताने डोकावणे बरोबर नाही असे त्याला वाटले. हमीदचा पाठलाग करावा असा विचार त्याच्या मनात आला व तो किंचित मागे वळला. पण इतक्यात खालच्या बाजूने जीपचे आवाज ऐकू आले.

पहाट थोडी थोडी उमलत चालली होती. मोटारीच्या दिव्यांचा प्रकाश त्यामुळे मंद वाटत होता. त्यांनी त्या प्रकाशात पुढे सरकत असलेली लांबच लांब दिव्यांची माळ बघितली. हिंदूंनी भरलेल्या शेकडो गाड्या चालल्या होत्या. तोच काफिला होता.

काफिल्यापर्यंत पोहोचायला त्यांना आता दहाच मिनिटे हवी होती. भारताकडे निघालेल्या प्रचंड जनसमूहाचा ते सर्व एक भाग होणार होते.

‘‘त्यांनी तिला ठार मारलं,’’ टेकचंद पुन्हा पुन्हा बोलत होते. ‘‘त्यांनी तिला मारली... माझ्या लक्ष्मीला ठार मारली. मी तिला तिथेच टाकून आलो... तिचं दहनसुद्धा केलं नाही... एकटीलाच सोडलं... मी तसं करणार नाही हे वचन तिला दिलं होतं. मी ते पाळलं नाही... तिनं मात्र असं कधीच केलं नसतं.’’

त्यांचे बोलणे ऐकून सुंदरीच्या हृदयाच्या ठिकऱ्या ठिकऱ्या होत होत्या. टेकचंद रडत मात्र मुळीच नव्हते. त्यांची नजर भकास होती. ते पुन:पुन्हा तीच गोष्ट बोलत होते.

‘‘मी तुझ्या आईला एकटीला सोडलं. तिनं असं कधीही केलं नसतं.’’ एखाद्या वेड्याने बरळावे तसे त्यांचे बोलणे होते. त्यांच्याकडे कुणाचे लक्ष नव्हते. मोटार चालवण्यातच त्या दोघांनी लक्ष केंद्रित केले होते. प्रवासामधील धोक्यांची व संकटाची त्यांना जाणीव होती. परंतु त्याविषयी ते काहीच बोलत नव्हते. बोलण्याजोगेही काही नव्हते.

नऊ वाजण्याच्या सुमारास एका मैदानात काफिला थांबला. दूरध्वनी लावलेली

एक जीप यांच्या बाजूने पुढे गेली. विरुद्ध दिशेने दुसरा काफिला येत होता. तो पुढे गेल्यावर हा काफिला चालायला लागेल असे त्या जीपमधून ओरडत होते. सगळ्या जीप रस्त्याच्या एका बाजूला उभ्या केल्या. दुसऱ्या बाजूने काफिला जायला मोकळी वाट ठेवली होती. विरुद्ध दिशेचा काफिला तिथे पोहोचण्यास अर्धा तास लागणार होता. तेवढ्या अवधीत लोकांना गाड्यांतून खाली उतरून पाय मोकळे करण्याची परवानगी होती.

टेकचंद लाऊडस्पीकरवरचे भाषण ऐकत होते. त्यांची मान एका बाजूला कलली होती. "हे लोक माझ्या गावाला चालले आहेत." ते पुटपुटले, "मी मात्र पळून चाललोय... माझ्या बायकोला घरात एकटी सोडून निघून आलोय."

सगळे स्त्री-पुरुष आपआपल्या गाड्यातून उतरले होते व इकडे तिकडे करत होते. जमिनीवर ते कुठेही बसत होते. देहविधी उघड्यावरच उरकत होते. त्यांच्या जवळ पाणी फारच थोडे होते. पण तेवढ्यातच ते तोंड धूत होते. स्टोव्हवर सुंदरीने चहाचे भांडे चढवले आणि कंडेन्स्ड मिल्कचा डबा फोडला.

ग्यानच्या हातात तिने कप दिला, तेव्हा त्याने विचारले, "आबाजी कुठे आहेत?"

"जरा पाय मोकळे करायला गेले आहेत. येतील दोन-चार मिनिटांत."

"आपल्याला येऊन अर्धा तास होऊन गेलाय."

"अर्धा तास!" सुंदरी उद्‌गारली, "बाई गंऽ तुम्हाला काय वाटतं?" तिला जे वाटत होतं ते ग्यानलाही वाटत होतं. परंतु तिला जास्त काळजी वाटू नये म्हणून तो म्हणाला, अजून तीस पस्तीस मिनिटं तर सहज बाकी आहेत.

काहीही न बोलता ते तसेच बसून राहिले. त्यांच्या अवती-भोवतीचे लोक आपल्या गाड्यात चढत होते. समोरच्या बाजूने येणारा काफिला पुढे निघून गेला. लाऊड स्पीकर लावलेली मोटार हुकूम द्यायला लागली. त्यांचे तेथील वास्तव्य संपले होते.

खाली मान घालून ती दोघे गाडीत बसली. त्यांच्या पुढची स्टेशनवॅगन हलली. मागची गाडी धडका द्यायला लागली. मागच्या सर्व गाड्या अडकून पडल्या. लाऊडस्पीकरवर लावलेली मिलिटरी जीप आली. त्यातील एक माणूस ओरडला, "काय झालं? लवकर पुढे चला...ग्यान तलवार! तुला सांगतोय मी हे."

ग्यानच्या डोळ्यांपुढे अंधेरी आली. त्याचे अंग घामाने थबथबले. त्याने समोर बघितले. आणि त्याला शंका आली... ते शक्य नाही असे त्याला वाटले... पण शंका खरी ठरली तो पॅट्रिक मुलिंगन होता. जीपच्या पुढच्या सीटवर बसून तो हुकूम देत होता.

"माझे वडील कुठेतरी हरवले आहेत हो." सुंदरीने त्याला सांगितले.

"मग? त्याचं काय? तेवढ्याकरता दिवसभर थांबायचं का काय? गाडी पुढे

काढ रे.'' त्याने ग्यानला हुकूम केला. ''कुणाचा तरी म्हातारा हरवला म्हणून सगळा काफिला काही थांबवायचा नाही!''

एक दोन मिनिटेच ग्यान थांबला. नंतर त्याने गाडी सुरू केली. मुलिंगन त्याला हाताने दिशा दाखवीत होता. ग्यानने सुंदरीकडे बघितलेही नाही. त्याने क्लच दाबला.

फोर्ड झपाट्याने पुढे निघाली.

◆